சில நேரங்களில் சில மனிதர்கள்

சில நேரங்களில் சில மனிதர்கள்
ஜெயகாந்தன் (பி. 1934 - 2015)

த. ஜெயகாந்தன் தென்னாற்காடு மாவட்டம் மஞ்சக்குப்பத்தில் 1934இல் பிறந்தார். தொடக்கப் பள்ளிக் கல்வியைக்கூட முடிக்காத இவர், சுயமாகக் கற்று 1950 முதல் சிறுகதைகள் எழுதத் தொடங்கினார். சிறுகதைகள், குறுநாவல்கள், நாவல்கள், கட்டுரைகள், மொழிபெயர்ப்புகள், திரைக்கதை வசனங்கள், நேர்காணல்கள் என எழுபத்தைந்துக்கும் மேற்பட்ட நூல்கள் வெளிவந்துள்ளன. கவிதைகளும் எழுதியுள்ளார். சிறுகதைகள், கட்டுரைகளின் முழுத் தொகுப்புகளும் வெளிவந்துள்ளன. இவரது சிறுகதைகள், நாவல்கள் பல்வேறு இந்திய மொழிகளிலும் ஆங்கிலத்திலும் மொழிபெயர்க்கப்பட்டுள்ளன.

நாளிதழ், இலக்கிய இதழ்களின் ஆசிரியராகவும் இருந்துள்ளார். சில திரைப் படங்களை இயக்கியுள்ளார்.

ஞானபீட விருது, சாகித்ய அகாதெமி விருது, ராஜராஜன் விருது பெற்றுள்ளார்.

இவர் இயக்கிய 'உன்னைப்போல் ஒருவன்' திரைப்படம் குடியரசுத் தலைவர் விருது (1964) பெற்றது.

● அன்பார்ந்த வாசகருக்கு,

வணக்கம்.

காலச்சுவடு நூலை வாங்கியமைக்கு நன்றி.

நூலின் உள்ளடக்கம், உருவாக்கம், அட்டைப்படம் இன்ன பிற அம்சங்கள் பற்றிய உங்கள் கருத்துகளையும் ஆலோசனைகளையும் காலச்சுவடு வரவேற்கிறது. தகவல், எழுத்து, வாக்கியப் பிழைகள் தென்பட்டால் அவசியம் தெரிவித்து உதவுங்கள். நூல் தயாரிப்பில் கடும் குறைபாடு இருப்பின் மாற்றுப் பிரதி உங்களுக்குக் கிடைக்கக் காலச்சுவடு ஏற்பாடு செய்யும்.

மின்னஞ்சல்: **publisher@kalachuvadu.com**

காலச்சுவடு நாகர்கோவில் அலுவலகத்திற்குக் கடிதம் அனுப்பலாம்.

தங்கள்
எஸ்.ஆர். சுந்தரம் (கண்ணன்)
பதிப்பாளர் — நிர்வாக இயக்குநர்

Unauthorised use of the contents of this published book, whether in e-book or hardcopy format, for any type of Artificial Intelligence (AI) training — including but not limited to Machine Learning, Deep Learning, Natural Language Processing, Computer Vision, Chatbot Training, Image Recognition Systems, Recommendation Engines, and Language Models — is strictly prohibited without prior licensing from the publisher. Any such unauthorised use may result in legal action.

ஜெயகாந்தன்

சில நேரங்களில் சில மனிதர்கள்

காலச்சுவடு பதிப்பகம்

சில நேரங்களில் சில மனிதர்கள் ♦ நாவல் ♦ ஆசிரியர்: ஜெயகாந்தன் ♦ ©வி.ஞானம்பிகை, ஜெ. காதம்பரி, ஜெ. ஜெயசிம்ஹன், ஜெ. தீபலெட்சுமி ♦ முதல் பதிப்பு: ஜூன் 1970 ♦ காலச்சுவடு முதல் பதிப்பு: டிசம்பர் 2014, இருபத்தாறாம் பதிப்பு: ஆகஸ்ட் 2025 ♦ வெளியீடு: காலச்சுவடு பப்ளிகேஷன்ஸ் (பி) லிட்., 669, கே.பி. சாலை, நாகர்கோவில் 629001 ♦ கோட்டோவியங்கள்: ரோஹிணி மணி

sila nerankalil sila manitharkal ♦ Novel ♦ Author: Jayakanthan ♦ © V. Gnanambikai, J. Kadhambari, J. Jayasimhan, J. Deepalakshmi ♦ Language: Tamil ♦ First Edition: June 1970 ♦ Kalachuvadu First Edition: December 2014, 26th Edition: August 2025 ♦ Size: Demy 1 x 8 ♦ Paper: 18.6 kg maplitho ♦ Pages: 376

Published by Kalachuvadu Publications Pvt.Ltd., 669, K.P.Road, Nagercoil 629001, India ♦ Phone: 91-4652-278525 ♦ e-mail: publications@kalachuvadu.com ♦ Line Drawings: RohiniMani ♦ Printed at Print Point Offset Printers, Nagercoil 629001

ISBN: 978-93-84641-01-6

08/2025/S.No. 635, kcp 5930, 18.6 (26) rsss

ஒரு பெண்ணின் உளவியல்

பத்திரிகைகளில் வரும் தொடர்கதைகளின் பக்கங்களை எடுத்து, அவற்றை பைண்டு செய்து வைக்கும் பழக்கம் என் அண்ணிக்கு இருந்தது. *தினமணி கதிரில்* வெளிவந்த 'சில நேரங்களில் சில மனிதர்கள்' நாவலை அவ்வாறு பைண்டு செய்த புத்தகத்திலிருந்துதான் முதன்முறையாகப் படித்தேன். *தினமணி கதிர்* அளவில் பெரியது. அதில் கோபுலுவின் படங்களோடு அந்த நாவலைப் படித்தது நினைவில் நிற்கிறது. அந்நாவலின் பெயர் 'காலங்கள் மாறும்' என்று விளம்பரப்படுத்தப்பட்டு, பிரசுரமாகும்போது 'சில நேரங்களில் சில மனிதர்கள்' என்று தலைப்பு மாற்றப்பட்டது.

கிளாஸிக் வரிசையில் இந்த நாவல் வருவதாகத் தெரிவிக்கப்பட்டபோது கோபுலுவின் படங்களோடு இருக்கும் என்று நினைத்தேன். பின்னர் படங்களோடு வருவதற்கு வாய்ப்பில்லை என்று அறிந்தேன். ஜெயகாந்தன் எழுதிய நாவல்களிலேயே வெகுஜனரீதியாகப் பெரிதும் படிக்கப்பட்டு, பிரபலமான நாவல் இது. ஜனரஞ்சக வாசிப்பாளர்களுக்குத் தேவை சுவாரஸ்யம். இந்த நாவலில் கதைக்களன் சார்ந்து சுவாரஸ்யம் உள்ளது. ஆனால் நாவல் சுவாரஸ்யத்தை நம்பியில்லை. ஜெயகாந்தனின் எழுத்துத் திறமை வெறும் சுவாரஸ்யத்தை இலக்காகக் கொண்டதில்லை. பின்புலமாக ஒரு கருத்து, கதாபாத்திரங்களாக, சம்பவங்களாக விஸ்தரிக்கப்பட்டிருக்கும் நாவல் இது. வாசிப்பவர்களுக்கு அவரவர்களின் தகுதி சார்ந்து, இந்நாவல் பல்வேறு காரணங்களுக்காகப்

பிடித்திருக்கலாம். பிரபலமானதினாலேயே ஒரு நாவல் மழுங்கிவிட்டது என்று நினைக்கலாகாது. இது நமது சூழலின் பிரச்சினை.

அந்தக் காலத்தில் படித்ததற்குப் பின்னர், நான் இந்த நாவலைப் படிக்கவில்லை. தற்போது முன்னுரை எழுதும்பொருட்டு படித்தேன்.

ஒரு பெண்ணின் துயரக் கதை இது. ‘அக்கினிப் பிரவேசம்’ என்ற சிறுகதையின் நீட்சியே ‘சில நேரங்களில் சில மனிதர்கள்.’ இதனுடைய நீட்சி ‘கங்கை எங்கே போகிறாள்’ மற்றும் ‘சுந்தரகாண்டம்.’ பிந்தைய இரண்டு நாவல்களையும் நான் படிக்கவில்லை. ‘சில நேரங்களில் சில மனிதர்கள்’ நாவல் அதனளவில் முழுமையானது.

‘அக்கினிப் பிரவேசம்’ சிறுகதையில் தன்னை இழந்து வீட்டுக்கு வரும் ஒரு பெண் (குழந்தை மாதிரி) தன் தாயிடம் அதைக் கூற, அவள் அப்பெண்ணைக் கண்டித்து, வெளியே யாரிடமும் சொல்லாதே என்று கூறித் தண்ணீரை (நெருப்பு) ஊற்றி அவளின் கறையைப் போக்குகிறாள். இது பொறுக்குமா நமது சநாதனவாதிகளுக்கு, கலாச்சாரக் காவலர்களுக்கு. பொங்கி எழுகிறார்கள். ‘எனது மகளாக அவளை நினைத்து எழுதினேன். நீங்கள் உங்கள் மனைவியாக அவளை நினைக்கிறீர்களே’ என்று ஜெயகாந்தன் பதில் கூறியிருக்கிறார்.

இந்த சர்ச்சை விதை மண்ணில் விழுந்து விருட்சமாகிவிட்டது. அப்பெண்ணின் தாய் ‘அக்கினிப் பிரவேசம்’ கதையில் வரும் தாய்போல் அல்லாமல் ஊரைக் கூட்டிவிடுகிறாள். ஊருக்குத் தெரிந்துவிடுகிறது. அப்பெண் (கங்கா) தன் அண்ணனால் பிரஷ்டம் செய்யப்படுகிறாள். மாமா படிக்கவைக்க, பின்னர் அவள் நல்ல வேலையிலும் அமர்ந்துவிடுகிறாள். மாமாவுக்கு கங்கா மேல் சபலம். ஆனால் ஓர் அளவுக்கு மேல் உடல்ரீதியாக கங்காவை அவர் நெருங்குவதில்லை. மாமா ஒரு சந்தர்ப்பத்தில் கூறிய வாசகங்களை மனத்தில் வைத்து அவனைத் தேடிக் கண்டுபிடிக்கிறாள். அவன் – பிரபு – கனவானாக, மக்காக, வாழ்க்கையின் முன் தத்தளிப்பவனாக, குடிப்பவனாக, இரவில் பெண்களுடன் பொழுதைக் கழிப்பவனாக, நல்லவனாக, ஏமாளியாக இருக்கிறான். இத்தகைய ஒரு கதாபாத்திரத்தைச் சித்திரிப்பது கடினம். பிரபு மட்டுமல்லாமல் கங்கா, அவள் தாய் கனகம், மாமா வெங்கட்ராமய்யர், கங்காவின் அண்ணன் கணேசன், பிரபுவின் மனைவி பத்மா, பிரபுவின் மகள் மஞ்சு ஆகியோரும் தத்தம் குணங்களோடு சித்திரிக்கப்பட்டிருக்கிறார்கள். பிறரின் எண்ண ஓட்டங்கள் கதையில் வரவில்லை. கங்காவின் எண்ண

ஓட்டங்களின்படியே அவர்கள் சித்திரிக்கப்பட்டிருக்கிறார்கள். இதில் பிரபுவின் மனைவி பத்மாவின் சித்திரிப்பு கச்சிதமாக இருக்கிறது. அவள் பெரும்பாலான நேரங்களில் டிரான்ஸிஸ்டரில் பாட்டு கேட்டுக்கொண்டிருக்கிறாள். உரையாடலின் போதுகூடக் குறைந்த ஸ்தாயியில் வைத்துக் கேட்கிறாள். பொறுப்பற்றுத் திரியும் கணவனுக்கு எதிராகக் கண்டிப்பானவளாக, கணவனின் மீது மதிப்பற்றவளாக இருக்கிறாள்.

கங்காவின் அண்ணன் கணேசன், அவனுக்கேயுரிய குணத்தோடு பிரபுவைச் சந்தித்தபின் பிரபுவின் மனம் மாறுகிறது. கங்காவின் எதிர்கால மணவாழ்க்கைக்குத் (?) தான் ஒரு பிரச்சினையாக இருப்பதை உணர்கிறான். கங்காவைச் சந்திக்க மறுத்து 'குட் பை' சொல்லிவிடுகிறான். பிரபுவினுடைய நட்பு, அவனுடனான உரையாடல் இல்லாத வாழ்க்கையை கங்காவால் நினைத்துக்கூடப் பார்க்க முடியவில்லை. அவள் மனக்குழப்பத்தில், கொந்தளிப்பில், "உன்னுடன் படுக்கையைப் பகிர்ந்துகொள்ளத் தயாராக இருக்கிறேன்" என்று பிதற்றுகிறாள். அவனோ 'ஸ்டாப் திஸ் நான்சென்ஸ்' என்று ஃபோனை வைத்துவிடுகிறான். உறவு முறிந்துவிடுகிறது. 'பின்கதை' என்று குறிப்பிடப்பட்ட இறுதி அத்தியாயத்தில் அவள் குடித்து, சிகரெட் புகைத்து, வலுச்சண்டைக்குச் செல்பவளாக மாறி தன்னைத் தானே அழித்துக்கொள்கிறாள்.

இந்தியச் சமூகத்தில் ஒரு பெண்ணின் 'துயரக் கதை' சமூகத்தின் கவனத்தைப் பெற்றுக்கொண்டிருக்கிறது. அவ்வாறு கவனம் கொள்கிறவர்கள் எல்லாம் பெண்கள் மீதான பரிவு உள்ளவர்கள் என்று முடிவு செய்துவிட முடியாது. பெண் கொடுமை நடக்கும் சமூகத்தில் பெண்தெய்வ வழிபாடு பிரமாதமாக நடப்பதுபோல், பெண்கள் மீதான பிற்போக்கு மனோநிலை உள்ளவர்களுக்கும் பெண்களின் துயரக் கதை கவனத்தை ஈர்ப்பதாக இருக்கும். சீதை, கண்ணகி, பாஞ்சாலி என்று சமூக மனத்தில் இடம்பெற்றிருக்கும் துயரக் கதைகளின் தொடர்ச்சியான சமூக மனோநிலை இது.

'அக்கினிப் பிரவேசம்' சிறுகதையில் வரும் அம்மன் சிலை மாதிரி இருக்கும் சிறுமியைக் காரில் வருபவன் அழைத்துச் செல்கிறான். ஆனால் அவன், அவளைப் பலவந்தப்படுத்தவில்லை. அவள் இணங்கவில்லை; ஆனால் இணங்குகிறாள். விரும்ப வில்லை; ஆனால் போராடவில்லை. வசப்பட்டுவிட்டாள் என்று கூறலாமா? அந்தத் தருணத்தை, அவளுடைய மனநிலையை, புதிராகவே கதாசிரியர் வைத்திருக்கிறார். அவள் போராட, அவன் பலவந்தப்படுத்திக் கற்பழிப்பதாகக் கதையை அமைத்திருக்கலாம்.

ஆனால் கதை சரிந்திருக்கும். கதையின் வலுவான அம்சமே இத்தகைய சித்திரிப்பில்தான் இருக்கிறது.

"உன் பொண்ணுக்கும் சமத்து இருந்தால் அவனையே தேடிப்பிடிச்சு இழுத்துண்டு வந்து, இவன்தான் என் புருஷன், இவனோடதான் வாழப்போறேன்னு சொன்னால் நாம் வாண்டாம்னா சொல்லப்போறோம்? முடிஞ்சா அதைச் செய்யச் சொல்லேன் பார்ப்போம்" என்று மாமா, தன் தாய் கனகத்திடம் பேசிக்கொண்டிருந்ததைக் கேட்ட பிறகு, கங்காவிற்கு அவனைப் பார்க்க வேண்டும் என்ற எண்ணம் ஏற்படுகிறது. கங்காவின் மனத்தில் 'இருந்ததைத்' தூண்டிய ஒரு சந்தர்ப்பம் இது என்று நினைக்கிறேன்.

பிரபுவும் கங்காவும் சந்திக்கும் சம்பவமும் சமத்காரமாகக் கையாளப்பட்டுள்ளது. அவன், அவளின் தோளைத் தொடும்போது அவள் சீறுகிறாள். சீறாமல் இருந்திருந்தால் உறவு வேறுமாதிரி அமைந்திருக்குமோ என்று பின்னால் யோசிக்கிறாள். நாவலின் வழி கங்காவின் உளவியலுக்குள் சென்று பார்ப்போம்.

1. கங்காவிற்கு ஆண்பிள்ளைகளை நினைத்தால் ஒரு அருவருப்பான பயம். கரப்பான் பூச்சியைப் பார்த்தால் வருகிறதே அந்த மாதிரி, கரப்பான் பூச்சி பயம்.

2. கங்காவிற்குத் தன்னிடம் ஒரு சீப்னஸ் இருக்கிறதோ என்ற எண்ணம் ஏற்படுகிறது. கையைப் பிடித்து இழுத்தால் வந்துவிடக்கூடியவள் என்று நினைக்கிறார்களோ என்று தோன்றுகிறது.

3. 'மனைவியா இருக்கறதுக்கு இல்லை. ஆசைநாயகியாகக் கூட இல்லை. ஆசைநாயகிங்கிற பேரை எனக்குத் தரணும்' என்று கூறுகிறாள்.

4. பிரபுவிடம் பேசிக்கொண்டிருக்கும்போது ஓர் ஆண்பிள்ளையோடு பேசிக்கொண்டிருக்கிறோம் என்ற பயம் கங்காவிற்கு இல்லை. அவரைவிடப் பல மடங்கு பலம் உடையவள் என்று நினைத்துக்கொள்கிறாள்.

5. 'இப்போதே இது (பிரபு) இப்படி இருக்கிறது என்றால் பன்னிரெண்டு வருடத்திற்கு முன்னால் எப்பேர்ப்பட்ட அசடா இருந்திருக்கும். அந்த அசடுக்குப் பயந்து பலி கொடுத்தேனே. அப்போது, தான் எப்படிப்பட்ட அசடு' என்று யோசிக்கிறாள்.

6. கங்காவிற்கு யாராவது தன்னை 'ரேப்' பண்ணி விடுவார்களோ என்ற பயம் ஏற்படுகிறது. யாராவது பலாத்காரமாகக் கெடுக்க வந்தால் பணிந்துவிடுவோம்

என்று பயப்படுகிறாள். 'அந்த இன்னொருத்தர் எவனாகவோ இருக்க வேண்டாம். நீங்களாகவே இருந்து விடட்டும் என்றுதான் உங்களைத் தேடி வந்தேன்' என்று பிரபுவிடம் கூறுகிறாள்.

7. "நான் மட்டும் வேறு மாதிரி அயோக்கியனா இருந்தால் உன் பலவீனத்திலே அட்வான்டேஜ் எடுத்துக்கிட்டு இப்பவும் மிஸ்பிஹேவ் பண்ண மாட்டேனா" என்கிறான் பிரபு. 'அட அசடே, நான் உன்ட்டே சொல்றதே இந்த வீக்னஸ்லே நீ அட்வான்டேஜ் எடுத்துக்கோங்கிறதுக்குத்தானே இது புரியலையா' என்று கங்கா நினைத்துக்கொள்கிறாள்.
8. இறுதியில் 'ஐ வில் மேரி யூ'ன்னு ஃபோனில் கத்துகிறாள். 'ஐ வில் ஷேர் மை பெட் வித் யூ'ன்னு காதோடு காதாக ரகசியம் பேசற மாதிரி சொல்கிறாள். அவள் கண்களில் நீர் கொட்டிக்கொண்டிருக்கிறது.

கங்காவின் இத்தகைய உளவியல் போக்கிற்கு அடக்கப்பட்ட பாலியல் உணர்வுகள்தான் காரணம் என்று ஃபிராய்டிய நோக்கில் சிந்திக்கலாம். அத்தகைய உணர்வுகளும் காரணமாக இருக்கலாம். கங்காவிற்குப் பிடித்துக்கொள்ள ஒரே கொழுகொம்பு பிரபுதான். பிரபு மீது அவளுக்கு ஆசை இருக்கிறதா? இருக்கிறது என்று சொல்லலாம். இருக்கிறது என்பது பாவனை என்றும் சொல்லலாம். உடல்ரீதியாக அவன் விலகியிருப்பதால் கங்கா அதை விரும்புகிறாளா? அவன் உடல்ரீதியாக நெருங்கினால் அவள் விலகிப்போவாளா? உடல்ரீதியான பிணைப்பினால், தன்னைவிட்டு விலகாமல் அவனை வைத்திருக்கலாம் என்று அவள் மனம் நினைக்கிறதா? இப்படிக் குழப்பமாகத்தான் அல்லது புதிராகத்தான் கங்காவின் உளவியலை ஜெயகாந்தன் உருவாக்கியிருக்கிறார்.

வெகுஜனப் பத்திரிகைகளில் வித்தியாசமான எழுத்துக்களை உருவாக்கி நிலைபெற்றிருக்கிறார் ஜெயகாந்தன். பெரும்பாலானோர் ஜெயகாந்தன் எழுத்துக்கள் மூலமாக நவீனத் தமிழ் இலக்கியத்துக்குள் நுழைந்திருந்திருக்கிறார்கள். அவருக்கு எனது வணக்கங்கள்.

'சில நேரங்களில் சில மனிதர்கள்' நாவலில் ஜெயகாந்தன் கங்காவின் உளவியலைக் கதையாக ஆக்கியிருக்கிறார். கற்பு, அது பற்றிய எண்ணங்கள் ஆகியவற்றைக் கதைப்புலமாகக் கொண்டு தமிழர்களின் கெட்டிதட்டிப் போன சமூக மனத்தோடு அவர் உரையாடியிருக்கிறார்.

மதுரை
27.10.14

சுரேஷ்குமார இந்திரஜித்

முன்னுரை

இந்த நாவலை எழுதுவதன் மூலம் என்னைப் புதிதாய் ஒரு சோதனையில் நான் ஈடுபடுத்திக் கொண்டேன். அதில் தேறிவிட்ட மகிழ்ச்சி எனக்கு இப்போது இருக்கிறது.

சொல்கிற முறையினால் எல்லோராலும் ஏற்றுக்கொள்ள முடியாத விஷயங்களைக்கூட எல்லோருக்கும் இணக்கமாகச் சொல்லிவிட முடியும் என்று இந்த நாவலை எழுதியதன் மூலம் நான் கண்டுகொண்டுவிட்டேன்.

கதிரில் தொடர்கதையாக இது வந்தபொழுதும், வந்து முடிந்த பிறகும் நூற்றுக்கணக்கான வாசகர்கள் கடிதம் எழுதி இருந்தார்கள். வெளிவந்து முடிந்த பிறகு வாசகர் கடிதங்களை அடுக்கித் தொடர் கதைக்குப் 'புண்ணியாக வாசனம்' நடைபெறாத முதல் தொடர்கதை இதுதானென்று நான் நினைக்கிறேன். வந்த கடிதங்களையெல்லாம் கதிர் அலுவலகத்திலிருந்து நான் வாரிக்கொண்டு வந்து விட்டேன். இதற்கு வந்த வாசகர் கடிதங்களைப் பிரசுரிக்கக் கூடாது என்கிற நோக்கமெதுவும் எனக்குக் கிடையாது. ஆனால், பிரசுரிக்க வேண்டும் என்கிற ஒரே நோக்கத்தில் எழுதிய சில 'ஒரு வரி விமர்சன'க் கடிதங்களை விலக்கி உண்மையான இலக்கிய அல்லது கதை படிக்கிற ஆர்வத்தோடு எழுதப்பட்ட கடிதங்களை மட்டும் பொருட்படுத்தி ஒரு கட்டுரையை எழுதவேண்டுமென்ற நோக்கத்தினால் தான் நான் அவற்றை எடுத்துக்கொண்டு வந்தேன். அதற்கிடையில் இது புத்தக வடிவில் வெளிவரவே,

இந்த முன்னுரையின் மூலம் அந்த வாசக நண்பர்களின் சந்தேகம் போக்கும் ஒன்றிலிருந்து ஒன்று முழுக்க முழுக்க மாறியே இருக்கிறது.

அதுமாதிரி ‘அக்கினி பிரவேசம்’ என்று விளையாடியது ஓர் ஆட்டம்.

இந்த நாவல் இன்னொரு மாதிரியான ஆட்டம். எப்படிக் காய்களின் தன்மை மாறுவதில்லையோ அதுபோல இங்கே பாத்திரங்களின் தன்மை மாறவில்லை.

இந்த ரகசியம் தெரியாமல் பலபேர் சதுரங்கக் காய்களை வைத்துக்கொண்டு சொக்கட்டான் விளையாடினார்கள். எனவே தான் நான் இரண்டாவது ஆட்டம் ஆடினேன்.

கங்காவினுடைய பாத்திர இயல்புகளைக் கூர்ந்து படித்த வாசகர்கள் அவளுக்கு இப்படி ஒரு முடிவு ஏற்படப்போவதை முன்கூட்டியே உணர்ந்திருப்பார்கள்.

பாத்திரப் படைப்பு என்பது ஒரு பெயர் சூட்டிவிடுவதோ, அங்கவருணனை நடத்திவிடுவதோ அல்ல. மனம், அறிவு, சிந்தனை, குணஇயல்பு, சூழ்நிலைகளின்போது வெளிப்படும் உணர்ச்சிகள் இவற்றையெல்லாம் கூர்ந்து அறிந்து அனுபவமாக வெளிப்படுவதைத் தீட்டுவதாகும்.

இதிலே என் விருப்பம், உங்கள் விருப்பம் ஆகிய விவகாரங்கள் புகுந்து அந்த ‘இசைவை’க் கெடுத்துவிடாமல் பார்த்துக்கொள்ள வேண்டியதுதான் படைப்பாளிக்கு இருக்கிற பெரிய கடமை.

அதனை நான் நிறைவேற்றி இருக்கிறேன்.

கதை படிக்கிறவர்களுக்குத்தான் அது ஆரம்பித்துத் தொடர்ந்து முடிகிறது. எழுதுகிறவனைப் பொறுத்தவரை ‘முடிந்து’ போன ஒன்றைப் பற்றித்தான் அவன் எழுதுகிறான் என்று புரிந்து கொண்டால், ‘ஐயோ! என்ன இப்படி முடித்துவிட்டீர்களே!’ என்று அவனிடம் அங்கலாய்ப்பதில் அர்த்தமில்லை என்பதை உணரலாம்.

ஆனால் நம் வாசகர்களில் பெரும்பாலானோர் பொழுது போக்குக்காகக் கதை படிப்பவர்கள் என்பதால் அவர்கள் பாத்திரத்தோடு ஒன்றாமல் தங்கள் மனம்போன கற்பனைகளில் இலயித்து விடுகிறார்கள். அதன் விளைவாக, இலக்கிய அனுபவத்துக்குப் புறம்பான விருப்பங்களை ஏற்படுத்திக்கொண்டு அதற்கு ஏற்ப அந்த ஆசிரியன் எழுதுகிறானா என்று கண்காணிக்க ஆரம்பிக்கிறார்கள்.

தாங்கள் படிக்கின்ற நாவலை ஒரு பிரச்சினையாக வைத்துத் தங்களுடைய சமத்காரங்களை நிரூபிப்பதற்காக இந்த நாவலின்மீது 'மேற்பந்தயம்' கட்டுகிறார்கள். பத்திரிக்கைக்காரர்களுக்கு இது மிகவும் கவர்ச்சிகரமான வியாபாரம். இந்த வாசகர்களின் சமத்காரங்களுக்கு ஏற்ப கதைகளை வளைத்து வளைத்து எழுதுகிறார்கள் பெரும்பாலான தொடர்கதை ஆசிரியர்கள்.

ஆனால் ஒரு நாவலை அப்படி எழுத முடியாது. எழுதுபவன் என்பவன் எல்லோரையும் மகிழ்விக்கிற கழைக் கூத்தாடி அல்ல. வாசகருடைய விருப்பமோ அல்லது எழுதுகிறவனுடைய விருப்பமோகூட ஒரு நாவலின் போக்கை, கதியை மாற்றிவிட முடியாது.

ஒரு நாவலின் முடிவைக் குறித்துத் தாங்கள் மிகவும் வருந்தி, துயருற்றுக் கண்ணீர் விட்டதாக எழுதுகின்ற வாசகர்களுக்கு நான் ஒன்று சொல்லுவேன்: 'உங்களைவிட அதிகமாக வருந்தி, துயருற்று, கண்ணீர் உகுத்துத்தான் அந்த ஆசிரியன் அந்த முடிவை எழுதி இருக்கிறான் என்பதைப் புரிந்துகொள்ளுங்கள்.'

இராமன் சரயூ நதியிலே மூழ்கி மாள வேண்டுமென்று யார்தான் ஆசைப்படுவார்கள்?

சீதையைப் பூமி பிளந்து விழுங்கியதில் யாருக்கு சம்மதம்?

டெஸ்டிமோனாவைச் சந்தேகித்து ஓதெல்லோ அவள் கழுத்தை நெறித்துக் கொன்றது யாருக்கு உடன்பாடு?

அம்பிகாபதிக்குக் கொலைத் தண்டனையைச் சிபாரிசு செய்ததில் யாருக்கு மகிழ்ச்சி?

பாலை மணலில் அந்தக் காயலில் பைத்தியமாகத் திரிவதில் யாருக்குத் திருப்தி?

இந்த முடிவுகளை அறிந்தே அந்தக் கதைகளை அவர்கள் படைத்தார்கள். 'வாழ்க்கையில் ஒவ்வொருநாளும் உங்களைச் சுற்றி நிகழும் வாழ்வின் மோகத்தை மறந்து திரிகிறீர்களே, இதையும் பாருங்கள்' என்று காட்டுவதற்காகவே அவர்கள் அவற்றைப் படைத்தார்கள்.

நீங்கள் வருத்தப்படுகிறீர்களா? ரொம்ப நல்லது. அதற்காகத் தான் அந்த முடிவு! அந்த வருத்தத்தின் ஊடே வாழ்வின் போக்கைப் புரிந்துகொண்டால் வருத்தம் என்கிற உணர்ச்சி குறைந்து வாழ்வில் அப்படிப்பட்டவர்களை, அந்த நிகழ்ச்சிகளைச் சந்திக்கும்போது மனம் விசாலமுறும்.

ஆனால் நம்மவர்கள் ரொம்ப நல்லவர்கள். இராம கதையைப் பட்டாபிஷேகத்தோடு நிறுத்திக்கொள்ளுகிறார்கள். இந்தக் கதையின் முடிவு பிடிக்காதவர்கள் அந்த மாதிரித் தங்களுக்கு வசதியான ஓர் இடத்தில் தான் நின்று நிறுத்திகொள்வதுதான் நல்லது!

வாழ்க்கை அவ்வளவு வசதியாக நமக்குப் பிடித்தமாதிரி பிடித்த இடத்திலே போய் நின்று கொள்வதில்லை.

இந்த நாவலைப் பொறுத்தவரைக்கும் இதைப் பற்றிச் சொல்லப்பட வேண்டிய விஷயங்களெல்லாம் இதன் ஊடாகவே உணர்ந்துகொள்ளப்பட வேண்டியவை என்பதனால் இதன் நயங்களை எடுத்து நான் பொழிப்புரையாற்றப் போவதில்லை.

ஒரு முன்கூட்டியே திட்டத்துடன் ஒரு நியதியின் அடிப்படையில் எழுதப்பட்ட நாவல் இது. பொதுவாக வழக்கத்திலிருக்கின்ற பத்திரிகை நிர்ப்பந்தங்களையெல்லாம் என் பொருட்டுத் தளர்த்தித் *தினமணி கதி*ரில் இதனை எழுத வைத்த எனது நண்பர் 'சாவி' அவர்களுக்கு என் நன்றியைத் தெரிவித்துக்கொள்கிறேன்.

பலபேரால் கேட்கப்பட்ட இன்னொரு கேள்வி, 'காலங்கள் மாறும்' என்று இருந்த தலைப்பு ஏன் இவ்விதம் மாற்றப்பட்டது, என்பது. அதைவிட இந்தத் தலைப்பு பொருத்தமாக இருப்பதாக நான் நினைத்ததைத் தவிர வேறு காரணம் ஒன்றுமில்லை.

என்னுடைய 'இனிப்பும் கரிப்பும்' சிறுகதைத் தொகுதியைத் தங்களது முதல் பிரசுரங்களில் ஒன்றாக வெளியிட்ட மீனாட்சி புத்தக நிலையத்தாரின் நூறாவது பிரசுரமாக இந்த நாவல் வெளியிடப்படுவதில் நான் மகிழ்ச்சி அடைகிறேன்.

சென்னை
04.06.70

த. ஜெயகாந்தன்

1

வெளியிலே மழை பெய்யறது. பஸ் திரும்பறச்சே எல்லாரும் ஒருத்தர் மேலே ஒருத்தர் சாயறா. எனக்கு முன்னாடி நின்னுண்டிருக்கானே அவன் வேணும்னே அழுத்திண்டு என் மேலே சாயறான். எனக்கு நன்னாத் தெரியறது. வேணும்னேதான் சாயறான். என்ன பண்றது? பொண்ணாப் பொறந்துட்டு 'நாங்களும் ஆம்பளைக்குச் சமானம்'னு படிக்கறதுக்கும், சம்பாதிக்கறதுக்கும் வெளியிலே புறப்பட்டுட்டா இதையெல்லாம் தாங்கிக்கத்தான் வேணும். பஸ்ஸிலே பெண்களுக்குன்னு நாலு ஸீட் போட்டு வச்சிருக்கா. ஏதோ பெண்கள் ஒருத்தர் ரெண்டுபேர் படிக்கறதுக்கும் வேலை பார்க்கறதுக்கும் வெளியிலே புறப்பட்ட காலத்திலே போட்ட கணக்குப்படி ஒரு பஸ்ஸிலே நாலு ஸீட்டே அதிகமோ என்னவோ! இப்போ, பெண்களுக்குன்னே தனியா ஒரு பஸ் விட்டாத் தேவலை. ஏன் விடப்படாதா! விட்டா என்னவாம்? பாவம் சின்னஞ் சிறுசுகள், இந்த ஆம்பளைத் தடியன்களோடே போட்டி போட்டுண்டு இடியும் மிதியும் பட்டுண்டு, காசையும் குடுத்து ஏன் அவஸ்தைப் படணும்? பெண்களுக்குன்னு தனியா ஸீட் போடறதிலே இல்லாத அவமானம் தனி பஸ் விட்டா வந்துடுமோ? வெரிகுட் ஐடியா. . . ஐ யாம் கோயிங் டு ரைட் எ லெட்டர் டு தி லெட்டர்ஸ் டு தி எடிட்டர்.

வெளியிலே நன்னா மழை பெய்யறது. ஜன்னல் ஓரமா போட்டிருக்கற கான்வாஸ் மேலே மழைத்தண்ணி படபடன்னு அடிக்கறது. பஸ்ஸுக்குள்ளே ஈரமும் மண்ணும் சதசதன்னு

அருவருப்பாயிருக்கு. நெருக்கத்திலே புழுக்கமும், நாத்தமும் அடிக்கிறது. ஒரே ஆம்பளை நாத்தம்! மேலே தொங்கற கைப் பிடியை யார் யார் பிடிச்சாளோ? கர்மம்! இந்தப் பிடியை எதுக்குத் தோலினாலே போடறா? இது வேறே தோல் நாத்தம் அடிக்கிறது. எலெக்டிரிக் டிரெயின்லே போட்டிருக்காளே அந்த மாதிரி ‘மெட்டல்’லே போட்டா என்னவாம்? இதையும் பத்தி எழுதணும். . . இப்ப ஒண்ணும் பஸ் திரும்பல்லே; லெவலாதான் போயிண்டு இருக்கு. ஆனா, எனக்குப் பின்னாடி இருக்கானே அவன் கொஞ்சங் கொஞ்சமா நகர்ந்து வந்து வேணுமின்னே என் மேலே உரசி உரசிச் சாயறான். இவனுக்கென்ன தைரியம்? இது என்ன நியாயம்?

அன்னிக்கு ஒரு நாள் கலா சொன்னாளே, இந்த மாதிரி பஸ்லே ஒருத்தன் ‘மிஸ்பிகேவ்’ பண்ணினப்போ ஸ்லிப்பரைக் கழட்டிண்டு அவனை அடிக்கப்போய் ஒரே ரகளை ஆயிடுத்துன்னு – அவள் செய்யக்கூடியவள்தான். ஆனா இது கொஞ்சம் கப்ஸா – அடிக்கணும்னு நினைச்சிருப்பாள்... இப்போ நான் நினைக்கலையா? ஆனால் ஒரு பொம்மனாட்டி நினைச்சதை யெல்லாம் செய்துட முடியறதா என்ன? பாவம்! நிஜமாகவே அவன் தெரியாமதான் சாயறானோ என்னவோ! வயசான ஆளோ என்னமோ! திரும்பிப் பாக்கணும்னு நினைக்கிறேன். முடியறதா?... இல்லே; அவன் வேணும்னேதான் சாயறான், இவன் ஒண்ணும் வயசானவனா இருக்கமாட்டான். நன்னாத் தெரியறது எனக்கு. ஆக்ஸிடெண்டலா சாயறவா ஒணணும் கொஞ்சம் கொஞ்சமா ஒட்டிஒட்டிச் சாயமாட்டா. எனக்கு உடம்பெல்லாம் கூசறது. இன்னிக்கு மழையா இருக்கே, குளிக்கவாண்டாம்னு நெனச்சிருந்தேன். ஆனா இப்ப வீட்டுக்குப் போனதும் நன்னா ஒரு தடவை குளிக்கணும். கூட்டத்திலே சிக்கிண்டா அதிலே ஒரு அட்வான்டேஜ் எடுத்துண்டு இப்படியெல்லாம் செய்யறதுக்கு வெக்கப்பட வேண்டாமோ? இது என்ன புருஷத்தனம்? இவாத்திலே இருக்கிறவா போனாலும் இப்படித்தானே எவனாவது பண்ணுவான்கிற நினைப்பு வேண்டாமோ? ஆமாம், இவன்களுக்கெல்லாம் ஆத்து நினைப்பு வேறே இருக்காக்கும்? இவன்களைவிடத் தெருவிலே நிக்கறவளைப் போய் ‘வரியாடி’னு கையைப் பிடிச்சு இழுக்கறானே அவன் எவ்வளவோ ஒசத்தி, நிச்சயமா அது ஒசத்திதான். அவளுக்கும் இஷ்டமிருந்தா அந்தப் பிடிச்ச பிடியிலே ஒட்டிண்டு போகப்போறாள். இல்லேன்னா ‘மாட்டேன்’னு கையை உதறிட்டுப் போயிடப்போறாள். இது என்ன? கும்பலைப் பயன்படுத்திண்டு, மனுஷாளுக்கு இருக்கிற பெருந்தன்மையை, மானம் மரியாதையைப் பத்தின பயத்தைப் பயன்படுத்திண்டு நிர்ப்பந்தமா நெருக்கறது? பிளாகார்ட்!

இதைப்பத்தியும் அந்த லெட்டர்ஸ் டு தி எடிட்டர்லே எழுதணும். பொம்மனாட்டிகளுக்குத் தனி பஸ்விடணும்கிற யோசனைக்கு இந்தப் பாயின்ட் ரொம்ப ரெலவன்ட். தமிழ்ப் பத்திரிகையிலெல்லாம் எழுதப்படாது, இங்கிலீஷ் பேப்பர்லே எழுதினாதான் ரெஸ்பான்ஸ் இருக்கும். நாலு வரின்னாலும் 'நறுக்கு'னு தைக்கறாப்போல 'பியூட்டிபுல் லாங்க்வேஜி'லே இருக்கணும். அதுக்காக இரண்டு நாள் மெனக்கெட்டாலும் சரி.

'பொம்மனாட்டி களுக்கு ஆம்பளைகள் பஸ்ஸிலே எழுந்து ஸீட் கொடுக்கணும்.' (உடனே இவா இளிச்சுப் புளிச்சுண்டு 'தாங்க்ஸ்' சொல்லணும். அதுக்கு அவன் 'டோன்ட் மென்ஷன்'னு சொல்லணும். என்ன ஸ்ட்டுப்பிடிட்டி!) அப்படி எல்லாம் நான் எழுதப் போறதில்லே. எனக்கு எவனாவது ஸீட் கொடுத்தால் நான் உட்கார்றதும் இல்லே. இவன் என்ன, என்னை உபசாரம் பண்றது? நான் என்ன, முடமா நொண்டியா? இல்லே வயசான கிழமா? அப்படி என் வயசுக்கோ தகுதிக்கோ மரியாதை தந்து எவனும் எனக்கு ஸீட் தரதில்லே. அப்படி என்ன எனக்கு வயசாயிடுத்து? இன்னும் முப்பது முடியல்லை. எல்லார் மாதிரியும் நான் ஸ்டைல் பண்ணிக்கறதில்லை. இப்படி இருக்கறச்சயே இதோ வந்து இப்படி சாயறான்! ஸ்டைலும் பண்ணிண்டா குறைச்சலில்லை. எப்படி என்னைப் பாத்து இவாளுக்கு இப்படியெல்லாம் தோணறதோ? என்னைப் பாத்து அப்படியெல்லாம் தோணப்படாதுன்னு நான் ஜாக்கிரதையா இருக்கறதனாலேயே அப்படியெல்லாம் தோணறதோ? நான் பாத்த எல்லா ஆம்பளைக்கும் என்கிட்டே இப்படித் தோணறதே! ஆமாம். எல்லா ஆம்பளைகளுக்கும், ஒருத்தன்கூட விதிவிலக்கு இல்லை. அப்பாவை நான் பார்த்ததில்லை. அண்ணா? ஆமா... ரொம்ப யோக்கியன்தான்! நேக்கு அண்ணனா இருக்கற உறவு நடுவிலே நின்னு தடுக்கறது. இல்லேன்னா அந்த மாதிரி வார்த்தைகளெல்லாம் கேக்க முடியுமா? வார்த்தைகள் கேட்டால் போறாதோ? அதுக்காகத்தான் திரும்பத் திரும்ப 'நீ எனக்குத் தங்கை இல்லை, நீ எனக்குத் தங்கை இல்லை'ன்னு சொன்னான்.

இதே மாதிரி பஸ்ஸிலே வரும்போது அவனையும் பஸ்ஸிலே பார்த்திருக்கேன் – இதோ என் மேலே சாயறானே இவன் எவ்வளவோ யோக்கியன்! – அந்தக் கூடப்பொறந்த அண்ணனோட பார்வை இதைவிட அசிங்கமா இருக்கும். அவன் என்னென்ன நினைச்சுண்டு என்னைப் பார்க்கறானோ? என்னென்ன கதை கட்டிண்டுபோய் மன்னிகிட்டே அளக்கறானோ? அவள் அதை ஒண்ணுக்குப் பத்தா முடிச்சுப் போட்டுண்டு அந்த ஆத்துலே இருக்கற குடித்தனக்காராகிட்டேல்லாம் என்னென்ன அக்கப்போர் பண்றாளோ?

இதோ இவன் என் மேலே இடிச்சுண்டு நிக்கறான். அதுக்காக இவனை என்னோட முடிச்சுப் போடறதா? எங்க அண்ணா பார்த்தான்னா செய்வான்! தன்னைத் தவிர அவன் எல்லாரையும் என்னோடே முடிச்சுப் போடுவான். இவன் முகம்கூட எனக்குத் தெரியலை. திரும்பிப் பார்க்கக்கூடத் தைரியம் இல்லாமல் நான் நிக்கறேன். இவன் கறுப்போ சிவப்போ? கிழவனோ குமரனோ? யாராயிருந்தால் எனக்கென்ன? அவாளுக்கு யாராயிருந்தாலும் கூட்டத்திலே சிக்கிண்டாப் போறும். ஏதோ அவாளுக்குச் சொந்தம் மாதிரி! எங்க அண்ணா இதைப் பார்க்கணும். அவன் எப்படி இதைப் பார்ப்பான்னு என்னால் பாக்க முடியறது.

இதோ பின்னாலேருந்து என்மேல சாயறானே, இவனையும் என்னையும் அடிக்கடி பார்த்திருக்கறதா முதல்லே அவனுக்குத் தோணும். அப்புறம் இவனுக்கு எங்க ஆபீசிலேயே என்னோடவே வேலை குடுத்துடுவான்! பஸ்ஸிலே வரச்சே நேக்கும் சேர்த்து இவன்தான் டிக்கட் வாங்கினானாம்! நான் வேணும்னே அவனை அவமானப்படுத்தறதுக்காகவே அவன் கண் எதிரே இவனோட கொஞ்சறேனாம். எனக்குத் திமிராம். 'என்னை எவன் கேக்கறது? நானே படிச்சு நானே உத்தியோகம் தேடிண்டு, அவனைவிடப் பெரிய பொஸிஷன்லே இருக்கேன்'கிற திமிராம். 'என்ன கருமமா இருந்தாலும் இப்படி பப்ளிக்லே பஸ்ஸிலேயேவா'ன்னு பஸ்ஸிலே இருக்கற பாசஞ்சர்கள் எல்லாம் என்னைக் காறித் துப்பறாளாம். இவனுக்குத் தலை குனிவாப் போச்சாம். இந்தக கண்றாவியெக் காணச் சகிக்காம அடுத்த ஸ்டாப்பிங்கிலே இறங்கிட்டானாம் . . !

மத்தவாகிட்டே – அண்ணா என்னைப் பாத்துட்டுப் போய் மன்னிகிட்டே சொன்னப்புறம் – மன்னி சொல்ற 'வர்ஷன்' இதுதான். இதைக்கேட்டு அந்த மத்தவாளிலே ஒருத்தி சொல்லுவாள்: 'நான் கூடப் பார்த்தேண்டி. அவனாத்தான் இருக்கும்!'

இன்னொருத்தி சொல்லுவாள்: 'அவன்தானோ? இவன் இன்னொருத்தனோ?'

மறுபடியும் மன்னி சொல்லுவாள்: 'எங்களுக்கென்ன? எக்கேடும் கெடட்டும்னுதான் தண்ணி தெளிச்சு விட்டாச்சே! இருந்தாலும் கூடப்பிறந்தவருக்கு அப்படி இருக்க முடியறதா? அப்படியே கூனிக் குறுகிப் போறார் அவர். இப்படி ஒரு மனுஷரையும் பெத்து, இவர் மானத்தை வாங்கறதுக்கு அப்படி ஒரு பெண்ணையும் பெறுவளோ?'னு சொல்லி அப்படியே இதைச் சாக்கா வச்சு அண்ணா மேலே மன்னி உருகிப்போவாள்.

அண்ணா சொன்ன விஷயத்தை மத்தவாகிட்டே சொல்லிப் பொதுஜன அபிப்பிராயத்தைச் சேகரிச்சுண்டு மறுபடியும் அண்ணாகிட்டேயே மன்னி வந்து சொல்வாள்:

'நமக்கென்னன்னு சொல்லிண்டாலும் மனசு கேக்கறதா? அவள் காசு நமக்கு வேண்டாம்; பணம் நமக்கு வேண்டாம்; வீடு நமக்கு வேண்டாம்னு நாம்ப ஒதுங்கித்தான் இருக்கோம். அதனாலே அவ ஒண்ணும் கெட்டுப் போயிடலை; நன்னாத்தான் இருக்காள். அதுக்காக நம்பளை யாரும் ஒண்ணும் சொல்லிடமாட்டா. அவள் 'ஓஹோ'ன்னு இருந்தால் அந்தப் பெருமை கூட நமக்கு வராது. கெட்டுப்போயி அங்கே இங்கே நின்னா, 'இன்னார் தங்கை'ன்னுதான் எல்லாரும் பேசறா. அந்த வயசிலே அவள் பண்ணிட்டு வந்த தப்புக்கு அண்ணாங்கிற முறையிலே கண்டிச்சேள். மத்தவன்னா அரிவாளை எடுத்துண்டு வந்து வெட்டியிருப்பான். உங்க அம்மாதான் ஆகட்டும்: 'அடிச்சா என்ன? வசா என்ன? அண்ணாதானே'ன்னு சமாதானம் பண்ணி வச்சாரா? பொண்ணை வெளியிலே போகச் சொன்ன உடனே அவ கையைப் பிடிச்சுண்டு அவரும் புறப்பட்டுட்டார். ஆமாம், அப்படிப் போகலைன்னா சொந்த வீடும் சொகுசான வாழ்க்கையும் கெடைச்சிருக்குமா? இந்த முப்பது ரூபா வாடகை வீட்டிலே மூட்டைப் பூச்சிகள் பிடுங்கிண்டு, இந்தச் சனியன்களோட மாரடிச்சிண்டு இருக்கணும்னு அவருக்கென்ன தலை எழுத்தா? எல்லாம் முன்கூட்டியே போட்ட பிளான்தான். உங்க தங்கை பண்ணிட்டு வந்த காரியமும், அதுக்காக நீங்க அடிச்சு விரட்டினதும், சாக்காப் போச்சு! அப்பவே அடிக்கடி சொல்லுவரே: 'பெரிசா என் பிள்ளையைத்தான் நம்பியிருந் தேன், பெரிய படிப்பு படிச்சுட்டுப் பெரிய உத்யோகம் பண்ணப்போறான்னு. நான் ஆசைப்பட்டா மட்டும் போறுமா? மெட்ரிக்குலேஷன்லேயே மூணு வருஷம் இவன் போட்டுட்டான். இனிமேல் என் பொண்ணுதான். பாருங்கோ – அவள் மாகாணத்தி லேயே முதல்லே பாஸ் பண்ணி, கலெக்டராக்கூட ஆவாள். . . ஆண்டவன் ஆயுசைக் குடுக்கணும்'னு சொல்லிண்டே இருப்பாரே; அவர் ஆசை நிறைவேறிப் போச்சு; பெரிய படிப்பும் படிச்சு, பெரிய உத்தியோகத்துக்கும் போய்ட்டாள். இனிமே அவள் எவனோட திரிஞ்சா இவருக்கென்ன? ஆனால் நம்ம தலைன்னா உருள்றது – 'இன்னார் தங்கை' 'இன்னார் தங்கை'ன்னு! நீங்கதான் அடிக்கடி போய்ப் பார்க்கறளே, உங்க அருமை அம்மாவை! அவர்கிட்ட ஒருவார்த்தை சொல்லி வையுங்கோ... இந்தப் பஞ்சவடிக்குப் பக்கத்திலே பார்க் இருக்கோன்னோ அங்கே ராத்திரி ஏழு மணிக்கு மேலே வந்து வந்து நிக்கறாளாமே. . . படிச்சுட்டா போறுமா? உத்யோகம் பாத்தா போறுமா? ஒவ்வொத்தரும் ஒவ்வொண்ணும் சொல்லும்போது அப்படியே ஊசி போட்டுத் தைக்கறது எனக்கு. . .' – மன்னி பேச ஆரம்பிச்சா அண்ணா அவ பேசி முடிக்கிறவரைக்கும் ஒரு வார்த்தை குறுக்கே பேசமாட்டான். மந்த்ரோபதேசம் மாதிரி கேட்டுண்டு மௌனமாயிருப்பான்.

'சரி சரி... அதுக்கு என்னை என்ன பண்ணச் சொல்றே'ன்னு பல்லைக் கடிச்சிண்டு அண்ணா கடைசியிலே கத்துவான்: 'நான் போய்ச் சொன்னா உடனே கேட்டுடப் போறாளாக்கும்.'

'கேட்டா கேக்கறா, கேக்காட்டாப் போறா. நம்ப காதிலே விழறதைச் சொல்லி வைப்போம். அப்புறம் பெத்தவராச்சு; பொண்ணாச்சு. கூடப் பொறந்த குத்தத்துக்கு உங்க மண்டை உருள்றதேன்னு சொன்னேன். நேக்கென்ன போச்சு..?'

'கிறீச்'னு ஒரு சத்தத்தோட பஸ் எதிலேயோ மோதினா மாதிரி அதிர்ந்துண்டு நிக்கறது. எனக்குப் பின்னாடி இருந்தவன் நன்னா ஆசைதீர வந்து மோதிண்டான். ரொம்பத் திருப்தி அவனுக்கு. இந்தத் தடவை அவனை மட்டும் குத்தம் சொல்ல முடியாது.

லெட்டர்ஸ் டு தி எடிட்டருக்கு எழுதறதெப் பத்தின்னா யோசிச்சிண்டு இருந்தேன். எத்தனையோ சமயத்திலே எத்தனையோ விஷயங்களைப் பத்தி எழுதணும்னு நெனைச்சு இருக்கேன். எல்லாம் நெனைக்கறதோட சரி. அப்பறம் அந்த விஷயம் பழசாப் போயிடும். எனக்கே நெனைச்சு, நெனைச்சுப் பழசாகி, 'ஆமா எழுதிட்டாப் போறுமாக்கும்'னு ஒரு சலிப்பு வந்துடும். அந்த விஷயம் அவ்வளவுதான்.

சில சமயத்திலே லெட்டர்ஸ் டு தி எடிட்டர்லே, ரொம்ப சுவாரஸ்யமான லெட்டர்ஸ் வரும். நான் தினம் பேப்பர்லே படிக்கிற முக்கியமான அயிட்டம் அதுதான். அப்பறம்... அப்பறம் 'மேட்ரிமோனியல் கால'த்தைத்தான் ரொம்ப இன்டரஸ்டிங்கா படிக்கறேன். எதுக்கும் ரெஸ்பாண்ட் பண்ணனும்னோ அப்ரோச் பண்ணனும்னோ இல்லே. அதிலே சும்மா ஒரு இன்ட்டரஸ்ட். தட் இஸ் ரியலி இன்ட்டரஸ்டிங்! எனக்குக் கல்யாணமே ஆகாது; ஆகப்படாதுன்னு நான் தீர்மானம் பண்ணி ரொம்ப நாளாச்சு. அதனாலேயே கல்யாண விஷயங்கள்லே எனக்கு ஒரு இன்ட்டரஸ்ட் ஏற்படறதுபோல இருக்கு. அதிலே ஒண்ணும் தப்பில்லை.

எக்மோர் ஸ்டாப்பிங்கிலே பஸ் வந்து நிக்கறதுபோல இருக்கு. எல்லா ஜன்னலையும் மூடி இருக்கறதனாலே எங்கே வந்திருக்கோம்னு தெரியலே. தப தபன்னு ரொம்பப்பேர் இறங்கறா. வெளியே மழை பெய்யறது.

'எக்மோர் ஸ்டேஷன் எல்லாம் எறங்குங்கோ'ன்னு கண்டக்டர் குரல். முண்டியடிச்சிண்டு பலபேர் ஏறிவரா. லேடீஸ் ஸீட் கொஞ்சம் காலி. 'டப்'னு உட்கார்ந்துட்டேன். இன்னும் மூணு ஸ்டாப்பிங்தானே? இருந்தாலும் இந்த 'சாயற மாடு'கிட்டே

இருந்து தப்பிச்சேனே. இப்பத்தான் நான் அவனைப் பாக்கறேன். மோறையைப் பாரேன்! சிரிப்பு என்ன வேண்டியிருக்கு? மானம் கெட்ட ராஸ்கல்! நெத்தியிலே மயிரை இழுத்து விட்டுண்டு. . . பஸ்லெ 'லவ்' பண்ற மோறைகள் லட்சணமெல்லாம் ஒரே மாதிரிதான் இருக்கு. நான் பார்த்ததை அவன் கவனிச்சு இருக்க முடியாது, 'ஹாண்ட் பாக்'லேயிருந்து இந்த வாரம் 'ஆ. . .' பத்திரிகையை எடுத்து முகத்துக்கு நேர விரிச்சு வெச்சுக்கறேன். அதுக்கப்புறம் அவன் ஞாபகமே போயிடறது.

மத்தியானம் லஞ்ச் டயத்திலே ரெண்டு பக்கம் படிச்சுட்டு மூடிவெச்ச கதையைப் புரட்டறேன். என்னோட லைஃப்லே ஏற்பட்ட மாதிரியே ஒரு இன்ஸிடெண்ட்டை வெச்சு 'ஆர்.கே.வி.' எழுதின கதை. எனக்கு அவர் எழுதற கதைகள் பிடிக்கும். எனக்கென்னவோ ஆர்.கே.விங்கிற இன்ஷியல்லே எழுதறது பொம்மனாட்டியாகத்தான் இருக்கணும்னு தோணறது. அந்தக் கதைகளின் 'தீம்ஸ்' எல்லாமே இந்தக் காலத்துப் பெண்கள் சம்பந்தப்பட்ட பிரச்னைகளா இருக்கறது அதுக்கு ஒரு காரணமா இருக்கலாம்.

ஆர்.கே.வி.யோட கதைகளைப் பத்தி ஆபீஸ்லே எவ்வளவு கான்ட்ரவர்ஸி நடக்கறது! நான் எந்தக் கான்ட்ரவர்ஸிலேயும் தலையிட்டுக்கிறதில்லே. எல்லாரும் அபத்தமா உளர்றச்சே சில சமயத்திலே சிரிப்பு வரும்; சில சமயத்திலே எரிச்சல் வரும்.

அவா நெனச்சுக்கிறா: எனக்கு இலக்கியத்திலே டேஸ்ட்டே கெடையாதுன்னு. அவா பேசறதிலேருந்து அவாளைப்பத்தி நானும் அதையேதான் தெரிஞ்சுக்கறேன். என் டேஸ்ட் என்னோட! ஒய் ஷுட் ஐ ஷேர் இட் வித் அதர்ஸ்?

சரி, கதையைப் படிப்போம், இது ஆர்.கே.வி. எழுதின கதை:

"அவளைப் பார்க்கிற யாருக்கும், எளிமையாக அரும்பி உலகின் விலை உயர்ந்த எத்தனையோ பொருள்களுக்கு இல்லாத எழிலோடு திகழும், புதிதாய் மலர்ந்துள்ள ஒரு புஷ்பத்தின் நினைவே வரும். அதுவும் இப்போது மழையில் நனைந்து ஈரத்தில் நின்று நின்று, தந்தக் கடைசல் போன்ற கால்களும் பாதங்களும் சிலிர்த்து, நீலம் பாரித்துப்போய், பழந்துணித் தாவணியும், ரவிக்கையும் உடம்போடு ஒட்டிக் கொண்டு சின்ன உருவமாய்க் குளிரில் குறுகி, ஓர் அம்மன் சிலை மாதிரி அவள் நிற்கையில் அப்படியே கையில் தூக்கிக் கொண்டு போய்விடலாம் போலக்கூடத் தோன்றும்..."

இப்படியெல்லாம் எழுத ஆர்.கே.விக்கு மட்டும்தான் வரும். வாக்கியம் எவ்வளவு நீண்டு போனாலும் நீளமாப்போற பிரக்ஞையே இல்லாம, சித்திரம் சித்திரமா மனசிலே வர்ற மாதிரி எழுதற முறை...

நானும் அன்னிக்கு, பன்னெண்டு வருஷத்துக்கு முந்தி இதே மாதிரிதான் நின்னுண்டு இருந்தேன்... பழந்துணி தாவணிதான். அம்மா புடவையிலே கிழிச்சதுதான் அடிக்கடி கட்டிண்டு போவேன். அம்மன் சிலை மாதிரி சின்ன உருவமாத்தான் இருந்திருப்பேன்... இது என்ன, என் கதையா..?

"அந்தப் பெரிய சாலையின் ஆளரவமற்ற சூழ்நிலையில் அவள் மட்டும் தன்னந்தனியாக நின்றிருக்கிறாள். அவளுக்குத் துணையாக அந்தக் கிழ மாடும் நிற்கிறது. தூரத்தில் – எதிரே காலேஜ் காம்பவுண்டுக்குள் எப்போழுதேனும் யாரோ ஒருவர் நடமாடுவது தெரிகிறது. திடீரென ஒரு திரை விழுந்து கவிகிற மாதிரி இருள் வந்து படிகிறது. அதைத் தொடர்ந்து சீறியடித்துப் 'படபட'வென நீர்த்துளிகள் விழுகின்றன. அவள் மரத்தோடு ஒட்டி நின்றுகொள்கிறாள். சிறிதே நின்றிருந்த மழை திடீரெனக் கடுமையாகப் பொழிய ஆரம்பிக்கிறது. குறுக்கே உள்ள சாலையைக் கடந்து மீண்டும் கல்லூரிக்குள்ளேயே ஓடிவிட, அவள் சாலையின் இரண்டு பக்கமும் பார்க்கும்போது, அந்தப் பெரிய கார் அவள் வழியின் குறுக்கே வேகமாய் வந்து அவள் மேல் உரசுவது போல் 'சடக்'கென நின்று, நின்ற வேகத்தில் முன்னும் பின்னும் அழகாய் அசைகிறது.

அவள் அந்த அழகிய காரைப் பின்னால் இருந்து முன்னே உள்ள டிரைவர் ஸீட் வரை விழிகளை ஓட்டி ஓர் ஆச்சரியம்போலப் பார்க்கிறாள்.

அந்தக் காரை ஓட்டி வந்த இளைஞன் வசீகரமிக்க புன்னகையுடன், தனது இடதுபுறம் சரிந்து படுத்துப் பின்ஸீட்டின் கதவைத் திறக்கிறான்.

'ப்ளீஸ் கெட் இன் ... ஐ கேன் டிராப் யூ அட் யுவர் பிளேஸ்' என்று கூறியவாறு தனது பெரிய விழிகளால் – அவள் அந்தக் காரைப் பார்ப்பதே போன்ற ஆச்சரியத்தோடு – அவன் அவளைப் பார்க்கிறான்.

அவனது முகத்தைப் பார்த்த அவளுக்குக் காதோரமும், மூக்கு நுனியும் சிவந்துபோகிறது. 'நோ... தேங்க்ஸ்! கொஞ்சநேரம் கழிச்சு ... மழை விட்டதும் பஸ்லேயே போய்விடுவேன்.'

'ஓ! இட்ஈஸ் ஆல் ரைட், கெட்இன்' என்று அவன் அவசரப்படுத்துகிறான். கொட்டும் மழையில் தயங்கி நிற்கும் அவளைக் கையைப்பற்றி இழுக்காத குறை ...

அவள் ஒருமுறை தன் பின்னால் திரும்பிப் பார்க்கிறாள். மழைக்குப் புகலிடமாய் இருந்த அந்த மரத்தை ஒட்டிய வளைவை இப்போது கிழமாடு ஆக்கிரமித்துக்கொண்டிருக்கிறது.

அவளுக்கு முன்னே அந்தக் காரின் கதவு இன்னும் திறந்தே இருக்கிறது. தனக்காகத் திறக்கப்பட்டிருக்கும் அந்தக் கதவின் வழியே, மழைநீர் உள்ளே சாரலாய் வீசுவதைப் பார்த்து அவள் அந்தக் கதவை மூடும்போது அவள் கையின்மேல் அவனது கை அவசரமாக விழுந்து பதனமாக அழுத்துகையில், அவள் பதறிப் போய்க் கையை எடுத்துக்கொள்கிறாள். அவன் முகத்தை அவள் ஏறிட்டுப் பார்க்கிறாள். அவன்தான் என்னமாய் அழகொழுகச் சிரிக்கிறான்!

இப்போது அவனும் காரிலிருந்து வெளியே வந்து அவளோடு மழையில் நனைந்தவாறு நிற்கிறானே..!

'ம்... கெட் இன்.'

இப்போது அந்த அழைப்பை அவளால் மறுக்க முடிய வில்லையே...

அவள் உள்ளே ஏறியதும் அவன் கை அவளைச் சிறைப் பிடித்ததே போன்ற எக்களிப்பில் கதவை அடித்துச் சாத்துகிறது. அலையில் மிதப்பதுபோல் சாலையில் வழுக்கிக்கொண்டு அந்தக் கார் விரைகிறது.

அவளது விழிகள் காருக்குள் அலைகின்றன. காரினுள்ளே கண்ணுக்குக் குளிர்ச்சியாய், அந்த வெளிரிய நீலநிறச் சூழல் கனவு மாதிரி மயக்குகிறது. இத்தனை நேரமாய் மழையின்

ஜெயகாந்தன்

குளிரில் நின்றிருந்த உடம்புக்கு, காருக்குள் நிலவிய வெப்பம் இதமாக இருக்கிறது. இந்தக் கார் தரையில் ஓடுகிற மாதிரியே தெரியவில்லை. பூமிக்கு ஓர் அடி உயரத்தில் நீந்துவதுபோல் இருக்கிறதே..!

'ஸீட்டெல்லாம் எவ்வளவு அகலமா இருக்கு! தாராளமா ஒருத்தர் படுத்துக்கலாம்' என்ற நினைப்பு வந்ததும், தான் ஒரு மூலையில் மார்போடு தழுவிய புத்தகக் கட்டுடன் ஒடுங்கி உட்கார்ந்திருப்பது அவளுக்கு ரொம்ப அநாகரிகமாகத் தோன்று கிறது. புத்தக அடுக்கையும், அந்தச் சிறிய டிபன் பாக்ஸையும் ஸீட்டிலேயே ஒரு பக்கம் வைத்த பின்னர் நன்றாகவே நகர்ந்து கம்பீரமாக உட்கார்ந்து கொள்கிறாள்.

'இந்தக் காரே ஒரு வீடு மாதிரி இருக்கு. இப்பிடி ஒரு கார் இருந்தா வீடே வேண்டாம். இவனுக்கும்... ஐயையோ! இவருக்கும் – ஒரு வீடு இருக்கும் இல்லையா..? காரே இப்படி இருந்தா, இந்தக் காரின் சொந்தக்காரரோட வீடு எப்படி இருக்கும்! பெரீசா இருக்கும்! அரண்மனை மாதிரி இருக்கும்! அங்கே யார் யாரெல்லாமோ இருப்பா! இவர் யாருன்னே எனக்குத் தெரியாதே? ஹை! இதென்ன நடுவிலே? ரெண்டு ஸீட்டுக்கும் மத்தியிலே இழுத்தா மேஜை மாதிரி வரதே! இதன் மேலே புஸ்தகத்தை வெச்சுண்டு படிக்கலாம்; எழுதலாம்! இல்லேன்னா இந்தப் பக்கம் ஒருத்தர், அந்தப் பக்கம் ஒருத்தர் தலையெ வெச்சுண்டு ஜம்னு படுத்துக்கலாம். இந்தச் சின்ன விளக்கு எவ்வளவு அழகா இருக்கு. தாமரை மொட்டு மாதிரி. ம்ஹ்ம்! அல்லி மொட்டு மாதிரி! இதை எரியவிட்டுப் பார்க்கலாமா? சீ! இவர் கோவிச்சிண்டார்னா?'

– 'அதுக்குக் கீழேயே இருக்கு பாரு, ஸ்விட்ச்!' அவன் காரை ஓட்டியவாறே முன்புறமிருந்த சிறிய கண்ணாடியில் அவளைப் பார்த்து ஒரு புன்முறுவலோடு கூறுகிறான்.

அவள் அந்த ஸ்விட்சைப் போட்டு, அந்த விளக்கு எரிகிற அழகை ரசித்துப் பார்க்கிறாள். பின்னர் 'பவரை வேஸ்ட் பண்ணப் படாது' என்ற சிக்கன உணர்வோடு விளக்கை நிறுத்துகிறாள்.

பிறகு தன்னையே ஒருமுறை பார்த்துத் தலையிலிருந்து வழிகிற நீரை இரண்டு கைகளினாலும் வழித்து விட்டுக் கொள்ளுகிறாள்.

'ம்ஹ்ம்... இன்னிக்குன்னு போயி இந்தத் தரித்திரம் பிடிச்ச தாவணியைப் போட்டுண்டு வந்திருக்கேனே' என்று மனத்துக்குள் சலித்துக்கொண்டு, தாவணியின் தலைப்பைப் பிழிந்துகொண் டிருக்கையில் அவன், இடது கையால் ஸ்டியரிங்குக்குப் பக்கத்தில் இருந்த பெட்டி போன்ற அறையின் கதவைத் திறந்து –

‘டப்’பென்ற சத்தத்தில் அவள் தலைநிமிர்ந்து பார்க்கிறாள் – ‘அட கதைவைத் திறந்தவுடனே உள்ளே இருந்து ஒரு சிவப்புப் பல்ப் எரியறதே!’ – ஒரு சிறிய டர்க்கி டவலை எடுத்துப் பின்னால் அளிடம் நீட்டுகிறான். ‘தாங்ஸ்!’ அந்த டவலை வாங்கித் தலையையும் முழங்கையையும் துடைத்துக்கொண்டு முகத்தைத் துடைக்கையில் – ‘அப்பா! என்ன வாசனை!’ சுகமாக முகத்தை அதில் அழுந்தப் புதைத்துக்கொள்கிறாள்.

ஒரு திருப்பத்தில் அந்தக் கார் வளைந்து திரும்புகையில், அவள் ஒரு பக்கம் ‘அம்மா’ என்று கூவிச் சரிய, ஸீட்டின் மீதிருந்த புத்தகங்களும் மற்றொரு பக்கம் சரிந்து அந்த வட்டவடிவமான சின்னஞ்சிறு எவர்சில்வர் டிபன் பாக்ஸும் ஒரு பக்கம் உருளுகிறது.

‘ஸாரி’ என்று சிரித்தவாறே திரும்பிப் பார்த்த பின் காரை மெதுவாக ஓட்டுகிறான் அவன். தான் பயந்துபோய் அலறியதற்காக வெட்கத்துடன் சிரித்தவாறே இறைந்து கிடக்கும் புத்தகங்களைச் சேகரித்துக் கொண்டு எழுந்து அமர்கிறாள் அவள்.

ஜன்னல் கண்ணாடியில் வெளியே பார்க்கையில் கண்களுக்கு ஒன்றுமே புலப்படவில்லை. கண்ணாடியின் மீது புகை படர்ந்தது போல் படிந்திருந்த நீர்த்திவலையை அவள் தாவணியின் தலைப்பால் துடைத்துவிட்டு வெளியே பார்க்கிறாள்.

தெருவெங்கும் விளக்குகள் எரிகின்றன. பிரகாசமாக அலங்கரிக்கப்பட்ட கடைகளின் நிழல்கள் தெருவில் உள்ள மழை நீரில் பிரதிபலித்துக் கண்களைப் பறிக்கினறன.

பூலோகத்துக்குக் கீழே இன்னொரு உலகம் இருக்கிறதாமே, அதுமாதிரி தெரிகிறது..!

‘இதென்ன, கார் இந்தத் தெருவில் போகிறது?’

‘ஓ! எங்க வீடு அங்கே இருக்கு’ என்று அவள் உதடுகள் மெதுவாக முனகி அசைகின்றன.

‘இருக்கட்டுமே, யார் இல்லேன்னா?’ என்று அவனும் முனகிக்கொண்டே அவளைப் பார்த்துச் சிரிக்கிறான்.

‘என்னடி இது வம்பாப் போச்சு?’ என்று அவள் தன் கைகளைப் பிசைந்துகொண்ட போதிலும் அவன் தன்னைப் பார்க்கும்போது அவனது திருப்திக்காகப் புன்னகை பூக்கிறாள்.

கார் போய்க்கொண்டே இருக்கிறது.

நகரத்தின் ஜன நடமாட்டம் மிகுந்த பிரதான பஜாரைக் கடந்து, பெரிய பெரிய கட்டிடங்கள் நிறைந்த அகலமான சாலை

களைத் தாண்டி அழகிய பங்களாக்களும் பூந்தோட்டங்களும் மிகுந்த அவென்யூக்களில் புகுந்து, நகரத்தின் சந்தடியே அடங்கிப்போன ஏதோ ஒரு டிரங்க் ரோடில் கார் போய்க்கொண்டே இருக்கிறது...”

“டி.பி.ஹாஸ்பிடல்... டி.பி.ஹாஸ்பிடல்!” கண்டக்டர் எனக்காகவே ரெண்டு தடவை – ரெண்டாவது தடவை குரலைக் கொஞ்சம் அழுத்திக் கூப்படறான். வெளியே மழை கொட்டுக் கொட்டுன்னு கொட்டறது. காலையிலே ஆபீசுக்குப் பொறப்படச்சே நல்ல வெயில் இருந்தது. அதனால குடை எடுத்திண்டு வரலே. இறங்கி, பஸ் ஸ்டாப் கூட்டத்தோட ஒதுங்கிண்டு மழை விடற வரைக்கும் நிக்கறதைவிட மாம்பலம் டெர்மினஸ் வரைக்கும் கதை படிச்சிண்டே போய் இதிலேயே திரும்பி வந்துட்டா என்ன?

“மாம்பலத்துக்கு ஒரு டிக்கட். . .”னு வாங்கிண்டு, எழுந்து நின்னவ மறுபடியும் உக்காந்துண்டேன்.

அந்த ‘சாயற மாடு’ முன் ஸீட்டிலே உக்காந்துண்டு திரும்பித் திரும்பி என்னைப் பாக்கறது. அடக் கஷ்டமே! இதைப் பின்தொடர்ந்து வரதுக்காக நான் டிக்கட் வாங்கறேன்னு நெனச்சுண்டுடறதோ..!

பஸ் புறப்பட்டுடுத்து.

நான் மறுபடியும் கதையைப் படிக்கறேன்.

இது என் கதை மாதிரியே இருக்கே! முடிவு என்னமா இருக்கோ? ஏனோ எனக்குக் கண் கலங்கறதே..!

திடீர்னு ‘டம டமார்னு’ இடி இடிக்கறது...

அன்னிக்கும் இப்படித்தான் இடிச்சுது.

இதோ ஆர்.கே.வி. கதையிலே ஒரு அத்தியாயம் முடியறது– இந்த வார்த்தையோட:

‘வானம் கிழிந்து அறுபட்டது! மின்னல்கள் சிதறித்தெறித்தன. இடியோசை முழங்கி வெடித்தது. ஆ! அந்த இடி எங்கோ விழுந்திருக்க வேண்டும்!’

வேற எங்கேயும் இல்லே – அந்த இடி என் தலையிலேதான் விழுந்தது.

2

காலை பத்து மணிக்கு கங்கா ஆபீசுக்குப் புறப்பட்டுச் சென்றதும் தெருக்கதவை அடைத்துத் தாழிட்டபின் கூடத்து வெறுந்தரையில் கிடந்து இந்த ஒருவார காலமாகச் சாயங்காலம் நாலு மணி வரைக்கும் அழுதுகொண்டே இருக்கிறாள் கனகம்.

நாலு மணிக்குப் பால்காரன் வந்து கதவைத் தட்டும்போது எழுந்து முகத்தைக் கழுவிக்கொண்டு மறுபடியும் சமையல் காரியங்களைத் தொடங்கும் போதும்கூட அவள் ரகசியமாக மறுகி மறுகி அழுது கொண்டே இருக்கிறாள்.

போன வாரத்தில் ஒரு நாள் மழை பெய்ததே– அன்று ஆபீசிலிருந்து வெகு நேரம் கழித்து வீடு திரும்பினாளே கங்கா – கொட்டுகிற மழையில், குடை கூட இல்லாமல் ஆபீசுக்குப் போனவள் பஸ் ஸ்டாண்டிலேயே நிற்கிறாளோ என்று மனம் பதைத்து, வீட்டைப் பூட்டிக்கொண்டு, கையில் குடையோடு ஒரு மணி நேரத்துக்கும் மேலாக மகளுக்காக பஸ் ஸ்டாண்டிலே காத்துக் கிடந்தாளே கனகம். . .

கடைசியிலே எட்டு மணிக்கு மேலே – மழை யெல்லாம் விட்ட பிறகு அவள் ஆபீஸ் பஸ் வருகின்ற மார்க்கத்துக்கு எதிர்ப்புறத்திலிருந்து வந்த ஒரு பஸ்ஸிலிருந்து இறங்கி நடப்பதை எதிர்ப்புற பஸ் ஸ்டாப்பிலிருந்து பார்த்த கனகம் அவளைப் பெயர் சொல்லிக் கூப்பிடுவதற்குக்கூட அச்சம் கொண்டு அவசர அவசரமாய் அந்தச் சாலையைக் கடந்து ஓடி, அவள் நடைக்கு ஈடு கொடுக்க முடியாமல் அவளை வீட்டருகே வந்து பிடித்தாளே. . .

வீடு பூட்டிக் கிடப்பதைப் பார்த்து அவள் திகைத்துவிடக் கூடாதென்று "இதோ வந்துட்டேன். சாயங்காலத்திலேருந்து மழை கொட்டறதே, குடைகூட எடுத்துண்டு போகலியோ, குழந்தை பஸ் ஸ்டாண்டுலேயே நிக்கறதோன்னு ஓடிப்போய்ப் பார்த்துட்டு வரேன்... சீ, என்ன ஒரு மழை! விளக்கும் இல்லை தெருவிலே... காலிலே வேற ஒரு கல்லு குத்திடுத்து... பஸ் ஸ்டாப்பிலேயே பார்த்தேன்... எனக்கு அவ்வளவு வேகமாக நடக்க முடியறதா என்ன?... குண்டு குண்டுனு ஓடிவரேன்...' என்றெல்லாம் மகளின் முகத்தைப் பார்க்காமல் யாரிடமோ சொல்லுவதுபோல் புலம்பிக்கொண்டே கதவைத் திறந்த கனகம், அவள் பொருட்டுத் தான் எடுத்துக்கொண்ட சிரமத்துக்காக ஒரு புன்முறுவலாவது காட்டுவாளா என்ற ஏக்கத்தோடு கங்காவின் முகத்தைப் பார்த்தபோது, தான் கூறியதில் ஒரு வார்த்தையைக் கூடக் காதில் கிரஹிக்காதவள் போன்று, இந்த அற்பமான விஷயங்களெல்லாம் கவனத்தில் பதியாதவள் போன்று, ஏதோ ஒரு மிகப்பெரிய சிக்கலைப்பற்றிச் சிந்தித்துக் கொண்டிருப்பவளிடம் அசட்டுத்தனமாக விளையாட வந்த சிறு குழந்தையைப் பார்ப்பது போன்று, உதட்டோரத்தில் நெளிந்த கைத்த சிரிப்போடு அவள் தன்னைப் பார்க்கவும், ஏதோ குற்றம் செய்தவள் மாதிரி கனகம் வாயடைத்து மௌனமானாளே, அப்போது...

"இதைப் போய்ப் படிச்சுப்பாரு..." என்ற சாதாரண வார்த்தைகளை அசாதாரணமான கோபத்தோடு சொல்லி அந்தப் பத்திரிகையை, கனகத்தின் ஏந்திய கைகளில் தருகின்ற மரியாதையைக்கூடத் தர மறுத்து, முகத்தில் விட்டெறிகிற மூர்க்கத்தோடு வாசற்படியில் போட்டுவிட்டு அறைக்குள் போய்க் கதவை மூடிக்கொண்டு, சாப்பிடாமலேயே கங்கா தூங்கிப் போனாளே...

அந்த இரவு முழுவதும் ஹால் விளக்கை அணைக்காமல் அந்தக் கதையைத் திரும்பத் திரும்பப் படித்து அழுதுகொண்டிருந் தாளே கனகம்...

அன்றிலிருந்து இந்த ஒரு வார காலமாய்க் கனகம் எதையோ நினைத்து நினைத்து அடிக்கடி அழுதுகொண்டேதான் இருக்கிறாள்.

அவள் ரகசியமாக அழுகிறாள், அம்மா அழுகிறாள் என்பதுகூடக் கங்காவுக்குத் தெரியாது; தெரிந்தாலும் அவள் கவலைப்பட்டிருக்கமாட்டாள். அவளைப் பொறுத்தவரை, கண்ணீர் என்பது அசுத்தமான தண்ணீர் என்று முடிவு கட்டி ரொம்பகாலமாகிவிட்டது. அவள் அழுவதில்லை. தன் அழுகை அவளது மனசை மாற்றுவதற்கோ சமாதானம் செய்வதற்கோ இல்லை என்பதால் அவளுக்குத் தெரியாமலே இவள் அழுதாள்.

சில நேரங்களில் சில மனிதர்கள்

தாயும் மகளும் இந்தப் பன்னிரண்டு வருஷ காலத்தில் – இரண்டு வருஷம் அவள் ஹாஸ்டலிலே இருந்தாளே அதைத் தவிர – இந்தப் பத்தாண்டு காலமாய் ஒரு நாள் இரவு கூடப் பிரியாமல் ஒரே இடத்தில் வாழ்ந்து ஒவ்வொரு வேளை உணவையும் பகிர்ந்து உண்டு, உறங்கும்போது ஒருவர் முகத்தைப் பார்த்து ஒருவர் கண்மூடி, விழிக்கும்போது பரஸ்பரம் ஒருவர் முகத்தில் ஒருவர் விழித்து, ஒருவருக்கொருவர் துணையாகி, வேறு இன்னொரு ஆதரவில்லாத தனி வாழ்க்கை நடத்தினாலும் அவர்கள் இருவருக்கும் இடையே ஒரு நீண்ட இடைவெளி வைத்து உலகத்திடமிருந்தும் சுற்றத்தாரிடமிருந்தும் எப்படி விலகித் தனிமை கொண்டிருக்கிறாளோ அதே மாதிரி தாயிடமிருந்தும் விலகியே இருக்கிறாள் கங்கா.

அவள் அம்மாவை ‘அம்மா’ என்றழைத்துப் பன்னிரண்டு ஆண்டுகளாகிவிட்டன.

நாற்பது வயதுக்கு மேலே இந்தப் பத்து வருஷமாகத்தான் கனகம் சுகஜீவனம் நடத்திக்கொண்டிருக்கிறாள்.

‘மாமி, ஒரு கரண்டி காப்பிப்பொடி குடுங்கோ’ என்று இந்தப் பத்து வருஷத்தில் அவள் யாரையும் போய்க் கேட்கவில்லை; பத்து வருஷத்துக்கு முன்பு கேட்காமல் இருந்ததும் இல்லை. கங்கா தாயை நன்றாகத்தான் வைத்திருக்கிறாள். ஒரு நாள் காலை எழுந்திருக்கும்போது கனகம் இருமினால் ஒன்பது மணிக்கு நிச்சயம் டாக்டர் வருவார் எப்போதாவது புடவையின் ஓரத்தை அவள் தைத்துக்கொண்டிருந்தால் அன்று மாலையே புதுப்புடவை வீட்டுக்கு வரும். மாதக் கடைசி நாள் கனகத்தின் கையில் இரண்டு நூறு ரூபாய் நோட்டுகள் தருவாள். அதற்குக் கணக்குக் கேட்கவும் மாட்டாள். இந்தப் பத்து வருடங்களில் கனகம் புதியதாக எவர் சில்வர் பாத்திரம் வாங்காத மாதமே கிடையாது. கையில் கரண்டியோடு குடித்தனக்காரர்களிடம் காபிப் பொடிக்கும் சர்க்கரைக்கும் துவரம்பருப்புக்கும் நின்ற காலம் போய், இப்போது வந்து நிற்கிறவர்களுக்கெல்லாம் வாரிக் கொடுக்கிற வசதியும், சுதந்திரமும் வாய்த்திருக்கும் வாழ்க்கையைவிட ஐம்பது வயசிலே ஒரு கைம்பெண்ணுக்கு வேறென்ன வேண்டும்?

எப்போதாகிலும் கணேசன் வருவான். அரை டஜன் குழந்தைகளோடு முன்னூறு ரூபாய் சம்பளத்தில் முப்பது ரூபாய் ஒண்டிக் குடித்தன வாழ்க்கையின் அவலங்களையெல்லாம் வந்து தாயிடம் புலம்புவான். ஆனாலும் தங்கையின் பணத்தை எடுத்து இந்தத் தாய் தனக்குத் தரவேண்டுமென்று அவன் எதிர்பார்க்கவில்லை. அப்படித் தந்தாலும் அதை வாங்கி விட்டெறிகிற ரோஷம்

அவனுக்கு இருந்தது. அவன் ஊரெல்லாம் கடன் கேட்டுத் திரிவதுண்டு. தன்னிடம் இவன் கேட்கக்கூடாதா என்று இந்தத் தாய் ஏங்குவதும் உண்டு. அவன் கேட்டதுமில்லை; இவள் தந்தது மில்லை. அவன் இங்கே வருவதும் அதற்காக இல்லை.

அவன் ஹாலிலே வந்து உட்கார்ந்துகொண்டு கங்காவைப் பற்றி ஏதாவது புகார் சொல்லுவான். கனகம் அதற்குப் பதில் சொல்லுகிற முறையில் அவனோடு சண்டை போட்டுக் கொண்டிருப்பாள். அவன் அங்கிருந்து போகிறவரை கங்கா அறையிலிருந்து வெளியே வரமாட்டாள். கனகம் தனது சொந்த ஹோதாவில் கணேசனின் குழந்தைகளுக்குத் துணிமணிகள் தைத்துத் தருவதையோ, பட்சணங்கள் செய்துகொண்டுபோய்க் கொடுத்துவிட்டு வருவதையோ, விசேஷ நாட்களில் அந்தக் குழந்தைப் பட்டாளத்தை இங்கே கொண்டுவந்து வீடு முழுவதை யும் அதிர அடிப்பது குறித்தோ கங்கா எவ்வித உணர்ச்சியும் காட்டியதில்லை.

அதிலெல்லாம் அவளுக்கு உள்ளூர சந்தோஷம் என்று கனகத்துக்கு ஒரு நினைப்பு.

கனகம் செய்கிற ஒவ்வொரு காரியமும் மகளுக்காகத்தான். ஆனாலும் அந்த மகளின் வாழ்க்கை இனிமேல் தொடர முடியாத, அடைக்கப்பட்ட, முடிவு பெற்ற – ஆனால் முழுமை அடையாத மூளி வாழ்க்கை என்பதை நினைத்து இவள் ரகசியமாக வருந்துவதும் உண்டு.

அந்த வருத்தத்தையும் அந்த நினைப்பையும் ஒரு கெட்ட கனவை மறக்க முயல்வது மாதிரி அவள் அடிக்கடி மறந்தும், நினைத்தும் உழல்கிறாள்.

ஒரு வாரத்துக்கு முன்புவரை, அந்தக் கதையைப் படித்துப் பார்க்குமாறு அந்தப் பத்திரிகையை விட்டெறிந்து விட்டுப் போனாளே கங்கா, அதற்கு முன்புவரை இந்தக் கங்காவின் மனசுக்குள் இவ்வளவு பெரிய கோபம், இவ்வளவு கூர்மையான வன்மம், ஆழமாய்ப் பாய்ந்திருக்கக் கூடும் என்பது பற்றிய பிரக்ஞையே இல்லாதிருந்தாள் கனகம்.

வழக்கமாய்ப் பொழுதோடு சமையல் காரியங்களை முடித்துவிட்டு வந்து வாசற்கதவைத் திறந்து ஒரு முறை வெளியே பார்ப்பாள். அநேகமாய் அப்போது தெரு விளக்குகள் எரிய ஆரம்பிக்கும். வாசல் விளக்கு ஸ்விட்சைப் போட்டுவிட்டு உள்ளே போய்ப் பூஜை அறையின் விளக்கை ஏற்றி வைப்பாள். பின்னர் கையில் ஒரு பத்திரிகையோடு வந்து, வாசற்படிக்கு இரண்டு

பக்கமும் உள்ள கட்டைச் சுவரில் உட்கார்ந்து படிப்பாள்; அல்லது தெருவை வேடிக்கை பார்ப்பாள். இவை யாவும் அவளது புற நடவடிக்கை; ஆனால் அவள் மனசு 'அவள் இன்னும் ஆபீசிலிருந்து வரவில்லையே, அவள் இன்னும் ஆபீசிலிருந்து வரவில்லையே' என்று முணுமுணுத்துக் கொண்டிருக்கும். வெளியே போன பெண் வீடு திரும்புகிறவரை, 'அவள் இன்னும் வரவில்லையே, வரவில்லையே' என்று இவள் மனம் எப்போதுமே பதைத்துக் கொண்டிருக்கும். இந்த விசாரத்திற்கு அர்த்தமில்லை என்பது அவள் அறிவுக்குத் தெரியும். ஆனாலும் அதற்கு ஒரு காரணம் உண்டு என்பது அவள் மனசை வருத்தும்.

கங்கா இந்த நேரத்தில்தான் வருவாள் என்றில்லை. ஏதோ சில நாட்களில் அவள் ஐந்து ஐந்தரை மணிக்கெல்லாம் கூட வந்துவிடுவாள். சில நாட்களில் மணி ஆறு, ஏழு, எட்டுகூட ஆகும். அவளை யார் கேட்க முடியும்?

'எதுக்காகக் கேக்கணும்? அப்படி ஒண்ணும் என் பொண்ணு தப்புவழிக்குப் போறவள் இல்லை. ஒரு துறவி மாதிரின்னா வாழறாள் ... ஒவ்வொருத்தர் மாதிரி ஒரு சினிமா, டிராமா, கச்சேரி ... ம் ... பேசப்படாது. கூட்டம் கூடற இடத்திலேகூட அவள் நிக்கமாட்டாளே ... அவளுக்கு மனுஷா மொகத்தைப் பாக்கறதிலேயே வெறுப்பு வந்துடுத்து. அதனால்தான் அவள் என்னைக்கூட அதிகம் பாக்கிறதில்லை. இதோ – இப்போ நான் வந்து தெருவைப் பாத்துண்டு உட்கார்ந்துண்டிருக்கேன். அதோ எதுத்தாத்திலேகூட ஒரு பொண வந்து நிக்கறது. வாசற்படியிலே வந்து நிக்காத பொம்மனாட்டி ஜென்மங்கள் உண்டோ? உண்டு! அது எங்க கங்காதான். வாசற்படியிலே பொண்ணு நிக்காத வீட்டுக்குக் களை உண்டோ? சம்சாரிகள் வாழற தெருவிலே அப்படி நிக்கற பொண்களை யாரும் தப்பு சொல்லமாட்டா. கச்சேரிக்குப் போயிருக்கிற புருஷன் வரானான்னு பாக்கறதுக்கு நிப்பா ... அடுப்பிலே இருப்புச் சட்டியைப் போட்டுட்டு 'அரையணாவுக்குக் கடுகு வாங்கிண்டு வா'ன்னு அனுப்பின அந்த வேலைக்காரி வராளான்னு பாக்க வருவாள். பள்ளிக்கூடம் போயிருக்கிற குழந்தை நிச்சயம் வரும்; இருந்தாலும் அது வர அழகைப் பாக்கறதுக்குன்னு வருவாள். இதெல்லாம் எங்கேயும் நடக்கறதுதான். இந்தாத்துக்குத்தான் இதுக்கெல்லாம் குடுத்து வெக்கலே ...

'எங்க கங்கா தெருவிலேபோற ஏதாவது ஒரு வேடிக்கையைப் பாக்கறதுக்குக்கூட வந்து நிக்கமாட்டா. தெருவிலே ஸ்வாமி வரது, கல்யாண ஊர்வலம் போறது. நான்தான் சின்னப் பொண்ணு மாதிரி அடுப்படிக் காரியத்தை அப்படியேப்

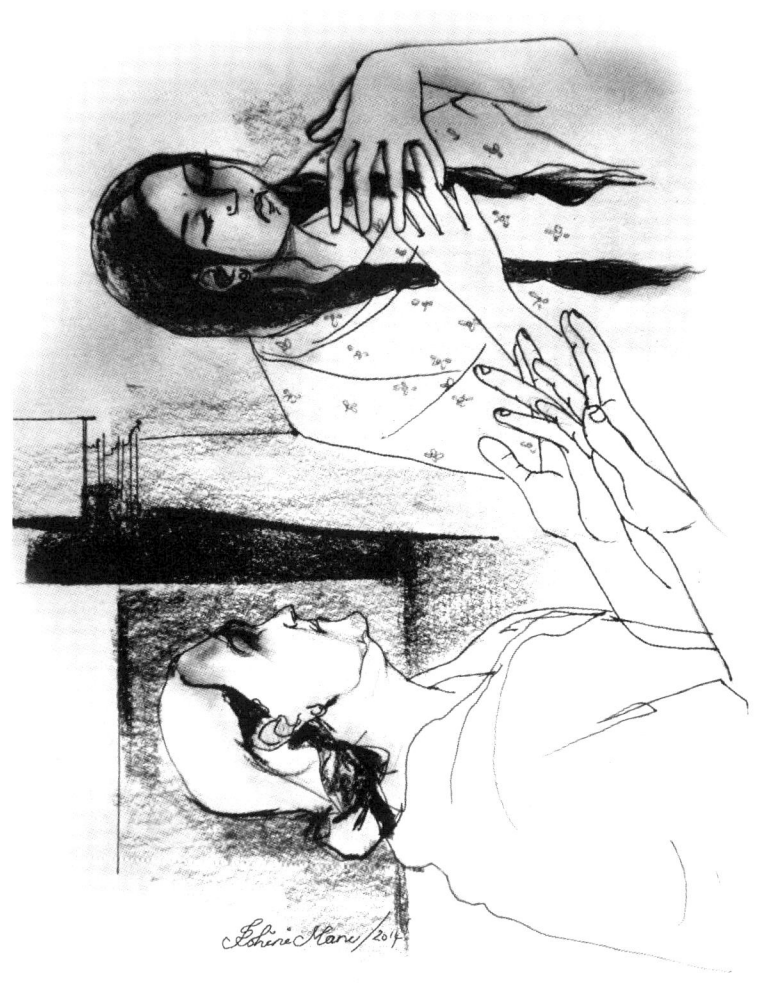

போட்டுட்டு, 'டும்'னு ஒரு சத்தம் கேட்டாப் போறும் – ஓடிவந்து ஓடிவந்து நிக்கறேன். அவளானா அறைக்குள்ளேயே கதவைச் சாத்திண்டு, படிச்சுண்டோ எழுதிண்டோ, ஒண்ணுமில்லேன்னா பேசாம மல்லாந்து படுத்து மார்மேல் கையைக் கட்டிண்டு மோட்டுவளையைப் பார்த்துண்டோ ...

'அந்த அறைக் கதவைத் தட்டறதுக்குக்கூட எனக்குப் பயமா யிருக்கும், நான் பெத்த பொண்ணுதானேங்கற உரிமை போயி அவகிட்டே எனக்கு ஏதோ ஒரு பயம் வந்துடுத்து,

'இப்படியே இருந்தா எப்படி?

'வேற எப்படி இவள் இருக்க முடியும்?

'எதைப் பத்தியாவது அவள் என்கிட்டே பேசினான்னா நான் அவகிட்டே பேசறதுக்கு? ... ஆனால் பேசறதுக்கு என்ன இருக்கு? ... அவ்வளவுதான் ... அவள் ஆபீசுக்குப் போயிட்டுப் போயிட்டு வரவேண்டியது. என் ஆயுசு வரைக்கும் சமைச்சுப் போட்டுட்டு வாசப்படியிலே உட்கார்ந்து அவள் வராளா வராளான்னு பாத்துண்டு இருக்க வேண்டியது. எனக்கு வாழ்க்கை இவ்வளவுதானே? அடி அம்மா! கார்த்தாலே மணி எட்டு அடிக்கறச்சே அந்தக் கை புளி கரைக்காத நாள் உண்டோ?. . . புளி கரைச்சுப் புளி கரைச்சே நேக்கு வாழ்க்கை கரைஞ்சு போச்சு! என் கதை எவ்வளவு நாளைக்கு?. . . அதுக்கப்புறம் இந்த ஸ்தானத்துக்கு ஒரு சமையற்காரி கிடைக்காமலா போய்விடுவாள்?. . . ஆனால் அவள் – கங்கா எப்பவும் இப்படியேதான் இருப்பாள.

'இப்பேர்ப்பட்ட பொண்ணை பத்தி என்ன பேச்சு வேண்டியிருக்கு இவாளுக்கு . . ? போன மாசம் வந்தானே கணேசன் – அப்போ அவள் அறைக்குள்ளேதான் இருக்காள்– அவள் இருக்கான்னு தெரியாமலோ, இல்லே தெரிஞ்சுண்டே தானோ அவன் என்னென்னவெல்லாம் சொன்னான்! அவள் அதைக் காதிலே வாங்கிண்டாளா? 'யார் வந்து யார்கிட்டே என்னைப் பத்தி என்ன சொன்னா எனக்கென்ன'ன்னு அவள் பெரும்போக்கா இருக்கறச்சே, இந்த அல்பங்களுக்குக் கொஞ் சமாவது வெக்கம் மானம் இருந்தா அவளைப் பத்திப் பேச வாய் வருமா . . ? அவள் எப்படியும் இருக்கட்டும். அவளைப் பத்திப் பேச இவாளுக்கென்ன ரைட் இருக்குங்கறேன்?

'எங்க கங்கா எதைச் செஞ்சாலும் 'ரைட்ராயலா' செய்வாள். ஜன்னல் ஓரத்திலேயும் கதவு இடுக்கிலேயும் வந்து நாணிக் கோணி நிக்கமாட்டாள். எட்டிப் பார்க்கமாட்டாள்; ஒட்டுக் கேட்கமாட்டாள். பார்க்கணும்னா நேருக்கு நேர் வந்து யாரா இருந்தாலும் புருவத்தை நெத்தி மேலே ஏத்திண்டு பார்ப்பாள்;

கேக்கணும்னா வெட்டு ஒண்ணு துண்டு ரெண்டாத்தான் கேட்பாள். மத்தப்படி அநாவசியமா யாரையும் பார்க்கவும் மாட்டாள்; கேட்கவும் மாட்டாள். அவ உண்டு அவ காரியம் உண்டு...

'அம்மா இவ என் சிநேகிதி'ன்னு இதுவரைக்கும் ஒரு பெண்ணை ஆத்துக்கு அழைச்சுண்டு வந்ததில்லை... இவளுக்கு சிநேகிதிகளும் உண்டோ..? யார்கிட்டேயானும் இவள் சிரிச்சுப் பேசுவாளோ? உத்தியோகம் பாக்கற இடத்திலேயும் இப்படித்தான் இருக்காளோ? நினைச்சுப் பார்க்கவே ஆச்சரியமா இருக்கு...

'ஒண்ணுண்ணு அம்பது ரூபா சம்பாதிக்கிறவனைக் கல்யாணம் பண்ணிண்டு, கண்ட மாவைக் கரைச்சு மூஞ்சிலே பூசிண்டு, கண்ணை விட்டுட்டுக் காதுவரைக்கும் கரியை இழுத்துண்டு என்னென்ன கோலம் காண்றதுகள்..! இவளுக் கென்ன சம்பளமோ? அதுகூட எனக்குத் தெரியாது. கணேசன் சொல்றான் எழுநூறோ... எழுநூத்தி அம்பதோன்னு. இருக்கும்... சோப்புப் போட்டுக் கழுவற முகத்தைத் துடைச்சிண்டு வராளே, அவ்வளவுதான்... அவள் பொட்டுக்கூட வெச்சுக்கறதில்லை...

'இவளைப் பத்திப் பேசறாளே!... கங்கா வாக்கிங் போறாளாம். அதை ஒரு பெரிய சங்கதியா இவன் சொல்ல வந்துட்டான். அந்தத் திருவல்லிக்கேணி மூத்திரச் சந்திலே முடங்கிக் கிடந்தப்போ அதுக்கெல்லாம் வக்கு இல்லே. அங்கே வாக்கிங் போகணும்னா வீட்டிலேருந்து பீச்ரோடுவரைக்கும் ஒரு பிரயாணம் போகணும்... அவள் இஷ்டம். அவள் என்ன வேணாலும் செய்வாள்.

'அவளுக்கு சிநேகிதிகள் கிடையாது? போகறதுக்குன்னு ஒரு வீடு கிடையாது; கோவிலுக்கும் போகமாட்டாள். ஆத்திலேயே சுவாமி நமஸ்காரம் பண்ணமாட்டாள். நான்தான் – ஒரு பழக்கம்! – பூஜை அறையிலே விளக்கேத்தி வெச்சிண்டிருக்கேன்.

'எதையாவது யோசிச்சுண்டு ஏதோ கொஞ்ச தூரம் நடந்துட்டு வருவாளாயிருக்கும். காலம்பறவும் போவாள்; சாயங்காலத்திலேயும் போவாள். காலம்பற வாக்கிங் போய்ட்டு வந்து குளிப்பாள்! சாயங்காலத்திலே ஆபீசிலேருந்து வந்து குளிச்சிட்டு வாக்கிங் போவாள். இது ஒரு பெரிய காரியமா திருவல்லிக்கேணிலேருந்து மூட்டை கட்டிண்டு ஓடி வரானே இந்த கணேசன்! பொண்டாட்டி முடுக்கிவிட்டு அனுப்பிச்சிருப்பாள். இது இங்கே வந்து ஆடறது.

'அவ படிச்சுப் பாருன்னு சொல்லி என் முகத்திலே விட்டெறியற மாதிரிப் போட்டாளே – அந்தக் கதையிலே

வரதே– அதே மாதிரி அன்னிக்கு மழை கொட்டோ கொட்டுன்னு கொட்டறது. நானும் பெத்த பொண்ணுன்னுகூடப் பாக்காமே பேயா அறைஞ்சிருக்கேன். தலையைப் பிடிச்சு சுவத்திலே மொத்து மொத்துன்னு மொத்தி இருக்கேன். உதடெல்லாம் வீங்கியிருக்கு... ஜுரம் வேறே நெருப்பாக் காயறது. 'ஒரு நிமிஷம் இந்த இடத்திலே இருக்கப்படாது'ன்னு சொல்லி கழுத்தெப் பிடிச்சுக்கொண்டு போய்த் தெருவிலே அவளைத் தள்ளிட்டு வந்தானே அந்தப் பாவி.

'தெரு வாசப்படியிலே பொண்ணு பிரேதம் மாதிரி கிடக்கிறாள்... பெத்த வயறு கேக்குமா..? நான் ஓடிப்போய் என் கொழந்தையைத் தூக்கறேன். 'அவ வேணும்னா நீயும் வெளியிலே போயிடு'ன்னு சொல்லிக் கதவைச் சாத்திண்டு உள்ளே போயிட்டான். அப்படியே அள்ளிண்டு வந்து கொழந்தையைத் திண்ணை மேலே கிடத்தறேன். எல்லாரும் எல்லாம் தெரிஞ்சுண்டு, ஏளனமா எங்களை வேடிக்கை பாக்கறா...

'நான் ஒரு பாவி! அப்பக்கூட, பிரக்ஞை இல்லாம கிடக்கிற கொழந்தையை, 'செத்துப் போயேண்டி'ன்னு சொல்லி ஓங்கி ஓங்கி அறையறேன். இப்படிக் கிடக்கிற கொழந்தையை அடிச்சமேன்னு என்னை நானே வயத்திலேயும் முகறையிலேயும் அறைஞ்சுக் கிறேன். அக்கம் பக்கத்திலே இருக்கிறவாளெல்லாம் வந்து சமாதானம் சொல்றா. எங்க ரெண்டு பேரையும் திண்ணையி லேயே உக்காத்தி வெச்சுக் காபி குடுக்கறா... சாப்பாடு போடறா. அதிலே அவாளுக்கு ஒரு சந்தோஷம். ஒரு பக்கம் பரிதாபப் பட்டுண்டு இன்னொரு பக்கம் அவாளுக்குள்ளே கேவலமா பேசிச் சிரிக்கறா. இவ குனிஞ்ச தலை நிமரலே; மூடின கண்ணெத் தெறக்கலே. பிரஷ்டம் பண்ணபட்டவாளா ரெண்டு நாள்... வயசுப் பொண்ணோட திண்ணையிலேயே அனாதையா நிக்கறேன். இவ இப்படி ஆயிட்டவள்னு தெரிஞ்சு பையன்களெல்லாம் என் கொழந்தையே ஒரு மாதிரி பாத்துண்டு அங்கேயே சுத்தறான்கள். நான் இவளை மூடி மூடி வைக்கறேன். ஆத்திரம் வரும்போதெல்லாம் வையறேன்; அடிக்கறேன்; அழறேன்... கொண்டு போயி அவளை சமுத்திரத்திலே தள்ளிட்டு, நானும் இறங்கிடலாமான்னு நெனைக்கிறேன்... கடைசியிலே ரெண்டு நாளைக்கப்புறம், என் கடுதாசி போய் சேர்ந்து எங்க வெங்கு அண்ணா வந்து எங்க ரெண்டு பேரையும் ஊருக்கு அழைச்சுண்டு போறார். அவர் புண்ணியத்திலேதான் அவள் படிச்சா... காலேஜிலே கொண்டுபோய் ஹாஸ்டல்லே விட்டுப் பணம் கட்டி – எல்லாம் அவர் புண்ணியம். இவளுக்குத்தான் என்ன! மாகாணத்திலே ஃபெஸ்ட்டாச்சே... அவ்வளவு மார்க்கு! எந்தக் காலேஜ்லே இடமில்லைன்னு சொல்லுவா..? நன்னா படிச்சாள்: இப்ப வேலைக்குப் போய் சம்பாதிக்கிறாள்...

‘என்னையும் என் கொழந்தையையும் அந்தக் காலத்திலே என்ன பாடுபடுத்தினா... என் எதிரியா இருந்தாலும் இன்னொருத்தி பெத்த கொழந்தைக்கு இதெல்லாம் ஏற்பட வேண்டாம், ஈசுவரா!

‘என்னமோ அறியாத வயசிலே, தெரியாம நடந்துட்ட தப்பு இந்தப் பொண்ணோட வாழ்க்கையையே வீணாக்கிடுத்து. இவ்வளவு காலத்துக்கப்பறம் இதுக்கு நான்தான் பொறுப்புன்னு சொல்லிக் காட்டறாளே கங்கா...

‘இவள் வேறே சொல்லிக்காட்டணுமா? நான்தான் பொறுப்புன்னு. போன வாரம் கொண்டுவந்து என் முகத்திலே விட்டெறிஞ்சாளே அந்தக் கதையைப் படிச்சப்புறம் தான் என் மனசை அறுக்கறது. . .

‘என் கொழந்தை வாழ்க்கையே இப்படிப் பாழாயிடும்னு எனக்குத் தோணலியே. பாழாயிடுத்தே என்கிற ஆங்காரத்திலே அந்த நெருப்பை அணைக்காம பரவ வச்சுட்டேனே. அதை மறைக்கணும்னு எனக்குத் தோணவே இல்லையே. . . இப்படியும் ஒரு வழி இருக்குன்னு இந்தக் கதையைப் படிச்ச அப்புறம்தானே எனக்குத் தெரியறது. அப்படியெல்லாம் பண்ணிட்டும் ஒண்ணுமே நடக்காதது மாதிரி ரொம்பப் பேர் இருக்கான்னு இப்போன்னா நேக்கு புரியறது. கொழந்தையைப் பெத்துட்டாப் போறுமா?. . . அது உடம்பு வளர்றதையும் அறிவு வளர்றதையும் பாத்துப் பாத்து மகிழ்ந்துட்டாப் போறுமா? இந்த மாதிரி ஒரு சமயத்திலே ஒரு தாய் எப்படி நடந்துக்கணும்னு தெரியாததனாலேதானே அவள் வாழ்க்கையே பாழாயிடுத்து! இந்தக் கதையோட அருமை அப்படியெல்லாம் பட்டவாளுக்குத்தான் புரியும்..! எனக்குப்

புரியறது . . . இப்போ புரிஞ்சு என்ன பண்ணறது? அதைப் புரிஞ்சுக்கிற வயசு எனக்கு இப்பத்தான் வந்திருக்கு... அன்னிக்கு அவள் பதினேழு வயசுக் கொழந்தை; நான் முப்பத்தேழு வயசுக் கொழந்தை . . .

'எவனோ எங்கேயோ ரகசியமாக் கூட்டிண்டுபோய் அவளைக் கெடுத்தான். அதைச் சந்தி சிரிக்க வச்சு அவள் வாழ்க்கையையே நான் கெடுத்தேன்.

'அவள் அன்னிக்கு வந்த கோலத்தைப் பாத்து என் வயறு எப்படி எரிஞ்சதுன்னு நேக்குன்னா தெரியும்! அந்த ஆங்காரத்திலே எனக்கு அறிவு மழுங்கிப் போயிடுத்து . . .

'அந்தக் கதையிலேயும் அந்தப்பொண்ணு அப்படித்தான் வந்து நிக்கறா . . . அதைப் பாத்த பெத்தவளுக்கு வயிறு எப்படி எரிஞ்சிருக்கும்னு புரியறபோது எனக்கு இப்பவும் அதே மாதிரி எரியறது.

'முதல்லே என்னை மாதிரியே ஆங்காரம் வந்து அவளும் அந்தப் பொண்ணை அடிக்கறா... சத்தம் கேட்டு அந்த வீட்டிலே இருக்கிற குடித்தனக்காராளெல்லாம் ஓடி வரா . . . அந்தப் பொண்ணு விழுந்து கிடக்கறதையும் அந்த அம்மா நிக்கற கோலத்தையும் பார்த்து 'என்ன? என்ன'ன்னு கேக்கறா . . . கேப்பாளே, கேப்பாளே! அதுக்குத்தானே இருக்கா – மனுஷா, பொல்லாத மனுஷா!

'கதையிலே வர அம்மா சொல்றா – எடுத்த உடனே எல்லார் வாயையும் அடைக்கிற மாதிரி 'நறுக்'குனு 'ஒண்ணுமில்லே'ன்னு சொல்றாளே. 'இந்தக் கொட்ற மழையிலே நனைஞ்சுண்டு வந்திருக்காளே'ன்னு என்ன சமத்தா மறைச்சுப் பேசறா!

'ஐயோ! அன்னிக்கு அந்த நேரத்திலே நேக்கு அபபடிச் சொல்ல வரலையே! அந்த ஒரு வார்த்தையை அப்போ நான் சொல்லியிருந்தா என் கொழந்தை வாழ்க்கை இப்படியெல்லாம் ஆயிருக்குமா?... நானும் கூடச் சேர்ந்துன்னா அவள் வாழ்க்கையைக் குட்டிச்சுவராக்கினேன். . . 'கூடச்சேர்ந்து'ன்னு சொல்லப்படாது; நான்தான் கெடுத்துக் குட்டிச்சுவராக்கிட்டேன். . .

'ஐயோ! இந்தக் கதையைப் படிக்கறச்சே அந்தப் பெத்தவள் அடிச்சு, அழுது, எல்லாம் முடிஞ்சப்பறம் அவளை அழைச்சிண்டு போய் தலையிலே ஜலத்தைக் கொட்டி கழுவித் துடைச்சு அவளைக் கையிலே எடுத்து அணைச்சிண்டு புத்தி சொல்றாளே! அப்போ எனக்கு மனசெல்லாம் வயிறெல்லாம் குளிர்ந்து போச்சு. . . அப்படி ஒரு பெத்தவளா நான் இல்லியேன்னு நினைக்கும்போது வயத்தைப் பத்திண்டு எரியறது.

'அந்தக் கதையிலே வர்ற ஒண்ணு ஒண்ணும் எனக்கே சொல்ற மாதிரி இருக்கு.

"இது யாருக்கும் தெரியக்கூடாது கொழந்தே! தெரிஞ்சா அதோட ஒரு குடும்பமே அழிஞ்சு போகும். நம்ப வீட்டிலேயும் ஒரு பொண் இருக்கே, அவளுக்கு இப்படி ஆகி இருந்தா என்ன பண்ணுவோம்னு யோசிக்கவே மாட்டா. பரம்பரை துவேஷம் மாதிரி குலத்தையே பாழ்பண்ணிடுவா..."

'பாழ் பண்ணிட்டாளே!... பாழ் பண்ணிட்டாளே!' என்று மனசால் அங்கலாய்த்தவாறு வாசற்படியில் மகளின் வரவு நோக்கி உட்கார்ந்திருக்கிறாள் கனகம்.

வாசற்படியில் ஒரு டாக்ஸி வந்து நிற்கிறது.

என்னவோ ஒரு பயத்துடன் எழுந்து நிற்கிறாள் கனகம்.

நல்ல வேளை, டாக்ஸியிலிருந்து கையில் ஒரு சிறிய ஸூட்கேஸுடன் வெங்கு அண்ணாதான் இறங்கினார்.

"என்ன அண்ணா!... இந்த நேரத்திலே" என்று வரவேற்றவாறு அந்தச் சிறிய காம்பவுண்டின் மரக்கதவுகளைத் திறந்தாள் கனகம்.

"நான் காலம்பரவே வந்துட்டேன்... ட்ரெயின் லேட்டா வந்தது... நேரே கோர்ட்டுக்குப் போயிட்டேன். அப்பறம் அவனோட இவனோடன்னு நேரம் போயிடுத்து... கங்காவை எங்கே காணோம்?" என்று விசாரித்தவாறு ஹாலுக்கு வந்து தனது கறுப்புக் கோட்டை ஒரு நாற்காலியின் மீது போட்டுவிட்டு ஈஸிசேரில் உட்கார்ந்தார்.

"அவள் இன்னும் ஆபீசிலிருந்து வரல்லே."

"மணி எட்டு ஆறது... ஊரைச் சுத்தறாளா? நீ ஒண்ணும் கண்டிக்கிறதில்லையா?" என்று அவர் கேட்கும்போது அவர் குரலில் உரிமையும் அதிகாரமும் மட்டுமில்லாமல் ஒருவிதக் கோபமும் கலந்திருந்தது.

3

வக்கீல் வாதத்திலே வெங்கு மாமா ஒரு புலின்னு எல்லாருமே சொல்லுவா. குற்றவாளியைக் குறுக்கு விசாரணை செய்யற மாதிரி, ஒரு கையிலே அந்தப் பத்திரிகையைப் பிரிச்சு வெச்சிண்டு கையை நீட்டி நீட்டி வெங்கு மாமா 'ஓ'ன்னு பேசிண்டிருக்கார். தூண் ஓரமா சாஞ்சு நின்னுண்டு இருக்கற அம்மா படியேறி உள்ளே வந்துண்டிருக்கிற என்னைப் பார்க்கிறாள்.

மாமா எதைப் பத்தி இவ்வளவு சத்தமாப் பேசிண்டிருக்கார்ங்கறது முதல்லே எனக்குப் புரியலே. ஆனா அவர் கையிலே இருந்த பத்திரிகையையும் எதிர்லே நின்னுண்டு இருந்த அம்மா முகத்தையும் பார்த்த உடனே அவர் எதைப் பத்திப் பேசறார்னு மட்டுமில்லே; நான் வரதுக்கு முன்னே அவா என்னென்ன பேசிண்டு இருந்திருப்பாங்கறதும் எனக்குப் புரியறது.

என்ன பேசி இருப்பார்?

அந்தக் கதையை எழுதின ஆர்.கே.வியை ஒரு பாட்டம் பாடித் தீர்த்திருப்பார்.

"இவனை மாதிரி எழுதறவன்களை எல்லாம் 'பிராஸிகியூட்' பண்ணணும். . . இதிலே என்ன பெரிசா 'மாரல்' இருக்குன்னு உன்னை வேற படிச்சுப் பார்க்கச் சொன்னாளாம் அவள்? தலையிலே ஜலத்தைக் கொட்டிட்டால் எல்லாம் சரியாப் போயிடுமோ? இனிமே ஒவ்வொரு தடவையும் அந்தப் பொண்ணு அந்த மாதிரி பண்ணிட்டு வருவாள்; அந்த அம்மா ஜலத்தைக் கொட்டிடுவாள்!

எல்லா வேசிகளும் தினந்தோறும் ஸ்நானம் பண்ணிண்டுதான் இருக்காள். அதனாலே அவா பதிவிரதை ஆயிடமாட்டா. ஒரு தப்பைத் தப்புன்னு ஒப்புத்துக்கணும். தப்பு பண்ணிட்டு அது சரின்னு வாதாடப்படாது. இந்தக் கதையிலே இருக்கிற மாதிரி நடக்க ஆரம்பிச்சுட்டா யாரை யார் நம்பமுடியும்? விவாகம்கிற ஒரு புனிதமான விஷயத்துக்கு அர்த்தமில்லாமல் போயிடும். என்ன நினைச்சுண்டு இந்தக் கதையை உன்னைப் படிச்சுப் பார்க்கச் சொன்னாளாம்? நீ அந்த மாதிரி அவ காரியத்த மூடி மறைக்கணும்னா? நீ சொன்னயே, உன்னைக் குத்திக்காட்டற மாதிரின்னு உனக்கு ஏன் அப்படித் தோணறது? இந்த மாதிரி ஒரு விஷயத்தை மூடி மறைக்கிறது சம்சாரிகளாலே முடியாது. உன் பொண்மேலே எவ்வளவு உனக்கு ஆசை இருந்தாலும், அந்த நேரத்திலே இதை மறைக்கணும்னு உனக்கு ஏன் தோணல்லே? ஏன்னா உனக்கு அப்படி மறைச்சுப் பழக்கமில்லே. அந்த மாதிரி பலதடவை அந்தப் பெத்தவளே பண்ணி மறைச்சிருந்தால்தான், பொண்ணு பண்ணிட்டு வரும்போது மறைக்க முடியும்! இவன் பொண்ணோடே கதையின்னா சொல்லியிருக்கான். அவளைப் பெத்தவள் கதையே எனக்குப் புரியறது. இந்த மாதிரி விஷயங்களை மூடி மறைச்சுட முடியும்னு நினைக்கிறதே மகாபாவம். அப்புறம் எந்த ஒழுங்கும் இருக்காது. எந்த முறையும் இருக்காது. எல்லாரும் எல்லாத்தையும் பண்ணிட்டு மறைச்சுடுவா. இந்தக் கதையிலே வர பெத்தவள் மாதிரி நடக்கலையேங்கறதுக்குப் பெருமைப்படணும் நீ. அதை மறைக்காததுனாலே உன் பொண்ணு வாழ்க்கை ஒண்ணும் கெட்டுப் போயிடலியே! மறைச்சிருந்தா, உன் குடும்பத்தோட பெருமையையும், சாஸ்திரோக்தமான விவாகத்தோட பவித்ரத்தையும் கெடுத்த பாவம் உன்னைச் சூழ்ந்திருக்கும். தொத்துநோய் பிடிச்சுண்டா அது நம்ம குழந்தையா இருந்தாலும் தள்ளிதான் வெக்கணும். இதுக்காப் போயி நீ வருத்தப்பட்டுண்டு இருக்கறதாவது..?"

மாமாவுக்கென்ன? வாதம் பண்றதுக்கும் தர்க்கம் பண்றதுக்கும் சொல்லித் தரணுமா?

நான் வாசற்படியிலேயே நிக்கறேன். இன்னும் மாமா அம்மாவோட பேசிண்டே இருக்கார். இன்னும் என்னைப் பார்க்கலே. 'ஓ'ன்னு அவர் பேசற சத்தம் மட்டுமே கேக்கறது. ஒரு வார்த்தைகூடப் புரியலே. திடீர்னு வீட்டு வாசற்படியிலே காலை எடுத்துவச்ச உடனே அவர் பேச்சை முன்பின் தொடர்பில்லாமல் கேட்கிறதுனாலே அவர் என்ன சொல்லுவார்ங்கறது எனக்குத் தெரிஞ்சிருந்தாலும் அவர் என்ன சொல்லிண்டு இருக்கார்னு எனக்குப் புரியலே. எதுக்கு இப்படிச் சத்தம் போட்டுப் பேசிண்டிருக்கார்? அவருக்குக் கோர்ட்டுலே சத்தம் போட்டுச்

சத்தம் போட்டுப் பழக்கம். அவர் இரைஞ்சு பேசினால் கோபம்னு அர்த்தமில்லே. அவருக்குக் கோபம் வந்தால் சத்தமே வெளியே வராது.

அவருக்கு வர்ற கோபம் எப்படி இருக்கும்னு அம்புஜம் மாமியைக் கேக்கணும், ஆனால் கேட்டாலும் மாமி சொல்ல மாட்டா. அவள் யார்கிட்டேயும் அதைப்பத்திச் சொல்லி இருப்பான்னு நான் நினைக்கல்லே. ஐயோ! ஏனோ இப்போகூட அம்புஜம் மாமியை நினைக்கறச்சே வயத்தை என்னமோ செய்யறது. அவள் நிழல்லே வளர்ந்த செடி மாதிரி வெளுத்து, சாம்பிப் போயிருப்பா. . . சதா நேரமும் தலையைக் குனிஞ்சுண்டே இருப்பா. . . நாள் முழுக்க வேலை செஞ்சுண்டு இருப்பா. . . வெலை செஞ்செ அவளுக்கு உடம்பு நறங்கிப் போச்சு. ஏதோ புராண காலத்திலே சபிக்கப்பட்ட தேவதை போலப் பொறுமையா பல்லைக் கடிச்சுண்டு, அந்தச் சாபம் விலகறதுக்கு ஏதோ ஒரு விமோசனம் இருக்கிற மாதிரியும், அதுக்காகக் காத்துண்டு இருக்கிறவ மாதிரியும் தோணும். ஆனால் மாமிக்குச் சாப விமோசனம் சாவுதான்னு எனக்குத் தெரியும். அதை நினைக்கிறச்சேதான் வயத்தை என்னமோ பண்ணும். . .

மாமாவுக்கு எழுபது வயசு ஆறதுன்னா அவளுக்கும் கிட்டத்தட்ட அறுபது வயசு இருக்கும். ஆனால் இப்பவும் அவள் சின்னப் பையன்களைப் பார்த்துக்கூடத் தலை நிமிர்ந்து பேசமாட்டா. வேலைக்காரா கிட்டே கூடக் கதவோரம் மறைஞ்சு நின்னுதான் ஏதாவது சொல்லுவா. அவளுக்கு யாரும் உறவுக்காரா கிடையாது. யாராவது இருந்திருப்பாளோங்கறது கூடச் சந்தேகமா இருக்கு. இருந்து இருக்கணும். . . மாமாவோட சொத்துலே பாதி அவ கொண்டு வந்தது. ஏனோ அவாளுக்குக் குழந்தையே இல்லை. அந்தக் காலத்திலே குழந்தைக்காகன்னு மாமா ரெண்டாவது கல்யாணம் பண்ணிண்டாராம். ஆனால் அந்த மாமி கல்யாணம் பண்ணிட்டு வந்த ரெண்டு வருஷத்திலேயே – ஏதோ தோஷமாம் – சித்தப்பிரமை பிடிச்சு கொஞ்ச நாளிலே செத்தும் போயிட்டாளாம். அதுக்கப்பறம் மாமா கல்யாணம்னு பண்ணிக்கலே.

அண்ணா என்னை வீட்டைவிட்டு விரட்டினானே. . . என்னையும் அம்மாவையும் அழைச்சுண்டு போக வந்தாரே மாமா, அப்போவெல்லாம் அம்புஜம் மாமியைப் பத்தி என் மனசிலே இருந்த அபிப்ராயமே வேறே. இப்பவும்கூட அம்மாவுக்கு அம்புஜம் மாமின்னா ஆகாது. அம்மா அவளை 'வாழும் நாகம்'னு சொல்லுவா. தஞ்சாவூரிலே வெங்கு மாமா ஆத்துத் தோட்டத்திலே அடிக்கடி ஒரு நாகப்பாம்பு வரும். அதையாரும்

அடிக்கமாட்டா. அது ரொம்பக் காலமா அங்கேயே இருக்காம். அதைத்தான் வாழும் நாகம்னு சொல்லுவா. அம்புஜம் மாமி அதுமாதிரி இன்னொரு பாம்புன்னு சொல்லுவா, அம்மா. மசமசன்னு பூனை மாதிரி இருந்தாலும் மகா விஷமக்காரி யாம். . . வெங்கு மாமாவா இருக்கிறத்தொட்டு அவளை வெச்சு சமாளிக்கிறாராம். அம்புஜம் மாமி சூனியக்காரியாம். அவள்தான் என்னவோ செஞ்சு – மாமாவுக்கு இளையாளா வந்தாளே, அவளுக்கு என்னவோ செஞ்சு – அவள் அந்த மாதிரி அகாலமா போய்ச்சேர்ந்துட்டாளாம். புதையல் காக்கிற பூதம் மாதிரி மாமாவோட சொத்து போயிடுமோன்னு யாரையும் கிட்டே அண்டவிடாம அடிக்கிறாளாம் அம்புஜம் மாமி.

இப்படியெல்லாம் அம்புஜம் மாமியைப் பத்தி அம்மா எனக்கு நிறையச் சொல்லியிருக்கா. இவ்வளவு எச்சரிக்கை செஞ்சு தஞ்சாவூரிலே மாமா ஆத்துலே என்னை விட்டுவிட்டு ரெண்டு நாள்லே அம்மா திரும்பி வந்துட்டா. எனக்கு அப்பொ வெல்லாம் அம்புஜ மாமின்னா பயம். அவள் இருக்கிற பக்கமே நான் போகமாட்டேன். அம்புஜம் மாமி பின்கட்டுத் தாழ்வாரத்தைத் தாண்டி இந்தப் பக்கம் வரமாட்டா. நான் அவளைக் கண்டு பயந்துண்டு மாமாவோடேயே ஒட்டிண்டு இருப்பேன். அப்பறமான்னா தெரிஞ்சது. நான் புலி முதுகிலே சவாரி பண்ணிண்டு இருக்கேன்னு! அதைத் தெரிய வச்சதும் அம்புஜம் மாமிதான். இந்த 'மாமா புலி'க்கு எத்தனை கோபம் வரும்னு அப்பத்தான் முதல் தடவை எனக்கே புரிஞ்சது.

என்ன நடந்தது, எப்போ நடந்ததுன்னு எனக்கு ஒண்ணுமே தெரியாது. மாமா வெளியே போயிருக்கறச்சே ஒரு நாள் அம்புஜம் மாமி பின்கட்டுத் தாழ்வாரத்தைத் தாண்டிக் கூடத்திலே உட்கார்ந்திருந்த என்னை, 'கொழந்தே கொழந்தே'ன்னு கூப்பிட்டுண்டு வந்தாள். வாசல் கதவைத் திறந்துண்டு வெளியே ஓடிப்போயிடலாமான்னு எனக்குத் தோணித்து. சுவத்தோட முதுகை ஒட்டிண்டு நிக்கறேன் – ரெண்டு கையையும் அகலமா விரிச்சு உள்ளங்கையை சுவத்திலே ஊனிண்டு ஒரு உந்தலிலே ஓடறதுக்கு தயாரா நிக்கறேன்.

'கொழந்தே'ன்னு கூப்பிட்டுண்டு இத்தனை வயசுக்கு அப்புறமும் ஒரு சின்னக் குழந்தை மாதிரி அழுதுண்டு வந்த மாமி முகத்தைப் பார்க்கறப்போ, அந்த நேரத்திலே இவ்வளவு நாளா எனக்கு இருந்த பயமெல்லாம் மாறிப் பரிதாபமா இருந்தது.

நான் என்ன குழந்தையா, பயப்படறதுக்கு? என்ன காரியம் பண்ணிட்டு எதுக்காக இங்கே வந்திருக்கேன்னு ஒரு நிமிஷம் நினைச்சுப் பார்த்தப்போ, நான் பயப்பட்டதுக்காக எனக்குச்

சிரிப்பு வந்தது. என்ன பயம் வேண்டிக் கிடக்கு, பயம், பாப்பா மாதிரி? என்னைப் பெத்தவளும், உடன் பிறந்தவனும் செய்யாத எந்த அநியாயத்தை, எந்த சூனியக்காரி எனக்குச் செஞ்சுடப் போறான்னு நினைச்சுண்டு, "சொல்லுங்கோ மாமி"ன்னு ஆதரவா சிரிச்சேன். அவள் அழுது அழுதுண்டு, கண்ணைத் துடைச்சுண்டு, திருடி மாதிரி நாலு பக்கமும் சுத்தி முத்திப் பாக்கறா.

"இங்கே நிக்கறதுக்கு எனக்குப் பயமா இருக்கு... பின்கட்டுக்கு வந்துடே ன்"னு சொல்லிட்டு அவசர அவசரமா ஓடிட்டா. எனக்கு ஒண்ணும் புரியலே. ஆனாலும் தைரியமா போனேன். அதுக்கு அப்புறம்தான் தெரிஞ்சது, அம்புஜம் மாமி எவ்வளவு பாவம்னு. அதுக்கு அப்பறம் மாமா இல்லாத நேரமெல்லாம் நான் அம்புஜம் மாமியோடயே பேசிண்டு இருப்பேன். அவள் யாருகிட்டேயும் சொல்லாத ரகசியத்தையெல்லாம் எங்கிட்டே சொல்லுவா. . . இந்த மாமாவைப் பத்தி யாருக்குமே தெரியாத, சொன்னாலும் யாருமே நம்ப முடியாத, அவரோட பரம எதிரிகூட, 'சீச்சி! இதென்ன அபாண்டம்!'னு சொல்லக்கூடிய ரகசியங்கள் எல்லாம், வக்கிரங்கள் எல்லாம் எனக்குத் தெரியும். அவருக்குப் பலியாகாத என்னையும், பலியான மாமியையும் தவிர அதெல்லாம் வேற யாருக்குமே தெரியாது. அதுக்கு அப்பறம் மாமாவைப் பாத்தா எனக்கு ஒரு புலி மாதிரித் தோண ஆரம்பிச்சுடுத்து, மாமா வீடு ஒரு புலிக் குகை மாதிரி தோண ஆரம்பிச்சுடுத்து...

இதோ! நான் அவரையே பார்த்துண்டு வாசற்படியிலே நிக்கறேன். நாற்காலியிலே அந்தக் கறுப்புக் கோட்டு கிடக்கிறது. ஈஸிச் சேர்லே மாட்டி இருக்கிற ஷர்ட் தொங்கறது. வெறும் பனியனோடே, இடுப்பிலே அந்த முரட்டு பெல்ட்டோட மாமா உட்கார்ந்து பேசிண்டிருக்கார். அந்த பெல்ட் எவ்வளவு பயங்கரமான ஆயுதம்னு அம்புஜம் மாமிக்குத்தான் தெரியும்.

ஒரு நாள் மாமி எனக்குக் காண்பிச்சாள்... அவள் முதுகிலே, மார்பிலே, பிருஷ்டத்திலே, தொடையிலே, கழுத்திலே, தோளிலே— அது எப்படி அந்தக் கோபத்திலேயும் இந்தப் புலி, எந்த இடம் யார் கண்ணிலேயும் படாதுன்னு தெரிஞ்சு பிராண்டறது? உடம்பெல்லாம் வரி வரியா மாமி மேலே இந்த பெல்ட்டை நான் பார்த்திருக்கேன் . . . மாமி கணக்கும் அடையாளமும் வச்சிருக்காள். 'இதோ சேப்பா ரத்தம் கசியறதே இது நேத்திக்கு அடிச்சது. நீலமா இருக்கே – இது போனவாரம் . . . அதுக்கு முன்னாலே அடிச்சதெல்லாம் கறுப்பு கறுப்பா இருக்கு...'

மாமி சொன்னா, 'கொழந்தே, இதை யார்கிட்டேயும் சொல்லிடாதே. . . இது யாருக்குமே தெரியப்படாதுன்னு நினைச்சுண்டு இருந்தேன் நான்... ஒரு நாளைக்குக் கொண்டுபோய்ச்

சிதையிலே வைப்பாளே ... யாருமே பார்க்கப் படாதுன்னா, பூட்டி பூட்டி வெச்சிருக்கிற என்னைக் கொண்டுபோய் அங்கே போட்டுட்டு வந்துடுவாளே, அப்போ வெட்டியான் புதுத்துணியை உருவிண்டுடுவானாமே... அவன் மட்டும்தான் இதைப் பார்க்கப் போகிறானோ என்னமோன்னு நினைச்சுண்டு இருந்தேன் ... என்னமோ உங்கிட்டே சொல்லிட்டேன். நீ யார்கிட்டேயும் சொல்லிடாதே. எனக்குச் சத்தியம் பண்ணிக்குடு.'

நானும் அவளுக்குச் சத்தியம் பண்ணிக் குடுத்திருக்கேன். இதெல்லாம் நான் யார்கிட்டேயும் சொல்லமாட்டேன். நான் சொல்ல முடியாது; சொல்லவும் கூடாது. மாமிக்கு நான் பண்ணிக் குடுத்த சத்தியம் மட்டும் என்னைத் தடுக்கலே. எனக்கு மாமா செஞ்சிருக்கிற உதவி, நிராதரவா நின்ன அந்த நேரத்திலே ஓடோடி வந்து பொறுப்பு ஏத்துண்ட பரோபகாரம், பணம் செலவு பண்ணிப் படிக்க வெச்ச தாராளம், ஹாஸ்டலிலே இருக்கும்போதும், உத்தியோகம் கிடைச்ச அப்பறமும் வந்து வந்து பார்த்துக் கொள்கிற கரிசனை ... இதையெல்லாம் நினைச்சுப் பார்க்கறச்சே இந்த மாமாவோட ரகசியங்களை, எனக்குத் தெரிஞ்ச அவரோட பலஹீனங்களை நான் மோளம் கொட்டறது என் வரையிலே மகா பாபம். நான் அதைச் செய்யப்படாது; செய்யமாட்டேன்.

ஆனால் இந்த மாமா ஒரு புலி. இந்தப் புலிகிட்டே ஜாக்கிரதையா இருக்கணும். இதுதான் மாமி எனக்குக் கத்துக் கொடுத்த மந்திரம்.

வாசற்படியிலே வந்து நிக்கற என்னை இன்னும் மாமா பார்க்கலே. இப்போதானே நானும் வந்தேன்! அவர் 'ஓ'ன்னு இரைஞ்சு பேசிண்டு இருக்கிற அந்த ஒரு வாக்கியத்தை முடிக்கறத்துக்குள்ளே நான் இவ்வளவும் நினைச்சுட்டேன்.

அந்தக் கதையையும் அதை எழுதினவனோட வாதத்தையும் நிர்த்தாரணம் செய்யற மாதிரி அந்தப் பத்திரிகையை ஓங்கித் தரையிலே அடிக்கறாப்பலே போட்டுட்டு, இடுப்பிலே இருந்த அந்த பெல்ட்டைக் கழட்டும்போது என்னைப் பார்க்கறார். நானும் பார்க்கிறேன்.

மாமா முகம் புலி முகம் மாதிரி இருக்கு. ரெண்டு காது மடல்லேயும் கம்பி மாதிரி முறுக்கிண்டு இருக்கிற அந்த முடியும், புருவத்திலே கொத்து கொத்தா அடர்ந்திருக்கிற முடியும்... அவர் பார்க்கறதும் அசல் புலி மாதிரியே இருக்கு. இந்தப் புலி என்னைப் பார்த்துச் சிரிக்கிறது. என்கிட்டே அன்பு காட்டறது; எனக்கு ஆதரவா இருக்கு; ஆனாலும் இது புலி! நானும் சிரிக்கிறேன்.

பதிலுக்கு நன்றி காட்டறேன். ஆனால் பாதுகாத்துக்கவும் வேணும். இந்த சர்க்கஸ் பத்து வருஷமா நடந்துண்டு இருக்கு. புலியைப் பழக்கறது மட்டும் சர்க்கஸ் இல்லே; புலியோட பழகறதும் ஒரு சர்க்கஸ்.

என்னைப் பார்த்த உடனே இதுவரைக்கும் பேசிண்டு இருந்தாரே அந்த 'டோன்' மாறிப் போறது.

'வா. . . வா. . . வா. . .'ன்னு தவழ்ந்துண்டு வர குழந்தையைக் கூப்பிடற மாதிரி கையை நீட்டிண்டு – பெல்ட்டை முழுக்கவும் அவுக்கல்லே; அது அரைஞாண் மாதிரி நழுவிண்டு தொங்கறது– எழுந்து வந்து என்னைக் கட்டி அணைச்சுத் தழுவிக்கிறார். இதைப் பார்த்துப் பூரிச்சு நிக்கற எங்க அம்மா கண்ணைத் துடைச்சுண்டுடறா . . . அம்மா தவழற குழந்தையா இருக்கிற காலத்திலேயே ஒரு குழந்தைக்குத் தகப்பனா இருக்கிற வயசு இவருக்கு. அந்த வயசு பார்க்கிறவாளுக்கு ஒரு மேக்கப் மாதிரி தெரியும்.

மாமாவுக்கு அவரோட வயசு ஒரு ஸ்கிரீன். அவரே அவருக்கு ஒரு ஸ்கிரீன். அவர் தோற்றம், அவர் பேச்சு, அவர் சொல்ற சத் விஷயங்கள், அவருக்கு இருக்கிற சாஸ்திர ஞானம், அவருக்கு இருக்கிற ஸம்ஸ்கார நம்பிக்கைகள் இதையெல்லாம் பார்த்து அப்படியே அவர் பாதங்களிலே ரொம்பப் பேர் சரணாகதி ஆயிடறா. அதெல்லாம் ரொம்ப உண்மை. பொய் இல்லை. அந்த ஊர்ப்பக்கத்திலே எல்லாம் கோபம் வந்துட்டா 'கை வேற கால் வேறயா வெட்டுடா. . . வெங்கட் ராமையர் இருக்கவே இருக்கார், பார்த்துக்கலாம்'னு தேவன்மார்கள் பேசறதை நான் என் காதாலே கேட்டிருக்கேன். அவருக்கு இருக்கிற வாதத் திறமையாலே கொலைகாரனை நிரபராதி ஆக்கிடுவார்: நிரபராதியைக் கொலை காரனா ஆக்கிடுவார். அவர் பேசற இங்கிலீஷ்லே ஜட்ஜுகளே மயங்கிடுவாளாம் . . . சரஸ்வதி மகாலுக்கு வர ஸம்ஸ்கிருத பண்டிதர்களெல்லாம் அவர் ஆத்திலேதான் வந்து தங்குவா. அவாளோட அவர் ஸம்ஸ்கிருதத்திலேயே பேசுவார். இதெல்லாம் நான் சொல்ல வேண்டாம். அவரைத் தெரிஞ்சவா எல்லாருக்கும் இதெல்லாம் தெரியும்.

ஆனால், இதோ தனக்கு எழுபது வயசு ஆகறதுங்கற ஒரு போர்வைக்கு வெளியிலே – பார்க்கறவா கண்ணுக்கு ஒரு தாத்தா பேரப் பொண்ணைக் கொஞ்சற மாதிரி ஒரு வாத்ஸல்யம் காட்டிண்டு அந்தப் போர்வைக்குள்ளே இந்தக் கிழடு எவ்வளவு போக்கிரியாய், பஸ்ஸிலே வந்து மேலே சாய்கிற காலியை விடவும் படுகாலியாய், காரிலே ஏத்திண்டு போனானே அவனை விடவும் 'வுமன் ஹண்ட்ட'ராய் இருக்குன்னு நான் வெளியே

சொல்ல முடியாது. சொன்னா என்னைப் பெத்தவளே என்னை நம்பமாட்டா. ஆனாக்க, என் மனசுக்குத் தெரியறது. இந்த மாமா புலிகிட்டே எனக்கு நன்றியுணர்ச்சியும் இருக்கு; பயவுணர்ச்சியும் இருக்கு.

சூடு கண்ட பூனை மாதிரி, ஒரு தடவை வாழ்க்கையில் – ஒரே ஒரு தடவைதான் – இனியொரு தடவை ஏற்படாது, ஒருத்தன் கிட்டே சிக்கிண்டு ஏமாந்து போனதாலே – நிஜமாகவே சிக்கிண்டு ஏமாந்ததுதானா? எனக்கு அதிலே சம்பந்தமே இல்லையா? ஏதோ ஒரு நிர்ப்பந்தத்துக்குப் பணிஞ்சு சம்மதப்பட்டாலும் அது சிக்கிண்டு ஏமாந்தது மாதிரிதானே – அந்த ஒரு அனுபவத்துக்கு அப்பறம் எந்த ஆம்பளையைப் பார்த்தாலும் எனக்கு அவா மோசமானவான்னு தோணறதோன்னு நான் நெனச்சது உண்டு.

ஆனால் அப்பவே, நிர்க்கதியா இவா ஆத்திலே போய்த் தஞ்சம்னு அடைக்கலம் புகுந்தேனே – அப்பவே, நான் அப்படி நெனச்சது தப்பில்லேன்னு இவர் எனக்குப் புரியவச்சுட்டார்.

நல்லவேளை! அம்புஜம் மாமி முன்கூட்டியே 'இது புலி, ஜாக்கிரதை'ன்னு என்னை எச்சரிக்கலேன்னா? . . . எச்சரிக்க லேன்னா என்ன? இன்னும் ஒரு தடவை சேத்தை வாரிப் பூசிண்டு இருப்பேனோ? எதுவானாலும் முன்னே ஒருதடவை அம்மாகிட்டே போயி அசடாட்டம் எல்லாத்தையும் சொல்லிச் சீரழிஞ்சேனே அந்தக் காரியத்தச் செஞ்சிருக்க மாட்டேன்.

அதனாலேதான் நான், 'இது புலி'ன்னு மாமாவைப் புரிஞ்சுண்ட விஷயத்தைக்கூட அம்மாகிட்ட சொல்லலை. அப்படி ஒரு பைத்தியக்காரத்தனமான எண்ணம் வந்தவுடனே, பழைய சங்கதிகள் ஞாபகம் வந்துடுத்து. எவ்வளவு நம்பிக்கையோட, எவ்வளவு ஆதரவுக்காக ஏங்கிண்டு வந்து கடவுள்கிட்ட பாவமன்னிப்பு கேட்டுக்கற மாதிரி, அன்னிக்கு அம்மாங்கிற சொந்தத்தோட நடந்ததைச் சொன்னேன் . . . அதை, அந்த நம்பிக்கையை என்னமா சிதற அடிச்சுட்டா . . !

நான் சொல்லாம இருந்திருக்கலாமேன்னு சொன்ன அடுத்த நிமிஷமே தோணிடுத்தே – அந்த நிமிஷத்திலேருந்து அம்மாங்கிறது ஒரு வசதியான உறவாத்தான் இருக்கே தவிர, அன்பான ஆதரவான பிணைப்புங்கற உணர்ச்சியெல்லாம் பறந்து போயிடுத்து. நான் அவளோட அதுக்கு அப்பறம் பேசினதே இல்லை! இந்த மாமா ஒரு புலின்னு சொல்றதுக்காக இப்ப ஒரு தடவை இவளோட அந்த அன்னியோன்யத்தை ஏற்படுத்திக்கணுமாக்கும்!

இதுமாதிரி விஷயங்களிலே எவளும் எவளுக்கும் உதவி செய்ய முடியாது. அவ அவ புத்திதான் அவ அவளுக்கு

உதவி செய்யணும். அன்னிக்கு இருந்த நிலையிலே இந்தப் புலியோட உதவி, ஆதரவு எல்லாம் எனக்கு வேண்டியிருந்தது. எனக்குச் செத்துப் போறதுக்கும் மனசு இல்லே. நான் சாகிறது அநியாயம்னு மனசுக்குத் தோணித்து. அண்ணா தெருவிலே பிடிச்சுத் தள்ளிட்டான். அம்மா சமுத்திரத்திலே கொண்டு போயித் தள்றேன்னு சொல்றா. இந்த மாமாதான் திருச்சியில் கொண்டுபோயி காலேஜிலே சேத்துப் படிக்க வைக்கறேன்னு சொல்றார்.

இந்தப் புலிக்கு இரையாகாம இதுகிட்ட பழகக் கத்துக்கணும்னு எனக்குத் தோணித்து. சிக்கிக்கவும் வேணும், ஏமாறவும்படாது. இந்தப் புலி நல்ல புலி. தட்டிக் குடுத்து பழக்கி, பழகி, ஏறி உக்காந்து சவாரி பண்ணிடணும். பலியாயிடக் கூடாது. சில நேரங்கள்லே இந்த மாமா புலியாவார். அப்ப கூண்டுக்குள்ளே விட்டுக் கதவை மூடிடணும். சில நேரங்களிலே சில மனுஷா அப்படித்தான் இருப்பா. அவா அப்படி ஆயிடறதுக்கு அவாளா ஒரு நியாயம் வச்சிருக்கா. அதே மாதிரி நாமும் ஒரு நியாயத்தை வெச்சிண்டு அவா மாதிரியே ஒரு வேஷத்தைப் போட்டுண்டு, அந்த நேரங்களிலே அந்த மனுஷாகிட்டேயிருந்து தப்பிச்சுக்கணும். இந்தப் பன்னண்டு வருஷமா இந்த மாமா புலிகிட்டே இருந்தது நான் அப்படித்தான் தப்பிச்சிண்டு வரேன்.

இப்போ நான் புலிகிட்டே சிக்கிண்டு இருக்கேன்.

'வா, வா'ன்னு என்னை வந்து தழுவிண்ட மாமா,' 'என்ன கொழந்தே! ஒய் ஆர் யூ ஸோ லேட்? ஆபீசிலேருந்துதானே வரே?. . . நீ வேறே எங்கேயும் போகமாட்டியே! அஞ்சு மணின்னா அஞ்சு மணிக்கு பைலைக் கட்டி வச்சுட்டு வெளியே வந்துடணும். யூ மஸ்ட் ஹாவ் டெஃபனட் அவர்ஸ் ஃபார் எவ்ரிதிங் . . . கங்காவா? இத்தனை மணிக்கு ஆபீசிலே இருப்பா. இத்தனை மணிக்கு வீட்டுக்கு வருவான்னு இருக்கணும். இழுத்துப் போட்டுண்டு மாஞ்சு மாஞ்சு வேலை செய்யப்படாது. உடம்பு என்னத்துக்காகும்? காலையிலே பத்து மணிக்கு சாப்பிட்டுட்டுப் போயிருப்பே; மத்தியானம் என்ன சாப்பிட்டே?"ன்னு கேட்டுண்டு என்னை எடுத்துச் சாப்பிடற மாதிரி முதுகெல்லாம் தடவிக் குடுக்கிறார்; தோளையும் புஜத்தையும் அழுத்தி விடறார். நான் நெளிஞ்சு நெளிஞ்சுண்டு பதில் சொல்றேன்:

"மோருஞ்சாதம்."

நான் ஏதோ ஹாஸ்யமாக சொல்லிட்ட மாதிரி மாமா ஹோன்னு சிரிக்கிறார். "தெரியுமே! . . . மோருஞ்சாதந்தான் எடுத்துண்டு போயிருப்பே . . . உங்கம்மா வேறே என்ன பண்ணித்

தருவா உனக்கு? பெரிய ஆபீசர்! இப்போ என்ன, செக்ஷன் ஆபீசரா நீ? வெக்கமா இல்லே டேபிள்ளே மோருஞ்சாதத்தை வச்சிண்டு சாப்பிடறதுக்கு? . . . அதுக்காகக் கான்டீன்லே போயி, அந்தத் தடியன்களோட நிக்கணும்னு சொல்லலே . . . யூ கேன் ஸெண்ட யுவர் ப்யூன். சாயங்காலம் காப்பியாவது சாப்பிட்டாயா?"

என்னத்துக்கு இந்தக் கிழவன் என்னை இப்படிப் போட்டு நெருக்கறான்னு எனக்குக் கோபமும் எரிச்சலும் வரது!

நான் அநாதையா நின்னப்போ, ஆதரவு காட்டி, படிக்க வச்சு . . .

அழுகை வரது. அடக்கிண்டு அவர் கேட்டதுக்கு 'இல்லை'ன்னு பதில் சொல்லிண்டு நெளியறேன்.

"ஒரு காப்பிகூடச் சாப்பிடாமே காசு சேர்த்து வச்சு என்ன பண்ணப் போறே?"– ரெண்டு கன்னத்தையும் பிடிச்சுக் கிள்றார்.

"ஐயோ! விடுங்கோ. . . வலிக்கறது மாமா. . ."ன்னு கத்தறேன். என் கண்ணிலே ஜலம் வந்துடுத்து. நான் கத்தினது பொய். நான் அழறது நிஜம்.

இதையெல்லாம் பார்த்துண்டு அம்மா ரசிக்கிறா.

"கனகம்! எனக்கும் என் மருமாளுக்கும் நன்னா ஒரு காபி போட்டுக் குடேன்."

அம்மா உள்ளே போகிறாள்.

"விடுங்கோ . . . நானும் போய் டிரஸ் சேஞ்சு பண்ணிண்டு வரேன்"னு சொல்லி அவர் பிடியிலேருந்து பிச்சுண்டு போறேன்.

"இந்தாகுட்டி கதவை மூடிடாதே... நானும் வரேன்"– மாமா பரிகாசம் பண்றாராம்!

"போங்கே மாமா..." நான் வெக்கப்பட்டுண்டு ஓடறேனாம்.

இந்த வெட்கக்கேட்டை நினைச்சு அறைக்குள்ளே வந்து நின்னுண்டு ஒரு க்ஷணம் நான் கண் கலங்கறேன். கலங்கின கண்ணீர் கன்னத்திலே வழியறது.

கண்ணீர் – அதுதான் மனசின் அசுத்தம்பட்ட தண்ணீர்.

4

மாமாவும் நானும் வாக்கிங் போயிண்டு இருக்கோம். இந்த வாக்கிங் போகற பழக்கம் எனக்கு வந்ததே மாமாவாலேதான்.

தஞ்சாவூர்லே இருக்கறபோது – மாமாவுக்காகத் தான் வாக்கிங் போவேன் – அப்போ எல்லாம் அது 'போரா' இருக்கும்; காலெல்லாம் வலிக்கும். விடிய காலம்பற அஞ்சு மணிக்கெல்லாம் மாமா எழுந்து, தொள தொளன்னு ஒரு அரை நிஜாரையும் போட்டுண்டு, நான் படுத்துண்டு இருக்கிற இடத்துக்கு வந்து, வாக்கிங் ஸ்டிக்காலே லேசா என்னைத் தட்டி எழுப்புவார்: "ஏ குட்டி! ம்... ம்... எழுந்திரு. பொண் கொழந்தை எவ்வளவு நாழி தூங்கறது..?"

மாமாவோட குரல் கேட்டு நான் வாரிச் சுருட்டிண்டு எழுந்திருப்பேன். அவசர அவசரமாய்ப் போயி முகத்தை அலம்பிண்டு, பாவாடை தாவணி யெல்லாம் ஒழுங்குபடுத்திண்டு வர வரைக்கும் மாமா வாக்கிங் ஸ்டிக்கோட ரேழியிலே உலாத்திண்டு இருப்பார்.

அந்த மாதிரி அவர் எனக்காகக் காத்திண்டு இருக்கிறப்போ, இவ்வளவு பெரிய மனுஷர் என்னைத் தனக்கு ஒரு துணையா நெனச்சு இருக்காரேன்னு ஆரம்பத்திலே எல்லாம் எனக்கு ரொம்பப் பெருமையாக்கூட இருக்கும்.

நான் இல்லாதபோது மாமா தனியா வாக்கிங் போவாரேன்னு நெனைக்கிறப்போ பரிதாபமாக் கூட இருக்கும்.

அவர் தனிமையைப் போக்கறதுக்கு நான் ஒரு துணையா வந்ததிலே மாமாவுக்கு ரொம்ப சந்தோஷம் போல இருக்குன்னு நெனச்சுக்குவேன்.

அப்புறம் அப்புறமாத்தான் அதுவே எனக்கு ஒரு 'போரா'ப் போச்சு!

மேல் வீதிக் கோடியிலே வீடு. அங்கே இருந்து புறப்பட்டுத் தெற்கு அலங்கம் வழியாத் திரும்பி, ஆஸ்பத்திரி ரோடைப் பிடிச்சு, பெரிய கோவில் வழியா புது ஆற்றுப்பாலம் வரைக்கும் போவோம். திரும்பி வரச்சே சிவகங்கைத் தோட்டம் வழியா வருவோம். சில நாளில் இந்தப் பக்கமாத் திரும்பி சேப்பண்ணாவாரிப் பக்கமெல்லாம் போயிட்டு வருவோம். மார்னிங் வாக் போகும் போதுதான் இது மாதிரி வேறே வேறே ரூட்களிலே போவோம். சாயங்கால வாக்கிங்–பெரிய கோவிலுக்குப் போறது, பிராகாரத்தை ஒரு சுத்துச் சுத்தறது, சிவகங்கைத் தோட்டத்துக்கு வரது. அதையும் ஒரு சுத்துச் சுத்தறது. மேற்கு மூலையிலே ஓர் ஆலமரம் இருக்கே – அங்கே இருந்து கீழே பார்த்தா சிவகங்கைக் குளம் தெரியும் – அந்த மேடையிலே போய் உட்கார்ந்துக்கறது. ஏழு மணிவரைக்கும் அங்கே உட்கார்ந்திருப்போம்.

அப்போ எல்லாம் இந்த மாமா பேசற பேச்சும், அவர் கேக்கற கேள்வியும், அவர் சொல்ற கதையும் எனக்கு, அன்னிக்கு என்னைக் கார்லே ஏத்திண்டு போனானே அவனையே ஞாபகமூட்டும்.

பாக்கறவாளுக்குப் பேரப்பொண்ணோட தாத்தா வாக்கிங் போறார்னு தோணும்.

என்ன பேசினாலும் கடைசீலே அந்த விஷயத்திலேதான் வந்து அவர் பேச்சு நிக்கும்:

"அவன் உன்னைக் கூப்பிட்ட உடனே நீ 'சரி'ன்னு கார்லே ஏறிண்டயாக்கும்."

"ம்... ஹ்ம்... மொதல்லே மாட்டேன்னுதான் சொன்னேன்."

"மனப்பூர்வமா சொன்னயா? சும்மா ஒரு பேச்சுக்குச் சொன்னயா?"

"எனக்குப் பயமா இருந்தது. அதனால்தான் மாட்டேன்னு சொன்னேன்."

"அப்புறம் எப்படி உனக்கு அந்தப் பயம் தெளிஞ்சது?"

"பயத்தோடதான் ஏறிண்டேன்."

"உனக்கும் அவனைப் பிடிச்சிருந்ததோ?"

"அப்படியெல்லாம் இல்லை."

"பின்னே எதுக்குப் பயந்துண்டே ஏறிண்டே?"

"மழை பெஞ்சுண்டு இருந்தது."

"நல்ல மழையா? தொப்பமா நனைஞ்சுட்டியா? குளிர் வந்துடுத்தா? அந்தக் குளிர்லே யாரையாவது. . . (இப்ப மாமா குரல் அடங்கி ரகசியம் மாதிரிக் கேக்கறார். முகத்திலே ஒரு சிரிப்பு. கண்ணைச் சிமிட்டிக்கிறார். என் தோள் மேலே போட்டிருக்கற கையாலே நெருக்கிப் பிடிக்கறார். எனக்கு அழுகை வரது. ஆனாலும் பயமா இருக்கு.) யாரையாவது. . . இறுக்கி அணைச்சிண்டாத் தேவலாம் போல இருந்ததா?"

எனக்குப் பதில் ஒண்ணும் சொல்ல வரல்லே. நெஞ்செல்லாம் உலர்ந்து போறது. தொண்டைக் குழியிலே வலிக்கிறது.

"ம். . . சொல்லு. உனக்கும் பிடிச்சுத்தானே இருந்தது?" என் தோளைப் பிடிச்சுக் குலுக்கறார்.

"இல்லே. . . பிடிக்கலே."

"பொய் சொல்லாதே. . . உனக்குப் பிடிக்கலேன்னா அப்படி நடந்து இருக்காது. . ."

அப்போ நான் நினைக்கிறேன். ஒரு நிமிஷம் சொல்லிடலாம்னு கூட நினைக்கிறேன்.

அந்த நெனைப்பிலே மாமா மேலே இருக்கற மரியாதையெல்லாம் போய், 'டேய்'னு கூப்பிடணும்போல இருக்கு. 'இப்போ நீ பேசறது, செய்யறதெல்லாம் எனக்குக் கொஞ்சம்கூடப் பிடிக்கல்லே. என்னை நீ இழுத்து இழுத்து அணைச்சுக்கறதும், கன்னத்தைக் கிள்ளறதும், தொடையை நிமிண்டறதும்... அப்படியே வயத்தைக் கிழிச்சிண்டு சாகலாம் போல இருக்கேடா. இருந்தாலும் சகிச்சுண்டு, ஒண்ணுமே புரியாத அசடுமாதிரி நடிச்சுண்டு, பல்லைப் பல்லைக் காண்பிச்சுண்டு, 'மாமா மாமா'னனு கொஞ்சறேனே, இதுக்கு அது தேவலாம். அப்படியே மனசுக்குப் பிடிச்சு மகிழ்ந்து போய் இருக்கறதாக அதுக்கு அர்த்தமில்லே. உன்னை மாதிரி அசிங்கம் பிடிச்ச பொம்பளைப் பொறுக்கிகள்கிட்டே சிக்கிண்டவா எல்லாம் மனசுக்குப் பிடிச்சு ஒண்ணும் – எதையும் ஒத்துக்கிறதில்லே. சாகப்போற இந்த வயசிலே உன் மேலே எனக்கு ஆசை வரும்னு உனக்குத் தோண்றதே, அந்த வயசிலே அவனுக்கு அது தோணி இருக்கப்படாதா? உன்னையே எனக்குப் பிடிக்க வைக்க முடியும்னு நீ நம்பறதனாலே அவனையும் எனக்குப் பிடிச்சு இருந்திருக்கும்னு நீ நினைக்கறே... அவனைப் பிடிச்சு

இருந்தாக்கூட உன்னைப் பிடிக்காது. கிழட்டுப் பிசாசே!. . . எடுடா கையை'ன்னெல்லம் 'நறுக்' 'நறுக்'னு கேக்கணும்போல ஆங்காரம் வரது. அத்தனையையும் சேர்த்து அப்படியே முழுங்கிக்கறேன். அதுதான் தொண்டைக் குழியெல்லாம் வலிக்கிறது; நெஞ்செல் லாம் உலர்ந்து போறது.

சில சமயத்திலே மாமா உபதேசம் பண்ணுவார். நம்ப சாஸ்திரங்களும், நம்ப வாழ்க்கையோட தர்மங்களும் பெண் மக்களுடைய ஒழுக்கத்தையே அடிப்படையாகக் கொண்டதுன்னு சொல்லுவார். இயற்கையிலேயே அந்த விஷயத்திலே ஆண் களுக்கும் பெண்களுக்கும் அடிப்படையான வித்தியாசம் உண்டாம்..! ஆண்கள் ஏக பத்தினி விரதனாக இருக்கறதும், பலரைக் கல்யாணம் பண்ணிக்கறதும் அவன் அவனோட மனோதர்மத்தைப் பொறுத்ததாம் . . . ஆனால், பெண்கள் ஒருத்தனையே கைப் பிடிச்சு அவனுக்கே உண்மையாக இருக்கணும்கறதைத் தவிர இயற்கையிலேயே வேறே வழி கிடையாதாம். இதுக்கு அர்த்தம் ஆண்களைவிடப் பெண்கள் தாழ்ந்தவாங்கறது இல்லையாம். அவாளுக்கு உயர்ந்த அந்தஸ்து இருக்கிறதனாலேயே அவா அப்படி இருக்கணுமாம். இப்படியெல்லாம் சொல்றபோது அவர் மனுதர்ம சாஸ்திரத்திலேருந்தும் மகாபாரதத்திலேருந்தும் கூட ஆதாரங்கள் எடுத்துக் காட்டுவார்.

அவர் பேசறது சில சமயங்களிலே கேக்கறதுக்கு ரொம்ப சுவையா இருக்கும். அவருடைய வாதங்கள் ரொம்ப 'லாஜிக்க'லா இருக்கும். அவர் சொல்றதுக்கெல்லாம் எதிர் வெட்டுப் போடறது போல கேள்விகள் என் மனசிலே தோணும். ஆனால் நான் கேட்கமாட்டேன்.

அவருடைய மனோபாவனைகளும் அவருடைய வாக்கு சாதுரியமும் எனக்கு நன்னாத் தெரியும். அதனாலே என் மனசிலே தோணின அந்தக் கேட்காத கேள்விகளை நான் கேட்டு இருந்தாலும் அவர் என்ன பதில் சொல்லுவாரோ அந்தப் பதிலும் அந்தக் கேள்விகள் தோணின மாதிரியே என் மனசுக்குள்ளே தோணும். அதனாலே அவரை நான் கேக்கறதில்லே. கேட்டுப் பிரயோஜனமும் இல்லே.

ஒரு தடவை நான் அவர்கிட்டே கேட்டேன். என் மனசிலே தோணின கேள்விக்குப் பதில் என் மனசிலே வராததனாலே கேட்டேன். இதுக்கு இவர் பதில் சொல்ல முடியாதுன்னு நினைச்சே கேட்டேன்: "பெண்கள் ஒருத்தனுக்கே உண்மையா இருக்கணும்னு சொல்றேளே? மகாபாரதத்திலே திரௌபதி அஞ்சு பேருக்கு மனைவியா இருந்தாளே? அதை எப்படி நம்ப சாஸ்திரம் ஒத்துண்டது?"

நான் தயங்கித் தயங்கித்தான் கேட்டேன். மாமாவை வசமா மடக்கிட்டோம்னு நினைச்சுக் கேட்டேன்.

அவர் சொன்னார்: "நம்ப சாஸ்திரம் அதை ஒத்துக்காததுனாலே தான் அது மாறிப் போயிடுத்து... இன்னொண்ணு நீ கவனிச்சியோ? இந்த 'கான்டக்ஸ்ட்லே' குந்திதேவியைப் பத்திக் கேக்கணும்னு உன் மனசுலே தோண்றதோன்னோ? எனக்குப் புரியறது. புத்திர பாக்கியம் இல்லாதவர்கள் அப்படிப் புத்திரதானம் பெத்துக்கறது உண்டுங்கறதுதான் அதுக்கு அர்த்தமே தவிர அத்தனை பேருக்கும் குந்தி மனைவியா இருந்தாள்ங்கிறது இல்லே. அதுக்கு முன்னாலே பார்த்தா பாண்டுவும், திருதராஷ்டிரனும் வியாச பகவானால் தானம் அளிக்கப்பட்டவர்கள்தான். இதிகாசங்களிலிருந்து சாரங்களைத்தான் எடுத்துக்கணுமே தவிர, சம்பவங்களை எடுத்துக்கப்படாது!' இதுமாதிரி விஷயங்களிலே மாமா பேச ஆரம்பிச்சார்னா ஏண்டா இவரைக் கேள்வி கேட்டோம்னு ஆயிடும். அதனாலேயே நான் அவரைக் கேள்வி கேக்கறதில்லே.

இதிகாச பூர்வமாக விளக்கறது மட்டுமில்லாமல் விஞ்ஞான பூர்வமாகவும் விளக்க ஆரம்பிச்சுடுவார் மாமா. மிருகங்கள், பறவைகள், தாவரங்கள் எல்லாம் அவர் வாதத்தை நிலைநாட்டற துக்கு முட்டுக் கொடுத்துண்டு வந்து நிக்கும். பத்துப் பெட்டைக் கோழிகள் இருக்கிற இடத்திலே ஒரு சேவல் போறும்பார். அவரைப் பொறுத்தவரைக்கும் ஒளிவு மறைவில்லாமல் ஆணுக்கு ஒரு நீதி, பெண்ணுக்கு ஒரு நீதிங்கறது ரொம்ப நியாயம்னு வாதம் பண்ணுவார்.

சில சமயங்களிலே எனக்கு நிறைய புத்திமதிகள் சொல்லுவார். கொஞ்சம்கூட இங்கிதமோ இரக்கமோ இல்லாமல் 'உன்னைப் போல கெட்டுப்போன பொண்களுக்கு'னு ஆரம்பிப்பார்.

அவர் அப்படிச் சொல்றது நியாயம்தானேன்னு நானும் தலையைக் குனிஞ்சு கேட்டுண்டு இருப்பேன்.

"நீ இனிமேலும் கெட்டுப் போகாமே இருக்கணும்னா உன்னை இன்னொருத்தர் கையை எதிர்ப்பார்க்காதவளாக, உன் சொந்தக் காலிலே நிக்கறவளாக உருவாக்கிக்கணும்" — மாமாவோட இந்த ஒரு வார்த்தையைத்தான் நான் மந்திரம் மாதிரி எடுத்துண்டேன்.

"உன்னைக் கொண்டுபோய் சமுத்திரத்திலே தள்ளணும்னோ, உன் தலையிலே நெருப்பை வைக்கணும்னோ சொல்றவா முட்டாள்கள். உனக்கு நிச்சயம் ஒரு வாழ்க்கை உண்டு. ஆனால் அந்த வாழ்க்கை உனக்கு ஒரு கன்னிப் பெண்ணுன்னு வேஷம் போட்டு அந்த வேஷத்தின் மேலே உண்டாக்கற ஒரு

நாடகமாயிடக் கூடாது. அந்த மாதிரியான சம்சார வாழ்க்கை சாஸ்திரப்படி, நம்ப தர்மப்படி உனக்குக் கிடையாது!"

கடைசியில் அவர் பேச்சு மறுபடியும் அந்த வழக்கமான விஷயத்துக்கே வந்து நிக்கறது.

மாமா அந்த விஷயத்தைப் பத்திப் பேச ஆரம்பிக்கிற போது அப்படியே மானசீகமா அந்தக் காட்சியையெல்லாம் கண்முன்னே காண்றமாதிரி லயிச்சுப் போயிடறார். என்னை அப்படியே வஸ்திராபஹரணம் செய்யற மாதிரி எனக்கு உடம்பெல்லாம் கூசிப் போறது... அவர் தன்னை அப்படியே அந்த 'அவன்' ஸ்தானத்திலே ஏத்தி வச்சுண்டு அனுபவிக்கிற சந்தோஷத்துக்காகவே அடிக்கடி அந்த விஷயத்தைப் பத்திக் கேக்கறார். அதிலே அவருக்கு பரம சுகம் மாதிரி கண்ணெல்லாம் சொருகிப் போறது...

"உனக்கு அவன் யாருன்னே தெரியாதா?"

"ம்... ஹூம்."

திடீர்னு அவருக்கு அந்த அவன் மேலே ஒரு பொறாமையும் என் மேலே ஒரு கோபமும் வந்து என் முகமே மாறிப்போறது.

"நீ இயற்கையிலேயே எவ்வளவு கீழ்த்தரமான குணம் உடையவள்னு தெரியறதா? ஏன்னா, யாருன்னே தெரியாத ஒருத்தனுக்கு அவ்வளவு சுலபமா எப்படி உன்னாலே இணங்க முடிஞ்சது?" இப்படி அவர் கேட்கும்போது என்னைக் கழுத்தைப் பிடிச்சு வெளியே தள்ளினானே அந்த அண்ணாவும், என்னைச் சமுத்திரத்திலே கொண்டு தள்ளறேனு நின்னாளே அந்த அம்மாவும் எவ்வளவு நல்லவான்னு எனக்குத் தோணும்.

"நியாயமாப் பார்த்தால் அந்தப் பேர் தெரியாத எவனோதான் உன் புருஷன். விவாகம், குடும்ப வாழ்க்கை இதெல்லாம் உனக்கு அந்தக் கார்லேயே உண்டாகி, அப்பவே அழிஞ்சு, பொய்யாய்ப் போயிடுத்து. உனக்கு உண்மையாகவே அதெல்லாம் சம்பவிக்கணும்னா அந்த எவனாலேயேதான் ஏற்படமுடியும். அப்படி ஏற்பட்டாதான் நியாயம். அவனையே தேடிக் கண்டுபிடிக்கிறோம்னு வெச்சுக்கோ. இந்த நியாயத்தைச் செய்யறதுக்கு அவனுக்கு என்ன நியாயம் இருக்கு? அவன் உன்னை நம்பமாட்டான். காரை நிறுத்திக் கையைப் பிடிச்சு இழுத்தவனோடெல்லாம் போறவளாத்தானே உன்னை அவன் நினைப்பான்? அப்படி அவன் நெனைக்கறது நியாயம் இல்லேன்னு சொல்ல உனக்கோ எனக்கோ என்ன நியாயம் இருக்கு, சொல்லு பார்ப்போம்? அதனாலே அதெல்லாம் உன் வாழ்க்கையிலே கிடையாது. அந்த மாதிரி ஆசைகளையெல்லாம் நீ விட்டுடணும்."

மாமாவோட வாக்கிங் போகறச்சே அவர் எவ்வளவோ பேசுவார். அதெல்லாம் ரொம்பக் கசப்பா இருக்கும்: கஷ்டமாக இருக்கும்; அருவருப்பா இருக்கும். எப்படி இருந்தாலும், இப்போ நான் இருக்கேனே இந்த மாதிரி என்னை உருவாக்கிக்கறதுக்கு அவர் பேச்சு எனக்கு உதவி இருக்கு. அவர் எந்த நோக்கத்திலே பேசி இருந்தாலும் என்னையும் இந்த உலகத்தையும் – ஏன், அவரையும்கூட நான் புரிஞ்சுக்கறதுக்கு அவர் பேச்சு எனக்கு உதவி இருக்கு.

அவர் அடிக்கடி ரொம்பப் பச்சையாகவே சொல்றார்: "நீ யாருக்காவது வைப்பாட்டியா இருக்கலாம்; ஆனா எவனுக்கும் பெண்டாட்டியா இருக்க முடியாது." – ஆனால் அதை ரொம்ப நாசூக்கா இங்கிலீஷ்லே சொல்றார்: "யூ கேன் பி எ கான்குபைன் டு ஸம் ஒன்; பட் நாட் எ வய்ஃப் டு எனி ஒன். அப்படி ஒதுங்கிண்டுட்டா நீ கெட்டாலும் நம்ப தர்மங்களையும், சாஸ்திரங்களையும் கெடுக்காத புண்ணியம் உனக்கு வரும்."

அந்தப் பேச்சினுடைய உள்நோக்கம் என்னங்கறது என் மனசுக்குப் புரியும். அதுக்கு அர்த்தம்: 'ஒய் நாட் யூ பீ மை கான்குபைன்?'

மாமா ரொம்ப நல்லவர். இதுவரைக்கும் என்னை நேரடியாக அவர் அப்படிக் கேட்டுடலே. கேட்டு இருந்தால் நான் 'மாட்டேன்'னு சொல்லுவேனாங்கறது சந்தேகம். சொல்றது நியாயமில்லையோன்னோ? இந்த நிமிஷம் வரைக்கும் ஒவ்வொரு நிமிஷமும் எந்த நிமிஷத்திலே இப்படி ஒரு கேள்வியை அவர் கேட்டுடுவாரோன்னு நான் நடுங்கிண்டே இருக்கேன். அப்படியெல்லாம் ஒண்ணும் கேட்காமலேயே – அந்த அளவு மரியாதைகூட எனக்குக் குடுக்காமலே என்னைப் பலாத்காரமா பலியாக்கிண்டுடுவாரோ . . ?

மாமா செய்யக் கூடியவர்தான். இந்தப் புலிக்கு அப்படி ஒரு பசியும் அப்படிப்பட்ட ருசியும் உண்டு. அப்படி ஒரு நிலைமையை ஒரு தடவை அவர் உருவாக்கினப்போ நான் ரொம்ப சமத்காரமாத் தப்பிச்சிண்டேன்! அந்தச் சமத்காரத்தை எனக்குத் தந்தது மகாத்மா காந்தியோட வாசகங்கள். அவர் பெண்களுக்குச் சொன்னாரே அந்த வாசகங்களை – முழுக்கவும் இல்லை: கடைசி ஒரு வரியை – ரெட் இங்க்லே அண்டர்லைன் பண்ணி மாமா டேபிள்லே கொண்டு வச்சுட்டு வந்துட்டேன்.

'நான் பெண்களுக்குச் சொல்வது இதுதான்: உன்னை ஒருவன் பலாத்காரமாகக் கற்பழிக்க முயலும்பொழுது உனக்கு நான் அஹிம்சையை உபதேசிக்கமாட்டேன். நீ எந்த ஆயுதத்தையும்

பிரயோகிக்கலாம். நீ நிராயுதபாணியாக இருந்தால், இயற்கை உனக்குத் தந்த பல்லும் நகமும் எங்கே போயிற்று? இந்த நிலைமையில் நீ செய்கிற கொலையோ, அது முடியாதபோது நீ செய்து கொள்கிற தற்கொலையோ பாபமாகாது.'

அன்னிக்குச் சாயங்காலம் வாக்கிங் போறச்சே மாமா இதைப் பத்தி ரொம்ப அமைதியாப் பேசினார்.

"இந்தப் புஸ்தகத்தை நீ காலங்கடந்து படிச்சிருக்கே. இப்பவாவது படிச்சியே. ஒரு விதத்திலே சரிதான்! உன்னைப் பலாத்காரம் செய்ய வரவாகிட்டே அது பொருந்தும். ஆனால் அவன் உன்னை பலாத்காரமா செஞ்சான்? உன்னை மாதிரிப் பெண்களை எவனும் பலாத்காரம் செய்ய வேண்டாம்..."

அவர் சொன்னது உண்மைதான். ஆனால் அவர் சொன்னதை அவரே நம்பலே... அதனால்தான் இந்த நிமிஷம் வரைக்கும் அவர் என்னைப் பலாத்காரம் செய்யாமல் இருக்கார். அப்படி அவர் செஞ்சா, மகாத்மா காந்தி சொன்ன மாதிரி நான் கொலை செய்யமாட்டேன்; தற்கொலையும் செஞ்சுக்கமாட்டேன். ஏதோ ஒரு நேரத்திலே, ஏதோ ஒரு பயத்திலே, ஏதோ ஒரு யோசனையிலே அந்த வார்த்தைகளுக்கு அடியிலே – பொய்யாய் – நான் கிழிச்ச சிகப்புக் கோடுகள்தான் இவ்வளவு காலமாக என்னைக் காப்பாத்திண்டு இருக்கு.

தஞ்சாவூர்லே வாக்கிங் போன பழக்கத்தினாலே நான் திருச்சியிலே ஹாஸ்டல்லே இருந்து படிக்கற போதும், இங்கே வந்த பிறகும் தனியாகவே வாக்கிங் போயிண்டு இருக்கேன். மாமா மெட்ராசுக்கு வரச்சேயெல்லாம் அவரும் முன்னே மாதிரி என்கூட வாக்கிங் வந்துடறார்.

பஞ்சவடி வீட்டுக்கு வந்த பிறகு ஸ்பர்டாங்க் ரோட்லே வாக்கிங் போறது சுகமா இருக்கு. அந்தக் கெனால் ஓரமா ஹாரிங்டன் ரோடு லெவல் கிராஸிங் வரைக்கும் நடக்கறேன். சாயங்காலத்திலே ஒரு பெரிய ரவுண்ட் எடுக்கிறேன்.

இந்தப் பக்கமா காஸா மேஜர் ரோடுக்குப் போய், பாந்தியன் ரோடை கட் பண்ணி காலேஜ் ரோடு வழியா நடந்து... பன்னெண்டு வருஷத்துக்கு முன்னாலே அந்தக் கார் வந்ததே... அந்த பஸ் ஸ்டாப்லே கொஞ்ச நாழி நிக்கறேன்... அப்பறம் அப்படியே நடந்து வில்லேஜ் ரோடு வழியா அந்த பிரிட்ஜைக் கடந்து மறுபடியும் ஸ்பர்டாங்க் ரோடுக்கே வந்துடறேன்.

அநேகமா நான் வாக்கிங் போறபோதெல்லாம், நாயைக் கையிலே பிடிச்சுண்டு அந்த வெள்ளைக்காரி–பிரெஞ்சுக்காரியோ,

ரஷ்யக்காரியோ தெரியல... அங்கே ஏதோ ஒரு கான்ஸலேட் இருக்கே... எஸ்... அது பெல்ஜியம் கான்ஸலேட் ஆபீஸ் – எதிரே வராள். அவளா நடந்து வரல்லே. அந்த நாய் அவளை இழுத்துண்டு வரது. அந்த நாயோட இழுப்பிலே நடந்து போறது ஒரு நல்ல எக்ஸஸைஸ் பொல இருக்கு. என்னை எதிர்லே பார்த்த உடனே அவள் லேசா சிரிக்கிறாள். சில சமயங்களில் 'விஷ்' பண்றாள். நானும் 'விஷ்' பண்றேன். அவள் பேர் என்னவோ?– என் மனசுக்குள்ளே நான் அவளுக்கு வெச்சிருக்கிற பேர் 'லேடி வித் எ டாக்!'

செகாவோ, துர்க்கனேவோ இந்தத் தலைப்பிலே ஒரு கதை எழுதி இருக்கான். அவளைப் பார்க்கற போதெல்லாம் எனக்கு அந்தக் கதை ஞாபகம் வரது. துர்க்கனேவ் ஞாபகம் வரது; செகாவ் ஞாபகமும் வரது.

அவளுக்கு அந்த நாயை நான் ரொம்ப ரசிக்கறேன்னு நினைப்பு!

எனக்கு 'பெட்'ஸே பிடிக்காது. எதுக்குத்தான் மனுஷா நாயையும் பூனையையும் கட்டிண்டு மாரடிக்கறாளோ? 'பெட்ஸ்' வளக்கறது ஒரு 'பர்வர்ஷன்'னு எனக்குத் தோணறது. 'பர்வர்ஷன்'கிறதே ஒருவிதத்திலே மனுஷ இயல்புதானே. மிருகங்களுக்குக்கூட 'பர்வர்ஷன்' உண்டாமே!... பர்வர்ஷன்கிறதுக்குத் தமிழிலே என்ன? ஆர்.கே.வி. 'வக்கரிப்பு'ன்னு அடிக்கடி போடறார்... 'விகாரம்'கிறது பொருத்தமா இருக்குமோ?... இல்லே விகாரம்கிறது 'மேனியா'.

வெங்கு மாமாகூட ஒரு 'பர்வர்ட்'தான். ஒருவேளை 'ஸெக்ஸ் மேனியாக்'கோ..? இல்லே, அவர் ஒரு 'பர்வர்ட்'... ஒரு 'ஸாடிஸ்ட்'... இல்லேன்னா அம்புஜம் மாமியை அப்படி அடிப்பாரா..? என்தோளை இப்படி வலிக்க வலிக்க நெருக்கு வாரா? சில சமயத்தில் மாமா கிள்ளினால் அந்த இடத்திலே அப்படியே ரத்தம் கன்னிப் போறது. பெண்களைத் தொடாமல் பேசினால் என்னவாம்?

இன்னும் வெயில் வரல்லே. மணி இன்னும் ஆறுகூட ஆகல்லே. ஜிலுஜிலுன்னு காத்து வரது. மாமாவும் நானும் மெதுவா நடந்துண்டு இருக்கோம். என் தோளிலே ஒரு கையைப் போட்டுண்டு இன்னொரு கையிலே வாக்கிங் ஸ்டிக்கைப் பிடிச்சுண்டு தாத்தாவும் பேத்தியும் போல நாங்க ரெண்டு பேரும் நடந்துண்டு இருக்கோம்...

வழக்கம் போல மாமா ஆரம்பிக்கிறார். "அந்த ஆர்.கே.வி. எழுதின கதையை நானும் படிச்சேன். உங்க அம்மா அதைப்

படிச்சுட்டு அழுதாளாம்... உங்க அம்மாவையும் அந்தக் கதையைப் படிக்கச் சொன்னயாமே... வாட் டிட் யூ மீன்?" – அவர் என் தோளை நெருக்கிப் பிடிக்கிறார். நான் நெளியறேன்.

அதோ! அந்த வெள்ளைக்காரி நாயைப் பிடிச்சுண்டு எதிரே வராள். நான் ஒரு புலியைப் பிடிச்சுண்டு அவள் எதிரே போறேன். கிட்டே வரச்சே அந்த நாய் மாமாவைப் பார்த்து முறைக்கிறது. மாமா அந்த வெள்ளைக்காரியை முறைச்சுப் பார்க்கறாள்.

'லேடி வித் எ டாக்'னு அவளுக்கு நான் பேர் வெச்சிருக்கேனே... 'லேடி வித் எ டைகர்'னு அவள் எனக்குப் பேர் வைப்பாளோ..!

அவள் இடத்திலே நான் இருந்தால் அப்படித்தான் நினைச்சுக்குவேன். இப்போ அப்படித்தான் நினைக்கிறேன்.

நான்தான் – லேடி வித் எ டைகர்!

5

கிரிமினல் லாயர் வெங்கட்ராமய்யர் தனது வாதத் திறமையால் ஆர்.கே.வி. எழுதிய அந்தக் கதையைக் கிழிகிழியென்று எவ்வளவு கிழித்தாலும் அது மறுபடியும் மறுபடியும் ஒட்டிக்கொண்டு அவர் மனசில் வந்து நிற்கிறது – ஜராசந்தன் வதம் மாதிரி.

அவர் என்னதான் நமது கலாசாரம் என்றும், நமது தர்ம சாஸ்திரம் என்றும், நமது ஒழுக்க நெறிகள் என்றும் காரணம் காட்டி, ‘கங்காவை அவளது தாய் நிர்தாட்சண்யமாக அவளது களங்கத்தைப் பகிரங்கப்படுத்தி, அவளது வாழ்க்கையை மூளி யாக்கியது சரியே’ என்று வாதித்தாலும் அவர் மனசுக்குள் அந்த ஆர்.கே.வி.யின் கதை பப்ளிக் பிராஸிக்யூட்டர் மாதிரி எழுந்து நின்று–

‘என் மரியாதைக்குரிய எதிர்தரப்பு வக்கீல் அவர்களே!’ என்று நமுட்டுச் சிரிப்புடன் அழைக்கிறது.

‘இந்த ஒரு கங்காவை, இவள் வாழ்க்கையை மூளியாக்கி இவன் முகத்தில் கரி பூசியதன் மூலம் ஒரு பேதைப் பெண்ணை உம்முடைய பேய்ப் பசிக்கு இரையாகக் கொள்ளலாம் என்கிற உள்நோக்கம் ஒரு வேளை நிறைவேறலாமே தவிர, நீர் சொல்லுகிற அந்த தர்மங்களும், சாஸ்திரங்களும் ஒழுக்க நெறிகளும் இந்த ஒரு கங்காவினால் பாதுகாக்கப் பட்டுவிட்டது என்று உம்மால் நிரூபிக்க முடியுமா? நான் சொல்லுவது மாதிரியான தாய்மார்களும் பெண்களும் இந்த சமூகத்தில் இல்லை என்று நினைக்கறீரா? அப்படி மறைத்துக்கொண்டு

வாழ்பவர்களை நீர் சொல்லுகிற கலாசாரம், தர்ம சாஸ்திரம், ஒழுக்க நெறி எப்போது கண்டுபிடித்துப் பிரஷ்டம் செய்தது? ‘மறைத்துக் கொண்டவர்களெல்லாம் மன்னிக்கப்பட்டவர்கள்; ஒப்புக்கொண்டவர்கள் எல்லாம் தண்டிக்கப்பட்டவர்கள்’ என்பது எவ்வளவு அநீதி? தர்ம சாஸ்திரம், நியாயம் என்பனவெல்லாம் ஒருபுறம் இருக்கட்டும். எவனோ வெள்ளைக்காரன் எழுதி வைத்த இந்தியன் பீனல் கோடு சட்டம்கூட அப்ரூவர் விஷயத்தில் சலுகை காட்டுமே!

பிராஸிக்யூஷன் தரப்பு வாதம் எங்கேயோ திசை மாறிப் போவது கண்டு வெங்கட்ராமய்யர் மனசுக்குள் சிரித்துக் கொள்கிறார்.

‘இந்தக் கேஸ்லே விவாதிக்க வேண்டியது நம்முடைய கலாசாரமும் தர்ம சாஸ்திரமும் எந்த அளவுக்குக் கெட்டுப் போய்விட்டன என்பது அல்ல. அப்படியெல்லாம் தர்மங்கள் என்றும், நியாயங்கள் என்றும், ஒழுக்கம், கற்பு என்றும் இருப்பதாக நம்பிக்கொண்டிருக்கிற ஒரு தாய் – ஒரு மகள், தங்கள் தனிப்பட்ட வாழ்க்கையிலே அது சம்பந்தமாக ஏற்படுகிற சோதனைகளில் என்ன விதமான கண்ணோட்டத்தையும் செயல் முறையையும் கடைப்பிடிக்க வேண்டும் என்பதுதான் இந்தக் கேஸ்லே ஸென்ட்டர் பாயின்ட்.’

‘சரி! நான் இப்போ கனகத்தையே கேக்கறேன்.’

“கனகம்... கனகம்,”

ஈஸிசேரில் உட்கார்ந்து கொஞ்ச நேரம் பேப்பர் படித்துக் கொண்டிருந்து, பின்பு அதையே முகத்தில் போட்டுக்கொண்டு சற்று நேரம் தூங்கி, அந்தக் கதையைப் பற்றிய நினைவில் கண் விழித்த வெங்கட்ராமய்யரின் குரல் கேட்டு – சாயங்காலம் அவர் ஊருக்குப் புறப்பட வேண்டுமாதலால் ராத்திரிச் சமையலை முன் நேரத்திலேயே செய்து கொண்டிருந்த கனகம் “இதோ வந்துட்டேன் அண்ணா” என்று கைவேலையைப் போட்டுவிட்டு ஹாலுக்கு வருகிறாள்.

“காரியமா இருக்கியா? வெறுமென இருக்கியோன்னு கூப்பிட்டேன்... குடிக்கத் தீர்த்தம் கொண்டுவா...”

“காபி சாப்பிடறேளா?”

“எதுக்குக் கண்ட நேரத்திலே காபி? நேரமும் ஆச்சே! இன்னும் ஒரு மணி நேரத்திலே சாப்பிட்டுப் புறப்பட்டுட வேண்டியதுதானே?” என்று கூறியவாறே எழுந்து அவளோடு அடுக்களைக்குச் சென்று – அவள் மரியாதையாக இரண்டு

கைகளிலும் ஏந்திய தண்ணீர் செம்பை வாங்கிக்கொண்டு அங்கேயே ஒரு ஸ்டூலில் உட்கார்ந்து கொள்கிறார்.

"ஒரு அப்பளத்தை எடேன்... எதுக்குத் தட்டு? சும்மா கையிலே குடு."

கனகம் ஒரு விநாடி அவரை உற்றுப்பார்த்து, 'கிரிமினல் லாயர் வெங்கட்ராமய்யர்னு கொடிகட்டிப் பறக்கற பெரிய மனுஷன், எந்தச் சபையிலே நுழைஞ்சாலும் எல்லாரும் எழுந்து நின்னு 'வாங்கோ வாங்கோ'ன்னு நமஸ்காரம் பண்ணத் தகுந்த பண்டிதர், இப்படி இந்தாத்துச் சமையலறைக்குள்ளே வந்து, ஸ்டூல் மேலே ஒரு காலையும் தூக்கி வச்சு உட்கார்ந்துண்டு சொந்தமா அப்பளம் கேட்டு வாங்கித் தின்னுண்டு இருக்காரே...' என்று அவருடைய சகஜ பாவத்தை நினைத்து மகிழ்ந்து போகிறாள்.

"எதுக்குக் கூப்பிட்டேன்னா, அந்தக் கதையைப் பத்தி நினைச்சுண்டிருந்தேன். அந்தக் கதையைப் படிச்சுட்டு அழுததாக நீ சொன்னயே, அது சரியில்லே, கனகம்! அது சரின்னா உன் பொண்ணு பண்ணிட்டு வந்த காரியத்தை மறைச்சு வெக்கலையேன்னு நீ வருத்தப்படறேன்னு அர்த்தம். யோசிச்சுப் பார்த்தா உன் மனசுக்கே அது அசிங்கமாகப் படலே..?

திடீரென்று அவர் சீரியஸாகப் பேச ஆரம்பித்த கனத்தைத் தாங்கிக்கொள்ள முடியாமல் அவள் மௌனமாகிறாள். அவள் முகம் மாற்றமுறுகிறது.

இந்த ஒரு வார காலமாய் அழுது கொண்டிருந்த அவளது தனிமை இவரது வருகையினால், இவரது உடன் இருப்பால் இந்த இரண்டு நாட்களாய்த் தவிர்க்கப்பட்டு இருக்கிறது. இதோ இன்னும் ஒரு மணி நேரத்துக்குப் பிறகு இவர் போய்விடுவார். போவதற்கு முன்னால் அந்தச் சுமையை இவர் ஏற்றிவிட்டுப் போகவும் இவர் போனதற்குப் பின்பு அந்தச் சுமையோடு தனிமையில் தான் அழுது கொண்டு இருக்கவும் ஆகிவிடுமே என்கிற ஏக்கம் அவள் கண்களில் தெரிகிறது.

அதை அவர் தவறாகப் புரிந்துகொள்கிறார்.

இப்போதும் தன் மகளுடைய அந்தக் காரியத்தைத் தான் மறைத்து வைக்காததற்குத்தான் இவள் வருத்தம் கொள்கிறாள் என்ற நினைப்பில், குரலில் ஒரு கண்டிப்பும் முகத்தில் ஒரு கடுகடுப்பும் தோன்ற அவர் சொல்லுகிறார்:

"அப்படீன்னா நீ என்ன செஞ்சிருக்கணும் தெரியுமா? அன்னிக்கு வந்து நின்னாளே, அவள் கையைப் பிடிச்சுண்டு, 'அந்தப் பயல் எங்கே இருக்கான்? காட்டு'ன்னு தரதரன்னு

இழுத்துண்டு போயிருக்கணும். அவனைக் கண்டுபிடிச்சு அவன் எந்த ஜாதியானாலும் குலமானாலும் கோத்திரமானாலும் எதையும் பார்க்காமெ அவன் காலடியிலே தள்ளிட்டுத் தலைமுழுகி இருக்கணும். தலை முழுகிட்டுன்னா அவளை மட்டும் இல்லே; சொந்தம், பந்தம், உறவு எல்லாத்தையும் தலைமுழுகிட்டு – எங்கேயாவது தேசாந்தரம் போயிருக்கணும். ஓரளவு நியாயமா இதைத்தான் செஞ்சிருக்கலாம். அதை மறைச்சு வச்சு வேறே ஒருத்தனுக்கு அவளைக் கல்யாணம் பண்ணி வெக்கலையேன்னு நினைச்சு வருத்தப்படறதாவது? அது விபசாரம் இல்லையோ?" என்று அசூசையுடன் தலையில் அடித்துக்கொள்கிறார்.

இப்போது கனகம் அழுதே விடுகிறாள். சேலைத் தலைப்பால் கண்களைத் துடைத்துக்கொண்டு, என் கொழந்தை நாலு பேரைப்போல நன்னா இல்லையேன்னு நினைச்சு நான் கஷ்டப்படறேன். எவ்வளவோ தகாத காரியங்கள் பண்ணிட்டு எவ்வளவோ பேர் 'எனக்கு நிகர் உண்டா'ன்னு இருக்கிறதை நான் பாக்கறேன். சரியாவோ தப்பாவோ அவ வாழ்க்கை இப்படி ஆனதிலே எனக்கு வருத்தம் இருக்காதா?" என்று அவள் பரிதாபமாகக் கேட்கும்பொழுது அந்தத் தாயின் மனத்தவிப்பு அவருக்குப் புரிகிறது. தான் அவளிடம் அவ்வளவு கடுமையாகப் பேசி இருக்க வேண்டாம் என்று நினைத்துக்கொள்கிறார். குரலில் சற்று மென்மையை வரவழைத்துக்கொண்டு சாந்தமாகக் கூறுகிறார் இப்போது:

"நீ வருத்தப்படறது நியாயம் இல்லே. உன் பொண்ணோட வாழ்க்கை இப்படி ஆனதுக்காக நீ சந்தோஷப்பட முடியாதுதான். அதெல்லாம் விதி! அந்த விதிக்காகத்தான் நீ வருத்தப்படணும்; உன் பொண் அப்படி நடந்துண்டதுக்காகத்தான் நீ வருத்தப்படணும். நீ நடந்துதுக்காக ஒண்ணும் வருத்தப்படவேண்டாம். அவள் உன்னைக் குத்திக் காட்டறாள்னு சொல்லிண்டு அழறயே... உனக்குப் புத்தி இருக்கா? எவனோ ஒரு கம்மனாட்டி பெத்தவன் எழுதி யிருக்கானாம் கதை... பொல்லாத கதை! அந்தக் கதையிலே வரவள் நடந்துக்கற மாதிரி நடந்துக்கலையேன்னு நீ அழணுமாமோ? ரொம்ப நன்னா இருக்கு. லோகத்திலே ஆயிரம் நடக்கும். நாம்ப எப்படி நடந்துக்கணும்னு நாம தான் தீர்மானம் பண்ணனும். உன்னை நான் நேரடியா கேக்கறேன். நம்ப சாஸ்திரம், தர்மம், ஒழுக்கம், கற்புன்னெல்லாம் சொல்றோமே அதிலே உனக்கு முதல்லே நம்பிக்கை இருக்கா? – அந்தக் கதை எழுதினானே அந்தக் காவாலி, அவனுக்கு அந்த நம்பிக்கையெல்லாம் கெடையாது. அவன் எழுத்து ஒண்ணொண்ணும் அதைச் சொல்றது.

66 ஜெயகாந்தன்

உனக்காவது அதிலேயெல்லாம் நம்பிக்கை இருக்கோன்னோ? கேக்கறதுக்குப் பதில் சொல்லு."

ஒரு பக்கத்திலே அந்தக் கதையைக் குற்றவாளிக் கூண்டிலும், கனகத்தை இன்னொரு பக்கம் சாட்சிக் கூண்டிலும் நிறுத்தி, தன் தரப்பு சாட்சியை விசாரிப்பது மாதிரி 'உண்டு, இல்லே' என்று அவளை வாய் மொழியாக ஒப்புக்கொள்ள வைக்கிற நிர்ப்பந்தம் இருக்கிறதுபோல அவர் கேட்கிறார்:

"இருக்கோன்னோ ... சொல்லு!"

கனகத்துக்கு என்ன சொல்வதென்று தெரியவில்லை. தன்னை இவர் இப்படிக் கேட்க நேர்ந்த அவசியமும் அவளுக்குப் புரியவில்லை. அவர் சொல்கிற அந்தப் பெரிய பெரிய விஷயங்களையெல்லாம் புஸ்தகங்களைப் படித்துப் புரிந்துகொள்ளாமலயே சாதாரண குடும்ப நடைமுறையாக ஏற்று வாழ்ந்து வந்திருக்கிற தன்னையும், தனக்கு முன்னால் வாழ்ந்த தனது குடும்பத்து மூதாட்டிகளையும் அவள் நினைத்துப் பார்க்கிறாள்.

"அதையெல்லாம் நம்பி வாழ்ந்தவள்ங்கறதுனாலே தான் இந்தக் குடும்பத்துக்கு இப்படி ஒரு களங்கம் வந்த உடனே அதுக்குக் காரணமா இருந்த என் பொண்ணைக் கையிலே பிடிச்சுண்டு அவளைப் பெத்த பாவத்துக்கு நானும் போய்ச் சமுத்திரத்திலே இறங்கிடலாம்னு இருந்தேன்" என்று முகத்தை மூடிக்கொண்டு அழுதாள் கனகம்.

"ஸ்!... அழாதே... நீ அழுணும்ங்கறதுக்காக நான் சொல்லலே. நீ அழப்படாது. அழவேண்டிய அவசியம் இல்லேன்னுதான் சொல்றேன். எப்படி எப்படியோ அழிஞ்சு போக வேண்டிய உன் பொண்ணோட வாழ்க்கையை நீ அழகா உருவாக்கி இருக்கே. அதுக்கா நீ பெருமைப்படணும்; சந்தோஷப்படணும். கண்ட அனாசாரங்களையும் பார்த்துட்டு, 'லோகத்திலே அப்படி இருக்கே, இப்படி இருக்கே'ன்னு ஆசாரமா இருக்கறவா நினைக்கப்படாது. லோகத்திலே எல்லாம்தான் இருக்கு. கெட்டுப் போயிட்டுவர பொண்ணைத் தலையிலே ஜலத்தைக் கொட்டிச் சேர்த்துக்கற அம்மா மட்டும் இல்லே; தினம் தினம் அதேமாதிரி கெட்டுப்போன பெண்கள் கொண்டுவந்து குடுக்கற பணத்தை ஜலத்தைத் தெளிச்சு எடுத்துக்கற அம்மாக்களும் உண்டு. நல்லவா இதையெல்லாமா முன் மாதிரியா வெச்சுக்குவா?" என்று அவர் சொல்வதைக் கேட்கக் கேட்க, தான் படித்த அந்தக் கதை

மிகவும் கேவலமான ஒழுக்கக் கேட்டைப் பிரசாரம் செய்கிற, கெட்டுப்போகிறவர்களுக்கு வக்காலத்து வாங்குகிற கதைதானோ? என்ற சந்தேகம் அவளுள் முளைக்கிறது.

'இவர் சொல்றமாதிரி அந்தப் பொண்ணைப் பெத்தவளே மோசமானவளாக இருந்தால்தான் அதை மூடி மறைச்சிருக்க முடியுமோ..?'

'இந்தக் கதையை எழுதினவனும் இவர் சொல்ற மாதிரி ஒரு காவாலியாத்தான் இருப்பானோ..?'

'இந்தக் கங்கா என்னத்துக்காக இந்த மாதிரிக் கதையை யெல்லாம் படிக்கிறா? எங்கிட்டே என்னத்துக்கு "இதைப் படிச்சுப்பாரு"னு அவ்வளவு ஆத்திரமா எறியணும்? இவள் செஞ்ச காரியத்துக்கு நானும் துணை போகலைன்னு என் மேலே பழியா? அப்படிப்பட்ட வம்சத்திலே நான் பொறக்கல்லே... நான் செஞ்சது சரிதான்! அண்ணா சொல்ற மாதிரி நான் செஞ்ச எந்தக் காரியத்துக்காகவும் நான் அழ வேண்டாம்.'

"இவளைப் பெத்தேனே, அதை நினைச்சுத்தான் நான் அழறேன்... வேற எதுக்குமில்லே" என்று கண்களைத் துடைத்துக் கொண்டு தெளிவான முகத்துடன் தலை நிமிர்ந்த கனகம்–

"நாழியாச்சு, நீங்க சாப்பிட வாங்கோ" என்று மணை போட்டு இலை போடுகிறாள்.

கை அலம்பிக்கொண்டு சாப்பிட வந்து அமர்ந்த அவர் தொடர்ந்து சொல்கிறார்:

"நீ எதுக்கும் அழவேண்டாம். நீ பெத்த பொண்ணைக் பத்தி இப்படிச் சொல்றேனேன்னு தப்பா நினைச்சுக்காதே. இந்தக் காலத்துப் பெண்களுக்கு இவள் எவ்வளவோ தேவலாம்னாலும் கங்காவுக்கு ஒரு ஸ்திரமான மனசு கெடையாது. அவளைச் சொல்லிக் குத்தமில்லே. இந்தக் காலம் அப்படி இருக்கு. எப்பேர்ப்பட்டவா மனசையும் சபலத்துக்குள்ளாக்கற காலம் இது. பாரேன்! இதை ஒரு நியாயம்னு கதை எழுதி இருக்கான். அதைப் பத்திரிகையிலே போட்டிருக்கான். அதையும் லட்சம் பேர் படிக்கறாளே? சின்னக் குழந்தையானா 'அதைப்படிக்காதே, இதைப்படிக்காதே'ன்னு சொல்லலாம். அவாவா சுபாவத்துக்கு ஏத்த மாதிரிதான் ரசனை வரும்... இவ்வளவு எதுக்கு? இத்தனை யும் தெரிஞ்ச உன்னையே இந்தக் கதை குழப்பி இருக்கே! ஏன்? ...பாசம்!"

“அப்படீன்னா என் கொழந்தையோட வாழ்க்கை இப்படியே போயிட வேண்டியதுதானா?” என்று பாசத்தால் நெஞ்சில் கை வைத்து மறுபடியும் கண் கலங்குகிறாள் கனகம்.

“ஏன்? உனக்குத் தெரியாதா? நம்ப ஜட்ஜ் சிவராம கிருஷ்ணையர் பொண்ணுக்கு அப்போ எட்டுவயசு. பொண்ணை யும் மாப்பிள்ளையையும் ரெண்டு கண்ணுலேவச்சு வளர்த்தார். அந்தப் பையன் ஆத்திலே குளிக்கப் போறேன்னு போய் ஆத்தோட போய்ட்டான். அந்தப் பொண்ணு அறுத்துட்டு ஆத்தோட வந்துடலையா, அந்த வயசிலேயே? அந்த மாதிரி இதுவும் ஒரு தலையெழுத்துன்னு மனசைச் சமாதானப்படுத்திக்க வேண்டியது தான்.”

கலியாணமே ஆகாத தன் பெண்ணைக் கைம்பெண்ணாய் ஆகச் சொல்கிற அவரது வரண்ட மனத்தின் வெம்மை, அவள் மேல் அனலாய் வீசுகிறது.

“சிவ சிவா! இது பெண் பாவம் இல்லையோ” என்று காதுகளைப் பொத்திக்கொள்கிறாள் கனகம்.

“இந்தக் காலத்து நியாயப்படி புருஷன் செத்துட்டா தாலியறுக்கச் சொல்றதுகூட பெண் பாவம்னு சொல்றவா இருக்கா. ஒரு சாஸ்திரத்தை ஏத்துண்டு தாலி கட்டிக்க சம்மதிக்கறவா, அதே சாஸ்திரத்துக்குச் சம்மதமா அறுக்கத் தயாராக மாட்டேங்கறது என்ன நியாயமோ? நாம்ப கற்பு, ஒழுக்கம், பதிவிரதா தர்மம்னு நம்பறதனாலேதான் இப்படியெல்லாம் கஷ்டப்பட வேண்டி இருக்கு. எல்லாத்தையும் விட்டுட்டா ஒரு கஷ்டமுமில்லை.

“உன் பொண்ணை யாராவது நிர்ப்பந்தப்படுத்தி இப்படி இருக்க வெச்சாதான் பாவம். இதைவிடப் பாவம் அவளைக் கன்னிப் பொண்ணுனு சொல்லி இன்னொருத்தன் தலையிலே கட்டறது. உன் பொண்ணுக்குச் சமத்து இருந்தால் ‘அவனை’யே தேடிப் பிடிச்சு இழுத்துண்டு வந்து, ‘இவன்தான் என் புருஷன். இவனோடதான் வாழப் போறேன்னு’ சொன்னால் நாம ‘வாண்டாம்’னு சொல்லப் போறோம்? முடிஞ்சால் அதைச் செய்யச் சொல்லேன் பார்ப்போம்” என்று அப்படி ஒரு காரியம் நடக்க முடியாது என்கிற தைரியத்தில் கைகளை விரித்துக்கொண்டு இடித்துக் காட்டுகிற மாதிரிப் பேசுகிறார் மாமா.

இப்பத்தான், நான் வீட்டுக்குள்ளே நுழைஞ்சிண்டு இருக்கேன். வாசல்லே நான் வந்த டாக்ஸி நிக்கறது.

காலையிலே ஆபீசுக்குப் போறச்சயோ மாமா சொல்லி இருந்தார்: "சாயங்காலம் வரச்சே ஒரு டாக்ஸிலே வந்துடு. அதிலேயே நான் புறப்படறதுக்குத் தோதா இருக்கும்"னு.

எப்பவும் அப்படித்தான் அவர் வழக்கம்.

அவர் வரச்சே எல்லாம் அவருக்கு அநேகமாக இங்கே ஒரு நாள்தான் வேலை இருக்கும். அதை முடிச்சிட்டு ரெண்டு நாள் இங்கே காம்ப் போடுவார். ரெண்டு நாளைக்கு மேலே இருந்தாலும் இருப்பாரே ஒழிய குறையாது. வெகேஷன் டயத்துலே பத்துப் பதினைஞ்சு நாள்கூட இங்கே வந்து தங்கிண்டு என் கழுத்தை அறுக்கறார்.

சீ! என்ன இவ்வளவு அல்பமா நினைக்கறேன்? இந்த ஆத்திலே அவருக்கு இல்லாத சொந்தம் வேற யாருக்கு உண்டு? அவர் இல்லேன்னா இந்த வீடு ஏது? இந்த உத்தியோகம் ஏது? இந்த வாழ்வுதான் ஏது?

அவர் வந்து இங்கே தங்கறதைப் பத்தியோ சீராடறதைப் பத்தியோ எனக்கு ஒரு கஷ்டமும் இல்லை. என் கஷ்டமெல்லாம் அவர் என்னைக் கஷ்டப்படுத்தறதுதான். நான் அதை எங்கே போய்ச் சொல்லிக்க முடியும்?

காலையிலேயும் சாயங்காலத்திலேயும் என்கூட வாக்கிங் வராரே அதைத் தவிர வாசற்படியைத் தாண்டி அடி எடுத்து வெக்கறதில்லே.

டாக்ஸி கூட்டிண்டு வரதானாலும் நான்தான் போகணும். காலையிலே கறிகாய் வாங்கிண்டு வரபோதே அவருக்கு வெத்தலையும் வாங்கிண்டு வந்துடுவேன். சில சமயத்துலே மறந்துட்டால் நான்தான் போகணும். நான் இல்லேன்னா அம்மா போகணும்; அவர் போகமாட்டார்!

இங்கே தங்கி இருக்கறச்சே புதன் கிழமையோ சனிக் கிழமையோ குறுக்கே வந்துட்டாப் போறும். எண்ணெய் தேய்ச்சுக்கறேன் பேர்வழின்னு இடுப்பிலே ஒரு அரைத் துண்டை கட்டிண்டு வீட்டையே எண்ணெய் தேய்ச்சுடுவார்.

'கழுத்திலேயிருந்து ப்டீரியிலே வழியறது; கொஞ்சம் முதுகிலே தேய்ச்சு விட்டுடு'னு ஆபீசுக்குப் புறப்பட்டுண்டு இருக்கறச்சே என் அறை வாசற்படியிலே வந்து நிப்பார்! தஞ்சாவூர்லேயானா பின்கட்டுப் பூராவுமே குளிக்கற இடம்தான். இந்த 'ஸி'டைப் வீட்டுக்குத் தாங்குமோ!

அவர் நட்ட நடு ஹால்லே சம்மணம் போட்டு உட்கார்ந்துண்டு அந்த எவர்சில்வர் கிண்ணத்திலேருந்து கை நிறைய எண்ணெயை ஊத்தி ஊத்தி நாபியிலே வச்சு அரக்கிண்டு இருக்கறதைப் பார்த்தா எனக்குப் பத்திண்டு எரியும்.

இந்த டாக்ஸிகூட இவரா இங்கேருந்து கொண்டு வரமாட்டார். ஆபீசிலேருந்து நான்தான் பிடிச்சுண்டு வரணும். இன்னிக்கு நான் வேணும்னே கொஞ்சம் லேட்டாதான் ஆபீசிலிருந்து புறப்பட்டேன். சீக்கிரம் வந்தா 'வாடி . . . ஸ்டேஷ'னுக்குனு என்னையும் இழுப்பார்.

வீட்டுக்குள்ளே நுழையறச்சே யாரையும் காணோமே? மாமா உள்ளே சாப்பிட்டுண்டு இருக்கார்போல இருக்கு. 'புறப்படறதுக்கு ரெடி'ன்னு அவரோட அந்த 'லெதர் பாக்' நாற்காலியிலே உட்கார்ந்துண்டு இருக்கு. ஈஸிசேரிலே அவருக்குப் பதிலா பேப்பர் கிடக்கு.

மாமா என்னைப் பத்திதான் ஏதோ அம்மாகிட்டே பேசிண்டு இருக்கார்:

'. . . சமத்து இருந்தால் அவனையே தேடிப் பிடிச்சு இழுத்துண்டு வந்து, 'இவன்தான் என் புருஷன் . . . இவனோடதான் வாழப் போறேன்'னு சொல்லட்டுமே? நாமா வேண்டாங்கறோம்?'

நான் அப்படியே நிக்கறேன்.

மாமா மேலே ஏதோ சொல்ல வந்தவர் பேச்சும் அப்படியே நிக்கறது. மனுஷனுக்கு எலிக் காது! நான் வந்துட்டேன்னு தெரிஞ்சுட்டது. ஒரு வேளை அம்மா ஜாடை காட்டிட்டாளோ என்னவோ?

கையிலே மோரை ஊத்தி உறிஞ்சிண்டு திரும்பி ஹாலைப் பார்க்கறார் மாமா.

"கங்கா! வந்துட்டியா?" இத்தனை நேரம் வரைக்கும் என்னைப் பத்தி ஆக்ரோஷமா பேசிண்டு இருந்த இவராலே ஒண்ணுமே நடக்காதது மாதிரி திடீர்னு குரலை மாத்திண்டு எப்படிப் பேச முடியறது?

"வெளியே டாக்ஸி நிக்கறது. அவன் வரச்சயே வெயிட்டிங் கெல்லாம் அதிக நேரம் இருக்க முடியாதுனு சொன்னான்."

"அது எப்படிச் சொல்லுவான்? வெயிட்டிங்குக்கும் தான் சார்ஜ் வச்சிருக்கானே"னு முனகிண்டே எழுந்திருக்கறார் மாமா.

நான் அறைக்குள்ளே போறேன்.

நான் டிரஸ் சேஞ்ச் பண்ணிண்டு இருக்கறச்சே மாமா வந்து கதவைத் தட்டறார்.

"கங்கா! எனக்கு நேரம் ஆறது. எப்பவாவது எனக்கு ஒரு லெட்டர் போடு. உங்கிட்டேருந்து லெட்டரே வரதில்லே. . ." கதவுக்கு அன்னண்டை நிண்டு பேசிண்டே இருக்கார்.

நான் வெளியில் வரேன். என் கையைப் பிடிச்சுண்டு "சமத்தா இரு! கண்டதையும் படிச்சு மனசைக் கெடுத்துக்காதே. லோகத்திலே ஆயிரம் பேர் ஆயிரம் நியாயம் சொல்லுவா. நமக்கு ஏத்த நியாயத்தைத்தான் நாம்ப வச்சுக்கணும். அந்த ஆயிரம் நியாயத்தையும் 'சரியா தப்பா'ன்னு ஆராய்ச்சி பண்றது நமக்கு அநாவசியம். பி எ குட் கேர்ல்" – ரொம்ப வாத்சல்யத்தோடு என்னை அணைச்சு நெத்தியிலே முத்தம் கொடுக்கறார்.

"நான் போய்ட்டு வரேன், கனகம்! ஜாக்கிரதையா இருங்கோ; கங்கா வரட்டுமா?" – டாக்ஸி நகர்ற வரைக்கும் திரும்பத் திரும்ப விடை பெத்துக்கறார்.

நான் வாசற்படியிலேயே நின்னுண்டு இருக்கேன். அம்மா ரொம்ப ஆச்சரியப்படறாள் போல இருக்கு! நான் வாசற்படியிலே வந்து நிக்கறது இல்லே, தெருவைப் பாக்கறது இல்லேங்கறதுலே அம்மாவுக்கு ரொம்பக் குறை. இல்லே, ரொம்பப் பெருமை! அதனாலே இப்போ நான் நிக்கறதைப் பார்த்த உடனே ஒரு ஆச்சரியம் போல இருக்கு.

ரெண்டு வருஷத்துக்கு மேலே நான புழுங்கிக் கொண்டிருக்கிற இந்தத் தெருவை இப்போ நான் புதுசாப் பாக்கறேன்.

எதிர்வீட்டுக் காம்பவுண்டுக்குள்ளே ஒரு கார் நுழையறது. அங்கே ரெண்டு குழந்தைகள் பாவாடையைத் தூக்கிச் சொருகிண்டு பாண்டி விளையாடறது. கார்லே வரது அந்தக் குழந்தைகளோட அப்பா போல இருக்கு. 'விளக்கு வச்சப்புறம் என்ன விளையாட்டு வேண்டி இருக்கு'ன்னு என்னவோ சொல்லி அதட்டறார் போல இருக்கு.

கையிலே இருந்த பாண்டிச் சில்லை வீசி எறிஞ்சுட்டு அந்த இன்னொரு பொண்ணுகிட்டே என்னமோ சொல்லிட்டுப் பச்சைப் பாவாடை உள்ளே ஓடறது. இது வேற ஆத்துக் குழந்தை போல இருக்கு. பாண்டிச் சில்லைத் தூக்கித் தூக்கிப் போட்டுப் பிடிச்சுண்டு, விளையாட்டு ஆசை தீராத குறையோட தனக்குத் தானே விளையாடிண்டு தெருவிலே நடந்து வரது. இதோ இந்த ஆத்துக்கு நேரே வரச்சே, வாசல்ல நிக்கற என்னைப் பார்த்துட்டு அதுவும் சித்த நிக்கறது. நான் வாசல்லே நிக்கறதைப் பார்த்தா ஒரு

வேளை அதுக்கும் ஆச்சரியமா இருக்கோ என்னமோ! என்னைப் பாத்துண்டே நிக்கற அந்தக் கொழந்தை அந்தச் சில்லை மேலே வீசி எறிஞ்சு, ஒரு தடவை கை இரண்டையும் தட்டிட்டு அதைப் பிடிக்கறது. மறுபடியும் மேலே வீசி எறிஞ்சு, மேலே போன சில்லு கீழே வரதுக்குள்ளே மறுபடியும் ஒரு தடவை கையைத் தட்டிண்டு... என்ன விளையாட்டோ? எனக்குச் சிரிப்பு வரது.

"என்ன மாமி சிரிக்கிறேள்?"னு கேட்டுண்டு காம்பவுண்டு கேட் வரைக்கும் வந்துடுத்து. எனக்கு என்ன சொல்றதுன்னு புரியலே. ஒரு மூணாவது மனுஷா, அது கொழந்தையா இருந்தாலும் அவளோட பேசறத்துக்கு எனக்கு என்னவோ கூச்சமா இருக்கு. இந்தக் குழந்தை எவ்வளவு ஃப்ரீயா எங்கிட்டே பேசறது! எனக்குப் பேச வரல்லே. மறுபடியும் சிரிக்கிறேன்.

"பாட்டி இல்லையா?" – கேட்டுண்டே காம்பவுண்டு கேட்டைத் திறக்கறது அது.

ஓ! இது அம்மாவுக்கு பிரண்ட்போல இருக்கு. நான் திரும்பிப் பாக்கறேன். அம்மா ஏனோ பயத்தோட என்னைப் பாக்கறாள். அந்தப் பார்வையிலே எனக்குப் புரியறது, அம்மா இந்தப் பொண் கிட்டே என்னைப்பத்தி ஏதாவது பேசி இருப்பாள்.

'அது ஒரு முசுடு! அறையைவிட்டு வெளியே வராது' என்கிற மாதிரி ஏதாவது சொல்லியிருப்பாள். எப்படியாவது என்னைத் தன்னோட பேச வெச்சுடணும்னு இதுவும் கங்கணம் கட்டிண்டு இருக்கும் போல இருக்கு. இன்னிக்குச் சந்தர்ப்பம் கிடைச்ச உடனே வந்து மேலே ஈஷிக்கிறது. அதுக்கு மேலே என்னாலே முடியலே. நான் பேசாமல் உள்ளே போயிடறேன். அம்மா வந்து வாசற்படியை 'சார்ஜ்' எடுத்துக்கறாள். அவா ரெண்டு பேரும் வாசற்படியிலே பேசிண்டு இருக்கறதை நான் அறையிலேருந்து கேக்கறேன்.

அந்த வாண்டு அம்மாகிட்டே கேக்கறது: "என்ன பாட்டி! உங்காத்து மாமி பேசவே மாட்டேங்கறாளே – ரொம்பப் ப்ரௌட்?"

"என்னடி அவளைப் போய் 'மாமி'ங்கறே? 'அக்கா'னு சொல்லணும். எங்கே ரெண்டு நாளா இந்தப் பக்கமே உன்னைக் காணோம்?"

"உங்காத்துக்கு அந்தத் தாத்தா வந்திருந்தாளே?"

"தாத்தா வந்திருந்தா உனக்கு என்னவாம்?"

"நேக்கு அவரைப் பார்த்தா பயம்! அவர் யார் பாட்டி?"

“நேக்கு அண்ணா, என் பொண்ணுக்கு மாமா!”

“கூடப் பொறந்த அண்ணாவா?”

“ஒண்ணுவிட்ட அண்ணா.”

“ஒண்ணுவிட்ட அண்ணான்னா..?”

“உனக்குத் தெரியாதுன்னா அப்புறம் ஏன் கேக்கறே?”

“தெரியாட்டாதானே கேப்பா... சொல்லுங்கோ பாட்டி... ஒண்ணுவிட்ட அண்ணான்னா யாரு?”

அம்மாவுக்குக் கதை பேசறதுக்குச் சரியான ஜோடி. சளசளன்னு பேசிண்டு இருக்கா ரெண்டு பேரும். நான் அறைக் குள்ளே மல்லாந்து படுத்து கழுத்துக்குக் கீழே கையைக் கோர்த்து மோட்டு வளையைப் பார்த்துண்டு இருக்கேன். மணி ஆறரைதான் ஆறது. குளிச்சுட்டு ஒரு வாக்கிங் போகலாம். என்னத்துக்கு நேரம் கெட்ட நேரத்திலே படுத்துண்டு இருக்கேன்! அப்பா! இந்த மாமா ஊருக்குப் போயிட்டார்ங்கறதிலே எவ்வளவு நிம்மதி! ரெண்டு நாள், ரெண்டு மாசம் மாதிரி இருந்தது. ஆனாலும் ரொம்பத்தான் படுத்தறார். எதையும் ‘மாட்டேன்’னு என்னாலேயும் சொல்ல முடியலே. சொன்னால் பாக்கற பேருக்கு ரொம்ப அநியாயமா இருக்கும்...

ஹால்லே படுத்துண்டு, ‘அம்மா! கொழந்தே! சித்தே காலை அமுக்கிவிடேன்’னு வயசான மனுஷன் கேக்கறச்சே நான் ‘மாட்டேன்’னு சொல்றது அநியாயமாத் தோணாதோ? மொதல்லே இந்த அம்மாவுக்கே தோணும். சரி! தலை எழுத்தேன்னு காலை அமுக்கி விட்டாலும் அதோட விடுவாரா? ‘கொழந்தே! கையை வலிக்கிறதா’ன்னு என் கையை இழுத்து வைச்சுண்டு ‘சொடக்கு சொடக்குனு’ என் விரல்லே நெட்டை முறிக்க ஆரம்பிச்சுடுவார். தலை தலைன்னு அடிச்சுண்டு ஓடிடலாமான்னு இருக்கும் எனக்கு. அப்பாடி! மனுஷன் ஊருக்குப் போய்ச் சேர்ந்தாரேன்னு இப்போ நிம்மதியா இருக்கு.

அவர் என்ன சொல்லிண்டு இருந்தார்?...‘உன் பொண்ணுக்குச் சமத்து இருந்தால் அந்த அவனைத் தேடிப்பிடிச்சு. . .’

எனக்குச் சமத்துக் கிடையாதுன்னு நினைப்பு அவருக்கு. ‘அவனை’த் தேடிக் கண்டுபிடிக்க முடியாதுங்கற தைரியம்! கண்டு பிடிச்சாலும் அவன் என்னை நம்பமாட்டான் என்கிற நம்பிக்கை. கடைசியிலே என் கேஸ்லே மாமா குடுத்த ஜட்ஜ்மெண்ட இதுதானோ?

இப்போ நான் அவன் முகத்தை நினைச்சுப் பார்க்கறேன். ஏதோ எழுதிக் கலைச்ச சித்திரம் மாதிரித் தெரியறது. பத்துப்பேர் மத்தியிலே அவனைப் பார்த்தா எனக்கு அவனை அடையாளம் கண்டுபிடிக்கறதுகூடக் கஷ்டம்.

அன்னிக்கு அவன் சொன்னானே, அந்த வார்த்தைகள் மட்டும் இப்பவும் ஸ்பஷ்டமா காதிலே கேக்கறதே: 'உனக்குத் தெரியுமா... இந்த கார் ரெண்டு வருஷமா ஒவ்வொரு நாளும் உன் பின்னாலேயே அலைஞ்சுண்டு இருக்கு – டூ யூ நோ தட்?'

ஆமாம்! அவனை அந்தக் காரோட பார்த்தா நிச்சயம் அடையாளம் கண்டுபிடிச்சுடலாம். யார் கண்டது? ஒரு வேளை இப்பவும் அந்தக் கார் என் பின்னாலே அலையறதோ? என் பின்னாலே வரவன் எவன் என்கிறதைப் பத்தி நான் கவலைப் படறதே இல்லே. எவனா இருந்தா எனக்கென்ன? எனக்கு எப்பவுமே திரும்பிப் பாக்கறதுன்னா – பயம்!

அவனைக் கண்டுபிடிக்கறது கஷ்டம்கிறதனாலேயா நான் தேடாமல் இருக்கேன்? அவனை நான் தேட வேண்டியது அவசியமில்லேன்னு நினைக்கறேன். அதனாலே நான் அவனைத் தேடல்லே. அவன் என்னை நம்பமாட்டான் என்கிறதனாலே நான் அவனைத் தேடாமல் இல்லே. அவனை நான் நம்பல்லே என்கிறதானேலேயே தேடாமல் இருக்கேன்...

இப்போ எனக்குத் தோண்றதே. நான் அவனைத் தேடினாக்க என்ன? அது ஒண்ணும் கஷ்டம் இல்லே. அந்த மாதிரி கார் இந்த மெட்ராஸ்லேயே பத்துதான் இருக்கும். ஆனா அது இப்போ அவன்கிட்டேயே இருக்கணுமே! எவன்கிட்டே இருந்தா என்ன? அந்தக் காரைக் கண்டுபிடிச்சா அவனைக் கண்டுபிடிச்சுடலாம். சீ! இதென்ன பன்னண்டு வருஷத்துக்கு அப்புறம் இப்படி ஒரு பைத்தியக்காரத்தனம்? இருக்கட்டுமே! எல்லாமே பைத்தியக்காரத்தனங்கள்தான். அதிலே இந்தப் பைத்தியக்காரத்தனம் எப்படி இருக்குன்னு தான் பார்க்கலாமே?

எஸ், நான் அவனைத் தேடப் போறேன்.

சில நேரங்களில் சில மனிதர்கள்

6

ஆறுமாசமாகிறது. இன்னும் நான் அவனைத் தேடிண்டுதான் இருக்கேன். அந்த மாதிரிக் கார்கள் எத்தனையோ பார்க்கிறேன். ஆனா, அந்தக் கார் கண்ணிலே இன்னும் படவே இல்லை...

மாமா சொன்ன மாதிரி அவனைக் கண்டு பிடிக்கிறது சிரமம்தானோ? அந்தக் காரையோ அவனையோ நான் பார்க்கவே முடியாதா? இப்படி நெனைக்கறச்சே, ரொம்ப வருத்தமா இருக்கு.

இந்தப் பன்னண்டு வருஷ காலமா நான் எந்தக் காரையும், எந்த மனுஷனையும் ஏறெடுத்துப் பார்த்தது கிடையாது. என் பின்னாலே ஏதாவது கார் ஃபாலோ பண்றதா, எவனாவது வரானான்னு எல்லாம் கவலைப்பட்டதே கிடையாது. மேலேயே வந்து எவனாவது மோதினால்கூட நான் லட்சியம் பண்ணிப் பாக்கறது இல்லே. என்னைப் பொறுத்தவரை என் வாழ்க்கையிலே ஆண் பிள்ளைகள் இனிமே சம்பந்தப்படவே முடியாதுன்னுதான் நெனைச்சுண்டு இருந்தேன். இப்பவும்கூட ஆண் பிள்ளைத் துணைக்கு ஆசைப்பட்டோ, அவன் மேலே காதல் உருவாகியோ நான் அவனைத் தேடலே. ஒரு காரியமா அவன் இப்போ எனக்கு ஒரு அவசியத் தேவை. என்னாலே எந்த ஆணையும் இனிமே நேசிக்க முடியாது. எந்த ஆணைப் பத்தியும் 'அவன் ஒரு ஆண்'கிற பார்வையிலே எனக்கு உயர்வாத் தோணாது. ஒரு ஆண்பிள்ளையின் ஸ்பரிசத்தையும் நெருக்கத்தையும் நெனைக்கறபோதே அடி வயத்தைக் குமட்டிண்டு வரது. அதே மாதரி

என்னைப் பார்த்தாலும் அவாளுக்கு உயர்வாத் தோணலே போல இருக்கு. மாமாவுக்குத் தோணற மாதிரியே என்னைப் பார்க்கற எவனுக்கும் கையைப் பிடிச்சு இழுத்தா நான் சம்மதிச்சுடுவேன்கிற நெனப்புத்தான் இருக்கு. அது ஏன்னு தெரியலே. என்கிட்டே என்னவோ அப்படி ஒரு 'சீப்னஸ்' இருக்கோ? இல்லேன்னா என்னைப் பார்த்தா தேமேன்னு இருக்கிறதனாலே, இந்த அசடைப் பயன்படுத்திக்கலாமேன்னு ஒரு தைரியம் வரதோ? என்னோட நல்ல சுபாவமும், தாட்சண்யப்படற குணமும் இந்த ஆண்பிள்ளைகள் உள்ளே மறைஞ்சிருக்கிற மிருகத்தை உசுப்பி விட்டுடறதோ?

என்ன கர்மமோ, எல்லாத் தடியன்களும் என்கிட்டே 'மிஸ்பிஹேவ்' பண்ணத் தயாரா இருக்கான்கள். சும்மா தலையை நிமிர்ந்து பார்த்தா போதும். ஏதோ கேக்கறானேன்னு பதில் சொன்னாக்கூட, அவன் பதிலுக்குக் காட்டற பல்லிளிப்பிலே தெரியறது – அவன் பச்சையான நெனைப்பு.

பஸ்ஸிலே டிக்கெட் குடுக்கிற ஒரு கண்டக்டர்கூட – மீசையை மீசையை முறுக்கிண்டு பார்ப்பானே – டிக்கெட்டுக்குக் காசை வாங்கறச்சே என்கிட்டே மட்டும் விரலைத் தொட்டுத்தான் வாங்கறான். சில்லறை குடுக்கறப்பவும் தொட்டுத்தான் தரான். நானும் மத்தவாகிட்டே அப்படிச் செய்யறானான்னு பார்த்தேன். இல்லை. என்கிட்டே மாத்திரம்தான். அவன் டிக்கட் கேட்டுண்டு பக்கத்திலே வர்றபோதே 'இவன் என்னை இப்பத் தொடப் போறானே'ங்கற பயத்திலே 'பக் பக்'னு நெஞ்சு அடிச்சுக்கறது.

மொத்தத்திலே ஆம்பிளைகளை நெனைக்க நெனைக்க ஒரு அருவருப்பான பயம்தான் இருக்கு எனக்கு. அருவருப்பான பயம்னா – கரப்பான்பூச்சியெப் பார்த்தா வரதே அந்தமாதிரி. கரப்பான் பூச்சி நம்மைக் கடிச்சுடும்னா உதறிட்டு ஓடி உடம்பு சிலிர்த்துப் போறோம். அந்த மாதிரி ஒரு கரப்பான் பூச்சிப் பயம்...

ஆனா நான் இப்ப ஒரு 'கரப்பான்பூச்சி'யெத் தேடறேன். காரியமாத்தான் தேடறேன்.

இப்பக் கொஞ்ச நாளா நான் ரொம்ப சுயப் பிரக்ஞையோட– ஸெல்ப் கான்ஷியஸோட – இருக்கேன். அடிக்கடி திரும்பித் திரும்பி பார்த்துக்கறேன். பஸ்லே போகறச்சேயும், நடந்து வாக்கிங் போகறச்சேயும் ஒரு கார் விடாம தேடித் தேடிப் பாக்கறேன். என் பின்னலே திடீர்னு அந்தக் கார் ஃபாலோ பண்ணிண்டு வர மாதிரியும் – வரணும் மாதிரியும் தோண்றது. அப்படி நான் கற்பனை பண்ணிக்கறேன்.

சாயங்காலத்திலே இப்பல்லாம் வீட்டு வாசற்படியிலே வந்து நிக்கறேன். ஒவ்வொரு மனுஷனையும் நன்னா உத்து உத்துப் பாக்கறேன். நான் பாக்கற பார்வையிலே அவாளுக்கே என்னமோ மாதிரி இருக்கோ..? சில பேர் தலையைக் குனிஞ்சிண்டு போயிட றான். ஏண்டாப்பா என்னை மட்டும் நீ பார்க்கிறியே? அது தேவலையோ?

'அவன்' முகத்தை அடிக்கடி நெனச்சு நெனச்சு இப்ப ஞாபகம் பண்ணிக்கிறேன்.

இப்பெல்லாம் சித்தக் கண்ணெ மூடினாக்கூட ஒரே முகங்களா தெரியறது. ஆம்பிளை முகங்கள். மீசையுள்ள முகங்கள்; மீசையே இல்லாம க்ஷவரம் பண்ணி க்ஷவரம் பண்ணி பச்சையாக் கறைப்பட்டுள்ள முகங்கள்; வட்டமான முகங்கள்; நீளமான முகங்கள்; கூலிங்கிளாஸ் போட்ட முகங்கள்; பளிச்னு தொடச்சுவெச்ச மாதிரி முகங்கள்; பரு நெறைஞ்ச, அம்மைத் தழும்பு உள்ள, எண்ணெய் வழியற அசடு வழியற, எப்பவுமே சிரிக்கிற மாதிரி இருக்கிற, பல்லு நீண்ட, 'உம்'னு இருக்கிற – எத்தனை விதமான முகங்கள்! ஒண்ணு மாதிரி இன்னொண்ணு கிடையாது. அப்படியிருந்தும் ஆள் மாறிப்போறது; அடையாளம் மறந்து போறது. மனுஷாளுக்கு மூக்குகள்ளேதான் எத்தனை வகைகள் இருக்கு! சில மூக்குகளைப் பார்த்தா சில மிருகங்கள் ஞாபகம் வரது. சில பறவைகள் ஞாபகம் வரது. ஆடு மாதிரி, குதிரை மாதிரி, குரங்கு மாதிரி, கழுகு மாதிரி, கிளி மாதிரி, மூஞ்சூறு மாதிரி...

இப்படி ஒத்திட்டுப் பாக்கறதே ஒரு நல்ல 'பாஸ்ட்டைம்' அனுபவமாயிடுத்து எனக்கு. நான் அப்படியே இவாளைப் பார்க்கணும்கிற ஆசையிலே ஒண்ணும் பார்க்கலே. அதுக்காக நான் சந்தோஷப்பட்டோ இந்த மோறைகளைப் பாக்கறதினாலே உள்ளூர சொகப்பட்டோ போயிடறதில்லை. எவனைப் பார்த்தாலும் ஒருவேளை இவன் அவனுக்குத் தெரிஞ்சவனாக வாவது இருக்க மாட்டானான்னு நெனைக்கறேன். அவனைப் பத்தி விசாரிக்கணும்னுகூடத் தோணறது. ஆனா என்னன்னு விசாரிக்கிறது? பேருகூடத் தெரியாதே... அந்தக் காரோட நம்பர்கூடத் தெரியாதே எனக்கு? நான் என்னன்னு யாரைப் போய்க் கேக்கறது?

ஐயோ, என் தலை எழுத்தே! எவன் பேருகூட எனக்குத் தெரியாதோ அவன்தான் எனக்கு எல்லாமாம். மாமா சொல்லிட் டாரே, மாமா? மகாபண்டிதர். மாமா சொல்லிட்டாப் போறாதோ எனக்கு? மந்தரமாயிடுமே!

மாமா சொல்றமாதிரி நான் இயற்கையிலேயே ரொம்பக் கீழ்த்தரமான குணமுடையவள்தானோ..? யாருன்னே தெரியாத ஒருத்தனுக்கு – அவனை யாருன்னுகூடத் தெரிஞ்சுக்கணும்னு தோணாமல் எப்படி இணங்க முடிஞ்சது என்னாலே..? இது கீழ்த்தரமான குணத்தினாலேயா? இல்லை. அந்த அளவுக்கு ஒண்ணும் தெரியாத அசடா இருந்திருக்கேன். அந்த உறவையும் அனுபவத்தையும் ஆசைப்பட்டு, அதுக்காக நெனச்சு ஏங்கி என் முயற்சியினாலேயே அதை ஏற்படுத்திண்டு இருந்திருந்தேன்னா அதை காப்பாத்திக்கணும்னு நெனச்சு இருப்பேன்... நான் அசடு.

அந்தப் பேர் தெரியாத எவனோதான் என் புருஷனா? அந்தக் கார்லே எனக்குச் சம்பவிச்சுதே அதுதான் என் கல்யாணமா? அந்தமாதிரிக் கல்யாணத்துக்குக் காந்தர்வம்னு பேர்! அப்படித் தானா?

அப்படின்னா நான் இப்ப என் புருஷனைத் தேடறேனோ? சகுந்தலை துஷ்யந்தனைப் பண்ணிண்டமாதிரி காந்தர்வ மணம் பண்ணிண்டு தமயந்தி நளனைக் காட்டிலே தேடினமாதிரி நான் இவனைப் பட்டணத்து வீதியிலே கார் காராத் தேடறேனோ? அவன் இவ்வளவு காலம் வேறே ஒருத்திக்குப் புருஷனாகி எத்தனை குழந்தைக்குத் தகப்பனாகி இருப்பானோ? என்னை அவனுக்கு ஞாபகம் இருக்குமோ? ஞாபகப்படுத்தினாலாவது ஞாபகம் வருமா? ஞாபகத்துக்கு ஒரு கணையாழிகூட வாங்கி வெச்சுக்கலே அசடு, அசடு!

எனக்கு எப்படியாவது அவனைப் பார்க்கணும்போல இருக்கே. நான் சாமர்த்தியக்காரின்னு மாமாகிட்டே நிரூபிக்கிறத்துக் காகவாவது அவனைப் பார்த்தே ஆகணுமே!

லஞ்ச் டைம். என் செக்ஷன்லே இருக்கிறவா எல்லாரும் கான்டீனுக்குப் போயிருக்கா. பக்கத்துலே லேடீஸ் சாப்பிடற துக்குன்னு ஒதுக்கி வெச்சிருக்கிற ஸ்கிரீன் மறைவிலே சளசளன்று பேசிண்டு 'கெக்கெபிக்கெ'ன்னு சிரிச்சிண்டு ரெண்டு மூணு பெண்கள் சாப்பிடறதுகள். எனக்கு ஏனோ பசிக்கலே... மோருஞ் சாதம் டிபன் பாக்ஸ்லே இதோ மேஜை மேலே இருக்கு. கையெழுத்துப் போடவேண்டிய 'பைல்'கள் ஒரு அடுக்கு இந்தப் பக்கம் நிக்கறது. கையெழுத்துப் போட்டுத் தூக்கி எறிஞ்ச பைல்கள் இன்னொரு அம்பாரம் இந்தப் பக்கம் குவிஞ்சு கெடக்கு. இன்னிக்கு ஏ.ஸி. குளிரா இருக்கு. டெலிபோன் வெச்சிருக்கிற டேபிள் மேல ஒரு கிளாஸ்லே தண்ணியும் அது மேலே ஒரு பிளாஸ்டிக் தட்டு மூடியும்... எதுக்கு இதைக்

கொண்டுவந்து ரங்கசாமி தினம் வெக்கறானோ? நான் ஒரு நாள்கூட இந்தத் தண்ணியைக் குடிக்கிறதில்லை. அவன் டூட்டியை அவன் செய்யறானாம். யாராவது கூப்பிட்டு "இந்த 'பைலை' எடுத்திண்டு போ"ன்னு சொன்னா மொறைப்பான்.

'கையெழுத்து போட்டு வெச்சிட்டே இல்லே ஸார்? அத்தோடு வுடு. அது போற எடத்துக்குத் தானாப் போவும்... வேற எங்கனாச்சியும் மாறிப் போவணுமா? தனியா எடுத்து வை... அப்புறம் சொல்லு'ன்னு அதிகாரம்தான் பண்ணுவான் ரங்கசாமி.

நான் யார்கிட்டேயும் எதுவும் சொல்றது இல்லே. எல்லாரும் சாப்பிடப் போகும்போது ஒருத்தியை ஒருத்தி கூப்பிட்டுக்குவா. என்னை யாரும் கூப்பிடமாட்டா. நானும் யாரையும் கூப்பிட மாட்டேன். எனக்கு ஃபிரண்ட்ஸே கெடையாது.

ரங்கசாமி எப்பவும் என்னைத்தான் உதாரணம் காட்டிப் பேசுவான். அவனுக்கு ஆபீஸ் வேலை செய்யறதுதான் கஷ்டம். யாராவது 'அங்கே போ, இங்கே போ'ன்னு வெரட்டினா சந்தோஷமா ஓடுவான். நான் அவனை எங்கேயும் எதுக்கும் அனுப்பினது இல்லை.

இதோ உக்காந்துண்டு இருக்கேனே, இந்தமாதிரி நேத்திக்கு உட்காந்துண்டு, என் பின்னாலே இருக்கே கண்ணாடி ஸ்கிரீன்–

அது வழியா மௌண்ட் ரோடைப் பாத்துண்டு – போற வர கார்களையெல்லாம் வெறிச்சுண்டு இருக்கறச்சே திடீர்னு எனக்கு தோணித்தோ!

– இந்த ஆர்.கே.வி.ங்கறது 'அவனா' இருக்குமோ?

எனக்கு என்னமோ ஆர்.கே.வி.ங்கறது ஒரு பெண்ணாத்தான் இருக்குன்னு தோணிண்டே இருந்தது.

ஆனா மாமாவுக்கு மட்டும் அது ஒரு ஆணாவே தோன்றது! அதுவும் ஒரு காலிப் பயலா, காவாலிப் பயலா இருக்கணும்னு தோண்றது.

அந்தக் கதையிலே எழுதியிருக்கிற சம்பவங்கள், இடம், கார், கதாபாத்திரங்களை வர்ணிச்சு இருக்கிற முறை எல்லாத்தையும் யோசிச்சுப் பார்க்கறபோது ஏன் இதை எழுதின ஆளே 'அவ'னா இருக்கப்படாது?ன்னு தோணறது.

இந்த நிமிஷம் என் மனசுக்குப் பிடிச்ச ஒரு இன்டலக்சுவலாக அவனை நான் கற்பனை பண்ணிக்கறபோது ஒரு கலப்படமான உணர்ச்சியிலே 'ஐயோ அப்படியெல்லாம் இருக்கப்படாதே'ன்னு நான் தவிக்கிறேன்.

ஆர்.கே.வி.யின் சிந்தனைகளும், மனிதாபிமானமும், மன உயர்வும் எங்கே? காரை எடுத்திண்டு எவள் கிடைப்பாள்னு சாயங்காலத்திலே பஸ் ஸ்டாண்டுக்கு பஸ் ஸ்டாண்டு தெருத் தெருவா அலையற அந்தப் பணக்கார மைனர் பொறுக்கி எங்கே?

பெண்களோட மனசையும், நம்ப சொஸைடியிலே அவாளுக்கு ஏற்படற புதிய புதிய பிரச்னைகளையும் வச்சுக் கதைகள் எழுதறதனாலேயே ஆர்.கே.வி.யை நான் ஒரு பெண் எழுத்தாளர்னு இதுவரைக்கும் நெனச்சிருக்கேன். ஒருவேளை ஆர்.கே.வி.ங்கறது ஆணா இருந்தாலும் நிச்சயமா 'அவ'னா இருக்க முடியாது. . . இருக்கவும் கூடாது.

ஏன்? எதுக்கு இப்படி நினைக்கிறேன்? இருக்க முடியாதுன்னா சரி, இருக்கவும் கூடாதுன்னு நெனைக்கறது என்ன நியாயம்?

ஏனோ இருக்கக் கூடாதாம் . . . இருந்தா அப்பறம் எப்படி எனக்கு ஆர்.கே.வி.யோட எழுத்துக்கள் பிடிக்கும்? அப்பறம் செய்யறது ஒண்ணு, எழுதறது ஒண்ணுன்னா ஆயிடும்? ஆர்.கே.வி.ங்கற அந்த அறிவு ஜீவி ஒரு ஹிப்போ கிராட்டான்னா ஆயிடுவான்? அந்தக் கருத்துக்களெல்லாம்

வெறும் மாய்மாலமான்னா ஆயிடும்? அந்தக் கருத்துக்களும் அதைச் சொன்னவனுமே அப்பிடின்னா அதைப் பாராட்டின— அதை ஏத்துண்ட நானும் பொய்யான்னா போயிடுவேன்...

அது எப்படி? பன்னெண்டு வருஷம் ஓடி இருக்கே... அந்தப் பன்னெண்டு வருஷத்திலே ஒண்ணுமே தெரியாத அசடாக இருந்த நான் இந்த அளவுக்கு வளர்ந்திருக்கேன். அதே பன்னெண்டு வருஷங்கள் அவனையும் – ஒரு பொம்பளைப் பொறுக்கியாகத் திரிஞ்சிண்டிருந்த அவனையும் – வளர்ந்து ஒரு ஆர்.கே.வி.யா ஆக்கியிருக்கப்படாதா! அவன் மட்டும் காலத்துக்கும் அதேமாதிரி திரிஞ்சுண்டேவா இருப்பான்? பொறுப்பும் சிந்தனையும், அடிபட்டு அடிபட்டு புத்தியும் அனுபவத்தினாலேதானே வரது. அவனுக்கும் கல்யாணம் ஆகி ஒரு பெண் குழந்தை பொறந்து பத்துப் பன்னெண்டு வயசிலே பள்ளிக்கூடத்துக்குப் போயிண்டிருக்கப்படாதோ? அப்படிப் போற தன் சொந்தக் குழந்தையைப் பாக்கறச்சே ஒரு நாளாவது அவனுக்கு என் ஞாபகம் வந்திருக்காதா? எனக்கு ஏற்பட்ட மாதிரி அந்தக் குழந்தைக்கு ஏதாவது நடந்துடுமோங்கிற பயம் வந்து அவனை நெஞ்சிலே அறைஞ்சு உலுக்கி இருக்காதா?

இந்த வாழ்க்கையிலே யாருக்கும் எதுவும் எப்பவும் ஆகலாம். எதுவும் நடக்க முடியாதுங்கறது இல்லே. நடந்துட்ட அப்புறம் என்ன செய்யறது? ஹவ் டு ஃபேஸ் தி பிராப்ளம்?

ஆர்.கே.வி.ங்கறது 'அவ'னா இருந்துட்டா அது நிச்சயம் எனக்கு ஒரு பிரச்னைதான். ஏன்னா எனக்கு அந்த எழுத்துக்கள் மேலே அப்படி ஒரு அட்மிரேஷன் உண்டு. அப்போ 'அவன்'கிற ஆர்.கே.வி.யைச் சந்திக்கிறதனாலே எனக்குப் பெரிய சிக்கல் வரும். என்னோட தீர்மானமாயிட்ட இந்தத் தனிமையை உள்ளூற அது பாதிக்கும். நான் ஒருத்தனோட நிரந்தரமா வாழ்ந்தாலும், கல்யாணமே பண்ணிண்டாலும் கூடப் பாதிக்கப்பட முடியாத ஏதோ ஒண்ணு என்னுள்ளே சலனப்பட்டுப் போகும்!

ஆர்.கே.வி.யை யாருன்னு தெரிஞ்சுக்கற முயற்சியையும் 'அவனை'த் தேடற காரியத்தையும் கை விட்டுட்டா என்ன? எதுக்கு இந்த விபரீத முயற்சி?

என் கண் முன்னாடி வரிசை வரிசையா கார்கள் ஓடிண்டே இருக்கு. ஏழாவது மாடியிலிருந்து நான் பாத்துண்டு இருக்கேன். நூத்துக் கணக்கிலே மனுஷா கூறுகட்டி வெச்ச மாதிரி நிக்கறா;

திரியறா... கறுப்பும், வெள்ளையும், நீலமும், பச்சையுமா வரிசை வரிசையா கார்கள் போயிண்டு இருக்கு. வழுக்கிண்டு சறுக்கி விளையாடற மாதிரி விர்விர்னு எதிரும் புதிருமா ஓடறது... இங்கேருந்து பாக்கறபோது கார்களோட 'டாப்' மாத்திரம்தான் தெரியறது. உள்ளே இருக்கிற மனுஷனைப் பார்க்க முடியலே.

இந்த கார்களிலே எதிலேயாவது அவன் இருப்பானோ என்னவோ? அவனுக்கு எத்தனையோ கார் இருக்கும். பெரிய கார் மட்டும்தானா? சின்னக் காரும் இருக்கலாம். அதோ ஒரு கார் வரதே, வெள்ளை வெளேர்னு முயல்குட்டி மாதிரி – ரொம்பச் சின்னக் கார்... ஐயோ எதிரே இந்த லாரிக்காரன் ஏன் மஞ்சள் கோட்டைத் தாண்டி... அடப்பாவி! பிரேக்...

அதோ நான் பாத்துண்டே இருக்கேன். என் கண் முன்னாலேயே ஒரு விநாடியிலே அந்தக் கார் மேலே அந்த லாரி மோதி...

இங்கே சத்தமே கேக்கலே...

அந்தச் சின்ன வெள்ளைக் கார் முன் பக்கம் நசுங்கி... அதுக்கப்பறம் ஒண்ணுமே தெரியலே... ஒரே கூட்டம்... போலீஸ்... எனக்குக் கண்ணாடி ஸ்கிரீனுக்கு வெளியே எல்லாம் சத்தமில்லாமலே ஊமைப் படம் மாதிரி தெரியறது.

லஞ்சுக்குப் போனவாள்ளாம் திரும்பி வரா... டைப்ரைட்டர் சத்தம் பொரிய ஆரம்பிக்கிறது...

ரங்கசாமி ஃபைல்களை எடுத்து அடுக்கிண்டே கல்யாண சங்கதி மாதிரி இளிச்சிண்டு யார் கிட்டேயோ சொல்லிண்டு இருக்கான்:

"ஆளு அவுட் ஸார்... மைனர் மாதிரி ஸோக்கா ஜம்னு இருக்கான் ஆளு! மூஞ்சியே தெரியலே... தலைதான் நசுங்கிப் பூட்டுதே! குளோஸ்!"

"ரங்கசாமி பிளீஸ்..."னு நான் காதைப் பொத்திக்கறேன். அவனும் வாயைப் பொத்திண்டு போறான். எனக்கு ஏனோ அழுகை அழுகையா வரது. அந்தப் பக்கம் திரும்பிப் பாக்க மனசு துடிக்கறது. ஆனாலும் தைரியம் வரலே.

இதோ வீட்டுக்குப் போறப்படறச்சே எழுந்து நின்று கண்ணாடி ஸ்கிரீன் வழியாப் பாக்கறேன். இன்னும் போலீஸ் நிக்கறா; தெரியறது. அந்தச் சின்னக் காரைக் 'கிரேன்' கொண்டுவந்து தூக்கிண்டு போறா... எனக்கு வயத்தை என்னமோ செய்கிறது.

மத்தியானம் எவ்வளவு அழகா முயல்குட்டி மாதிரி ஓடி வந்துண்டு இருந்தது. இப்போ நசுங்கி, நொறுங்கி அதைத் தூக்கிண்டு போறதைப் பார்த்தா வருத்தமா இருக்கு.

ஒரு பொருள் யாரோடதா இருந்தாலும் அதனோட அழகு பொதுவானதுதானே! அந்த அழகு சிதைகிறபோது அதை ரசிச்சவாளுக்கெல்லாம் வருத்தம் வரது...

அவன் – அந்தக் காரை ஓட்டிண்டுவந்தவன் 'குளோஸ்'னு சொல்றானே ரங்கசாமி! எனக்கு என்னமோ இருக்காதுன்னு தோணறது. அவன் யாராயிருந்தாலும் இப்படி ஒரு துர்மரணம் ஏற்படக்கூடாது. அவனுக்காக நான் பிரார்த்தனை பண்றேன். அவன் ஆஸ்பத்திரியிலேதான் இருப்பான். பொழச்சுண்டுடு வான்... உயிருக்கு ஆபத்து இருக்காது. ரத்தமெல்லாம் ஒண்ணும் காணோமே. இந்த ரங்கசாமி ஒரு 'ஸிக்பெர்ஸன்.' இவனே ஏதாவது கற்பனை பண்ணிண்டு கதை சொல்லுவான்!

ஒரு வேளை!... அது அவனா இருக்குமோ..? ஐயோ!

7

மாமா நினைச்சமாதிரி ஆர்.கே.வி.ங்கற அந்த ரைட்டர் ஒரு 'அவன்'தான்; 'அவள்' இல்லே; ஐ யாம் ஸாரி! அது ஒரு அவர்.

இப்போ நான் டெலிபோன்லே பேசிண்டு இருக்கேன். அந்தப் பத்திரிகை ஆபீசிலேருந்து யாரோ ஒரு ஸப்-எடிட்டர் என்கூடப் பேசிண்டு இருக்கார். நான் என்னை, அந்தப் பத்திரிகையைத் தொடர்ந்து படிக்கிற வாசகர்களிலே ஒருத்தின்னு சுய அறிமுகம் பண்ணிக்கிறேன். அது போறாதுன்னு படறது. ஆர்.கே.வி.யோட தீவிர ரசிகைன்னு சொல்லிக்கிறேன். அந்தக் கதையைப்பத்தி வேறே பேசறேன்; டெலிபோன்லே பேசறச்சே எனக்கு ஒரு மூணாம் மனுஷாளோட பேசறோம்கிற சங்கோஜம் கொஞ்சம்கூட இல்லே. இதோ நான் கையிலே பிடிச்சிண்டிருக்கேனே இந்த டெலிபோன் ரிசீவர், இதோட பேசிண்டு இருக்கிற மாதிரிதான் இருக்கு. ரொம்பப் பேசறேன். நான் எப்பவுமே எனக்குள்ளே தொணதொணன்னு பேசிண்டே இருக்கேன். அந்தக் கதை வரிக்கு வரி ஞாபகம் வரது. பத்திரிகையின் வாசகர்களிலே ஒருத்தின்னு சொல்ல ஆரம்பிச்சு, ஆர்.கே.வி.யினுடைய ரசிகைன்னு அறிமுகம் பண்ணிண்டு, அவர் எழுதின அந்தக் கதையினுடைய நாயகியே நான்தான்னு சொல்லிடுவேனோன்னு பயம் வரது. 'டக்'குனு பேச்சை நிறுத்திக்கிறேன். எதுக்காக நான் போன் பண்ணினேன்னு ஞாபகம் வரது. ஆர்.கே.வி.யோட அட்ரஸ் வேணும்னு இங்கிலீஷ்லே கேக்கறேன். இப்போ அந்தப் பக்கத்திலே தயக்கம் வந்துடுத்து.

‘எங்களுக்கு எழுதறவாளோட அட்ரஸை மத்தவங்களுக்கு, அவர் சம்மதமில்லாமல் நாங்க தரக் கூடாது. நீங்க வேணுமானா ஒண்ணு செய்யுங்க. நீங்க அவருக்கு ஏதாவது எழுதணும்னா எங்க ஆபீஸ் அட்ரசுக்கே எழுதலாம். நாங்க அவருக்கு அனுப்பி விடுவோம்.’

‘நான் அவரை நேர்லே பார்த்துச் சில விஷயங்கள் பேச வேண்டியிருக்கு’ன்னு இழுக்கறேன். எனக்கே என்னை இப்போ முதுகிலே தட்டிக் குடுத்துக்கணும்போல இருக்கு. எவ்வளவு தைரியமா பேசறேன்!

அங்கேருந்து பேசறவரும் இழுக்கிறார்.

‘அது சரி மேடம்; நீங்க அவரைப் பார்க்கணும்னு நினைக்கறீங்க. அவர் சம்மதிக்கிறாராான்னு தெரியாமல் நாங்க எப்படி அட்ரஸ் குடுக்கறது? நீங்க ஒண்ணு செய்யுங்க. உங்க போன் நம்பரைக் குடுங்க. அவருக்கும் போன் இருக்கு. கேட்டுட்டு, பத்து நிமிஷத்திலே உங்களுக்கு போன் பண்றேன்.’

போன் நம்பரைச் சொல்றேன். அவர் என்னோட பேரையும் கேக்கறார். தயங்கறேன். பேரைச் சொல்ல முடியல்ல. . . ‘இல்லே இந்த நம்பருக்குப் போன் பண்ணுங்க எக்ஸ்டன்ஷன் ஸிக்ஸ்டி திரின்னு கேளுங்க. போன் என் டேபிள் மேலேதான் இருக்கு. தாங்க் யூ. . .’னு சொல்லி என்னோட போன் நம்பரையும் குடுத்துட்டு, எப்போ டெலிபோன் மணி மறுபடியும் அடிக்கப் போறதுன்னு காத்துண்டு இருக்கேன.

இந்த நேரத்திலே டெலிபோன் மணி அடிச்சு நான் ரிஸீவரை எடுத்த உடனே அந்த ஸப்–எடிட்டர் சொல்லப் போறாரே ஆர்.கே.வி.யோட அட்ரஸ் அதைக் கேட்டுத் தெரிஞ்சுக்கிற வரைக்கும் எனக்கு வேறே வேலையே இல்லைங்கற மாதிரி நான் வெறுமனே உக்காந்திண்டு இருக்கேன். நான் சரியான பைத்தியம். இதுக்காகக் காத்துண்டு இருக்கணும்னா இப்படிக் கையைக் கட்டிண்டு உட்கார்ந்திருக்கணுமா? எதிரே இருக்கற பைலை எடுத்துப் புரட்டப்படாதா? வேலை செய்யற மாதிரி பாவனை பண்ணப்படாதா? இப்படி நினைக்கிறேனே ஒழிய, செய்யல்லே. இப்பவும் நான் சும்மாதான் உட்கார்ந்துண்டு இருக்கேன்.

இந்தக் கார்னர்லேருந்து பார்த்தா என் செக்ஷன் பூராவையும்— ஏன்? — அடுத்த செக்ஷனையும் கூடப் பார்க்க முடியறது.

பெரிய மைதானம் மாதிரி ஒரு ஹால். ஹால் நிறைய டேபிளும் நாற்காலியும் பைலும் டைப்ரைட்டரும் நிறைஞ்சு

கிடக்கறது. டேபிள்களுக்கு மத்தியிலே ஒத்தை அடிப்பாதை மாதிரி வழி இருக்கு. அதிலே அவசர அவசரமா பைல்களைத் தூக்கிண்டு சில பேர் ஓடி வரா... ரங்கசாமி மட்டும் இப்பவும் மெதுவாத்தான் வரான். அந்த ஒத்தை அடி வழியிலே எதிர் எதிரே ரெண்டு பேர் வந்துடறா... சிரிச்சுக்கறா... அதோ! அங்கே ரெண்டு பேர் 'விஷ்' பண்ணிக்கறா... அதோ – அந்த டேபிளைச் சுத்தி அஞ்சாறு பேர். அதிலே நாலு பேர் விஸிட்டார்ஸ். இதுக்கு முன்னே பார்க்காத முகங்கள். அவாளுக்குள்ளே இன்ட்ரொடக்ஷன் நடக்கறது. உட்கார இடம் இல்லே. அடுத்த டேபிளுக்குப் பக்கத்தில் இருக்கற சேர்களையெல்லாம் இழுத்து அங்கே போட்டுக்கறா... அதிலே ஒருத்தன் – அந்தக் கறுப்புப் பேண்ட், வய்ட் ஷர்ட் ஆள் கூலிங் கிளாசையும் கழட்டிண்டு இந்த ஹாலை அப்படியே கண்ணாலே மேயறான். தான் பார்க்கறது மத்தவாளுக்குத் தெரியணும்னு காட்டிக்கிற மாதிரி பார்க்கறான். அவன் பார்வை என்கிட்டே வரச்சே, என் பார்வை வேறெங்கேயோ போயிடறது.

இந்த ஹாலிலே இந்த ஆபீஸின் இயக்கத்தை – இதன் மும்முரத்தைப் பார்க்கறச்சே – ரொம்ப மெக்கானிகலா – ஒரு கடிகாரத்தைத் திறந்து பார்த்த மாதிரி இருக்கு.

அந்த நாலு பேர் விஸிட்டர்ஸிலே எவனாவது ஒருத்தன் 'அவனா' இருப்பானோ? அந்தக் கறுப்பு பேண்ட் – வயிட் ஷர்ட் ஆள்தான் அவனோ? இவனுக்கும் அவனுக்கும் என்ன ஒற்றுமை இருக்கு! பன்னண்டு வருஷத்திலே ஒரு ஆளோட உருவம் எவ்வளவோ மாறலாமோ... நான் மட்டும் அப்ப இருந்த மாதிரியா இப்ப இருக்கேன்?

எனக்குப் பின்னாலே இருக்கற கண்ணாடி ஸ்கிரீன் வழியா 'கார் பார்க்கிங்' இடத்துலே நிக்கற கார்கள்ளே அந்தக் காரைத் தேடறேன். நெறையக் கார்கள் நிக்கறது. ஆனா அந்தக் கார் இல்லே.

நான் ஏன் இப்படியே நெனைக்கறேன்? என்னைப் பார்த்தாலும், எந்தச் சம்பவத்தைப் பார்த்தாலும், எந்தக் கும்பலைப் பார்த்தாலும், எந்த ஆக்ஸிடெண்டைப் பார்த்தாலும் நான் ஏன் இப்படி நெனைக்கறேன்?

நேத்திக்கு ராத்திரி மாடியிலே போயி மானத்தைப் பாத்துண்டு மல்லாக்கப் படுத்துக் கிடக்கறச்சே, பச்சையும் சிவப்புமா வால்லே வெளக்கை மினுக்கிண்டு ஒரே பிளேன் போறது... பம்பாய்ப் பிளேனோ, டெல்லி பிளேனோ! நான் உடனே பிளேனைப் பத்தி, பிளேன்லே போறவாளோட 'அர்ஜன்ஸி'யைப் பத்தி – பிஸினஸ்

பீப்பிளைப் பத்தியெல்லாம் நெனைக்கறேன். கடைசியிலே ஒரு வேளை இந்தப் பிளேனில் ‘அவ’னும் போவானோன்னு நெனச்சு, அதிலே அவன் போயிண்டிருக்கான்னு முடிவு பண்ணிக்கறேன். எதை நினைச்சாலும் அந்த நெனைப்புகள் கோடு கோடுகளாகப் பிரிஞ்சு கடைசியா எங்கெங்கயோ சுத்தி ‘அவன்’லேதான் வந்து முடிஞ்சுக்கறது.

இதுக்கு என்ன அர்த்தம்? இதை வெளியே சொன்னால் நான் அவனை ‘லவ்’ பண்றேன்னு முடிவு பண்ணிடுவா. அவனை நான் லவ் பண்ண முடியாது. அப்படி ஒரு ஐடியாவையே என்னாலே தாங்க முடியல்லே. பின்னே ஏன் அவனை என் மனசாலே அலை அலைன்னு அலைஞ்சு அலைஞ்சு தேடிப் பறக்கறேன்..?

காரணமாத்தான்! ஒரு விவகாரமாத்தான் தேடறேன். வழிதான் புலப்படலே. ஆனால் அவன் ‘திடீர்’னு ஏதோ ஒரு நேரத்திலே என் எதிரே வந்து நிக்கப் போறான்னு மட்டும் நிச்சயமா எனக்குத் தோணறது. அந்த நேரம் இந்த நிமிஷமாகவும் இருக்கலாம். அடுத்த விநாடியாகவும் இருக்கலாம். அவன் இந்தக் கட்டடத்திலே எங்கேயாவது கூட இப்ப இந்த நேரத்திலே இருக்கலாம்னு தோணறது. எவனைக் கூப்பிட்டு விசாரித்தாலும் அவன் ‘அவ’னாகவோ, இல்லேன்னா ‘அவ’னுக்குத் தெரிஞ் சவனாகவோ இருப்பான்னு தோணறது. ஆனா நான் அவனைத் தேடறேன், அவனை நெனைச்சுண்டு இருக்கேன்கிறதெல்லாம் யாருக்கும் தெரியாது. இதோ – டெலிபோன் அடிக்கறது. ஒன் செகன்ட்!

“எஸ்!”

‘ஆமா! நான்தான் கேட்டேன். இருங்கோ, நோட் பண்ணிக்க றேன். எஸ், சொல்லுங்கோ. மிஸ்டர் ஆர்.கே. விஸ்வநாத சர்மா. அவர் ஃபுல் நேமா? டோர் நெம்பர் பதினாறா?... மந்தைவெளி. தாங்யூ வெரிமச். டெலிபோன் நம்பர்? ஓ! வீட்டிலே கிடையாதா? அவர் ஆபீஸ் நெம்பரா? சொல்லுங்கோ. டபிள் எய்ட்... ஓகே! தாங்க்ஸ் எ லாட்!’

இதோ ஆர்.கே.வி. என்கிற பெயர்லே எழுதற ஆர்.கே. விஸ்வநாத சர்மாவோட அட்ரஸைப் பெரிய பெரிய எழுத்திலே ரெட் பென்சிலாலே என் ரைட்டிங் பேட்லே உள்ள பிளாட்டிங் பேப்பர்லே எழுதி வைச்சிருக்கேன். கனகாரியமா போன் பண்ணி அட்ரஸ் வாங்கியாச்சு. வாட் நெக்ஸ்ட்?

என்னோட காரியமே அப்படித்தானே! நெனைச்சுக்கறது தான்; அதைச் செய்யணும், இதைப் புரட்டணும்னு. லெட்டர்ஸ்

டு தி எடிட்டர்க்கு எழுதணும் எழுதணும் நெனச்சுக்கறேனே ஒவ்வொரு சமயமும், அதே கதைதானா இதுவும்?

நான் ஒரு கதை எழுதினா என்ன? என்னோட எக்ஸ்பீரியன்ஸ், பிராப்ளம்ஸ் – சீ! கதை எழுதணும்னா மொதல்லே ஐ ஷுட் ஸ்டார்ட் திங்கிங் இன் டமில்? ஐ ஆம் ஸாரி! இதையாவது தமிழ்லே நெனைக்கப்படாதோ? கதை எழுதணும்னா மொதல்லே தமிழ்லே சிந்திக்க ஆரம்பிக்கணும்.

என்னோட அனுபவங்கள், பிரச்னைகள், சிந்தனைகள் . . . இதையெல்லாம் ஒரு கதையாவே எழுதலாம். ஆனாலும் ஆர்.கே.வி. மாதிரி எழுத வருமா? ஏன் வராது? அதே மாதிரி வரவேண்டாம்! வேற மாதிரியாவது எழுத வருமே. எழுதணும். சரி. இப்ப என்ன செய்யலாம்? ஆர்.கே.வி.யைப் போய்ப் பார்க்கலாமா? இந்த அட்ரஸிலே இருக்கிற தெருப் பெயரைப் பார்க்கறச்சே, ஏதோ சந்து பொந்தாத்தான் இருக்கும்போல இருக்கு. பின்னே எழுத்தாளர்னா பெரிய பங்களாவாசியாவா இருப்பார்? அவர் எங்கேயோ உத்தியோகமும் பார்க்கறவர் போல இருக்கு. நெறையப் பெண்களைப் பெத்த மனுஷனா இருக்கணும். விசுவநாத சர்மான்னு முழுப் பெயரையும் கேக்கறபோது வயசுகூட அதிகமா இருக்கும் போலத் தோணுறது. நிச்சயமா விசுவநாத சர்மான்னு பேருள்ள ஒருத்தர் அந்தக் கார்லே திரியற மைனரா இருந்திருக்க முடியாது. அவர் ‘அவன்’ இல்லே. அதனாலே தைரியமாப் போய்ச் சந்திக்கலாம். ஆனாலும் விசுவநாத சர்மாங்கறது ஒரு ஆண். ஜாக்ரதையாகவே இருக்கணும். தத்துப்பித்துன்னு ‘உங்க கதையிலே வர்றவ நான்தான்’னு உளறி வெக்கப்படாது. பின்னே எதுக்கு வந்தேன்னு சொல்லிக்கிறது . . ?

சும்மா ஒரு ரசிகைங்கிற முறையிலே வந்ததா இருக்கப் படாதோ?

சரி. போகறச்சே பாத்துக்கலாம்.

அவரைப் பார்க்கப் போகிறபோது ஏதாவது வாங்கிண்டு போகணும். என்ன வாங்கிண்டு போகலாம்? நான் யாருக்கும் இதுவரை பிரஸண்டேஷன் எதுவும் வாங்கித் தந்ததில்லே. எனக்கும் யாரும் கொடுத்தது இல்லே. என்ன வாங்கிண்டு போகலாம்? டக்னு ஒரு ஐடியா வரதே. அவரோட புஸ்தகம் ஏதாவது ஒண்ணு வாங்கிண்டு போகலாம். அவரோட புஸ்தகத்தை வாங்கி அவருக்கே குடுக்கறதா? ரொம்ப நன்னாருக்கு. என்ன அவசரம் ஒண்ணு முழுக்கவும் நெனைக்கறத்துக்குள்ளே . . ? அவரோட புஸ்தகம் வாங்கிண்டு போயி அவர்ட்டே குடுத்துக் கையெழுத்து வாங்கி அவரோட அன்பளிப்பா நானே வச்சுக்கிறது.

எப்படி? வெரிகுட் ஐடியா! இந்த ஐடியாவை அவர் ரொம்ப சிலாகிப்பார். யார் கண்டது? எனக்கு முன்னே எத்தனை பேர் இந்த மாதிரி அவர்கிட்டே வந்து அவர் புஸ்தகத்திலேயே கையெழுத்து வாங்கிண்டு போயிருக்காளோ? அதனால் என்ன? நானும் அப்படியே செய்யறேனே? இன்னிக்குப் புதன்கிழமை... சனிக்கிழமை மத்தியானம் போனா என்ன? சரி. அவர் வீட்டிலே இருப்பாரோ? போன் பண்ணி எங்கேஜ்மெண்ட் வச்சுண்டு போகணுமோ? போன் நெம்பர் என்ன? டபிள் எய்ட்...

நான் ஆர்.கே.வி.யைப் பார்க்கப் போயிண்டு இருக்கேன். ஆறு மாசத்துக்கு முன்னே பாரீஸ் கார்ணர்லே எங்க பிராஞ்ச் ஆபீஸ்லே இருந்தப்போனாக்க பீச் ரோடு வழியா பஸ்லே போகலாம். இப்ப மவுண்ட் ரோடு ஆபீசுக்கு வந்தப்பறம்... சீ! இந்த ரூட் ரொம்ப போர் அடிக்கறதே.

மந்தைவெளி பஸ் ஸ்டாண்ட்லே பஸ் நிக்கறது. அவர் இருக்கிற தெருவுக்கு எந்தப் பக்கம் போறதுன்னு புரியலே. யாரையும் கேக்கவும் பயமா இருக்கு. அதுக்காக ஒவ்வொரு தெருவா சுத்திண்டு இருக்கிறதா, என்ன?

ஒரு சைக்கிள் ரிக்ஷாக்காரன் வரான். இவன்கிட்டே கேக்கலாமே. என்ன முதலித்தெரு? கையிலே இருந்த சீட்டை ஒரு தடவை பிரிச்சுப் பாத்துக்கறேன். அவன்கிட்டே கேக்கறேன்.

"அந்தத் தெருவுக்கு நீ இதுக்கு மின்னாடி ஸ்டாப்பிங்லே மார்க்கெட்டாண்ட எறங்கிக்கினு இருக்கணுமே. இப்ப திரும்பப் போறதுன்னாகூட இப்பிடியே போவ முடியாதே... இது ஒன் வே... சர்த்தான். ஆறணா குடும்மா! வூட்டாண்டயே உட்டுடறேன்."

எனக்கும் அது சரின்னு படறது. சைக்கிள் ரிக்ஷாவிலே ஏறிக்கிறேன். எங்கேயோ ரெண்டு மூணு தெருவைச் சுத்திக் கடைசியா இதுதான் அந்தத் தெருவோ – ரொம்பக் குறுகலா இருக்கு – எதிரே ஒரு வண்டி வரது. ரெண்டு பேருமே மணி அடிக்கிறான்கள். ஒருத்தனும் ஒதுங்கி நிக்க மாட்டேங்கறான். எதிரே எதிரே வண்டியெ நிறுத்திண்டு ரெண்டு பேரும் சண்டை போடுறான்கள்.

என் வண்டிக்காரன் வாதமெல்லாம் தான் சவாரி ஏத்திண்டு வர்றவனாம்; அதனாலே சும்மா வெறும் வண்டியா வர்ற அவன்தான் ஒதுங்கி நின்னு இந்த வண்டிக்கு வழி விடணுமாம்.

ஒருவேளை சைக்கிள் ரிக்ஷாக்கார தர்மப்படி இது ஒரு நியாயமோ என்னமோ? அதனாலே இவன் தர்மத்துக்குப் போராட

ஆரம்பிக்கிறான். ஆனால் பாஷை ரொம்ப நாத்தமடிக்கிறது. எனக்குப் பயமா இருக்கு. ரெண்டு பேரும் அடிச்சிண்டு நிப்பானுகளோன்னு முழிக்கறேன். அகஸ்மாத்தா திரும்பறேன். பக்கத்து வீட்டுக் கதவிலே பதிமூணாம் நம்பர் தெரியறது. இறங்கி நடந்து போயிடலாமே, இன்னும் மூணு வீடுதானே?

'இந்தாப்பா – இங்கேதான் இறங்கணும்'னு நாற்பது பைசாவை எடுத்து, ரொம்ப சுவாரஸ்யமா சண்டை போட்டுண்டிருக்கிற அவன் கையிலே குடுத்துட்டு நடக்கறேன்.

பதினாலு, பதினைஞ்சு அப்புறம் ஏ.பி. வேற . . . இதோ பதினாறு.

இந்த வீடா?

முன்பக்கம் ஓடு இறக்கி, கம்பி அழி வெச்சு, தஞ்சாவூர்லே எல்லாம் இருக்குமே அதுமாதிரி வீடு. உள்ளே நீளமா போயிண்டிருக்கு. முன்னே நாங்க திருவல்லிக்கேணியிலே இருந்தோமே, அந்த மாதிரி டைப். ஒண்டுக் குடித்தனங்கள் நெறைய இருக்கும் போலத் தோண்றது. வெளியிலே கடப்பைக்கல் பாவின திண்ணையிலே ரெண்டு மூணு மாமிகள் உக்காந்துண்டு இருக்கா. இந்தக் கோடியிலே, வீட்டுக்குத் தூரமானவா ரூம்லே ஒரு மாமி உக்காந்துண்டு வெளியே தலையெ நீட்டி என்னைப் பாக்கறா. இவளை மாமின்னு சொல்லப்படாது. சின்னப் பொண்ணு. என்னைவிட ஒண்ணோ ரெண்டோ வயது குறைச்சலாதான் இருப்பாள்.

நாலஞ்சு மாமிகள் ஒரே சமயத்தில் உக்காந்துட்டதைப் பார்த்தா இந்த வீட்டுக்குள்ளே நெறையக் குடித்தனம் இருக்கும் போல இருக்கு. வாரப் பத்திரிகைகள், பைண்டு பண்ணின தொடர்கதைத் தொகுப்புகள் நெறைஞ்சி கெடக்கு அங்கே. ரொம்ப சுவாரஸ்யமா எல்லோரும் அவா அவா நாள் கணக்கெப் பத்திப் பேசிண்டு இருக்கா.

'பயந்துண்டே இருந்தேன் . . . மூணுநாளாயிடுத்து மேலே'ன்னு ஒரு மாமி ரொம்ப ஆசுவாஸத்தோட சொல்லிக்கறா.

'நல்ல வேளை, காப்பியைப் போட்டு வெச்சுட்டேன். ராத்திரி சப்பாத்திதான். அவர் வந்தவுடனே சிடுசிடும்பார் – இதுக்கு நான் என்ன பண்றது மாமி?'ன்னு ஒருத்தி அழமாட்டாக் குறையா ஏதோ தப்பு பண்ணிட்டவள் மாதிரி கையைப் பெசையறா.

'ஏ! கடன்காரா – வந்து தொலை. சட்டையைக் கழட்டிக் குடுத்துட்டுப் போடா . . . உங்கப்பா வரட்டும், கொல்லச்

சொல்றேன்'னு மேலே பட்டுட்டு உள்ளே ஓடற ஒரு பையனைப் பார்த்துப் பல்லைக் கடிச்சுண்டு ஒரு மாமி அலறிக் கத்தறாள்.

அவகிட்டே நான் கேக்கறேன்:

"இங்கே . . . மிஸ்டர் விசுவநாத சர்மா இங்கேதானே இருக்கார்?"

எல்லா மாமிகளும் என்னைப் பாக்கறா. எனக்கு ஏனோ கையெல்லாம் நடுங்கறது. வாயெல்லாம் உலர்ந்து போறது. என்ன காரியமா முன்பின் தெரியாத ஒரு ஆண் பிள்ளையைத் தேடிண்டு ஒரு வயசுப் பொண் வந்து நிக்கறாள்னு ஏதாவது வம்பா கேட்டுடுவாளோன்னு மனசு நடுங்கறது.

அந்த அறையிலே ஒதுக்கமா உக்காந்துண்டு இருந்த பொண்ணுதான் சிரிச்சுண்டே சொல்றாள். அவள் சிரிக்கறச்சே ரொம்ப அழகா – குழந்தை மாதிரி இருக்காள்.

'ஆமாம் இங்கேதான் இருக்கார் . . . எங்க ஆத்துக்காரர் தான் . . . நீங்க யாரு? உங்களுக்கு என்ன வேணும்!'னு அவள் கனிவோடதான் கேக்கறாள். ஆனா மத்தவாள்ளாம்தான் 'உர்'ருனு பாக்கறா. ஏதோ அவளை நம்ப வைக்கறத்துக்கு அத்தாட்சி காட்றமாதிரி நான் புஸ்தகத்தைக் காட்றேன்.

'ஒண்ணுமில்லே நான் அவர் கதையெல்லாம் படிக்கற ஒரு ரசிகை . . . அவரைப் பார்த்து . . . இந்தப் புஸ்தகத்திலே ஒரு கையெழுத்து வாங்கிக்கணும் . . .'னு சொல்லி ஹாண்ட் பாக்லேருந்து புஸ்தகத்தை எடுக்கறேன்.

அவளுக்கு மனசுக்குள்ளே ரொம்பப் பெருமைபோல இருக்கு. இருக்காதா பின்னே? ஆர்.கே.வி. மாதிரி ஒரு ரைட்டருக்கு மனைவியா இருக்கறதிலே பெருமை இருக்காதோ? அவரைத் தேடி என்னை மாதிரி எத்தனையோ பேர் வருவா. கடைசிலே இந்தப் பெருமைதான் மிஞ்சும். இல்லேன்னா இவா குடியிருக்கிற வீட்டையும் நிலைமையையும் பாக்கறச்சே இந்த எழுத்தாளரோட பொருளாதார நிலை புரியறதே . . . இதுக்கா பெருமைப்பட்டுக்க முடியும்?

"அடி கௌஸீ! இங்கேதான் நின்னுண்டு இருந்தாள்? மாமி, சித்தே உள்ளே பாருங்கோ. எங்க கௌஸி இருந்தா இவாளை உள்ளே அழைச்சிண்டு போகச் சொல்லுங்கோ"ன்னு சொல்றாள்.

உள்ளே, முற்றத்திலே சுவரோரமா துளசி மாடத்தை ஒட்டிக் குழாயடியிலே தண்ணீர் பிடிச்சிண்டு நிக்கற ஒரு பாட்டி முக்காட்டை இழுத்து விட்டுண்டு இங்கே யாரோ வந்திருக்கிற சந்தடியைக் கேட்டுத் திரும்பி என்னைப் பார்க்கறார்.

அவர் பக்கத்திலே மேலே சட்டைகூட இல்லாமல் ஒரு சீட்டிப் பாவாடையை நாடா வயத்திலே அழுந்தி அறுக்கற மாதிரி இறுக்கமா கட்டிண்டு, மார் மேலே ஒரு சிலேட்டையும் தாங்கிண்டு, நாக்கைத் துருத்திண்டு என்னத்தையோ மும்முரமா எழுதிண்டு – சுமார் ஆறு வயசு இருக்கும் – ஒரு பொண்ணு நிக்கறதே, அவள்தான் கௌஸியோ..?

“போடி – உங்கம்மா என்னத்துக்கோ கூப்படறாளே”ன்னு பாட்டி அந்தக் குழந்தையெ வெரட்டறா.

“மாட்டேன் போ”ன்னு அது என்னத்துக்கோ முரண்டு பண்ணிண்டு அங்கேயே நிக்கறது.

இங்கே கதை பேசிண்டு உக்காந்து இருக்கற மாமிகள்ளே ஒருத்தி அந்தப் பாட்டிகிட்டே சொல்றாள்: “என்ன பாக்கறேள்? உங்க ஆத்துக்குத்தான். உங்க... பிள்ளையைத் தேடிண்டு வந்திருக்கா..! அழைச்சிண்டு போங்கோ...”

அந்தப் பாட்டி தண்ணிக் குடத்தையும் தூக்கிண்டு வந்து என் எதிரே நிக்கறா: “யாரும்மா? எங்க விச்சுவெப் பாக்கணுமா? அவா காலேஜ்லே இருக்கியா?”ன்னு கேக்கறாளே!

எனக்கு எந்தக் காலேஜ்னு புரியலே. ஆர்.கே.வி.ங்கற விஸ்வநாத சர்மாவுக்கு ஆத்திலே விச்சுன்னு பேரு. அது மட்டும் புரியறது.

"நான் அவர் கதையெல்லாம் படிக்கறவ . . ." அதுக்கு மேலே எனக்கு ஒண்ணும் சொல்ல வரலே. அவரும் என் கிட்டேருந்து பதில் ஒண்ணும் எதிர்பார்க்கல்லே. அந்தக் கௌசி – ஆர்.கே.வி.யோட கொழந்தை – ரெண்டு கண்ணையும் பெரிசாத் தொறந்துண்டு என்னைப் பாக்கறது. தண்ணிக் குடத்தோட அந்தப் பாட்டி முன்னே நடக்கறார். நான் அவள் பின்னாலே நடந்து போறேன். "அப்பா! உன்னைத் தேடிண்டு யாரோ ஒரு மாமி வந்திருக்கா"ன்னு கட்டியம் கூறிண்டு ஓடறது அந்தக் கௌஸி. அவா போர்ஷன் பின்கட்டுலேபோல இருக்கு. ரெண்டு மூணு குடித்தனங்களைத் தாண்டிப் போகணும். . . நெறையக் குழந்தைகள் ... ஒரு எலிமெண்ட்ரி ஸ்கூலுக்குள்ளே நுழைஞ்சுட்ட மாதிரி இருக்கு. கூடத்திலே தோரணம் தோரணமாகத் துணிகள் தொங்கறது.

அந்தப் பாட்டி – ஆர்.கே.வி.யோட அம்மா – பேசிண்டே போறார். அவர் பேசறதைப் பார்த்தா யாருகிட்டேயும் பேசற மாதிரி இல்லே. தனக்குள்ளேயே பேசிக்கற மாதிரி – எப்பவும் இதேபோலப் பேசிண்டிருக்கறவர் மாதிரி தோணறது.

"சனிகள்! வழியெல்லாம் துணியெப் போட்டு வெச்சுடறதுகள்... பிராமணா வீடுன்னு சத்தியம் பண்ணினாக்கூட யாரும் நம்பமாட்டா . . . பின்கட்டு பைப்புலே தண்ணி வரல்லே... ரெண்டு கட்டுத் தாண்டி வந்து தண்ணி எடுத்துண்டு போகணும். இதுக்கு ஒரு கச்சேரி வெப்பா முன்கட்டுக் காரா... அவா பிடிச்சிண்டுதான் மத்தவா பிடிக்கணுமாம். வேற வீடு ஒண்ணு பார்த்துத் தொலைடான்னு நானும் ரெண்டு வருஷமா அடிச்சுக்கறேன். நான் சொன்னாப் போறுமா? வீடு கெடைக்கறது என்ன அவ்வளவு சுலபத்திலா இருக்கு? உன்னை மாதிரி தெரிஞ்சவாகிட்டே எல்லாம் சொல்லி வெச்சிருக்கேன் . . . உங்காம் எங்கே இருக்கு?"

– இப்பதான் இவர் என்கிட்டே பேசறார்னு புரிஞ்சுக்கறேன்.

"எங்க வீடு . . . எக்மோர். பஞ்சவடி இல்லே . . ."

"நான் பஞ்சவடியைக் கண்டேனா, கிஷ்கிந்தையைக் கண்டேனா?. . . திருச்சியிலிருந்து டிரான்ஸ்பர் ஆகி என் கூடப் பொறந்த தங்கையோட பையனும் அவன் குடும்பமும் இங்கே வந்து மூணு மாசமாறது. எங்கேயோ அசோக நகரமாமே – அங்கே இருக்காளாம்... போகணும் போகணும்னு புலம்பிண்டு, இருக்கேன். முடியறதோ? தனியாகப் போக நேக்கு வழி தெரிஞ்சா நேரம் கெடைக்கறச்சே போயிட்டு வந்துடலாம். நேக்கு ஒரு துணை வேண்டியிருக்கே... எனக்கு நேரம் கெடைக்கறச்சே

அவன் இருக்கமாட்டான், அவன் இருக்கறச்சே எனக்கு முடியற தில்லே… அடே, விச்சு உன்னைத் தேடிண்டு யாரோ வந்திருக்கா பாரு, உன் ரசிகையாம், கதைப் படிக்கறவளாம்… பாவம் கொழந்தை! எழும்பூர் – பஞ்சவடியாமே, அங்கேருந்து எவ்வளவு ஆர்வத்தோட வந்திருக்கு. உக்கார் கொழந்தை"ன்னு சொல்லிண்டு உள்ளே போய்க் குடத்தை இறக்கி வைக்கிறார்.

பின்கட்டு முற்றத்திலே மங்களூர் ஓடு போட்ட சின்ன வீடுகள் வரிசையா இருக்கு. அந்த மூணு நாலு போர்ஷன்கள்ளே ஒண்ணு இந்த மகாபிரபல எழுத்தாளர் ஆர்.கே.வி.யோட அரண்மனைன்னு பாக்கறபோது நம்ப முடியலே.

வீட்டு உள்ளே ரெண்டே ரூம்கள்தான் இருக்கும் போலத் தெரியறது. ஒண்ணு, போன உடனே இருக்கிறது; இன்னொண்ணு, அதே மாதிரி இடது பக்கம் இருக்கிற சமையல் உள், முன் பக்கத்திலே நான் நிக்கறேனே, எனக்கு வலது பக்கத்திலே மூணு அடி அகலத்திலே ஒரு வராண்டா, கோணிப் படுதா கட்டி மறைச்சு இன்னொரு பக்கம் மூங்கில் தட்டி அடைச்சு இருக்கிற இதுதான் ஆர்.கே.வி.யோட ஸ்டடி போலிருக்கு. மத்தியானத் தூக்கம் போடறாரோ? நான் அவரை டிஸ்டர்ப் பண்ணிட்டேனா!

ஈஸிசேர்லேருந்து அவர் எழுந்திருக்கிற சப்தம் கேட்கிறது. இதோ இப்போ அவர் வெளியே வரப்போறார்.

எனக்குத் தெரியும் அவர்தான் என் கதையைப் படைச்ச கதாசிரியர்னு. ஆனால் அவருக்குத் தெரியுமோ, நான்தான் அவர் படைச்ச கதாநாயகி என்கிற விஷயம்?

அதைத் தெரியப்படுத்தக் கூடாது. கதை வேற, வாழ்க்கை வேற. கதையிலே அப்படி ஒரு பாத்திரத்துக்குக் கிடைக்கிற அனுதாபத்தை வாழ்க்கையிலே அந்தக் கதையை எழுதினவனாலேகூடக் காட்ட முடியுமாங்கறது சந்தேகம்தான்.

நான் அப்படி ஒரு திறந்த புஸ்தகமா ஆயிடக்கூடாது. நான் இந்த அளவுக்கு இப்போ வளர்ந்திருக்கேனே, இதெ நெனச்சு சந்தோஷப்படறேன். என் மனசே எனக்குச் சொல்றது: 'யாரையும் சுலபமா நம்பிடாதே. உன்னை முடிஞ்சவரைக்கும் மறைச்சு வச்சுக்கோ. இல்லேன்னா உன் அம்மா, அண்ணா, மாமா எல்லாரையும் போல உலகமே உன்னை இளப்பமா நெனைக்கும்…'

இதோ, கோணிப் படுதாவை நீக்கிண்டு அவர்!

8

“எஸ்... பிரபு ஆர்கனைஸேஷன்ஸ்.”

“...”

“நீங்க யார் பேசறது?”

“...”

“என்ன விஷயமா பார்க்கணும்னு தெரிஞ்சுக்கலாமா?”

“...”

“சரி, அவரோட செக்ரட்டரிகிட்டே கொடுக்கிறேன்; அவர் கிட்டே பேசுங்கோ. ப்ளீஸ் ஹோல்ட் தி லைன்.”

– “ஹலோ ராவ் ஸ்பீக்கிங். மிஸ்டர் பிரபு இஸ் நாட் இன் ஸ்டேஷன். நீங்க யார், உங்க பேரைத் தெரிஞ்சுக்கலாமா?”

“...”

“ரிலேடிவ்? அநேகமாக மத்தியான ப்ளேன்லே வரணும். ரெண்டு மணிக்கு மேலே வீட்டுக்குப் போன் பண்ணிப் பாருங்களேன்?”

அந்தப் பெரிய பங்களாவின் ஆளரவமற்ற தனிமையில் அந்த ஹாலிலுள்ள டெலிபோன் மணி வெகு நேரமாக அடித்துக்கொண்டிருக்கிறது. வெளியே வெய்யில் அழகாகக் காய்கிறது. வெகு தொலைவில் காம்பவுண்ட் ஓரமாக உள்ள புல் தரைக்கு ரப்பர் குழாய் மூலம் அந்தத் தோட்டக்காரன்

தண்ணீர் தெளித்துக் கொண்டிருக்கிறான். டெலிபோன் சத்தம் காதில் விழமுடியாத அளவுக்குத் தள்ளி இருக்கிற பின்கட்டுத் தாழ்வாரத்தில் வீட்டு வேலைக்காரர்கள் சிலரும் சமையற்காரியும் உற்சாகமாகப் பேசிக்கொண்டிருக்கிறார்கள். அந்த வீட்டு எஜமானி பத்மா மாடியில் ஏர்கண்டிஷன் செய்யப்பட்ட தனியறையில் அமர்ந்து மத்தியானச் சாப்பாட்டுக்குப் பிறகு வெற்றிலை போட்டுக்கொண்டிருக்கிறாள். ரேடியோவில் சினிமாப் பாட்டு கேட்கிறது.

ஹாலில் டெலிபோன் மணி வெகு நேரமாய் அடித்துக் கொண்டிருக்கிறது.

அதோ, காம்பவுண்டில் ஒரு பெரிய கார் நுழைந்து வருகிறது. சனிக்கிழமை ஆதலால் ஸ்பெஷல் கிளாஸுக்குப் போய், காலேஜிலிருந்து திரும்பி வருகிற மஞ்சுளா காரிலிருந்து இறங்கியதும் டெலிபோன் மணி அடிப்பதைக் கேட்டு ஹாலுக்குள் சற்று வேகமாய் நடந்து வருகிறாள்.

'யாருமே இல்லையா? எல்லாருமா எங்கே போய்த் தொலைஞ்சாங்க' என்பது மாதிரி ஒரு பார்வையுடன் ஓடி ரிஸீவரை எடுக்கிறாள்.

"ஆமாம், மிஸ்டர் பிரபு வீடுதான். நீங்க யார் பேசறது? அப்பா வேணுமா?"

"..."

"ஐ டோண்ட் நோ. ஒரு நிமிஷம் இருங்கோ. கேட்டுச் சொல்றேன்" டெலிபோனுக்குப் பக்கத்தில் ரிஸீவரை வைத்துவிட்டு 'அம்மா அம்மா' என்று அழைத்தவாறு மாடிப்படியை இரண்டு இரண்டு படிகளாகத் தாவி ஓடுகிறாள்.

மாடி அறைக் கதவைத் திறந்தவுடன் உள்ளே இருந்து சினிமாப் பாட்டு கேட்கிறது.

"அம்மா, அப்பா எங்கே ரெண்டு நாளாகக் காணோம்? காலையிலே வந்தாரா? யாரோ கங்காவாம். அவரோட பேசணுமாம்; ஆபீசிலே இருப்பாரா?"

"காலையிலேதான் டெலிபோன் வந்தது. 'பெங்களூர்லேருந்து. ஏர்-போர்ட்டுக்கு வண்டி போயிருக்கு. எப்போ போனார்; எதுக்குப் போனார்னு யாருக்குத் தெரியும்? பெங்களூர்லே இப்போ ரேஸ் சீசனா? சரி சரி, ஆபீஸுக்கு போன் பண்ணி அந்த ராவைக் கேட்கச் சொல்லு. என்னத்துக்கு வீட்டுக்குப் போன் பண்றாங்க?"

சில நேரங்களில் சில மனிதர்கள்

மஞ்சுளா கதவை அடைத்ததும் சினிமாப் பாட்டு வெளியே வராமல் அறைக்குள்ளேயே அமுங்குகிறது. மாடிப்படியில் மழமழ வென்றிருக்கும் மரத்தாலான கைப்பிடிக் கட்டையில் உள்ளங் கையை அழுத்தி 'கிரீச்'சென்று இழைத்தவாறு சரசரவென்று மாடிப்படிகளில் இறங்கி வந்து ரிஸீவரை எடுத்துப் பேசுகிறாள் மஞ்சு.

"நீங்க என்ன விஷயமா அவரைப் பார்க்கணும்? நான் அவரோட டாட்டர். ஆபீஸ் விஷயம்னா இன்னிக்குப் பாக்க முடியாது. மிஸ்டர் ராவ்னு அப்பாவோட செக்ரடரி ஆபீஸ்லே இருப்பார். யூ டாக் டு ஹிம்."

"..."

"எஸ். யூ ஆர் ரைட். ஹி இஸ் நாட் இன் ஸ்டேஷன். மத்தியானம் மூணு மணிக்கு மேலே போன் பண்ணுங்கோ. ப்ளீஸ் ஜஸ்ட் ஹோல்ட் ஆன் – ஹி இஸ் கமிங்."

காம்பவுண்டுக்குள் நுழைந்துகொண்டிருந்த அந்தச் சின்னக் காருக்கு இடம் விடுவதற்காகப் போர்டிகோவில் இருந்த பெரிய கார் நகர்ந்து ஷெட்டுக்குள் போகிறது.

இந்தக் காலத்து கல்லூரி மாணவர்கள் மாதிரி உடையும் தோற்றமும் கொண்டு புகைத்துக்கொண்டிருந்த சிகரெட்டைக் காரிலிருந்து இறங்கியவுடன் கீழே போட்டு ஷூஸ் அணிந்த பாதத்தால் தேய்த்து நசுக்கியவாறு – எதிரே வந்து நிற்கும் மகளைப் பார்க்கிறார் அந்தப் பிரபு.

"ஓ திஸ் இஸ் ஆஃபுல்! பெங்களூர்லே கிளைமேட் எப்படி இருக்கு தெரியுமா? நெக்ஸ்ட்டைம் நீயும் வா. சும்மா ஒரு வீக்–எண்டுக்குப் போகலாமே!"

"உங்களோடயா? நல்லா அனுப்புவாங்களே அம்மா?"

"ஒய்? என்னோட அனுப்ப மாட்டாளாமா? அப்போ அவளைக் கூட்டிக்கினு போவச் சொல்லு. மஞ்சு! யூ டூ ஒன் திங். அடுத்த சனி, ஞாயிறுலே உங்க அம்மாவைக் கூட்டிக்கிட்டுப் போவச் சொல்லு பெங்களூருக்கு. இட் இஸ் ஒண்டர்புல். நானும் வந்து அங்கே ஜாய்ன் பண்ணிக்கிறேன்."

"அதெல்லாம் ஒண்ணும் முடியாது. எனக்கு எக்ஸாம்ஸ் இருக்கு. உங்களுக்கு என்ன அப்பா? ஜாலி! எக்ஸாமா, பிஸினஸா, ஒண்ணும் கிடையாது. சரி, சரி; உங்களுக்குப் போன் கால் வந்திருக்கு. ரொம்ப நேரமா வெயிட் பண்ணிண்டிருக்கா. யாரே கங்காவாம்."

“கங்காவா?” என்று நெற்றியைச் சொறிந்தவாறே அவர் டெலிபோன் அருகே செல்ல, மஞ்சு உள்ளே போகிறாள்.

காரிலிருந்து ஒரு சிறிய பெட்டியை எடுத்துக்கொண்டு மாடியில் இன்னொருபுறம் இருக்கும் அவருடைய அறைக்குப் போகிறான் டிரைவர்.

“எஸ். பிரபு ஹியர்...”

எனக்கு ஒண்ணுமே பேச முடியலே. தொண்டை அடைக்கிறது. கண்ணிலே தண்ணி பொங்கிப் பொங்கி வரது.

“ஹலோ... ஹலோ...”ன்னு அவன் குரல் என் காதைக் குடையறது.

“ஹலோ – நான் கங்கா பேசறேன்”னு சொல்றபோது என் குரல் நடுங்கறது.

“கங்காவா?... எந்த கங்கா? வாட் நம்பர் டூ யூ வாண்ட் ப்ளீஸ்?”

“இந்த நம்பர்தான்... இது ராங் நம்பர் கால் இல்லே. உங்களுக்கு என்னைத் தெரியும். நாட் மை நேம்... பேரைச் சொன்னால் தெரியாது. நேரிலே பார்த்தால் தெரியும்.”

“ஓ!” – அந்த ‘ஓ’வுக்குத்தான் எவ்வளவு அர்த்தம்! அதில் ஒரு மாமாங்க காலச் சரித்திரமே – என் தலைவிதி முழுக்கவுமேன்னா அடங்கி இருக்கு! அவனுக்கு என்னைத் தெரிஞ்சுட்டுதா? நான் யார்னு அடையாளம் கண்டுபிடிச்சுட்டானா..? அவன் மனசிலே அந்த சாயங்காலம் தெரியறதா? என் முகம் தெரியறதா..?

“என்ன விஷயமா என்னைப் பார்க்கணும்”னு அவன் இப்போ கேட்கறான். நான் என்ன விஷயம்னு சொல்லுவேன்?... அவன் என்னை யாருன்னு இன்னும் புரிஞ்சுக்கலியோ? இல்லாட்டா புரிஞ்சுண்டுதான் கேக்கறானோ? புரிஞ்சுண்டதா காட்டிக்க வேண்டாம்னு நெனச்சுக் கேக்கறானோ?

நான் என்னோட பதட்டத்தையும் நடுக்கத்தையும் கட்டுப் படுத்திண்டு நிதானமாப் பேசறேன். சாதாரணமாப் பேசறேன். ரொம்ப சௌஜன்யமா சொந்தத்தோட பேசணும்னு பேசறேன்.

“என்ன விஷயம்னு டெலிபோன்லே சொல்லிடற மாதிரி – மேட்டர் இஸ் நாட் ஸோ ஸிம்பிள் – சாதாரணமான விஷயம் இல்லே. நான் உங்களை மீட் பண்றதே ஒரு முக்கியமான விஷயம். என்னைப் பாத்தீங்கன்னா அப்ப உங்களுக்குப்

புரியும். உங்க பேர்கூட எனக்கு நேத்திக்குத்தான் தெரியும். ஆனா உங்களை எனக்கு நன்னாத் தெரியும். நாம ரெண்டு பேரும் பன்னெண்டு வருஷத்துக்கு முந்தி சந்திச்சு இருக்கோம். ஒருநாள் மழை பெய்யறச்சே, சாயங்காலம் எங்க காலேஜ் வாசல்லே . . . பஸ் ஸ்டாண்டிலே . . . ஞாபகம் இருக்கா ? . . . ஹலோ . . . ஹலோ . . . டூ யூ ஹியர் மீ . . ?”

‘ம் . . . ம் . . .’னு நான் சொல்லச் சொல்லக் கேட்டுண்டு இருக்கிற பாவனையிலே வந்த சத்தம் திடீர்னு நின்னு போயிடவே அவன் கேக்கறானோ இல்லையோங்கற சந்தேகத்திலே நான் கத்தறேன்; “டூ யூ ஹியர் மீ?”

“எஸ்! ஐ ஹியர் யூ!” – அவன் குரல் திடீர்னு தடிச்சுப்போயி, அடைச்சுண்டு கம்மிப்போனமாதிரி கேக்கறது.

“நீங்க என்னை உங்க கார்லே ஏத்திண்டு போனேள். ஞாபகமிருக்கா . . ? ஐலண்ட் கிரவுண்டுக்குப் போனோம். அதுக்கு ஐலண்ட் கிரவுண்டுன்னு பேருன்னு தெரியறதுக்கு எனக்கு அதுக்கப்பறம் அஞ்சுவருஷம் ஆச்சு . . . உங்களுக்கு ஞாபகம் இருக்கா ? . . . இப்ப உங்களைப் பார்த்தா எனக்கு அடையாளம் தெரியுமாங்கறதுகூட எனக்குச் சந்தேகம்தான். அந்தக் கார்தான் எனக்கு அடையாளம் ஆனா அதுக்கப்பறம் அந்தக் காரை நான் பார்க்கவே இல்லை. எதுக்குப் பார்க்கணும்? அவசியம் இல்லே. ஐ ஹாவ் நெவர் பாதர்ட் டு ஸி எய்தர் யூ, ஆர் யுவர் கார். ஆனா இப்ப அவசியமா உங்களை நான் மீட் பண்ணி ஆகணும் . . .”

“உன் பேர் கங்காவா ! . . .”ன்னு அவன் பெருமூச்சு விடறது பாம்பு சீறின மாதிரி என் காதைப் பொசுக்கறது.

அவன் கண் பாம்பு மாதிரியோ, மயில் மாதிரியோ, பக்கவாட்டிலே இருந்து பாக்கறச்சே அன்னிக்கு, அந்த இருட்டிலே மங்கின வெளிச்சத்திலே தெரிஞ்சுதே – அது அப்படியே இப்ப என் மனசிலே தெரியறது.

இதோ அந்த மேசை மேலே அவனோட கம்பெனி எம்ப்ளாயீஸ் ரிக்ரியேஷன் கிளப் ஆண்டு மலரிலே வெளியாகி இருக்கிற அவனோட படம் – இதோ சில பக்கங்களைப் புரட்டின உடனே – தெரியறது. இதுக்குக் கீழே இவன் பேரும் போட்டிருக்கு . . . இந்தப் பேரைப் படிச்சோ இந்தப் படத்தைப் பார்த்தோ நான் இவனைக் கண்டுபிடிச்சுடலே. இது, அவன்தான்னு தெரிஞ்ச பிறகு அந்தக் கண்ணுலே அந்த சர்ப்பம் தெரியறதே.

“உங்களுக்கு அதெல்லாம் ஞாபகம் இருக்கா? இப்போ நான் யாருன்னு தெரியறதா?”

என்ன கேட்டாலும் அவன் தன்னைக் 'கமிட்' பண்ணிக்க மாட்டேங்கறான்; அவன் பேசறதிலேருந்து ஒரு பிடியும் கிடைக்கல்லே. அவன் அதிகமாகப் பேசற பேச்சே, 'ம், ம், ம்'தான்.

'இந்த மாதிரி அவன் எத்தனை பார்த்திருக்கானோ? எத்தனை பேர் இவனை நம்பி இவனுக்கு போன் பண்ணி, போன் பண்ணி ஏமாந்திருக்காளோ'னு நினைச்சுண்டு நான் உதட்டைக் கடிச்சுக்கறேன். இரண்டு பேருக்கும் நடுவிலே இந்த மௌனம் ஒரு சம்பாஷணை மாதிரி நீடிக்கிறது. 'டக்'னு ரிஸீவரை வெச்சுடலாமான்னு ஒரு நிமிஷம் நினைக்கறேன். அவன்தான் வெக்கட்டுமே. அவனே வெக்கறானான்னு பார்ப்போமேன்னு நினைச்சுண்டே பேசாமல் இருக்கேன். 'என்ன, பேச்சையே காணோம்னு?' குத்தலாகக் கேக்கலாமான்னு தோணறது. அவனா ஏதாவது கேக்றானான்னு பார்ப்போமேன்னு பேசாமல் இருக்கேன்.

"கங்கா" – ஐயோ! அவன் என்னைப் பேர் சொல்லிக் கூப்பிடறானே. இப்போ எனக்கு என்ன சொல்றதுன்னு புரியலியே! இப்போ நான் சொல்றேன்: "உம்."

அவன்தான் பேசறான்:

"எனக்கு ரொம்ப ஆச்சரியமா இருக்குது. அன்னிக்கு அப்பறம் உன்னைப்பத்தி நான் நினைச்சேனான்னு எனக்கு நினைப்பு இல்லை. நினைச்சு இருக்கிறேன். ஆனாக்க பன்னெண்டு வருஷத்துக்கு அப்பால உன்கிட்டே இருந்து இப்படி ஒரு போன்கால் வரும்னு நான் நினைக்கவே இல்லை. நிசமாகவே இது நீதானா? ஓ! எவ்வளவு சின்னப் பொண்ணா இருந்தே! உன்னைப்பத்தித் தெரிஞ்சுக்கணும்னு எனக்கு ஆசையா இருக்குது. நீ எங்கே இருந்து பேசறே? ஹவ் ஆர் யூ? வாட் ஆர் யூ? உங்க வீட்டிலே டெலிபோன் இருக்குதா?"

என்னென்னமோ ஒண்ணு மேலே ஒண்ணா அவன் கேட்டுண்டே இருக்கான். நான் எல்லாத்துக்கும், 'ம், ம், ம்' தான்! அதுவும் அடைக்கப்போறது. தொண்டைக் குழியிலே என்னமோ துடிக்கிறது. நெஞ்சையெல்லாம் வலிக்கிறது. நான் எதுக்கு இப்போ அழப்போறேனோ தெரியலை 'பாவி'ங்கற ஒரு வார்த்தை பாதியிலே தொண்டையிலே அடைச்சுண்டு நிக்கறது. அவனை வையறதோ சபிக்கிறதோ நியாயமில்லேன்னு என் மனசுக்குப் புரியறது.

"ஹலோ – ஹலோ . . . கங்கா! டூ யூ ஹியர் மீ? ப்ளீஸ் டோண்ட் டிஸ்கனக்ட். ஹலோ!"

“எஸ். ஐ ஹியர் யூ” நான் வச்சுட்டேன்னு நினைச்சு எங்கே அவன் வச்சுடுவானேன்னு ரொம்பச் சிரமப்பட்டுப் பேசறேன்: “ஐ ஆம் ஸாரி.”

“எப்படி நீ என்னைக் கண்டுபிடிச்சே? – ஹவ் டிட் யூ ஸ்பாட் மீ?”

என்னுடைய உணர்ச்சிகளைக் கொஞ்சம் தளர்த்திண்டு லோசாச் சிரிச்சுண்டு நான் சொல்றேன்: “பெரிய மனுஷாளா இருக்கிறதிலே உள்ள ஆபத்தே அதுதான். சாதாரண மனுஷா பார்வையிலேருந்து நீங்கள்ளாம் தப்பிச்சுட முடியாது. முதல்லே டெலிபோன்லே பேசினது உங்க டாட்டர் தானே?”

“ஆமாம். காலேஜ்லே படிக்கிது.”

“காலேஜ்?”

“ஆமா, இந்த வருஷம்தான் சேர்ந்திருக்குது.”

தன்னோட பொண்ணு காலேஜுக்குப் போகறதைப் பார்க்கறச்சேகூட இவனக்கு என்னோட ஞாபகம் வரலியே? காலேஜுக்குப் போற பொண்ணுன்னா பதினைஞ்சு வயசாவது ஆகியிருக்கணுமே!... அப்படின்னா இவனுக்கு அப்போவே கல்யாணம் ஆகியிருந்ததோ?

“ஒய் டோண்ட் யு கம் ஹியர்? எப்போ வேணுமானாலும் இங்கே வரலாம். மை டோர்ஸ் ஆர் ஓபன் ஃபார் யூ யூ மஸ்ட் மீட் மை டாட்டர். ஷி இஸ் வெரி ஸ்வீட், ஸ்மார்ட்.”

தன் பொண்ணைப்பத்தி ஒரேயடியாய்ப் புகழறான். எங்க அம்மாவும் அந்தக் காலத்திலே நான் காலேஜுக்குப் போறதைப் பத்தியும் மார்க் வாங்கறதைப்பத்தியும் இப்படித்தானே புகழ்ந்துண்டு இருந்தா! அவன் பொண்ணெப்பத்திப் புகழ்ந்து சொல்றபோது எனக்குப் என்ன பதில் சொல்றதுன்னு புரியலே. அவன் மறுபடியும் கேட்கறான்:

“நீ என்ன காரியமா போன் பண்ணினே?”

“உங்களை மீட் பண்ணனும்தான் போன் பண்ணினேன்.”

“என்ன திடீர்னு? பன்னெண்டு வருஷமாத் தோணாத ஒரு நினைப்பு?”

“காலம் மார்றச்சே மனுஷா மாறணுமோன்னோ! ஆறு மாசத்துகு முன்னாலே வரைக்கும் உங்களைப் பார்க்கணும்னு

நான் நினைப்பேன்னுகூட நினைக்கலே. ஆனால் இந்த ஆறு மாசமா ஒவ்வொரு நிமிஷமும் நான் உங்களைத் தேடிண்டு இருக்கேன். எனக்கு உங்க கார்தான் அடையாளம். எத்தனையோ காரை நான் தினம் பார்க்கறேன். ஆனால் அந்தக் காரை மட்டும் பார்க்க முடியறதில்லே. இப்போ அது உங்ககிட்டே இல்லியா?"

"என்னாண்டதான் இருக்குது. . . வூட்டிலே மத்தவங்க உபயோகத்துக்கு இருக்கு. என் டாட்டர் அதிலேதான் காலேஜுக்குப் போவுது, நான் சின்ன கார் வச்சிருக்கேன். இப்போ எல்லாம் அதுதான் ஃபாஷன்."

"ஓஹோ! பெரிய மனுஷாளா ஆனப்பறம் சின்னக்காரா? பை தி வே, டூ யு ஹாவ் எ ஒய்ட் கார்?"

"ஆமாம்."

"போனவாரம் மவுண்ட் ரோட் பக்கம் போனீங்களா?"

"ஏன்? தினம் ரெண்டு மூணு வாட்டி நான் மவுணட் ரோடு வழியாய்ப் போறேன். ஏன்? என்னா விஷயம்?"

"ஒண்ணும் இல்லே. எங்க ஆபீசுக்கு முன்னாடி ஒரு வெள்ளைக் கார் ஆக்ஸிடெண்ட் ஆச்சு. அப்போ நான் உங்களைப்பத்தி நினைச்சுப் பயந்துட்டேன்."

"அப்போ... நீ எந்த ஆபீஸ்லேயாவது வேலை செஞ்சுக்கினு இருக்கிறியா? ஆர் யூ மாரீட்? உனக்குக் கல்யாணம் ஆயிடுச்சா? குழந்தைங்க?"

நான் சிரிக்கறேன். ரொம்ப விசித்திரமா சிரிக்கறேன் போல இருக்கு. எங்க ஆபீசைப் பொறுத்தவரைக்கும் நான் சிரிக்கறதே ஒரு விசித்திரம் தானே! அவா பாக்கற காட்சியை அவளாலேயே நம்ப முடியாத மாதிரி ஒரு ஆச்சரியமா என்னைப் பாக்கறா. நான் ஏன் இவ்வளவு சிரிக்கறேன்? என் சிரிப்புச் சத்தத்தைக் கேட்டு அவன் பயந்துட்டான் போல இருக்கு.

"வாட் இஸ் தி மேட்டர்? ஏன் இப்படி சிரிக்கிறே? இதிலே சிரிக்கிற மாதிரி என்ன இருக்குது?"ன்னு அவன் என்னென்னவோ கேட்டுண்டே இருக்கான். நான் சிரிச்சுண்டே இருக்கேன்.

"ப்ளீஸ் ஸ்டாப் இட்"னு அவன் கத்தறான். எனக்குக் கண்ணெல்லாம் தண்ணி நிறைஞ்சு வழியறது. இந்தச் சிரிப்பை நிறுத்தறதுன்னா அழுகையாலேதான் முடியும்போல இருக்கு. ஐயோ, நான் அழுதுடப்படாதே. ஆபீஸ்லே இருக்கறவா எல்லாம் என்னைப் பார்த்துண்டு இருக்காளே!

ஜெயகாந்தன்

என்னோட நாற்காலி சுழல் நாற்காலி. அவாளுக்கு நான் அழப்போறது தெரியப்படாது. சிரிச்சுண்டே, டெலிபோன்லே பேசிண்டே அவாளுக்கு முதுகைக் காட்டிண்டு நாற்காலியைச் சுழட்டித் திருப்பிக்கறேன்.

என் குரல் சிரிக்கறது; என் மனசு அழறது. அந்த அழுகை வந்தப்பறம்தான் என் சிரிப்பு நிக்கறது. கர்சீப்பாலே முகத்தைத் துடைச்சிண்டு நான் அவன் கேள்விக்கு இப்பத்தான் இவ்வளவு நாழிக்கப்பறம் பதில் சொல்றேன்.

"எஸ். நான் ஒரு ஆபீஸ்லே வேலை பாக்கறேன். மத்த விவரமெல்லாம் நேர்லே சொல்றேன். நாம்ப சந்திக்கணுமே? எந்த இடத்தில் சந்திக்கலாம்?"

அவன் என் ஆபீஸ் அட்ரஸ் கேக்கறான். இப்பவே வந்து சந்திக்கறானாம். அது அவ்வளவு நன்னா இருக்கும்னு இப்போ எனக்குத் தோணலை. ஆத்துக்கு வரச் சொல்லலாமா? வேண்டாம். இவன் எப்படிப்பட்டவன்னு தெரிஞ்சுக்காமல் இவன்தான் 'அவன்'னு நான் பகிரங்கப் படுத்தாமல் இருக்கறது நல்லது. ஒரு வேளை மாமா சொல்ற மாதிரி. . .

'அவனைத் தேடிக் கண்டுபிடிக்கறோம்னு வச்சுக்கோ. இந்த நியாயத்தைச் செய்யறதுக்கு அவனுக்கு என்ன நியாயம் இருக்கு? அவன் உன்னை நம்பமாட்டான். காரை நிறுத்திக் கையைப் பிடிச்சு இழுத்தவாளோடெல்லாம் போறவளாத்தானே அவன் உன்னை நினைப்பான்!"

ஒரு வேளை அந்த மாதிரி நினைப்பிலேதான் அவன் இப்போ என்னோட பேசிண்டு இருக்கானோன்னு எனக்குத் தோண்றது.

இப்போ நான் ரொம்ப ஜாக்கிரதையா இருக்கனே். நான் அப்போமாதிரி அசடு இல்லே. நான் இப்போ ரொம்ப ரொம்பச் சமத்து!

"அதே இடத்தில் சந்திப்போமே."

"எதே இடத்தில்?"

"இதுக்கு முன்னே நாம் சந்திச்சோமே, அதே இடத்திலே, காலேஜுக்கு முன்னாலே பஸ் டாப்பிலே. . . இல்லேன்னா அஞ்சரை மணிக்கு ஐலண்ட் கிரவுண்ட்லேயே சந்திக்கலாமே."

9

இன்னும் இரண்டு மணி நேரம் இருக்கு. அந்தப் பிரபுவை நான் ரெண்டாவது தடவையா சந்திக்கப்போறேன். பன்னெண்டு வருஷத்துக்கு முந்தி அவனை முதல் தடவை சந்திச்சப்பறம் அந்தச் சந்திப்பின் பலனை இந்த நிமிஷம் வரைக்கும் நான் அனுபவிச்சுண்டு இருக்கேன். அவனை மட்டும் அப்போ நான் சந்திக்காமல் இருந்திருந்தால்? அந்தக் கார்லே நான் ஏறாமல் இருந்திருந்தால்? அவன் இழுத்த இழுப்புக்கெல்லாம் பணியாமல் இருந்திருந்தால்? அசடாட்டமா அழுதுண்டே வந்து அம்மாகிட்டே எல்லாத்தையும் உளறாமல் இருந்திருந்தால்..?

என்ன பெரிசா நடந்துடப் போறது? அன்னிக்கு ஆர்.கே.வி. ஆத்திலே சில மாமிகளைப் பார்த்தேனே, அவா மாதிரி ஒருத்தனைக் கல்யாணம் பண்ணிண்டு, ஒரு அஞ்சாறு கொழந்தையைப் பெத்துண்டு, உலகத்தையே ஒரு 'அவர்'லே அடக்கிண்டு, அந்த 'அவ'ருக்குப் பயந்தமாதிரி காட்டிண்டு, சமயத்திலே 'அவ'ரைப் பயமுறுத்திண்டு. . . பெண் ஜென்மங்களுக்கு வாழ்க்கை வேற என்ன பெரிசா அமைஞ்சுடப் போறது இங்கே?

வேணுமானா, அடுக்களைப் பாத்திரங்களை உருட்டறதுக்குப் பதிலா – இப்போ என்னை மாதிரியும், இதே எதிரிலே உட்காந்திருக்காளே டைப் அடிச்சுண்டு, அவளை மாதிரி, இல்லாட்டா ரெண்டு விரல்லேயும் இங்கியை ஈஷிண்டு, ஒவ்வொரு

நிமிஷமும் 'அவன் என்ன சொல்வானோ? இவன் என்ன சொல்விடுவானோ'னு பயந்துண்டு, தாலிச்சரட்டை இழுத்து ரவிக்கைக்குள்ளே மறைச்சுண்டு, இல்லேன்னா வேணும்னே இழுத்து லைசென்ஸ் கட்டினமாதிரி வெளியே போட்டுண்டு, ரெண்டு வருஷத்துக்கு ஒரு தடவை வயத்தைச் சாய்ச்சிண்டு, சில நாளிலே கண்ணையும், மூக்கையும் செவசெவன்னு வச்சிண்டு, 'அவர் அத்தெச் சொன்னார், இத்தெச் சொன்னார்'னு, ஆர்.கே.வி. ஆத்துத் திண்ணையா ஆபீஸை மாத்திண்டு – படிச்சு என்ன? உத்தியோகம் பார்த்து என்ன, சம்பாதிச்சு என்ன, சம்பாதிக்காட்டா என்ன, பொண்ஜென்மங்களோட வாழ்க்கை செக்குமாடு வாழ்க்கைதான்.

ஆர்.கே.வி.யோட அன்னிக்குப் பேசிண்டு இருக்கறச்சே நான் இந்த மாதிரியெல்லாம் என்னென்னமோ வாதம் பண்ணினேன்.

இந்த ஆறு மாசத்திலே அந்தக் கதைக்கு அப்புறம் அவர் ரெண்டு, மூணு கதை எழுதி இருக்கார். அதனாலே நானும் போன உடனே சமீபத்தில் எழுதின அவர் கதையைப்பத்தி தான் முதல்லே பேச ஆரம்பிச்சேன். ஒரு பத்து நிமிஷத்திலே அந்தக் கதையையெல்லாம் பைசல் பண்ணிண்டு அவரை இழுத்துண்டு நானே இந்தக் கதையிலே வந்து நின்னுட்டேன்.

அதுக்கப்புறம் ஏழரை மணிக்கு எழுந்து நின்னு, அவர் கிட்டேயும், அந்தப் பாட்டியம்மாகிட்டேயும் போய்ட்டு வரேன்னு நமஸ்காரம் பண்ணினேனே, அதுவரைக்கும் அந்த ஒரு கதையைப் பத்திதான் நான் பேசிண்டே இருந்தேன். இன்னும் அதைப் பத்திப் பேசறதுக்கு நிறைய இருக்கிற மாதிரித் தோணறது.

நான் ரொம்பச் சமத்தா என்னை மறைச்சுண்டேன். அவர் எழுதினது நிச்சயமாக என் கதையேதான். அவருக்கு என்னை அடையாளம் தெரியலே. எனக்கு அவரைத் தெரிஞ்சுட்டது. அந்தக் காலத்தலே என்னைப் பார்த்த யாருக்கும் இப்போ என்னை அடையாளம் தெரியாதோ?

ஆர்.கே.வி.ன்னு பெரிய எழுத்தாளரை இப்போ எல்லாருக்கும் தெரியற இந்த விசுவநாதனை, எங்க காலேஜ் அட்டெண்டரா நான் அடையாளம் கண்டுபிடிச்சுட்டேன். இதிலே அடையாளம் கண்டுபிடிக்க என்ன இருக்கு? அவர் இப்பவும் அந்தக் காலேஜ் லைப்ரரியிலே அட்டெண்டராத்தான் இருக்கார். அப்போ எல்லாம் இவர் ஒரு குடுமி வச்சிண்டு இருப்பார். துவைச்சுப் துவைச்சுப் போட்டுக்கற சட்டை ... பொண்கள்ளாம் சதா

நேரமும் இவரை வளைச்சுண்டு ஏதாவது கேலி பண்ணுவா. ஒரு உரிச்ச தேங்காய்ப் பருமனுக்கு இவர் கட்டிண்டு இருக்கிற குடுமியைப் பார்த்தா ரொம்பப் பேருக்கு ஒரு பொறாமை!

'ஸார்! ஸார்! நீங்க கிராப் வைச்சுக்கிற அன்னிக்கு என்னை மறந்துவிடப்படாது. உங்க குடுமியை அப்படியே சவுரியாக் கொண்டுவந்து குடுத்துடுங்கோ. உங்க ஞாபகமா வெச்சுக்கறேன்'னெல்லாம் கேலி பண்ணுவா. அவரும், 'ஆகட்டும், ஆகட்டும். ஆனா அதுக்குள்ளே, நீங்க கிராப்பு வச்சிண்டு வந்து நிக்காமல் இருக்கணும்'னு பதிலுக்கு ஏதாவது சிரிச்சிண்டே நறுக்னு சொல்லிடுவார்.

இப்போ எனக்கு அவரோட அந்த உருவம் நன்னாக் கண்முன்னாலே தெரியறது. அவர் ஏழோ எட்டோ கிளாஸ்தான் படிச்சிருக்காராம். ஆனால் எங்க லைப்ரேரியனுக்குத் தெரியாத விஷயங்களெல்லாம் அவருக்குத் தெரியும்னு அப்போவே எல்லாரும் பேசிக்குவா. எங்க காலேஜ்லே ஒரு ஸெட் உண்டு. அது கிளாஸுக்கு ஒழுங்கா அட்டெண்டன்ஸ் இல்லேன்னாலும் லைப்ரரிலே 'ஸைன்' பண்ணாத நாளே இருக்காது. புஸ்தகம் படிக்கறவான்னு தெரிஞ்சாப் போறும். அவா என்னென்ன புஸ்தகங்கள் படிச்சால் அவாளுக்கு உபயோகமா இருக்கும்னு இந்த விசுவநாதனுக்கு எப்படித்தான் தெரியறதோன்னு அவர் கொண்டு வந்து தர பட்டியலைப் பார்த்து எல்லாரும் ஆச்சரியப்படுவா.

அன்னிக்குச் சாயங்காலம் அவர் ஆத்திலே, முற்றத்திலே, அந்த மல்லிகைப் பந்தலுக்குக் கீழே ரெண்டு பிரம்பு நாற்காலியைப் போட்டுண்டு நாங்க பேசிண்டு இருக்கறச்சே, அவர் வீட்டு வெளிச்சம் அவர் பின்புறத்திலே வீசித்து. அதனாலே அவர் முகம் எனக்குத் தெரியல்லே. அந்த வெளிச்சம் நேரடியா என் முகத்திலே பட்டுண்டு இருந்தது. அதனாலே என் முகம் அவருக்குத் தெரிஞ் சிருக்கும்.

ஏதேதோ பேசிண்டிருக்கறச்சே திடீர்னு அவர் கேட்டார். "நீங்க எம்.ஏ எக்கனாமிக்ஸ்னு சொன்னேள் இல்லே. . . எந்தக் காலேஜ்?"

எனக்கு அவர் முகம் தெரியலே. என் முகம் அவருக்குத் தெரியறதேன்னு ஒரு க்ஷணம் நான் பதறிப் போய்ட்டேன். நான் திருச்சியிலேயும், சிதம்பரத்திலேயும் படிச்சதை மட்டும் சொன்னேன்.

“ஓஹோ! உத்தியோகம் ஆனப்பறம்தான் மெட்ராசுக்கே வந்தேளா?”ன்னு அவர் கேட்டப்போ, ‘ஆமாம்’னு சொல்லிட்டேன். அதுக்கப்புறம் மறுபடியும் அந்தக் கதையைப் பத்திப் பேச ஆரம்பிச்சுட்டோம். நான்தான் சொன்னேன்: “ஒருவேளை உங்க மெட்ராஸ்லே இருக்கிற காலேஜ் பெண்களுக்கு இப்படியெல்லாம் அனுபவம் ஏற்படறதோ என்னமோ? நான் எல்லாம் மொஃபஸல் ஸ்டூடண்ட் தானே! என்னாலே இந்த கதையை நம்பவே முடியலே!”– ஓ! நான் என்னமா பொய் பேசறேன்!

அவர் சிரிச்சார். இருட்டிலே பல் மட்டும் பளீர்னு தெரியறது. அவர் குழந்தை அந்தக் கௌஸி ஓடிவரது. அதையும் தூக்கி மடியிலே உட்கார வச்சுண்டார். அப்புறம் சொன்னார்:

“நீங்கதான் மொதல்லே இப்படிக் கேட்டேள். எல்லாரும் ‘இந்த மாதிரி எழுதலாமா, எழுதலாமா?’ன்னுதான் சண்டைக்கு வரா. ‘இப்படிக்கூட நடக்கறது உண்டா’ன்னு யாரும் கேட்கலே. இந்தக் கதையைப் பொறுத்தவரை என் கற்பனைங்கறது அந்த முடிவு மாத்திரம்தான். ஒரு பத்துப் பன்னிரண்டு வருஷத்துக்கு முன்னே எங்க காலேஜ்லே நடந்த சம்பவம் அது.”

ஆர்.கே.வி. ஆத்து வெளிச்சம் கண்ணை உறுத்தறது. நான் வெளிச்சத்திலிருந்து நிழல் படற இடமா நகர்ந்து உக்காந்துடறேன். அந்த மல்லிகைப் பந்தல்லேருந்து சரம் சரமா பூ உதிர்ந்துண்டே இருக்கு. அவர் மடியிலே உட்கார்ந்திருந்த கொழந்தை இறங்கி, மழை ஜலத்துக்குக் கை ஏந்தற மாதிரி ஓடி ஓடி ஒவ்வொரு பூவாப் பிடிச்சிண்டே பந்தல் கீழே சுத்திச் சுத்தி வரது. அவர் என் கதையையே எனக்குச் சொல்லிண்டு இருக்கார். என் கதை மாதிரியே இன்னொரு கதையை இல்லே; என் கதையையே சொல்லிண்டு இருக்கார்.

அந்தப் பெண்ணோட – அதாவது என்னோட – பேர் அவருக்குத் தெரியலையாம். ஆனால் அந்த ‘அவனை’ அவருக்கு நன்னாத் தெரியுமாம். அவனுக்கு இதே பொழைப்பாம். இதைச் சொல்லிட்டுக் கொஞ்சநாழி யோசிக்கிறார். அப்புறம் சொல்றார். அந்தச் சம்பவத்துக்குப் பிறகு அவனை அந்த காலேஜ் பக்கமே காணோமாம். சமீபத்திலே அவனை நேரிலே பார்த்தப்போ இப்பவும் அவன் அப்படியெல்லாம் நடந்துப்பான்னு அவருக்குத் தோணலையாம்.

‘அந்தப் பொண்ணு அப்புறம் என்ன ஆனாள்?’னு நான் கேட்டேன். ‘தெரியலை’னு ஒரு வார்த்தையிலே பதில் சொன்னார்.

அது அவ்வளவு முக்கியமில்லை என்கிற மாதிரி இருந்தது அந்த பதில். அப்புறம் அவரே சொன்னார்: "என்ன ஆகும்? மத்தப் பொண்கள் பேசிக்கறதிலேருந்து எனக்குத் தெரிஞ்சது. அவள் அம்மா அப்பா எல்லாம் அவளை அடிச்சாளாம்; தெருவிலே தள்ளிக் கதவைச் சாத்திட்டாளாம் – அதுக்கப்பறம் அந்தக் குழந்தையைக் காலேஜ் பக்கம் காணோம். அவ்வளவுதான். அதையெல்லாம் கேட்டப்போ அந்தக் குழந்தையோட அம்மா பேரிலே எனக்கு ரொம்பக் கோபமா வந்தது."

"ஆமா. . . நீங்க அப்போவே கதையெல்லாம் எழுதுவேளா?"

"எழுதுவேன். ஆனால் யாருக்கும் தெரியாது. இவ்வளவு பிரபல்யம் இல்லை. பத்திரிகைக்காரா திருப்பி அனுப்பிச்சுடுவா."

"இத்தனை வருஷம் கழிச்சு ஏன் அந்தக் கதையை இப்ப எழுதத் தோணித்து உங்களுக்கு?"

மறுபடியும் அவர் சிரிக்கிறார்.

"ஆர்.கே.வி.ங்கறவன் இப்பவும் அந்தக் காலேஜ் லைப்ரரிலே அட்டெண்டர்தான். இதனாலே அந்தக் காலேஜுக்கே ரொம்பப்பெருமை. இலக்கியச் சங்கக் கூட்டத்திலே, காலேஜ் ஆண்டு விழாவிலே எல்லாம் இந்த ஆர்.கே.வி.ங்கற அட்டெண்டர் பெரிய பிரமுகரா வந்து நின்னு மாலை போட்டுக்குவான். பிரசங்கம் பண்ணுவான். வேறெ காலேஜ்களிலேருந்தும் அழைப்புக்கள் வரும், அதுக்கும் போவான். இந்தக் கதையிலே வரானே, அந்த மைனர், அவன் பெயரே பிரபு, முழுப் பெயர் பிரபாகரனாம், இந்த வருஷம் காலேஜ் ரீ – ஓபனிங்போது திடீர்னு பன்னிரெண்டு வருஷத்துக்கப்புறம் எங்க காலேஜ் காம்பவுண்டுக்குள்ளே அந்தக் காரைப் பார்த்தேன். அவனும், அவன் பெண்ணும் காரிலேருந்து இறங்கி பிரின்ஸிபால் ரூமுக்குப் போயிண்டு இருந்தா. அவனுக்கு வயசு முப்பத்தஞ்சுக்கு மேலே நாற்பதுக்குள்ளே தான் இருக்கும். அந்தப் பொண்ணுக்கு வயசு பதினைஞ்சு பதினாறு இருக்கலாம். ஆனால் இப்பவே அவன் உசரத்துக்கு இருக்காள் அவள். கொஞ்ச நாளைக்கு அப்பறம்– அவளும் ஆர்.கே.விக்கு ரசிகையாம் – நான் அங்கே இருக்கறது தெரிஞ்சப்பறம் ஒரு படையையே திரட்டிண்டு ஒருநாள் வந்துட்டாள், என்னைப் பாக்கறதுக்கு; 'எப்படி ஸார் இந்த மாதிரிக் கதையெல்லாம் எழுதறேள்'னு கேட்டுண்டு. என்னைப் பார்க்க வரவா இருக்காளே அவா எத்தனை ரகம் தெரியுமோ? அதிலே மெஜாரிட்டி ரகம் இந்த மாதிரிதான் கேட்டுண்டு வரும்! இதுக்கு என்ன பதில் சொல்றது நான்? – நீங்களே சொல்லுங்கோ.

என் தலை எழுத்து. இப்படியெல்லாம் கதை எழுதிட்டுக் கண்டவங்ககிட்டேயும் வாங்கிக் கட்டிக்கவேண்டியிருக்கு”னு சிரிக்கறார். எனக்கும் சிரிப்பு வரது.

நான் சொல்றேன்: “எங்க மாமா ஒருத்தர் இருக்கார். உங்களைப் பார்த்தா அப்படியே எரிச்சுடுவார். ஒரு நாளைக்கு ஒரு தடவையானும் உங்களை அவருக்குத் திட்டியாகணும், நன்னாத் திட்டுவார்.”

“அப்படியா ?”ன்னு சந்தோஷப்பட்டுக்கறார்.

“சாப்பிட வாடி. மணி ஏழாறதே! கௌஸி, எங்கே போயிட்டே?” பேத்தியைத் தேடிண்டே அந்தப் பாட்டி வெளியிலே வராள். அந்தக் குழந்தை என் நாற்காலிக்குப் பின்னாலே வந்து ஒளிஞ்சுண்டுடறது. ‘அப்பா! சொல்லாதே, சொல்லாதே’னு ரகசியமா கேட்டுக்கறது. அந்தப் பாட்டி ‘ஓ’ன்னு அலறிண்டு இருக்கார். ‘கௌஸி கௌஸி’ன்னு. . . அதுக்கும் சேர்த்து அவர் சிரிக்கிறார். அவர் சொல்றார்: “இந்த மாதிரிதான், சிலபேர் வயித்தெரிச்சலைக் கொட்டிக்கிறதிலே எனக்கு ஒரு சந்தோஷம். சித்தக்கழிச்சு இவளை ரெண்டு அறை வைக்கப்போறா அவள். ஆனாலும் நாளைக்கும் இப்படித்தான் ஒளிஞ்சுண்டு பாட்டி வயித்தெரிச்சலைக் கொட்டிக்குவா. இல்லாட்டா பாட்டிங்கறதுக்கும் பேத்திங்கறதுக்கும் என்ன அர்த்தம் சொல்லுங்கோ.”

ஆர்.கே.வி.யோட அம்மா இந்தப் பேச்சை அரைகுறையாய்க் கேட்டுண்டு அங்கே நிக்கறார். திடீர்னு என்னைப் பார்த்துச் சொல்றார்: “இவன் எழுதற கதையைப் பத்தியா பேசிண்டு இருக்கே? உன்னை மாதிரி இருக்கிறவா தான் ஒரேயடியாய்ப் புகழறேள். இவன் என்ன எழுதறான்? எல்லாத்துக்கும் ஒரு கோணக்கட்சி பேசுவான். நேக்கு ஒண்ணும் பிடிக்கறதில்லேடி அம்மா. ஆனால் அவனோட யாரும் பேசி ஜெயிச்சுட முடியாது. நியாயத்தை அநியாயம்பான்; அநியாயத்தை நியாயம்பான். நேக்கு வக்கு இல்லே. இருந்திருந்தா வக்கீலுக்குப் படிக்க வெச்சிருப்பேன். யார் கண்டா? அவா அப்பா வக்கீல் குமாஸ்தாவா இருந்தாரோல்லியோ? அந்த வாசனையோ என்னமோ! அவரும் இப்படித்தான். எல்லாத்துக்கும் ஒரு எதிர்க்கட்சி ஆடிண்டு நிப்பர்.”

ஆர்.கே.வி. சிரிக்கிறார்: “கொஞ்ச நாழிக்கு முன்னாலே சொன்னேளே, ‘உலகத்தையே ஒரு ‘அவர்’லே அடக்கிண்டு’ – அது, இதுதான்.”

"போறும், போறும். நீ என்னைப் பரிகாசம் பண்ணினது. உன் பொண்ணு எங்கேடா"— பாட்டியை ஏமாத்திட்ட சந்தோஷத்திலே கையைத் தட்டிண்டு குதிக்கிறது அந்தக் குழந்தை.

"சமத்து வழியறது. போயி உங்க அம்மாவை வரச்சொல்லு. பத்துமணி வரைக்கும் சமையல்கடை பரத்திண்டு இருக்கமுடியாது என்னாலே. ஏண்டி அம்மா! பேசிண்டே இருக்கியே. கொஞ்சம் காபி தரேன், குடியேன். அதெல்லாம் ஒண்ணும் கேக்கமாட்டான். பேச ஆள் கிடைச்சாப் போறும்! பேசிண்டே இருப்பா"னு அலுத்துண்டே உள்ளே போனார். என் மனசு அந்த கதையிலேயே நிக்கிறது.

"அப்புறம்? அவர் பெண்ணே உங்களை வந்து பார்த்தாளாக்கும்?"

"ஆமாம். என் கதை எல்லாத்தையும் ஒப்பிக்கிறது அந்த குழந்தை. அப்பறம் ஒரு நாள் அவள் அப்பாவோட ஆபீஸிலே ஏதோ எம்பளாயீஸ் ரிக்ரியேஷன் கிளப் ஆண்டு விழாவிலே நான் கலந்துக்கணும்னு கேக்கறதுக்கு அந்த பெண்ணையும் சிபாரிசுக்கு அழைச்சிண்டு யார் யாரோ வந்தா."

"அந்த விழாவிலே நான் கலந்துண்டேன். அப்போதான் அவனை நான் முகத்துக்கு முகம் நேராப் பார்த்தேன். இப்போ அவன் ரொம்ப கண்ணியமான மனுஷனாக இருக்கான். அவன் நிசமாகவே ஒரு கனவான். அந்த கனவானோட கடந்த காலம் எனக்கு ஞாபகம் வந்தது. இன்னொரு உண்மையை நான் உங்ககிட்டே சொல்லியாகணும். அதை வேற ஒரு கதையிலே சொல்லலாம்னு இருக்கேன். அந்தப் பொண்ணை அவன் கெடுத்துடான்ங்கற ஒண்ணை மட்டும்தானே நீங்க நினைச்சுண்டு இருக்கேள். அவனைக் கெடுத்த பெண்களையும் எனக்குத் தெரியும். இந்தக் கதைக்கே இப்படி அலர்றாளே, அதை எழுதினால் என்ன ஆவாளோ? ஆனா அந்த விஷயத்தை வெச்சு 'அசுவ மேதம்'னு ஒரு கதை எழுதப் போறேன்! பாருங்கோளேன். 'லபோ, திபோ'னு கத்தப் போறா."

அந்தக் கதையைச் சொல்லமாட்டாரான்னு இருந்தது எனக்கு. சொல்லுங்கோன்னு கேக்கறதும் அவ்வளவு சரியாப்படலே. அவர் வாயிலேருந்து என்ன வார்த்தை வரப்போறதோன்னு பார்த்துண்டு இருக்கேன். சிலபேரை நன்னாப் பாடுவான்னு தெரிஞ்சுண்டு பாடச் சொன்னா பிகு பண்ணிக்குவாளே, அந்தமாதிரி அவர் மௌனமா இருக்கார்.

பாட்டியம்மா காபி கொண்டு வரார். காபி குடிக்கிற சாக்கிலே அந்த மௌனம் நீடிக்கிறது. "என்னமோடி அம்மா, எப்படி இருக்கோ? காபின்னு பேர் இதுக்கு. நல்ல பால் கிடைக்க மாட்டேங்கறது. உங்க பக்கத்திலே கிடைக்கிறதோ? டிப்போ பாலா? கைப் பாலா?"

"ஆத்து வாசல்லேதான் மாடு கொண்டுவந்து கறக்கறான்னு நினைக்கறேன். அவனோட சண்டை போட்டுண்டு ஒவ்வொரு சமயம் எங்க அம்மா டிப்போவிலே வாங்கினாலும் வாங்குவா."

"உங்க ஆத்துலே யார் இருக்கேள்?"

"நானும், அம்மாவும்தான் – அண்ணா மன்னி எல்லாம் திருவல்லிக்கேணியிலே இருக்கா."

"அது உத்தமம்"னு சொல்லிண்டு பாட்டி காபிப் பாத்திரத்தை எடுத்துண்டு உள்ளே போனார்.

"அந்தக் கதைக்கு 'அக்கினிப் பிரவேசம்'னு பேரு; இதுக்கு 'அசுவ மேதம்'னு பேரா? பொருத்தமாத்தான் இருக்கு"ன்னு நானே சொல்றேன்.

சிரிச்சுக்கறார். "என்னைப் பெத்தவளும் ஒரு பொண்தான்; நீங்களும் ஒரு பொண்தான். அதை மறந்துட்டுச் சொல்றேன். பொதுவா இந்தப் பொம்மனாட்டிங்கறவா ஒண்ணும் அவ்வளவு நல்லவா இல்லே. அதுக்கு அவாளே காரணமா இல்லாமல் இருக்கலாம். அது வேற விஷயம். எங்க காலேஜ்லே பொம்பளைன்னா எவ்வளவு கேவலம்கிறதுக்கு 'ஸ்பெஸிமன்ஸ்' பார்த்திருக்கேன். அஃப் கோர்ஸ் அக்கினிப் பிரவேசத்து 'அவளை' யும் நான் அந்தக் காலேஜ்லே தான் பார்த்தேன். ஆனா அது ரொம்ப அபூர்வம். இந்தக் காலத்திலே அப்படியும் ஒரு காலேஜ் பொண்ணு இருப்பாளான்னு ரொம்பப் பேர் கேக்கறா. சரியான கேள்விதான். நான் அபூர்வமான விஷயங்களைப் பத்தித்தானே அதிகம் எழுதறேன்."

"எங்க மாமா கேக்கறார்: அந்தப் பொண்ணு அப்படி ஒரு காரியம் செஞ்சுட்டு வந்தப்போ அந்தப் பெத்தவள் அதை மறைச்சு வைக்கணும்னா அவள் எவ்வளவு மோசமானவளா இருந்திருக்கணும்? அவள் அப்படி மறைச்சு மறைச்சுப் பழக்கப் பட்டவளா இருக்கணுமாம். அப்பத்தான் முடியுமாம்."

அவர் சிரிக்கிறார்: "உங்க மாமாவுக்கு பொண் இருக்கா?"

“இல்லை.”

“அவர் அப்படித்தான் சொல்லுவார்.”

நான் உள்ளே பாக்கறேன். பாட்டி கௌஸிக்குச் சாதம் ஊட்டறார். அது தண்ணி குடிக்கறேன் பேர்வழின்னு மாரெல்லாம் கொட்டிக்கிறது. “கொரங்கே! என்ன உனக்கு அத்தனை பெரியதனம்? நான் கேட்டா தரமாட்டேனா”ன்னு கன்னத்திலே இடிக்கிறார். ‘அப்பா’ன்னு வாயிலே வச்ச சாதத்தோட அடமாக் கத்தறா குழந்தை.

“கூப்புடு அவனைத்தான். டேய் விச்சு! இவள் பண்ற அழும்பை வந்து பாரு. தரை பூரா தண்ணைக்கொட்டி இங்கே சாப்பிட்டாறது. சட்டையைக் கழட்டிண்டு அவ அம்மாகிட்டே அடிச்சுச் தொரத்தப் போறேன். என்னாலே ஆகாதுடாப்பா. இன்னும் ரெண்டு நாளைக்கு இது என் உசிரை வாங்கிடும்.”

“ஏண்டி கௌஸி பாட்டியைப் படுத்தறே? இங்கே வா, நான் ஊட்டி விடறேன்.” என் பின்னாலே இருந்து குரல் கேக்கறது. திரும்பிப் பாக்கறேன். ஆர்.கே.வி.யோட சம்சாரம்; அழகா சிரிச்சுண்டு கையிலே ஒரு தட்டு, ஒரு தம்பளர் ரெண்டையும் வச்சுண்டு சுவரோரமா ஒதுங்கி நிக்கறாள்.

ஆர்.கே.வி. சம்சாரத்தோட பேசறார்:

“படுத்தாம என்னடி பண்ணுவா? பத்து வருஷம் கழிச்சுப் பெத்து வச்சிருக்கே. ஏக புத்திரி; செல்லம். ஆறு வயசாச்சு. சாதம் சாப்பிடறதுக்கு இத்தனை அழும்பு. கூடத்து ஆத்திலே பார். நாலு இருக்கு. சமையல் ஆயிண்டிருக்கும்போதே தட்டை வச்சுண்டு அலர்றதோன்னா? பார்த்துக்கோ. கொழந்தை இல்லேன்னா இப்படி ஒரு கஷ்டம். இருந்தா அப்படி ஒரு கஷ்டம்?”னு சிரிக்கிறார். அவளும் சிரிச்சுண்டே, “ஸ். . . அவா காதிலே விழுந்து வெக்கப் போறது”ன்னு சொல்லிண்டே கூடத்தை எட்டிப் பார்க்கிறாள்.

மணி ஏழரை ஆயிடுத்து. நான் புறப்படச்சே அவரோட கதைத்தொகுதி புஸ்தகத்திலே கையெழுத்து வாங்கிக்கறேன். அறைக்குள்ளே போய்க் கையெழுத்துப் போட்டுப் புஸ்தகத்தை எடுத்துண்டு வரச்சே, கையோட அந்த ‘ஸொவனீரை’யும் கொண்டு வரார். ரெண்டு மூணு பக்கத்தைப் புரட்டி அந்தப் படத்தைக் காண்பிச்சு, “இப்படியெல்லாம் நடக்குமான்னு கேக்கறேளே. இவர்தான் அந்த ஹீரோ!”

நான் படத்தைப் பாக்கறேன். இது 'அவன்'னு இவர் அடையாளம் காட்டினப்பறம் அந்தக் கண்ணிலே எனக்கு அந்தச் சர்ப்பம் தெரியறது.

அதுக்கப்பறம் ரெண்டு மூணு பக்கத்தைத் தள்ளிப் பார்க்கறேன். ஆர்.கே.வி.யோட படமும் அதிலே பிரசுரமாயிருக்கு. அந்தப் படத்தைக் கேக்கற சாக்கிலே 'இதிலே ஒரு கையெழுத்துப் போட்டுக்குடுங்களேன்'னு அந்த ஆண்டு மலரையே கேக்கறேன்.

"இதிலே நான் ஒரு கட்டுரைகூட எழுதி இருக்கேன். படிச்சுப் பாருங்கோ"னு அந்தப் படத்திலே கையெழுத்துப் போட்டு மலரையே என் கையிலே கொடுத்துடறார்.

என் செக்ஷன்லே நான் மட்டும் தனியா உட்கார்ந்திருக்கேன். நானும் இதோ புறப்பட்டுட்டேன். என்னை அவனுக்கு அடையாளம் தெரியாது. அந்தக் காலத்திலே என்னைப் பார்த்த யாருக்குமே இப்போ என்னை அடையாளம் தெரியலை. இப்போ அடையாளமே, அந்த இடத்திலே அடையாளம் தெரியாத யாருக்காகவோ யாரோ காத்துண்டிருக்கானே, அவன்தான் அந்த 'அவன்'னு கண்டுபிடிச்சுக்கணும்.

10

அதோ! அந்தக் கார் நிக்கறது. இன்னும் பொழுது இருட்டலே. அந்தக் கிரவுண்டிலே ஒரு பக்கம் வெய்யில் விழறது. வேற ஒரு சின்னக்கார்-யாரோ டிரைவிங் கத்துக்கறாப்போல இருக்கு-அந்தக் கிரவுண்டைச் சுத்திச் சுத்திப் பிரதட்சணம் வந்துண்டிருக்கு.

மன்றோ சிலைகிட்டே நான் வந்துண்டு இருக்கேன். இவ்வளவு தூரத்திலிருந்தே நான் அந்தக் காரை அடையாளம் கண்டுபிடிச்சுட்டேன். பன்னெண்டு வருஷத்துக்கப்புறம் இப்பத்தான் அந்தக் காரை நான் முதல் தடவையாப் பாக்கறேன்.

அந்தக் கார் எப்படி இருக்கும்னு என்னாலே கற்பனை பண்ணிப் பார்க்க முடியறது. ஆனால் இப்பவும்கூட 'அவன்' எப்படி இருப்பான்கறதை என்னாலே கற்பனை பண்ண முடியலே.

எனக்கு ஏனோ அவனை – ஒரு ஆண்பிள்ளையை இப்படித் தனியா பாக்கப்போறதிலே கொஞ்சம்கூட அச்சமே ஏற்படலே. ரொம்ப நியாயத்தோட, உரிமையோட ஒரு காரியத்தைச் செய்யற மாதிரிதான் இருக்கு.

அந்த மெயின் ரோடைக் குறுக்கே நடந்து கடக்கறேன். அதுக்கப்பறம் ரெண்டு சின்னச் சின்ன ரோடுகள். என்னை மாதிரி இன்னும் ரெண்டு பெண்களும் அங்கே நடந்துண்டிருக்கா. செக்ரடேரியட்லே வேலை செய்யறவாளா இருக்கும். சில பெண்கள் தனித்தனியா போறா: ரெண்டு மூணு

பேரா சேர்ந்து சேர்ந்தும் போறா; ஜதை ஜதையா ஆம்பளையும் பொம்மனாட்டியுமா ஜோடியாகவும் போறா. அவன் காரிலே உக்காந்துண்டு இந்தப் பக்கம் போறவா எல்லாரையும் பார்த்துண்டு இருக்கான். இதிலே எது நான்னு அவன் எப்படிக் கண்டுபிடிப்பான்?

நான் அவனைக் கண்டுபிடிக்கறதுக்கு வசதியா இருக்கணும்கிற காரணத்துக்காவே, தான் இப்போ உபயோகிச்சுண்டு இல்லாத இந்தக் காரை எடுத்துண்டு என்னைப் பார்க்க வந்திருக்கான்.

மைதானத்திலே இறங்கி நடக்கறேன். சாயங்கால வெய்யில் என் முதுகிலே அடிக்கறது. நீளமா என் நிழல் தரையிலே விழறது. இப்போ அவன் என்னைக் கண்டுபிடிச்சுட்டான்னு எனக்குத் தெரியறது. அந்த நிழல் அளவு உசரமா நிமிர்ந்து நின்னு இப்போ அந்த மைதானத்தைப் பாக்கற மாதிரி நான் கற்பனை பண்றேன்.

அந்தப் பெரிய மைதானத்திலே ஒரு மூலையிலே அந்தக் கார் நிக்கறது. இன்னொரு கோடியிலேருந்து கையிலே ஒரு 'ஹாண்ட் பா'கையும் எடுத்துண்டு அந்தக் காருக்கு நேரே ஒரு ஸ்ட்ரெய்ட் லைன் போட்டுண்டு ஒத்தையா நான் நடந்து வரேன். அந்த டிரைவிங் கத்துக்கறவாளோட இன்னொரு சின்னக் கார் 'டாய் ஸெட்' மாதிரி அந்தக் கிரவுண்டைச் சுத்தி சுத்தி வந்திருண்டிருக்கு? இவ்வளவு பெரிய மைதானத்திலே அந்த நின்னுண்டு இருக்கிற காரும் நடந்திண்டிருக்கிற நானும் அந்த ரவுண்டடிக்கிற சின்னக் காரும் ஒரு சந்தடியாகவோ நடமாட்டமாகவோகூட இல்லை. மைதானம் 'வெறிச்'னு இருக்கு.

அவன் என்னைக் கண்டுபிடிச்சுட்டான்கறதுக்கு அடையாளமா கார் கதவைத் திறந்துண்டு கால் ஷூஸாலே அந்தக் கதவைத் தடுத்துண்டு, கூலிங் கிளாஸைக் கழட்டிண்டு, என்னை எட்டிப் பாக்கறான். எனக்கு இன்னும் அவனை அடையாளம் தெரியலே.

அவனை அடையாளம் தெரிஞ்சுண்டு எனக்கு என்ன ஆகப்போறது? நான் எதுக்கு இவனைப் பாக்கப் போறனே? என்னத்துக்கு இவ்வளவு சிரமப்பட்டு இவனைக் கண்டுபிடிச்சு நான் வரச் சொன்னேன்? இப்போ இவனை வரச்சொல்லி ஆயிடுத்து! நானும் வந்துட்டேன்! இனிமே என்ன பேசறது?

காரை நெருங்க நெருங்க மனசிலே ஒரு பயம் வரது. வேண்டாத சிக்கல்களை நாமே இழுத்து வச்சுக்கறோமோன்னு மனசு குழம்பறது. தலையை நிமிர்ந்து பாக்க முடியலே.

கார்கிட்டே நான் வந்துட்டேன்.

அவனும் கார் கதவை நன்னாத் திறந்துண்டு மைதானத்திலே இறங்கி நிக்கறான். நான் தலையை நிமிர்ந்து இப்போ அவனை நன்னாப் பாக்கறேன்.

எஸ்... அவன்தான் – இவர்! (நேருக்கு நேராப் பாத்தப்பறம் என்னைவிட வயசான ஒரு மனுஷரை மரியாதைக் குறைவா 'அவன், இவன்'னு நினைக்கத் தோணலை.)

'ஹலோ'ன்னு சிரிச்சுண்டே என்னைப் பார்த்துக் கை நீட்டற இவரோட,

'ப்ளீஸ்! கெட்இன்'னு சொல்லிண்டு கதவைத் திறந்தானே அந்த 'அவ'னையும் நான் ஒப்பிட்டுப் பாக்கறேன்.

அவன் ஒல்லியா ஒசரமா இருந்தான். இப்போ மாதிரியே இறுக்கமா அணிஞ்ச உடை அப்போ பொருத்தமா இருந்தது. இப்போ அங்கங்கே கொஞ்சம் சதை பிதுங்கிண்டு தெரியறது. நடுத்தரமான உயரம், அப்போ ஒல்லியா இருந்ததனாலே உயரம் மாதிரித் தெரிஞ்சது. இப்போ உடம்பு தடிச்சுப் போனதனாலே குள்ளம் மாதிரித் தெரியறது. ரெண்டு பக்கமும் காதோரத்திலே சுண்ணாம்பு தடவின மாதிரி வெள்ளையா நரைச்சுவேறே போயிருக்கு. அந்தப் புருவமும் கண்ணும்தான் அப்படியே இருக்கு.

'ஹலோ'ன்னு நீட்டின இவர் கையை நானும் லேசாப் பிடிச்சு 'ஹலோ'னு சொல்றேன். சிகரெட் பிடிச்சுப் பிடிச்சு ரெண்டு விரலும் சிகப்பாக் கரையேறி பழுத்துப் போயிருக்கு. அந்த அவருவருப்பினாலே இவரோட கை குலுக்கினப்பறம் நான் விரலைப் பிசைஞ்சுக்கறேன். நன்னாத் தேய்ச்சு அலம்பணும்போல இருக்கு.

"மணி அஞ்சரை ஆறது. இன்னும் இப்படி வெய்யில் அடிக்கறதே. காரிலே உட்கார்ந்துண்டு பேசுவோம்"னு இவர் சொன்ன உடனே நானே கார் கதவைத் திறக்கறேன். அதுவும் முன்பக்கத்துக் கதவையே திறக்கறேன். இவர் அன்னண்டைப் பக்கமாக் கதவைத் திறந்துண்டு ஸ்டியரிங் முன்னாடி உக்காந்துக்கறார். நான் கதவைத் திறந்துட்டு, அப்படியே நிக்கறேன்.

"கெட் இன்" – அன்னிக்குச் சொன்னது மாதிரியே இருக்கு.

ரெண்டுபேரும் ரொம்ப நாழியாப் பேசாமல் உட்கார்ந்துண்டு இருக்கோம். இவர் சிகரெட்டைப் புகைச்சுண்டு இருக்கார்.

"நான் டெலிபோன்லே உனக்குக் கல்யாணம் ஆயிடுச்சான்னு கேட்டப்போ நீ என்னாத்துக்கு அப்படிச் சிரிச்சே?"

நான் தலையைக் குனிஞ்சிண்டு பதில் சொல்றேன்: "கலியாணம்கறது ரொம்பச் சந்தோஷமான சமாசாரம் இல்லையா? கலியாணத்தைப் பத்திப் பேசும்போது சிரிக்காமல், அழுவாளா? என் கலியாணத்தைப் பத்தி நீங்களே கேக்கும்போது நான் சிரிக்க மாட்டேனா?" . . . நான் என்னமா வேஷம் போடறேன்! இந்த மாதரியெல்லாம் கூட எனக்குப் பேச வரதே!

இவர் எதுக்கு என்னை இப்படிப் பார்த்துண்டு இருக்கார்? பன்னெண்டு வருஷத்துக்கு முன்னே பேசத் தெரியாத அசடா இருந்தேனே, அதை இப்போ நினைச்சுக்கறாரோ?

"காலேஜுக்குப் போற வயசிலே உங்களுக்கு ஒரு பொண் இருக்கறதை நினைச்சா ஆச்சரியமா இருக்கு." திடீர்னு நான் சொல்றேன்: "உங்களுக்கு எத்தனை குழந்தைகள்?"

"டெலிபோன்லே பேசிச்சே, அதுதான் என் மூத்த பெண், மஞ்சு. அவளுக்கப்புறம் ரெண்டு பையன்கள். சுபாஷ் ஒருத்தன். பாபு ஒருத்தன். சுபாஷுக்குப் பன்னெண்டு வயசு இருக்கும். அவனுக்குச் சின்னவன் பாபு."

இவர் பேசறதைப் பார்த்தா அந்தக் குழந்தைகள் கிட்டேருந்து இவர் ரொம்ப விலகி இருக்கற மனுஷன் மாதிரி தோணறது.

"உங்களுக்கு அப்பவே கல்யாணம் ஆகி இருந்தது இல்லே? உங்க பெரிய பொண்ணும்கூடப் பிறந்துட்டா இல்லே?" – நான் கேக்கறேன். அவர் 'ஆமாம்'னு தலையை ஆட்டறார்.

"அப்போ இதைப்பத்தி நீங்க என்கிட்டே ஒண்ணும் சொல்லவே இல்லையே?"ன்னு முனகிக்கறேன்.

"நம்ப ஒருத்தரைப் பத்தி ஒருத்தர் தெரிஞ்சுக்கணும்னு கவலைப்படவே இல்லையே அப்போ"னு இங்கிலீஷ்லே சொல்றார்: "தட் இஸ் குட். நான் மீட் பண்ணினவங்களையெல்லாம் பத்தி நான் தெரிஞ்சுக்கறதுனு ஆரம்பிச்சா அதுக்கு முடிவே இருக்காது. ஏதோ ரெண்டு பேர் சந்திச்சோம்னா ஒருத்தர் சுமையை ஒருத்தர் தலையிலே ஏத்திக்கக்கூடாது. அதனாலேதான் யார், எவர்னு தெரியாமல் யாரையாவது மீட் பண்றதிலே ஒரு சந்தோஷம் இருக்கு. வீ ஷேர் ஒன்லி பிளஷர்ஸ். அவங்க அவங்க கஷ்டங்கள் அவங்க அவங்களோட, யாரோட கஷ்டத்தையும் யாரும் வாங்கிக்க முடியாது. அதனாலேதான் நான் சந்திக்கிறவங்களை, 'உங்க பேர் என்ன'னுகூடக் கேக்கறதில்லை. என்னைப் பத்தியும் சொல்லிக்கிறதில்லே."

"அது உங்களுக்கு ரொம்ப சௌகரியம். நீங்க மத்தவாளைப் பத்தித் தெரிஞ்சுக்க வேண்டியது அவசியமில்லேன்னு

நினைக்கிறேன். ஆனால் மத்தவங்களோட பழகற நீங்க, எல்லாருமே உங்க மாதிரி இருக்கமாட்டாங்கறதையாவது தெரிஞ்சுண்டு இருக்கணுமோன்னோ?"

நான் என்ன சொல்றேன்னு இவருக்குப் புரியலை போல இருக்கு. புரிஞ்சிண்ட மாதிரி வேறே தலையை ஆட்டிக்கிறார்.

"நான் என்ன சொன்னேன்னு உங்களுக்குப் புரிஞ்சுதா?"ன்னு கேக்கறேன்.

"இல்லே. இன்னொரு தடவை சொல்லு"ன்னு தலையை ஆட்டிண்டே அசடாட்டமா சிரிக்கிறார். கொஞ்சம் 'டல்' டைப்தான்! அப்போ கொஞ்சம் பிரிலியண்டு மாதிரி தோணித்தே! பன்னெண்டு வருஷம் யாரையும் எதுவும் ஆக்கும்போல் இருக்கு.

இப்போ நான் கொஞ்சம் தைரியமாகவே பேசறேன்:

"இந்த காரிலே உங்களுக்கும் எனக்கும் ஏற்பட்ட அனுபவம் மாதிரி எத்தனையோ பேரோடே உங்களுக்கு ஏற்பட்டிருக்கும். எங்க காலேஜிலிருந்து எத்தனையோ 'கேர்ல் பிரண்ட்ஸ்' உங்களுக்குக் கிடைச்சிருப்பா. ஒரு தடவை சந்திச்சவாளும், அடிக்கடி சந்திச்சவாளும், எப்போவோ ஒரு தடவை சந்திச்சவாளும் எவ்வளவோ பேர் இருந்திருப்பா. அவாள்ளே பல பேருக்குக் கல்யாணமும் ஆகி இருக்கும். அவாளே வந்து உங்களுக்கு இன்விடேஷன் கொடுத்திருப்பா.

"நீங்களும் பிரஸன்டேஷன் வாங்கிண்டு போயிருப்பேள். பெரிய மனுஷரா இருந்து ஆசிர்வாதம் பண்ணி இருப்பேள். ஸீ ஹவ் பீப்பிள் டேக் திங்ஸ் ஈஸி!" – இப்படித் தலையைக் குனிஞ்சுண்டு சொல்ல ஆரம்பிச்சவ, நன்னா நிமிர்ந்து இவரைப் பார்த்துக் கேக்கறச்சே இவர் முகத்திலே அசடு வழியறதே.

"அதனாலேதான் உங்களாலே என்னைக் கேட்கமுடிஞ்சது: 'உனக்குக் கல்யாணமாயிடுத்தா? குழந்தைகள் எத்தனை'ன்னு."

இப்ப நான் மாமாவை நினைச்சுக்கறேன். அவர் சொல்லுவாரே: 'அவன் உன்னை நம்பமாட்டான். காரை நிறுத்திக் கையைப் பிடிச்சு இழுக்கறவனோடெல்லாம் போறவளா தான் அவன் உன்னை நினைப்பான்.'

மாமா சொல்ற மாதிரியே இவர்கிட்ட நான் சொல்றேன். மாமா மாதிரியே, நான் ஒரு பொண்ணுங்கறதை மறந்துட்டு அடக்கமில்லாமல் சொல்றேன்: "காரை நிறுத்திக் கையைப் பிடிச்சு இழுக்கறவானோடெல்லாம் போறவளா இருந்திருந்தால் எனக்கும் இப்போ கல்யாணம் ஆகி இருக்கும்; அப்படி போகாமலே

இருந்திருந்தாலும் ஆகி இருக்கும். அன்னிக்குச் சொன்னேளே, 'இந்த சர்டிபிகேட்டெல்லாம் வேண்டாம்'னு –" இதை ஞாபகப் படுத்தறப்போ ஒண்ணும் புரியாமல் புருவத்தை நெரிச்சுண்டு என்னைப் பாக்கறார்.

"சர்ட்டிபிக்கேட்டா? நான் ஒண்ணும் சொல்லலியே"ன்னு இவர் தடுமார்றதைப் பார்க்க எனக்குச் சிரிப்பு வரது.

"உங்களுக்கு ஞாபகம் இருக்காது. நம்ப பேசிண்ட ஒவ்வொரு வார்த்தையும், நம்ப இருந்த ஒவ்வொரு பொஸிஷனும், ஏன்?– ஒவ்வொரு அசைவும் எனக்கு ஞாபகம் இருக்கு.

"நீங்க என் தோளைப் பிடிச்சு உலுக்கினேள். அப்போ நான் சொன்னேன்: 'எனக்குப் பயமா இருக்கு; இதெல்லாம் புதுசா இருக்கு'ன்னு. அப்போ நீங்க கேட்டேள் கன்னத்திலே அறையறமாதிரி: 'எதுக்கு இந்த சர்ட்டிபிகேட்டெல்லாம்'னு ஞாபகம் இருக்கா?" இவர் நெத்தியைச் சொறிஞ்சுக்கறார்.

"ஐ ஆம் ஸாரி. தொந்தரவா இருக்கா? பன்னெண்டு வருஷத்துக்கு முன்னாலே ஒரு அருமையான சாயங்காலப் பொழுது பாழாப்போனது மாதிரி இன்னிக்கும் ஒரு ஈவினிங் வேஸ்டாப் போறதேன்னு வருத்தமா இருக்கா? மிஸ்டர் பிரபு! வேஸ்டாப் போறது ஒரு ஈவ்னிங் மட்டும் இல்லைன்னு சொல்றதுக்காகத்தான் உங்களைக் கூப்பிட்டேன்."

"நோ ... நோ ... அப்படியெல்லாம் இல்லை. உன்னோட டெலிபோன்லே பேசினதுக்கும் இப்போ உன்னைச் சந்திச்சதுக்கும் நான் சந்தோஷப்படறேன். நான் சந்திச்ச, என்னோட காரிலே வந்த எத்தனையோ பேர்லே நீ ஒருத்தி இல்லைன்னு எனக்கு அப்பவே தெரியும். தட் இஸ் வய் ஐ ஃபெல்ட் கில்டி. நான் உன்னை நினைக்கக் கூடாதுன்னே நினைக்காமல் இருந்தேன். அந்த 'ஈவ்னிங்'கோட நான் உன்னை மறந்துடறது நல்லதுன்னு மறந்துட்டேன். நான் உனக்கு ஒரு உண்மையைச் சொல்லட்டுமா! என் லைஃப்லே நான் கெடுத்த ஒரே பெண் நீதான். மத்தவங்க எல்லாம் ஏற்கனவே கெட்டு போனவங்க"ன்னு சொல்லிவிட்டு சிகரெட்டைப் பலமா உறிஞ்சிட்டு புகைவிடறார். புகை காரமோ என்னமோ கண்ணெல்லாம் கலங்கறது. தொண்டையைச் செருமிக்கிறார். என்னைப் பார்க்க முடியாம வெளியே பார்க்கறார். நானும் இந்தப் பக்கம் திரும்பிக்கிறேன்.

அந்தக் கிரவுண்டிலே வட்டம் போட்டிண்டிருந்த அந்தச் சின்னக் காரை இப்பக் காணோம். அந்த மைதானத்திலே எங்களைத் தவிர யாருமே இல்லை. நீள நீளமா விழுந்த சாயங்கால

நிழலெல்லாம் நெருங்கி ஒண்ணு சேர்ந்து நேரம் கறுப்பாயிண்டு வந்து, இது சாயங்காலமா? காலம்பறவான்னு மனசை மயக்கறது. காலம்பற நேரம்னு நினைச்சுண்டா அதே மாதிரி இருக்கு.

தூரத்திலேயே அயர்ன் பிரிட்ஜ்லே விளக்கு எரியறது. பீச் ரோடு முழுக்க விளக்கு எரியறது. இன்னும் வெளிச்சம் இருக்கிறதனாலே விளக்கைப் பார்த்தாதான் அது எரிஞ்சுண்டு இருக்குன்னு தெரியறது. நான் என் ரிஸ்ட் வாட்சைப் பார்க்கறேன். மணி ஆறரை ஆயிடுத்து.

நான் இவரைத் திரும்பிப் பார்க்கிறேன். இந்தப் பக்கம் திரும்பாமல் அந்தப் பக்கத்துக் கதவிலே மோவாயை ஊணிண்டு வெளியே பார்த்துண்டு இருக்கார். இல்லே, கண்ணை மூடிண்டு இருக்கார். நெத்தியிலே முடி சரிஞ்சு கிடக்கு. அன்னிக்கு மாதிரியே இவரை நான் நன்னாப் பாக்கறேன். இப்பவும்கூட – அப்போ மாதிரி இல்லேன்னாலும் – இவர் அழகாத்தான் இருக்கார். அப்போ ஒரு மாதிரி அழகு. அப்–டு–டேட் ஸ்டைல். அப்பவும் அப்படித்தான்; இப்பவும் அப்படித்தான். காத்து இந்த பக்கம் திரும்பி அடிக்கறச்சே லேசா இருந்த ஸெண்ட் வாசனை இப்போ மூக்கைத் தொளைக்கறது.

இவர்கிட்டே இருக்கிற பணத்தை மைனஸ் பண்ணிப் பார்த்தா இந்த ஆளுக்கு மதிப்பு என்ன இருக்குன்னு நினைக்கறப்போ எனக்கு ரொம்பப் பாவமா இருக்கு. இந்த உடம்பாலெல்லாம் உழைக்கக்கூட முடியாது. இருக்கற சொத்துக்கூட இவராச் சேர்த்ததா இருக்காது. தன் லைஃப்லே இவர் கெடுத்த முதல் பெண்ணே நான்தான்னு சொன்னாரே. . . வாட் எபௌட் ஹிஸ் ஒய்ஃப்? தாலி கட்டிண்டதுனாலே அவளைக் கெடுத்ததா இவர் நினைக்கலே போல இருக்கு. இப்படிப்பட்ட மனுஷனுக்கெல்லாம் தாலி கட்டிண்டு இருக்கிறவள் பணப் பெருமையைத் தவிர வேற என்ன பெருமை கொண்டாடிக்க முடியும்? ஆமாம். இவரை எதுக்கு இப்படி வரச்சொல்லி இதெல்லாம் பேசிண்டு இருக்கேன்னு இன்னமும் எனக்குப் புரியலையே? இதிலே புரிய என்ன இருக்கு? இது என்னோட உரிமை. எஸ். . . திஸ் இஸ் மை ரைட் – நான் சிரிச்சுட்டேன் போல இருக்கு. இவர் டக்குன்னு திரும்பி என்னைப் பார்க்கிறார்.

“இந்தப்பன்னெண்டுவருஷமாஎன்னையே நினைச்சுக்கிட்டு இருந்த நீ, என்னைக் கண்டுபிடிக்கறதுக்கு இவ்வளவு காலமாச்சா?”னு இவர் கேக்கறச்சே, இவர் என்னத்தையோ இல்லாததைக் கற்பனை பண்ணிக்கறார்னு எனக்குப் புரியறது. ஆனா மாமா சொல்ற மாதிரி இவர் என்மேலே அவநம்பிக்கை

கொண்டுடலைன்னும் எனக்குப் புரியறது என்னுடைய ஒவ்வொரு வார்த்தையையும் அது எவ்வளவு உண்மையோ அதைவிடக் கொஞ்சம் அதிகபட்சமாக இவர் நம்பறார்னு எனக்குத் தெரியறது. பாவம்! இவரை நான் ஏமாத்தப்படாது.

நான் சொல்றேன்: "நோ ... நோ. அப்படியெல்லாம் இல்லை. ஆறு மாசத்துக்கு முன்னாடிதான் நான் உங்களை நினைச்சேன். இந்த ஆறு மாசமா நான் உங்களைத் தேடினது தான் உண்மை. அதுக்கு முன்னே நான் உங்களைத் தேடணும்னு நினைக்கவும் இல்லே; தேடவும் இல்லை."

இவர் கொஞ்ச நாழி யோசிச்சுக் கேக்கறார்: "அதுக்கு அப்புறம் நீ காலேஜை விட்டு நின்னுட்டேன்னு நினைக்கறேன். ஏன்னா உன்னைத் தேடிக்கிட்டு நான் வல்லேன்னாலும் அந்தப் பக்கமா நான் வேற எதுக்காவது வந்தபோதுகூட நீ என் கண்ணிலே படலை. ஆம் ஐ ரைட்?"

எனக்கு ஏனோ பெருமூச்சு வரது. 'அதுக்கப்புறம் நான் பட்டதெல்லாம் உங்களுக்கு என்ன தெரியும்?'னு நினைக்கறேன். நெஞ்சு உலர்ந்து உதடெல்லாம் வரண்டுபோறது. இவரை நான் கடைசியாப் பாத்த நிமிஷத்திலிருந்து இப்பப் பார்த்துண்டு இருக்கேனே, இந்த நிமிஷம் வரைக்கும், என் வாழ்க்கையில் நடந்ததெல்லாம் இவருக்குச் சொல்லிமாளுமான்னு நினைக்கறச்ச திகைப்பா இருக்கு. ஒரு ஆர்டரிலே இல்லாமே ஒரு விஷயத்தை நினைக்கறதுக்குள்ளே இன்னொன்னு முளைக்கிறது; அதுமாதிரி மனுஷா முகங்களும் அவா சொன்ன வார்த்தைகளும், அடியும் வசவும், காலேஜ் ஹாஸ்டலும் வீடும், ஃபிரண்ட்ஸூம் லெக்சரர்ஸூம், படிச்சதும் எழுதினதும் எல்லாம் காதிலே கேக்கற சத்தமாகவும் கண்ணுக்குத் தெரியற காட்சியாகவும் கசமன்னு குழம்பி என் தலையைச் சுத்தி உள்ளேயும் வெளியேயும் குடையறது.

கண்ணை மூடித் தலையை உலுப்பிண்டு ஒரு பக்கமா சாஞ்சுக்கறேன்.

"வாட் இஸ் தி மேட்டர்?"னு என்னமோ கேட்டுண்டு என் தோள் மேலே இவர் கை வச்சுட்டார்.

"சீ!"னு துள்ளி முழிச்சுக்கறேன்: "ஐ ஆம் ஸாரி!" சமாளிச்சுண்டு என் முகத்திலே வந்துட்ட கோபத்தை மாத்திண்டு சமாதானமாப் பாக்கறேன்.

பாவம். இவருக்குக் கையெல்லாம் நடுங்குகிறது.

“தப்பா நினைச்சுக்காதேங்கோ. நானும் உங்களை ஒண்ணும் தப்பா நினைச்சுடலே. ஏதோ நினைவில் இருக்கறச்சே திடீர்னு மேலே கைபட்ட உடனே என்னை அறியாமல் நான் ‘ரி – ஆக்ட்’ பண்ணிட்டேன்”னு தொண தொணன்னு நானே என்னமோ உளர்றேன்.

“நம்ம வேற எங்கேயாவது போகலாமா? இருட்டிப் போச்சு”னு பயந்த குரலிலே அவர் கேக்கறார்.

“ஓ எஸ்.”

“அப்படியே அயர்ன் பிரிட்ஜ் வழியா பீச் ரோடிலே போய் மெரீனா கான்டின்லே காபியோ கூல்டிரிங்கோ சாப்பிடலாமா?”

“ஓ எஸ்.”

பன்னெண்டு வருஷத்துக்கு முன்னே இதே மாதிரி ஒரு சாயங்காலம் இதே காரிலே – அப்போ நான் பின்ஸீட்டிலே உட்கார்ந்துண்டிருந்தேன் – இவரோட இந்த கிரவுண்டுக்குள்ளே நுழைஞ்சிட்டு இதே மாதிரித் திரும்பிப் போனதுக்கு அப்புறம் இந்த நிமிஷம் வரைக்கும் நடந்ததெல்லாம் அழிச்சுட்டு இந்தக் காருக்குள்ளேயே நான் வளர்ந்து முன்பக்கத்து ஸீட்டிலே வந்து உட்கார்ந்துண்ட மாதிரி, இதுக்கு நடுவிலே ஒண்ணுமே நடக்காத மாதிரி, நான் கெட்டு போகாத மாதிரி, சித்த முன்னே ‘சீ’ன்னு சொன்னப்ப, இவர் பதறிப்போய் விலகினாரே அது மாதிரி இவரை விலக்கிட்ட மாதிரி எல்லாம் கற்பனை பண்ணிக்கிறேன்.

கார் போயிண்டு இருக்கு. இப்போதான் நான் கவனிக்கிறேன். இந்தக் காருக்கு மட்டும் ஸ்டீயரிங் இடது பக்கம் இருக்கு. மத்தக் கார்களுக்கெல்லாம் அப்படி இல்லையே. ஒரு வேளை பஸ் ஸ்டாப்பிலே நிக்கறவா மேலே உரசற மாதிரிக் கொண்டு நிறுத்தி, லிஃப்ட் குடுக்கறதுக்கு இந்த மாதிரிக் கார் ரொம்ப வசதியோ என்னமோ!

நானாப் பேச ஆரம்பிக்கிறேன்: “அதுக்கப்புறம் நான் இந்த ஊரைவிட்டே போய்ட்டேன். அன்னிக்கு உங்களோட காரிலே வந்தேனே, அதுதான் அந்தக் காலேஜுக்கு நான் கடைசியா போனது. தெருக் கோடியிலே ‘ஐ ஆம் ஸாரி’னு சொல்லிவிட்டு என்னை இறக்கி விட்டுவிட்டு நீங்க போயிட்டேள். யாரோ அடிச்சுட்ட மாதிரி நான் அழுதிண்டே போனேன். எங்க அம்மாகிட்ட போய் எல்லாத்தையும் சொல்லிட்டு அழுதேன்...”

“ஓ! மை குட்நஸ்”னு நாக்கைக் கடிச்சுண்டறார்.

"... 'யாருடி? சொல்லு'ன்னு அம்மா அடிச்சாள். நான் யாருன்னு சொல்லுவேன்? அப்புறம் என்னென்னவோ ஆச்சு. அப்புறம் தஞ்சாவூர்லே எங்க மாமா ஆத்துக்கு போய்ட்டேன். திருச்சியிலேயும் சிதம்பரத்திலும் படிச்சேன். வேலை கிடைச்ச இந்த அஞ்சாறு வருஷமா இங்கே தான். கல்யாணம் பண்ணிக்க மாட்டேன். எனக்கு கல்யாணம் ஆகாது. அதனாலே எனக்கு ஒண்ணும் வருத்தம் இல்லை; ரொம்ப சந்தோஷம். ஆனால் கல்யாணமாகாத ஒருத்திக்கு இங்கே மரியாதை இல்லை. கல்யாணமும் இல்லாமல் புருஷத்துணையும் இல்லாமல் ஒருத்தி இருக்க முடியும்கறதை யாரும் நம்பமாட்டேங்கறா; இருக்கலாம்னு யாரும் அனுமதிக்கமாட்டேங்கறா. இதுக்காக நான் போயி இன்னொருத்தனைக் கல்யாணம் பண்ணிண்டு கெட்டுப்போக முடியுமா? சொல்லுங்கோ."

இவர் ஒரு தடவை என்னைப் பக்கவாட்டிலே திரும்பிப் பார்க்கறார். இவர் எங்கேயாவது அழுது வெக்கப் போறாரோன்னு எனக்குப் பயமா இருக்கு.

"என்ன ஒண்ணுமே பேச மாட்டேங்கறேள்?" – நானே கேக்கறேன். ஒரு தடவை தொண்டையைக் கனைச்சுக்கறார்.

"உனக்குத்தான் பேசறதுக்கு நிறையவிஷயம் இருக்குது. நானெல்லாம் ஒண்ணுத்துக்கும் லாயக்கில்லாதவன். குட்ஃபார் நத்திங்! நீ என்னமோ படிச்சிருக்கிறேன்னு சொல்றியே, அந்தத் தகுதிக்கெல்லாம் பக்கத்திலேகூட வந்து நிக்க எனக்கு அருகதை இல்லை. இங்கிலீஷ் பேசறேன்னு பாக்கிறியா..? படிச்சது ஹைஸ்கூல் வரைக்கும்தான் – ஆனாலும் கான்வெண்ட் எஜுகேஷன்! என்ன லாபம்? இப்ப சுத்தமாய் பேசறதுக்குத் தமிழ்லேயும் முடியல; இங்கிலிஷ்லேயும் முடியலே... அதனாலே பல சமயம் பேசறதுக்கே பயமா இருக்கு..."ன்னு சிரிச்சிண்டே தான் சொல்றார். ஆனா இவர் மனசிலே எவ்வளவு தாழ்வு மனப்பான்மையும் வருத்தமும் இருக்குன்னு என்னாலே புரிஞ்சுக்க முடியறது. இரண்டு பேருமே கொஞ்சநாழி மௌனமாயிடறோம். கார் போயி ரெஸ்டாரண்டுக்குள்ளே நுழையறது.

இவர் கேக்கறார்: "நீ வெஜிடேரியன்தானே? ஐ திங்க் யூ ஆர் எ பிராமின் – பேச்சைப் பார்த்தா அப்படித்தான் தெரியுது..."

நான் பதில் ஒண்ணும் சொல்லலே.

கார் போய் நிக்கறது.

ஒரு வெயிட்டர் வரான். இவருக்கு சலாம் வைக்கிறான். இவரைத் தெரியும் போல இருக்கு. அடிக்கடி இங்கே வருவாரோ?

சில நேரங்களில் சில மனிதர்கள் 125

"என்ன சாப்பிடறே? பிஸ்கட்ஸ் அன் டீ?"

"டீ மட்டும் . . ."

"ஓ கே. டீ மட்டும் கொண்டுவா."

அவன் போனப்பறம் என்னை வெளிச்சத்தில் நன்னாப் பார்க்கறார். "உன்னைப் பார்த்ததிலே எனக்கு ஒரு பக்கம் சந்தோஷமாகவும் இருக்குது. வருத்தமாகவும் இருக்குது"னு சொல்லிட்டுக் கொஞ்சநேரம் எதையோ யோசிக்கிறார். அப்புறம் இங்கிலீஷ்லே சொல்றார்: "எதுவோ விளையாட்டுத்தனமான ஒரு விபத்து மாதிரி நடந்துட்டதை மறந்துட்டு இருக்கணும் நீ! அதுக்காக வாழ்க்கையையே வீணாக்கிக்கறதா? . . . ஒன் ஷுட் டேக் திங்ஸ் ஈஸி இன் லைஃப்!"

எனக்காக இவர் ரொம்பவும் நிஜமாகவே பரிதாபப்படறார்னு தோணறது.

"யூ நோ? நான் உன்னைப்பாக்க வர்ரேன்னு சொன்னேனே, அப்ப – நான் நெனச்சது . . . உனக்கு கல்யாணமாகி இருக்கும். ரெண்டு மூணு குழந்தைங்ககூட இருக்கும் – ஏதோ நீ ஒரு ஃபிரண்ட் என்கிற முறையிலே என்கிட்ட ஏதாச்சும் உதவி கேக்கிறியோ? இல்லேன்னா ஜஸ்ட் ஃபார் அன் அக்குவைண்டன்ஸுக்குப் போன் பண்றியோன்னுதான் நெனச்சிக்கிட்டேன்."

"ஓ! கல்யாணமும் பண்ணிண்டு அதுக்கப்பறமும் இந்த மாதிரி உங்களைக் கூப்பிட்டுச்சந்திக்கிற பெண்களும் இருக்காளோ?"ன்னு நான் நக்கலா கேக்கறேன்.

"இந்த உலகத்திலே இல்லாதது எது? ஆனா – உன்னை மாதிரி வாழ்க்கையை வேஸ்ட் பண்ணிக்கிட்டிருக்கிற பொண் எனக்குத் தெரிஞ்சவரை நீ ஒருத்திதான்" – இவர் பேசிண்டு இருக்கிறபோதே நான் குறுக்கே கேக்கறேன்:

"அது எப்படி முடியும்? என் மனச்சாட்சியை ஒரு பக்கம் விடுங்கோ. இந்த மாதிரிக் கெட்டுப் போனவள்னு பகிரங்கமாயிட்டப்பறம் ஒரு பெண்ணைக் கல்யாணம் பண்ணிக்க யார் முன் வருவா?"

"வாட் ஆர்யூ டாக்கிங்? கெட்டுப் போறது, கெட்டுப் போறதுன்னு . . . ஐ கேன் ஸே மெனி கேஸஸ். ஒருத்தனோட வாழ்ந்து டைவர்ஸ் பண்ணிக்கிட்டு இந்தக் காலத்திலே வேற ஒருத்தனைக் கல்யாணம் பண்ணிக்கிறவங்கள்ளாம் இருக்காங்க.

நீ கெட்டுப் போனதைகூட நின்னுக்கிட்டுப் பாத்தாங்களா எல்லாம்? – நான் உன்னைச் சந்திச்சதுக்கு ஒரு பலன் இருக்கணும் சீக்கிரம். அது என்னாது சொல்லு?"

வெய்ட்டர் டீ கொண்டு வரான்.

இவர் கப் அன் சாஸரை வாங்கி என் கையிலே கொடுக்கறார். இவரும் ஒண்ணை எடுத்துக்கறார். வெய்ட்டர் போறான். டீயை உறிஞ்சிண்டே சொல்றார்:

"உனக்குக் கல்யாணம் செய்து வெச்சுப் பாக்கணும் எனக்கு. ரியலி! உன்னை மாதிரி ஒரு பொண்ணு வாழ்க்கையை இப்படி வீணாக்கிக்கிறது நியாயமில்லை. நானே உனக்கு ஒரு பர்ஸ்ட்கிளாஸ் மாப்பிள்ளை பார்த்துக்கொண்டாரேன் – பார். இந்தக் கெட்டுப் போறது, அது இதுங்கற விஷயத்துக்கெல்லாம் ரொம்ப அப்பாலே இருக்கறவனா கொண்டாரேன் – அதுக்கு நீ என்னா சொல்றே?"

– 'அவன் இப்ப முன்ன மாதிரி இல்லே. அவன் ரொம்ப கண்ணியமான மனுஷனா மாறிட்டான்; ஆமா, அவன் ஒரு கனவான்'னு ஆர்.கே.வி. இவரைப் பத்திச் சொன்னாரே, அதை இப்ப நினைச்சுக்கறேன்.

11

அந்த ரெஸ்டாரெண்டிலேருந்து வெளியே வரவரைக்கும்—அவர் என் கல்யாணத்தைப் பத்திச் சொன்னாரே அதுக்கு அப்பறம் – நான் ஒண்ணுமே பேசலே. இந்த நேரங்கெட்ட நேரத்திலே டீ குடிச்சது என்னமோ மாதிரி இருக்கு. எங்களைச் சுத்தியும் கார்லேயும் நடந்தும் நிறைய பேர் கூட்டம் கூட்டமாகப் போறச்சே என்னைத் தெரிஞ்சவா யாராவது பார்த்துடப் போறோளோன்னு பயம் வேறே. பயம் என்னத்துக்கு? பார்க்கட்டுமே! எல்லோரும் பார்க்கணும்னுதானே இந்தக் காரியம் பண்ண ஆரம்பிச்சிருக்கேன். இதிலே பயப்பட என்ன இருக்கு? தைரியமா தலை நிமிர்ந்து உட்கார்ந்துக்கறேன்.

இப்போ கார் பீச் ரோடிலே போயிண்டிருக்கு. கல்யாண ஊர்கோலம் மாதிரி மெதுவாப் போறது. இவர் ஊதற சிகரெட் புகை காத்திலே என்னைத் தழுவிண்டு போறச்சே அந்த வாசனை நன்னா இருக்கு – சீ! இதை நன்னா இருக்குன்னு யாராவது நினைப்பாளோ? முகத்தைச் சுளிச்சுண்டு, ‘நாத்தம் வயத்தைக் குமட்டறது’ன்னு சொல்லிக்கறதுதானே பொண்களுக்கு அழகு! இந்த சிகரெட் நாத்தம் நன்னா இருக்கறதாவது? இது நன்னா இருக்கணும்னா. அந்தப் பொண்ணோட மனசு எந்த அளவுக்குக் கெட்டுப் போயிருக்கணும்கறதைப் பத்தி எங்க மாமாவைக் கேக்கணும். ஒரு பெரிய ‘தீஸிஸ்’ஸே படிச்சுடுவார்!

சிகரெட்டுங்கறது எப்படி ஒரு ஆண் பிள்ளையை ‘ரெப்ரஸன்ட்’ பண்ற அடையாளமா

இருக்கு. அந்த நாத்தம் பிடிக்கிறதுன்னு சொன்னால் ஒரு பொண்ணுக்கு எந்த அளவுக்கு ஒரு ஆண் பிள்ளைத் துணை வேணும் என்கிற ஏக்கம் பிடிச்சிருக்குங்கறதைப் பத்தியெல்லாம். . .

மாமா மனசு எனக்குத்தான் தெரியும். அது எப்படி எப்படியெல்லாம் யோசிக்கும், தர்க்கம் பண்ணும்னு நெனைச்சு நெனைச்சு நானே இப்பப் பாதி மாமா ஆய்ட்டேன். மாமாவோட ஐடியாவினாலேதானே இப்போ நான் இவரைத் தேடிப் பிடிச்சிருக்கேன். மாமா! நான் சாமர்த்தியசாலியா இல்லையான்னு காட்டறேன், பாருங்கோ!

இப்போ இந்தக் கோலத்திலே, இவரோட, இந்தக் காரிலே என்னை மாமா பார்க்கணும்! பாக்கத்தானே போறார்.

இவர் ஏனோ பேசாமலே காரை ஓட்டிண்டு வரார். இவரைப் பார்க்கறச்சே எனக்குப் பாவமா இருக்கு. ஏதோ ஒரு குற்ற உணர்ச்சியிலே இவர் உள்ளூர வதை படறார்னு எனக்குப் புரியறது. நானா அவர் கிட்டே பேச்சுக் குடுக்கறேன்:

“எனக்குக் கல்யாணம் ஆயிடுத்து. பன்னெண்டு வருஷத்துக்கு முன்னே – சகுந்தலையும் துஷ்யந்தனும் பண்ணிண்ட மாதிரி ஒரு கல்யாணம் – அதுக்கு நம்ப சாஸ்திரப்படி காந்தர்வம்னு பேரு – அப்படி ஒரு கல்யாணம் இதே காரிலே எனக்கு ஆயிடுத்து.”

‘கிறீச்’னு சக்கரம் தார் ரோடிலே தேய அவர் பிரேக்கை அழுத்திக் காரை நிறுத்தறார். நடு ரோடிலே ஒருசெம்படவக் கிழவி கூடையை போட்டுட்டு ஒண்ணும் புரியாமெ அலங்க மலங்க ஓடறாள். இவர் கையை வெளியே நீட்டி அவளை ரிக்ஷாக்காரன் மாதிரி ஏதோ அசிங்கமா சொல்லித் திட்டறார்.

‘அட கஷ்டமே! என்ன இவர் இப்படிப் பேசறார்!’ எனக்கு உடம்பெல்லாம் கூசிப் போறது.

மறுபடியும் கார் புறப்படறது. இப்போ அவருக்கும் வெக்கமா இருக்கு போல இருக்கு. அவரே என்கிட்டே பேச்சுக் குடுக்கறார்: “பின்னே என்னா? ஒரு நிமிஷம் நான் பார்க்காட்டி என்ன ஆவுறது? இருட்டிலே குட்டிச்சாத்தான் மாதிரி வந்து நிக்கிது பாரேன். மூதேவி! லேசாப் பட்டுட்டாப் போதும்; லபோ லபோன்னு கத்திக் கும்பல்சேத்துடும். தெரியுமா? அதுக்கப்பாலே குப்பத்திலே இருக்கிற பொறுக்கிங்களெல்லாம் வந்து சேர்ந்துடும். தனியா இருந்தால் நானும் பொறுக்கிங்களோட பொறுக்கியா இறங்கிடுவேன். ஒரு பொம்பளையையும் காரிலே வச்சுக்கினு அசிங்கமில்லே அதுக்குத்தான் பயந்துட்டேன்.”

இவர் தமிழ் பேசும்போது வேடிக்கையா இருக்கு. அது சுத்தமான மெட்ராஸ் பாஷையுமில்லே. ஏதோ ஆங்கிலோ இந்தியன் தமிழ் பேசற மாதிரி. . . இங்கிலீஷ்லே பேசும்போது இவருக்கு இருக்கற தரம் தமிழ் பேசும்போது இல்லே. அதுக்குக் காரணம் தமிழ் இல்லை. இவர் பேசற தமிழுக்கு அவ்வளவு தரம் இல்லை.

"பெட்டர் யூ டாக் இன் இங்கிலிஷ்"—னு நான். இவரை இங்கிலீஷ்லேயே பேசச் சொல்றேன். இவர் தனக்குத் தானே பேசிக்கற மாதிரி ரோடைப் பார்த்துக் காரை ஓட்டிண்டு சொல்றார்:

"ஐ ஃபீல் டெரிப்ளி ஸாரி! நீ அந்தக் கார் சம்பவத்தைக் கல்யாணம்னும் என்னை உன் புருசன்னும் சொல்றதன் மூலம் கலியாணத்தையும் உன்னையும் அவமானப் படுத்திக்கறே."

"நான் அதைக் கல்யாணம்னு சொல்லி உங்ககிட்டே ஒண்ணும் உரிமை கொண்டாட வரல்லே. ஐ மீன் லீகலி, வேறே இன்னொருத்தருக்கு மனைவியா இருக்கற தகுதியை நான் இழந்துவிட்டவள். நான் யாருக்காவது ஆசை நாயகியா இருக்கலாமே யொழிய மனைவியா இருக்க முடியாது. (ஐ கேன் ஒன்லி பி எ கான்குபைன் டு ஸம்ஒன்; எஸ், நாட் எ வய்ஃப் எனிமோர்) நான் யாருக்கோ அப்படி இருக்கறதா பேர் எடுக்கறதுகூட என்னைப் பொறுத்தவரைக்கும் என்னை நானே அவமதிச்சுக்கறதாக இருக்கு. அதுக்காகத்தான் நான் உங்களைத் தேடினேன். மனைவியா இருக்கிறதுக்கு இல்லே; ஆசை நாயகியாகக்கூட இல்லே, உங்களுடைய ஆசை நாயகிங்கற பேரை எனக்குத் தரணும். தட் வில் ஹெல்ப் மீ ஏ லாட்."

"டோண்ட் டாக் நான்சென்ஸ்! அது உனக்கு எந்தவித நல்லதையும் செய்யாது. பன்னெண்டு வருஷமா உன் வாழ்க்கையை நீ கெடுத்துக்கிட்டிருக்கிறது போதும். இன்னும் வேறே அசிங்கப்படுத்திக்காதே. ஒரு பிரண்ட்ங்கற முறையிலே உனக்கு எந்த உதவி வேணுமானாலும் நான் செய்யறேன். உன் வாழ்க்கையை நல்லா அமைச்சுக்க. உன் வாழ்க்கையை நான் இதுவரைக்கும் கெடுத்திருக்கிறது போதாதா? நீ மட்டும் ஒரு நல்ல வாழ்க்கை வேணும்னு தீர்மானம் பண்ணினால் ரொம்பப் பிரகாசமான எதிர்காலம் உனக்கு இருக்குது. வீணா என் பேரோட உன்னைச் சம்பந்தப்படுத்திக்கினு அசிங்கப்பட வேணாம். நான் ஒண்ணுத்துக்கும் உபயோகமில்லாதவன். உன்னைச் சந்திச்சேனே அப்பவாவது ஒண்ணுமில்லேன்னாலும் நான் ஒரு பணக்காரனா இருந்தேன். அதாவது ஒரு மிலியனருக்கு மகனாக இருந்தேன். அதுவே ஒரு தகுதி இல்லைன்னு எனக்குத்

தெரியும். ஆனா இப்போ அந்தத் தகுதிகூட இல்லே. இப்போ நான் ஒரு பணக்காரிக்குப் புருஷன். ஜஸ்ட் எ ஹஸ்பண்ட் ஆஃப் எ மிலியனரஸ். சரி. கொஞ்சம் இங்கே இருந்துட்டுப் போகலாமா? உனக்கு அவசரமா?"

ஐ.ஜி. ஆபீசுக்கு எதிரே இருக்கற கார் பார்க்கிங் இடத்தைக் காண்பிச்சுக் கேக்கறார். திடீர்னு அவர் முகத்திலே கலவரமும் வருத்தமும் தெரியறது.

"எனக்கு ஒண்ணும் அவசரமில்லை. நான் யாருக்கும் பதில் சொல்ல வேண்டியதும் இல்லை"னு சொல்றேன்.

பீச் ரோடுக்குப் 'பாரலலா' மணலை ஒட்டி இருக்கற ரோடிலே காரைத் திருப்பிண்டே அவர் என்னைக் கேக்கறார்:

"ஆர் யூ லிவிங் அலோன்?"

"இல்லே. என்னோட எங்க அம்மா இருக்கா."

"நீங்க ரெண்டே பேர்தானா?"

"எஸ். ஒரு பிரதர் இருக்கான். அவா தனியா இருக்கா. அன்னிக்குச் சாயங்காலமே என்னையும் அம்மாவையும் வீட்டை விட்டு வெளியே துரத்திட்டா. ரெண்டு நாள் கொட்டற மழையிலே நானும் அம்மாவும் திண்ணையிலேயே உட்கார்ந்துண்டிருந்தோம். அம்மா என்னை அடிச்சா; திட்டினா; ஆனாலும் அவள் மட்டுந்தான் எனக்கு ஆதரவா இருந்தா. அந்த ஒரு காரணத்துக்காகவே அவளை நான் வேற யார் கிட்டேயும் விட முடியறதில்லே. என் லைஃப் இப்படி ஆனதுக்குக் காரணம் முக்கியமா அவதான். அதுக்காக நான் அவளை வெறுத்துட முடியுமா?"

காரை நிறுத்திட்டு இவர் இறங்கி வெளியே நிக்கறார். ஒரு சிகரெட்டைப் பத்த வெச்சுக்கறார். வானத்தை அண்ணாந்து பார்த்துண்டு புகையை ஊதறார். காரைச் சுத்திண்டு இந்தப் பக்கமா வந்து என்கிட்டே கார்லே சாஞ்சுண்டு நிக்கறார். திடீர்னு என்கிட்டே திரும்பிச் சொல்றார்:

"யூ ஆர் ரைட். அவங்களை நாம்ப வெறுக்க முடியாது. எங்க அப்பன் எனக்கு என்ன செய்தான் தெரியுமா?"னு சொல்லிண்டே பெருமூச்சு விடறார். இப்போ இவர் தன்னோட பிரச்னை எதையோ நினைச்சுண்டு தவிக்கிறார்னு புரிஞ்சுக்கறேன். வாட்சைப் பார்க்கறார். எனக்குப் பார்க்காமலே தெரியறது, மணி ஏழரை.

இவர் சொல்றார்:

"வழக்கமா இந்நேரமெல்லாம் நான் கிளப்லேதான் இருப்பேன். வீட்டுக்குப் போக ராத்திரி பன்னெண்டு மணி ஆகும். சில நாளிலே இரண்டு மணியோ மூணு மணியோ கூட ஆகும். எனக்குச் சமீபத்திலேதான் தெரிஞ்சது. ஐ ஹாவ் பிகம் அன் ஆல்கஹாலிக்."

நான் சட்டுனு அவரைத் தலையை நிமிர்ந்து பார்க்கறேன்.

"நான் என்ன சொல்றேன்னு உனக்குப் புரியுதா? நம்ம ஜனங்க பாஷையிலே சொன்னால் நான் ஒரு குடிகாரனாயிட்டேன். அது இல்லாட்டி நான் வாழ முடியாதுங்கறதில்லே; அது இல்லாட்டி எனக்கு மரியாதை கிடையாது. ரொம்ப வேடிக்கையா இருக்கு! இல்லே? என் ஒய்ஃப் இருக்காளே, அதான் அந்த மில்லினரஸ்..!"

– அப்பாடி! அதைச் சொல்றச்சயே இவர் முகத்தில் என்ன இவ்வளவு வெறுப்பு!

"அவளுக்கு என்கிட்டே புருஷன்கிற மரியாதையோ 'லவ்'வோ கிடையாது. ஆனால் குடிகாரன்கிற பயம் உண்டு. நான் குடிச்சுட்டுப் போனால் நடுங்குவா. அவளை நடுங்க வைக்கறதுக்காகவே நான் குடிக்கறேன்; குடிக்காத நேரமெல்லாம் அவள் கத்திக்கிட்டிருப்பாள்; குடிச்சுட்டால் நான் கத்துவேன்; அவள் பயப்படுவாள்; பேசாம இருப்பாள். ஸோ ஐ ஃபெல்ட் திஸ் இஸ் பெட்டர் தன் தட்" – இதைச் சொல்லிட்டு ரொம்ப காமெடியா சிரிக்கறார். எனக்கோ வயத்தைக் கலக்கறது.

இவர் தொடர்ந்து இங்கிலீஷ்லே சொல்றார்: "நான் கைதி மாதிரி வாழ்க்கை நடத்திக்கிட்டிருக்கேன். என் பேராலே இருக்கற எந்தச் சொத்துக்கும் நான் அதிபதி இல்லே. அது மேலே எனக்கு எந்தவித பாத்தியதையும் இல்லே. என்னைப் பத்தித் தெரிஞ்சிக்கணுன்னா எங்க அப்பா எழுதி வச்சிருக்கற உயிலைப் படிக்கணும். சே! அதுக்கு அப்பறமும் அந்த வீட்டிலே நான் தலைநிமிர்ந்து ஒரு ஆம்பளைன்னு வாழ்ந்துக்கிட்டு இருக்கேன்னு சொன்னா என்னை மாதிரி அழிஞ்சுபோன ஆத்மா இருக்க முடியாது."

அழிஞ்சுபோன ஆத்மாங்கறது என்னுடைய மொழிபெயர்ப்பு. இவர் இங்கிலீஷ்லே சொன்னது: 'எ டெட் ஸோல்!'

தொடர்ந்து இவர் சொல்றார்: "அந்த உயில்லே என்னைப் பத்தி எங்க அப்பா சொல்றார். ஆரம்பமே இதுதான்: 'என்னுடைய ஏகபுத்திரன் பிரபாகரன் ஒரு உதவாக்கரை. கெட்ட சகவாசங்களும் துர் நடத்தையும் உடையவன்...' இந்த மாதிரி ஒரு பெரிய பட்டியல் போட்டுட்டு, அப்பறமா என்னையும் என் எதிர்கால நலனையும் காப்பாத்தறதுக்காக ஆஸ்திகளையெல்லாம் அவள் பேரிலே எழுதி

வச்சார் எங்க அப்பா. எனக்கு மாசம் இவ்வளவு பணம் தரணும்; இந்தந்த அய்ட்டத்திலேருந்து வர வருமானத்தை நான் செலவு பண்ணிக்கலாம்னு ஸப் கிளாஸஸ் போட்டார். இவ்வளவையும் செஞ்சுட்டுச் சாகறபோது என் கையைப் பிடிச்சுக்கிட்டு, அழுதார். 'இவ்வளவையும் உன் நல்லதுக்காகத்தான் செய்தேன்'னு. அந்தத் தகப்பனை அதுக்காக என்னாலே வெறுத்துட முடியுதா?"

அந்த வழியா ஐஸ்கிரீம் வண்டி ஒண்ணு வரது. அதைப் பார்த்த உடனே சின்னக் குழந்தை மாதிரி இவர் கேக்கறார்: "ஐஸ்கிரீம் சாப்பிடலாமா?"

"நோ– தாங்ஸ்!"

"ஓ! ஐ லவ் இட்" என்று ஓடி அவனைக் கூப்பிடறார். காருக்குப் பக்கத்திலே அந்த வண்டி வந்து நிக்கறது. அவன் கிட்டே என்னென்னமோ கேக்கறார். கடைசியிலே இரண்டு கப்பும் ஒரு 'பா'ரும் வாங்கிக்கறார். பர்ஸிலேருந்து இரண்டரை ரூபா எடுத்துக் குடுக்கறார். எனக்கு இவரைப் பாக்க ரொம்ப வேடிக்கையா இருக்கு.

"ஜஸ்ட். டேஸ்ட் இட். நல்லா இருக்கும்"னு என்கிட்டே ஒரு கப்பைத் தரார். நான் கையிலே வச்சுண்டு முழிக்கறேன். நானும் ஐஸ்கிரீம் சாப்பிட்டிருக்கேன். ஆனா ரோடிலே, காரிலே உக்காந்துண்டு இன்னொருத்தருக்கு முன்னாலே இதை நக்கி நக்கிச் சாப்பட வெக்கமா இருக்கு. இவர் என்னடான்னா தெருவிலே நின்னுண்டு அந்தக் 'கப்'பை ஒரு நிமிஷத்திலே வழிச்சு நக்கிட்டு, அண்ணாந்து குச்சியை உறிஞ்சிண்டு நிக்கறார்...

"எங்க மஞ்சு நாலு கப் தின்னும். எங்க வீட்டிலே எல்லாருக்குமே ஐஸ்கிரீம்னா ரொம்பப் பிடிக்கும். பத்மாவுக்குத் தெரிஞ்சா திட்டுவா; அதுக்கோசரம் எல்லாம் என்கூட சேந்துக்கும்."

இவர் மனைவி பேரு பத்மான்னு தெரிஞ்சுக்கறேன்.

"உங்களைப் பத்தி உங்கப்பா உயில்லே எழுதிவச்சிருக்கிற தெல்லாம் தப்புன்னா நீங்க அதை நிரூபிச்சிருக்கலாமே"ன்னு நான் 'கப்'லே இருக்கற ஐஸ்கிரீமை அந்த மர ஸ்பூனாலே கிளறிண்டே கேக்கறேன். என்னோட ஐடியா என்னன்னா இதை நன்னா இளக்கி ஜலமாக்கிட்டா அப்படியே குடிச்சுடலாம்கறது.

"என்னத்தை நிரூபிக்கிறது?" ரொம்ப அசுவாரசியமா ஐஸ்கிரீமை உறிஞ்சிண்டே கேக்கறார்.

'வாட் எ ஸ்பிலிட் பர்சனாலிடி!'னு இவரைப் பத்தி நான் நினைச்சுக்கறேன். சித்த முன்னே இவர் அப்பா எழுதின உயிலைப் பத்தியும் இவரை வீட்டிலே இருக்கறவா ட்ரீட் பண்றதைப்

பத்தியும் ரொம்ப சீரியஸா அங்கலாய்ச்சிண்டிருந்தார். இப்போ என்னடான்னா ஒரு ஐஸ்கிரீம்லே எல்லாத்தையும் மறந்துட்டு, என்னத்தை நிரூபிக்கறதுன்னு கேக்கறாரே!

"உங்க அப்பா உங்களைப் பத்தி உயில்லே எழுதி வச்சிருந்தாரே, அதெல்லாம் தப்புன்னு உங்க நடத்தையாலே நீங்க நிரூபிக்கலாமே."

பந்தை பாட் பண்ற மாதிரி அந்தக் காகிதக் கப்பைச் சுருட்டி மானத்திலே போட்டு இன்னொரு கையாலே ஓங்கி அடிச்சுட்டு எனக்குப் பதில் சொல்றார்:

"ஏனாம்? எனக்கு வசதியாப் போச்சு! என்னை இப்படி அவுங்க பட்டம் கட்டினப்பறம் அதிலே இருக்கற வசதிகளை அனுபவிச்சுக்கறதுன்னு நான் முடிவு பண்ணிக்கினேன். ஒரு வேளை அவுரு செஞ்சது சரிதான்போல இருக்குது. அவ்வளவு ஜாக்கிரதையா உயில் எழுதி வச்சும்கூட ஆரம்பத்திலே என் இஷ்டத்துக்கெல்லாம் இந்தப் பத்மா சரின்னு தலை ஆட்டினதுனாலே எவ்வளவோ பணத்தை வாரித் தீர்த்தம் உட்டுட்டேனே! அதுக்கு அப்பறம்தான் அவள் கபால்னு முழிச்சுக்கினா. அவள் எல்லா விசயத்தையும் தாங்கிக்கினா, ஆனால் வேற பெண்களோடேயும் எனக்குத் தொடர்பு இருக்குதுன்னு தெரிஞ்சப்போதான் அவளாலே தாங்க முடியலே. அந்த விஷயத்திலே பொம்பளை பொம்பளைதான். ஆனால் ஒண்ணு. நான் சந்திச்ச எந்தப் பொண்ணும் என்னைக் காதலிக்கலை. என் ஒய்ஃப் உட்பட. நானும் தேடித் தேடி அலுத்துப் போயிட்டேன். ஒவ்வொருத்தியைப் பார்க்கும்போதும் இது 'லவ்'னு நினைச்சுக்குவேன். ஆனால் அது இல்லேன்னு அப்பறம் தெரிஞ்சு போயிடும்." – ரொம்பவும் தனக்கு எல்லாரும் கொடுமை செஞ்சுட்ட மாதிரி இவர் குறைப்பட்டுக்கறார். எனக்கு சிரிப்பு வரது. நான் சிரிப்பை அடக்கிண்டு அவரைக் கேக்கறேன்:

"உங்களை யாருமே காதலிக்கலேன்னு இவ்வளவு குறைப்பட்டுக்கறேளே, நீங்க யாரையாவது காதலிச்சிருக்கேளோ? உங்க ஒய்ஃப் உட்பட யாரையாவது? உங்களுக்குப் பணம் இருக்கு, படாடோபம் இருக்கு, கார் இருக்கு, பங்களா இருக்கு – நன்னா டிரஸ் பண்ணிக்கறேள். செண்ட் போட்டுக்கறேள்ங்கறதுக்காகத் தெருவிலே போறவாள்ளாம் உங்களை லவ் பண்ணணும்னு நினைக்கிறேள். இல்லே? அதுக்காகவே சில பேர் லவ் பண்றதா சொல்லிண்டு உங்ககிட்டே வரலாம். அது உங்களை லவ் பண்றதா ஆகுமா?" – இதைச் சொல்லறபோது ஆர்.கே.வி. எழுதப்போற அசுவமேதம் எனக்கு ஞாபகம் வரது.

இவர் என்னைவிட ஏழெட்டு வயசு பெரியவரா இருக்கணும். ஆனால் நான் பாடம் சொல்லிக் கத்துக்க வேண்டிய ஒரு சின்னப் பையன் மாதிரிதான் எனக்குத் தோண்றது. இவரோட பேசிண்டிருக்கறச்சே, ஒரு ஆண்பிள்ளையோட பேசிண்டிருக்கோம்கற பயமே எனக்கு இல்லை. இவரைவிடப் பலமடங்கு பலம் உடையவள் நான் என்கிற மாதிரி எனக்குத் தோண்றது. இப்பவே இது இப்படி இருக்குன்னா பன்னெண்டு வருஷத்துக்கு முன்னே எவ்வளவு அசடா இருந்திருக்கும்னு நினைச்சுக்கறேன். அந்த அசடுக்குப் பயந்து என்னைப் பலி கொடுத்துட்டு வந்தேனே, அப்போ நான் எவ்வளவு அசடா இருந்திருக்கேன்னு நினைச்சுப் பார்க்கறேன். இந்த வித்தியாசத்தைப் பாக்கற அளவுக்கு நான் மாறி இருக்கேனே. எனக்கு ஒரே பிரமிப்பா இருக்கு. ஓ! காலம் எப்படி எப்படியெல்லாம் மாறிப்போறது! சில மனுஷா மட்டும் மாற மாட்டேங்கறாளே, இவரை மாதிரி!

மணி எட்டரை ஆகறது. திடீர்னு இவர் அவசரப்படறார். எனக்குப் புரியறது. இவருக்குக் கிளப்புக்கு இப்போ போயாகணும். அதைப் புரிஞ்சுண்டு நானே சொல்றேன்: "புறப்படலாம். உங்களுக்கு அவசரமானா நீங்க இப்படியே போகலாம். நான் ஒரு டாக்ஸியிலேகூட ஆத்துக்குப் போயிடுவேன்."

"நோ . . . நோ . . . நான் உன்னை விட்டுட்டே போறேன். உங்க வீடு எங்கே இருக்கு?"

"எக்மோர்லே."

மறுபடியும் கார் புறப்படறது. சிகரெட் புகை மணக்கறது. அவர் ஒண்ணுமே பேசலே. நானும் மௌனமா இருக்கேன்.

எங்க தெருவிலே கார் நுழையறச்சே வாசற்படியிலே லைட்டையும் போட்டுண்டு அம்மா எனக்காகக் காத்துண்டு நிக்கறா. இங்கேருந்தே தெரியறது. இன்னும் கொஞ்ச நாழியிலே அவளுக்கு நான் ஒரு பெரிய அதிர்ச்சியைத் தரப்போறேன்.

இதோ கார் எங்காத்து முன்னாடி நிக்கறது. அம்மா பாக்கறாள். நன்னா வெளிச்சம் முன் ஸீட்டிலே இருக்கிற எங்க ரெண்டு பேர் மேலேயும் படறது. அம்மா பாக்கறா. அவ பாக்கறதுக்கு வேணும்கிற அவகாசம் தர்ரதுக்காக நான் நிதானமா இவர்கிட்ட விடை பெத்துக்கறேன்.

"நாளைக்கு போன் பண்றேன். குட்நைட்! சீரியோ!" நான் கார்லேருந்து இறங்கறேன். அம்மா பார்த்துத் திகைச்சுப் போய் நிக்கறா!

12

மணி பத்தடிக்கப் போறது. இந்த கங்காவை இன்னும் காணலியே. அவள் ஆபீசுக்குப் போயிட்டு ஆத்துக்கு வர்றதுக்குள்ளே சாதாரணமாகவே அவள் இன்னும் வரலியேன்னு மனசு கிடந்து அடிச்சுக்கும் எனக்கு. இப்போ ஒவ்வொரு நிமிஷமும் சொரேர் சொரேர்னு வயத்தை என்னமோ செய்யறது.

ஒவ்வொரு நாளும் அவளைக் கேக்கணும் கேக்கணும்னு வார்த்தைகள் தொண்டைக் குழி வரைக்கும் வந்துடறது. நான் என்னன்னு கேப்பேன்? எப்படிக் கேப்பேன்?

கேக்கறதுக்கு என்ன இருக்கு? எல்லாம் என் மனசுக்குத் தெரியறதே. என் தலையிலே பெரிய இடியா விழப் போறதுன்னு தெரியறதே!

அவள் எந்த நேரத்திலேயும் வருவா. எங்கே வேணும்னாலும் போவா. அப்பொல்லாம் நான் ஒரு வார்த்தை கேட்டிருக்கேனா? நானா என்னத்தை யாவது கற்பனை பண்ணிப் பயந்துண்டு இருப்பேனே ஒழிய, அவளைப்பத்தி யாராவது ஏதாவது சொன்னா நான் நம்பி இருக்கேனா?

கணேசன் வந்து எவ்வளவோ சொல்லி இருக்கான். அவன் இப்படிச் சொன்னான்னு அவ கிட்டே சொல்லி இருப்பேனா! ஏன் சொல்லலை? என் பொண்ணு தப்பு வழிக்குப் போகமாட்டாள்ங்கிற நம்பிக்கை என் நெஞ்சிலே ஆழமா இருக்கறச்சே இதையெல்லாம் என்னத்துக்கு அவகிட்டே போய்க் கேக்கணும்னு நானே நினைச்சிருக்கேன்.

இவளைப் பத்தி ஒவ்வொருத்தரும் ஒவ்வொண்ணும் சொல்றச்சே நான் என்னமா துவஜம் கட்டிண்டு நிப்பேன்! 'இவளைப்பத்திப் பேசறதுக்கு உனக்கு என்னடா 'ரைட்' இருக்கு?'ன்னு கணேசன் வாயைத் தைச்சுன்னா அனுப்புவேன்!

இவளுக்கு சிநேகிதிகளும் உண்டா? இவள் யார்கிட்டேயாவது சிரிச்சுண்டும் பேசுவாளோன்னு நினைச்சு நினைச்சு ஆச்சரியப் படுவேனே.

தொடைச்சு வச்சமாதிரி இருக்கே அந்த நெத்தியிலே ஒரு பொட்டு வச்சுண்டா என்னன்னு நினைப்பேனே! வெள்ளிக் கிழமையிலாவது விசேஷ நாள்ளேயாவது தலையிலே கொஞ்சம் பூ வச்சுக்கமாட்டாளா ஒருகல்யாணமாகாத பொண்ணுன்னு ஏங்கி இருக்கேனே.

இவள் வாக்கிங் போறதையும் உத்தியோகம் பண்றதையும் பாத்துப் பெருமையிலே பூரிச்சுக் கிடந்தேன். என் பூரிப்பு தெய்வத்துக்குப் பொறுக்குமா? எல்லாம் போச்சு!

என் பொண்ணைப்பத்தி ஒரே அடியாய்ப் பீத்திண்டு திரிஞ்சேனே, இப்ப வெளியிலே தலைகாட்ட முடியலை.

கணேசன் இப்பத்தான் வந்துட்டுப் போனான். அவன் கேக்கற ஒவ்வொரு கேள்வியும் இப்படிக் குத்தி இப்படி வாங்கிறது. எனக்குக் குனிஞ்ச தலையை நிமிர முடியலை. ஒண்ணும் பேச முடியாமல் அழுதுட்டேன். நான் அழுதா அவளாளுக்கென்ன? ஒவ்வொரு காலத்திலேயும் ஒவ்வொருத்தராலே அழறதே நேக்குத் தலையெழுத்தாப் போயிடுத்து.

இப்படிச் சீரழியறதுக்கு நான் என்ன, ஏழு பெத்தேனா? எட்டு பெத்தேனா? பிள்ளையிலே ஒண்ணு, பொண்ணிலே ஒண்ணு, இந்தப் பொண்ணு பண்ணாத காரியமெல்லாம் பண்ணிண்டு வருவா, இந்தப் பிள்ளை என்னைக் கேக்காத கேள்வியெல்லாம் கேட்டுண்டு நிக்கறது. நான் என்ன பண்ணுவேன்?

ஒவ்வொருத்தரும் இவளைப்பத்தி சொன்ன ஒவ்வொண்ணும் நிஜமாப் போனப்பறம், என்னத்துக்கு இந்த உசிருன்னு தோணறது.

இந்தத் பொண்ணுக்குப் புத்தி கெட்டுப் போயிடுத்தோன்னு எனக்குப் பயமா இருக்கு. முன்னே ஒரு தடவை ஏதோ ஒரு நிமிஷம் பிடிச்சதே ஒரு பைத்தியம். அது இப்ப நிரந்தரமா பிடிச்சுடுத்து. இவளை ஆட்டி வெக்கறது. இவள் ஆடறாள். இவளைச்

சொல்லிக் குத்தமில்லே. இவளை என்னமோ பிடிச்சுத்தான் இருக்கு. இல்லேன்னா இவளுக்குப் புத்தி இப்படியெல்லாம் போகுமோ? நானே என் கண்ணாலே பாக்காம வேற யாராவது வந்து சொன்னா நம்பி இருக்க மாட்டேனே.

இந்த கங்கா வாசற்படியிலே அடியெடுத்து வெக்கறபோதே இப்பல்லாம் அடுப்படிவரைக்கும் சென்டு மணக்கறது. யாராவது சொன்னா நான் நம்புவேனோ? பொட்டு வச்சுக்க வேண்டியதுதான். பொட்டு வச்சுக்க மாட்டாளான்னு நானே ஆசைப்பட்டேனே. இப்போ என்னடான்னா சாவிக்கொத்து மாதிரி என்னத்தையோ வச்சிண்டு நாலைஞ்சு சாயத்திலே தோச்சுத் தோச்சு நெத்தியிலே முத்திரைன்னா குத்திக்கறா! இது பைத்தியம் இல்லாம வேற என்ன சொல்லுங்கோ? புருவத்திலே மையை ஈஷிக்கிறா. காதோரத்திலே எங்க ஊர் தேவன்மார் கிருதா மாதிரி முடியை இழுத்து விட்டுக்கறா. ஏற்கனவே தைச்ச சட்டையெல்லாம் அள்ளிண்டு போய்த் தையக்காரன் கிட்டே குடுத்துத் தோள்வரைக்கும் தெரியற மாதிரி கையை நறுக்கிண்டு வந்திருக்காளே. இப்போப் புதிசாத் தச்சிண்டு வந்திருக்காளே அதுக்குக் கையையே காணோம். உள்ளே போட்டுக்கறது மாதிரி இருக்கு. எப்பவும் இப்படி இருக்கிறவளா இருந்தால் யாருக்கும் என்ன தோணப்போறது? இவளுக்குப் புதுசான்னா என்னமோ புடிச்சிருக்கு!

'அம்மா, இவள் என் சிநேகிதி'னு இதுவரைக்கும் ஒரு பொண்ணை ஆத்துக்கு அழைச்சுண்டு வந்ததில்லைன்னு பெருமைப்பட்டுக்குவேனே. போன மாசம் ஒருநாள் யாரோ ஒரு தடியனை இழுத்துண்டு வந்து ஆத்துக்குள்ளே நிக்கறா. இவளுக்கு சிநேகிதனாம்! என்னடி இது அநியாயம்? அவனும் வந்து சட்டமா சோபாவிலே உக்காந்துண்டு இஞ்சின் மாதிரி புகை விடறான். நாத்தம் கொடலைப் பிடுங்கி எடுக்கறது. அவன் என்ன ஜாதியோ? துலுக்கனா இருப்பானோ? கிருஸ்துவனோ? சூத்திரனோ?

இவளே ஆத்துக்குள்ளே இழுத்துண்டு வந்தப்பறம் நான் என்ன பண்ணுவேன்? மரியாதைக்காக எழவேன்னு காபியைக் கொண்டுபோய் அவன் எதிர்லே வெக்கறேன். அதுக்குள்ளே உடம்பு கூசிப்போறது. இவள்தான் அவனுக்கு எதிரே உக்காந்துண்டு ஒரே அடியா உபசாரம் பண்றா. நான் எல்லாத்தையும் உள்ளே இருந்து பாத்துண்டுதான் இருக்கேன். கர்மம். காப்பித் தம்ளரை எடுத்து எச்சல் பண்ணின்னா குடிக்கிறான். அதிலே என்ன நெட்டோ ஒரு முழுங்கு குடிச்சுட்டு வச்சுட்டான். நல்லவேளை,

அவன் போனப்பறம் அவளே எடுத்துக் கொட்டிட்டு அலம்பி வச்சுட்டாள். அப்பறம் கொஞ்சம் ஜலத்தைத் தெளிச்சுப் பாத்திரத்தை எடுத்து வச்சேன்.

இப்போ வாக்கிங் போறதெல்லாம் விட்டுட்டா. இவன்தான் வந்துடறானே, பொழுது ஒரு பக்கம் விடியறதுக்குள்ளே.

இவன் கார் தெருவிலே வரவேண்டியதுதான்! ஒவ்வொரு ஆத்திலேயும் வேடிக்கை பாக்கறதுக்கு வாசப்படியிலேயும் ஜன்னல்லேயும் வந்து நின்னுடறா எல்லாரும்.

வெக்கம், மானம் எல்லாத்தையும் இவள் உதிர்த்துட்டா. தலையை நிமிர்ந்துண்டு குதிரை மாதிரி அவன் கூடப் போறாள். ஏதோ வீம்பு பிடிச்சு, ‘என் பேரை நான் கெடுத்துக் காட்டறேன். பாருடி’ன்னு கங்கணம் கட்டிண்டுன்னா நிக்கறா.

இப்ப நான் என்ன பண்ணட்டும்? இப்படி இவள் கை மீறிப் போயிட்டாளே? முன்னே மாதிரி இப்போ இவளை அடிக்க முடியுமா? பேசாமல் வெங்கு அண்ணாவுக்குக் கடுதாசி எழுதிப் போடவா? அவர்தான் வந்து என்ன பண்ண முடியும் இனிமே?

அவர் அடிக்கடி சொல்லுவாரே, அப்போ எல்லாம் எனக்கு எவ்வளவு கஷ்டமா இருக்கும் – ‘உன் பொண்ணைப் பத்தி இப்படி சொல்றேனேன்னு நினைக்காதே, இந்த கங்காவுக்கு ஸ்திரமான புத்தி கிடையாது’ன்னு. அப்போல்லாம் அவர் சொல்றது அநியாயமா இருக்கும். இப்போ நியாயமாயிடுத்தே! இவளைப் பத்தி ஒவ்வொருத்தர் சொன்னதும் நியாயமாயிடுத்தே!

எனக்கு என்ன தலையெழுத்து! இந்தக் கண்றாவியையெல்லாம் பார்த்துண்டு, இந்தக் கறையையெல்லாம் பூசிண்டு நிக்கணும்னு?

நான் போறேண்டி அம்மா! எங்கேயாவது போயிடறேன். இந்தச் சமையக்கார உத்தியோகத்தை எந்த ஆத்திலே போய்ச் செஞ்சாலும் நேக்கு ஒரு வேளைச் சாப்பாடும் கட்டிக்க ஒரு புடவையும் கிடைக்காதா என்ன?

சீ! கஷ்டமே, நான் எதுக்கு இப்போ அழறேன்? இவா பண்ற அக்கிரமத்தைத் தட்டிக் கேட்க எனக்கு அதிகாரமில்லைன்னு ஆயிடுத்தே. பெத்தவள்ங்கிற மரியாதை இல்லாம போயிடுத்தே.

இன்னிக்கு வரட்டும்; ரெண்டுலே ஒண்ணு எனக்குத் தெரிஞ் சாகணும். ‘நான் இந்த ஆத்திலே இருக்கிறதா? எங்கேயாவது போயிடறதா?’ன்னு கேட்டுடறேன். அதுக்குக்கூட வாயில்லேன்னா

கணேசன் சொன்னமாதிரி நான் இவாளுக்குப் படுக்கை தட்டிப் போட வேண்டியதுதான்.

ஐயோ! அவன் என்னென்ன கேள்வியெல்லாம் கேட்டுட்டுப் போனான்!

இப்பத்தான் ஆபீசுக்குப் போன நான் வீட்டுக்கு வரேன். ஆனாலும் இன்னிக்குக் கொஞ்சம் லேட்டுதான் ஆயிடுத்து. வாசல் லைட்டையும் போட்டுண்டு அம்மா படியிலேயே உக்காந்திருக்கா. வழக்கமா கையிலே ஏதாவது பத்திரிகை வச்சுண்டிருப்பா. இப்போ வெறுங்கையோட உக்காந்துண்டு வானத்தைப் பாத்துண்டு இருக்கா.

இன்னிக்கும் நான் இவர் வீட்டுக்குப் போய்ட்டு வரேன். என்னை டிராப் பண்றதுக்கு இவர் வரல்லே. இன்னிக்குப் பேசிண்டே ரொம்பக் குடிச்சுட்டார். நானேதான் இவரை வரவேண்டாம்னு சொல்லிட்டேன்.

இப்போ இந்தப் பெரிய காரை டிரைவர் ஓட்டிண்டு வரான். நான் பின் ஸீட்டிலே உட்கார்ந்திருக்கேன்.

"அதோ லைட் எரியறதே, ஒரு அம்மா உக்கார்ந்திருக்காங்களே, அந்த வீட்டு முன்னே நிறுத்து"னு அவனுக்கு அடையாளம்

சொல்றேன். அவன் காரை நிறுத்திட்டு, இறங்கி வந்து கதவைத் திறந்துவிடறான்.

“நான் போகலாங்களா?” என்று கேட்டு சலாம் வைக்கிறான்.

கார் போறது. நான் படி ஏர்றச்சே – என்ன இது. முகத்திலே முந்தானையைப் போட்டுண்டு எதுக்கு அம்மா இப்படித் திடீர்னு விம்மி விம்மி அழறாள்? நான் என்ன பண்றது இப்போ? கவனிக்காத மாதிரி உள்ளே போயிடறதா? ‘என்ன இதெல்லாம்’னு கண்டிக்கறதா? ‘எதுக்கும்மா அழறே’ன்னு சமாதானம் பண்றதா?

எனக்கு ஒண்ணும் புரியலையே. ஆனால் இந்த வயசிலே அம்மா ஒரு குழந்தையைப் போல அழறதைப் பாக்கப் பரிதாபமா இருக்கு. இவளை என்னன்னு கூப்பிட்டு நான் சமாதானம் பண்றது? ‘அம்மா’ன்னு கூப்பிட்டுப் பன்னெண்டு வருஷம் ஆச்சுன்னு இப்பதான் எனக்கு ஞாபகம் வரது.

நான் திரும்பிப் பாக்கறேன். எதிர்த்தாத்து ஜன்னல்லே தலை தெரியறது.

“எதிர்த்தாத்திலேருந்து யாரோ பாக்கறா. ஏதாவது சொல்றதானா உள்ளே வந்து சொல்லு”ன்னு வாசல் லைட்டை ‘பட்’னு அணைச்சுட்டு உள்ளே வந்துடறேன். அம்மா கதவைச் சாத்தித் தாழ்ப்பாள் போட்டுண்டு என் பின்னாலே ஹாலுக்கு வராள். எனக்கு அவளைத் திரும்பிப் பாக்க ஏனோ பயமா இருக்கு. டிரஸ் சேஞ்ச் பண்றதுக்காக ரூமுக்குள்ளே போய்க் கதவைச் சாத்திண்டுடறேன்.

அப்போ அம்மா சொல்றாள்: “எதிர்த்தாத்திலேருந்து யாரோ பாக்கறது இப்ப மட்டும்தான் உன் கண்ணுக்குத் தெரியறதோ?”

டிரஸ் சேஞ்ச் பண்ணிக்கறச்சே என்னை நானே கண்ணாடியிலே பாத்துக்கறபோது எனக்குச் சிரிப்பு வரது. வேஷம் கட்டிண்டு ஆடறேன். வேணும்னேதான் ஆடறேன்!

என்னாலே இனிமே கெட்டுப் போகவே முடியாது. முடியாதவா முடிஞ்சவா மாதிரி நடிக்கவாவது வேணும். அப்படி நடிக்காததனாலேதான் இத்தனை நாள் என்னை எல்லாரும் அசடுன்னு நினைச்சுண்டிருந்தா. இப்போ எல்லாரும் என்னைக் கண்டு பயப்படறா. ஆனால் என்னை அப்பவும் யாரும் ஒசத்தியா நினைக்கலே; இப்பவும் நினைக்கலே. அப்போ கெட்டுப்போன அசடுன்னு நினைச்சிண்டிருந்தா. இப்பவும் கூடக் கெட்டுப்போனவள்னுதான் நினைக்கிறா. ஆனால் அசடுனு நினைக்கல்லே. எனக்கும் ஒருத்தன் இருக்கான்கிறது இப்போ எல்லாருக்கும் தெரிஞ்சுடுத்து.

இப்போ ஆபீசிலே என்னை எவனும் இளிச்சு இளிச்சுண்டு பாக்கறதில்லே. ஆனால் என் முதுகுக்குப் பின்னாலே எல்லாரும் இளிச்சு இளிச்சுண்டு பேசிக்கறா. ஐ டோண்ட் கேர்.

ஏனாம்? நான் மட்டும் தாலி அறுத்தவள் மாதிரி ஒண்ணும் பண்ணிக்காமல் நிக்கணுமோ? இந்தத் தடியன்களைக் கண்டு இவனுங்க மிஸ்பிகேவ் பண்ணுவாங்களே என்கிற பயத்திலேதான் அப்படியெல்லாம் இருந்தேன். இப்போ எனக்கென்ன பயம்? யார் என்ன பேசினால் எனக்கென்ன?

இவர் என்னை வெச்சுண்டிருக்கிறதாப் பேசிக்குவா. அது ரொம்ப உத்தமம். அதுதான் நியாயம்.

ஆனால் அப்படி இல்லேங்கறது என் மனசுக்கும் இவர் மனசுக்கும் தெரியும். இது மத்தவாளுக்குத் தெரியப்படாது. அப்படி எல்லாம் அசிங்கமாப் பழக முடியாத அளவுக்கு இவரும் வளர்ந்துட்டார்.

ஏதோ ஒரு நம்பிக்கையிலேயும் நப்பாசையிலேயும்தான் அன்னைக்கி என்னை இவர் பார்க்க வந்திருக்கார். நான் இவரை 'லவ்' பண்ணலேங்கறது இவருக்குத் தெரிஞ்சப்போ இவர் ஏமாந்துட்டார்னு எனக்குப் புரிஞ்சுது. தன்னை மனப்பூர்வமாக் காதலிக்கற ஒரு மனசுக்காக இவர் ரொம்ப ஏங்கறார். அப்படி ஒரு மனசு இவருக்கு இந்த ஜன்மத்திலே கிடைக்காது. பாவம், புவர் ஸோல்!

நான் இவரை ஒரு நம்பிக்கையான ஃபிரண்டா எப்பவும் வச்சுக்கலாம். சில சமயத்திலே இவர் ஒரு குழந்தை; சில சமயத்திலே இவர் ஒரு தகப்பன் மாதிரியும் பழகறார். இவரும் இவர் பொண் மஞ்சுவும் பேசிண்டிருக்கறச்சேதான் எனக்கு அது புரிஞ்சது. என்னோடு எப்படிப் பேசிண்டிருக்காரோ அப்படித்தான் அந்தப் பெண்ணோடேயும் பேசறார். இவர் பொண்டாட்டியோட பேசிப் பத்து வருஷத்துக்கு மேலே ஆறதாம். சண்டை போட்டுக்கறதெல்லாம் பேச்சோட சேர்த்தியா என்ன? அது தினம் உண்டாம்.

இவர் பொண் மஞ்சுவை எனக்கு ரொம்பப் பிடிச்சிருக்கு. இப்போல்லாம் தினம் ஆபீசு விட்ட உடனே அவா ஆத்துக்குத்தான் போறேன். இவர் பாட்டிலையும் கிளாஸையும் கையிலே தூக்கிண்டு மொட்டை மாடியிலே வந்து உக்கார்ந்துண்டு குடிக்க ஆரம்பிச்சுடறார். மஞ்சுவும் நானும் பேசிண்டு இருப்போம். இவர் அர்த்தத்தோடயோ அர்த்தமில்லாமயோ சிரிப்பார்.

என்னைப் பார்த்ததிலேயிருந்து இவர் கிளப்புக்குப் போறதில்லையாம். அதிலே எனக்கு என்னமோ ஒரு சந்தோஷம். இப்போ நான் பண்ணிக்கறேனே, இந்த ஸ்டைலெல்லாம், மஞ்சுதான் எனக்குக் கத்துத் தராள். இந்த வாழ்க்கையிலேயும் சந்தோஷமா இருக்கிறதுக்கு நான் இப்போ ஒரு வழி கண்டு பிடிச்சுட்டேன்னு தோண்றது எனக்கு.

நான் வரச்சே அம்மா அழுதாளே, என்ன காரணமா இருக்கும்? என்ன காரணம்? கணேசன் வந்திருப்பான். அன்னிக்கி எங்க ஆபீஸ் வாசல்லே இவர் காரிலே நான் ஏர்றச்சே அவன் பார்த்தான். ‘நன்னா பாருடா’ன்னு சொல்ற மாதிரி நான் முன் ஸீட்டிலே அவர் பக்கத்திலே சட்டமா ஏறி உட்கார்ந்துண்டேன். எனக்கு நன்னாத் தெரியறது. இப்போல்லாம் தினம் இந்த கணேசன் என்னை ஸி.ஐ.டி. மாதிரி ‘வாச்’ பண்றான். ஆத்திலே போய் மன்னிகிட்டே தினம் நான் ஒரு காரிலே ஒவ்வொருத்தனோட போறதா சொல்லிண்டிருப்பான். ஒரே ஸ்டைல் பண்ணிக்கறதா வர்ணிச்சிண்டிருப்பான். அவள் நான் கிராப்பும் வெட்டி கவுனும் போட்டுண்டு திரியறதா எல்லார்கிட்டேயும் சொல்லிண்டிருப்பா. சொல்லட்டுமே. இவா ஒண்ணொண்ணும் சொல்லச் சொல்ல நானும் செஞ்சு காண்பிக்கிறேன். டிரஸ் பண்ணிக்கறதிலே என்ன தப்பு? அது அவாவா இஷ்டம்; அவாவாளோட சௌகரியம்.

நான் அறைக் கதவைத் திறந்துண்டு வெளியிலே வரேன். இந்த அம்மா என்ன இப்படிப் பாக்கறா என்னை? நானும் அவளையே பாக்கறேன்.

“உனக்கே நன்னா இருக்கா?”ன்னு தொண்டை அடைக்கக் கேக்கறாள். நான் ஒண்ணும் பதில் சொல்லலை.

“இப்போ யாரோ தெருவிலே பாக்கறான்னு சொன்னயே, அவா எப்பவும் நம்பளைப் பார்த்துண்டு இருக்கான்னு உனக்கு ஞாபகம் இருக்கா?”

“பார்க்கட்டுமே”ங்கேறன் நான்.

“சாயங்காலம் கணேசன் வந்து என்னென்னல்லாம் கேட்டுட்டுப் போனான், தெரியுமா? பெத்தவள்ங்கற மரியாதை இருந்தால் அப்படியெல்லாம் கேப்பானா? நீதான் இப்படி யெல்லாம் நடப்பியா?” மறுபடியும் அழறாள்.

அவள் அழறதை எனக்குப் பார்க்க முடியலை. இந்தப் பக்கம் திரும்பிண்டு சொல்றேன்:

“கணேசன் இன்னிக்குத்தான் புதுசா வந்து சொல்றானாக்கும்! எப்பவும்தான் சொல்றான். இதுக்கு இப்போ அழுவானேன்?”

“அவன் எப்பவும்தான் சொல்றான். நான் எப்பவாவது உன்னை வந்து கேட்டிருக்கேனா? உன் மேலே எனக்கு அவ்வளவு நம்பிக்கை இருந்தது. ஏதோ வயத்தெரிச்சல்லே இவாள்ளாம் அப்படிப் பேசினான்னு நினைச்சேன். ஆனால் இப்போ நீ பண்ற ஒவ்வொரு காரியமும் எனக்கு வயத்தை எரியறதேடி, வயத்தை எரியறதே!”ன்னு வயத்திலே அடிச்சுக்கறாளே!

“உனக்குப் புத்திகெட்டுப் போச்சோடி? இல்லேன்னா இந்த மாதிரித் துணியும், இந்த மாதிரிச் சட்டையும் போட்டுண்டு நடக்கறவளா நீ? உனக்கு சிநேகிதமே ஒண்ணும் கிடையாதுன்னு நினைச்சேனே. கெட்டுப் போறதுக்குத் தானே இந்த சிநேகிதம் ஒண்ணு பிடிச்சிருக்கே. அப்படி ஒரு ஆம்பளைக்கும் பொம்பளைக் கும் என்னடி சிநேகிதம் வேண்டிக்கிடக்கு? இப்படி நேரங்கெட்ட நேரத்திலே எவனோட காரிலேயோ வந்து இறங்கினா பார்க்கறவா தப்பாத்தானே பேசுவா? அது தப்புத்தானேடி? ஓ! நீ எல்லாம் தெரிஞ்சவள். ஏன் இப்படிப் பண்றே?” புலம்பிப் புலம்பிப் பேசிண்டே இருந்தவள் பல்லைக் கடிச்சுண்டு முன்னே மாதிரி கத்தறாள்.

“சனியன் பிடிச்சவளே! வாயைத் திறந்து பதில் சொல்லேன். நான் பாட்டுக்குப் பேசிண்டிருக்கேன். கல்லாட்டமா நிக்கறயே; இல்லேன்னா என்னை எங்கேயாவது ஒழிச்சுத் தொலைச்சுடு.”

இப்போ நான் அவளைத் திரும்பிப் பாக்கறேன். இன்னும் நான் ‘அம்மா’ன்னு கூப்பிடலே. நான் டிரஸ் பண்ணிக்கறதைப்பத்தி இவாளுக்கென்ன இவ்வளவு பேச்சு? நான் பொறுமையா சொல்றேன்:

“அந்தக் கார்லே வர்றவன் எவனோ இல்லை. அவன்தான் ‘அவன்’. உங்க அண்ணா சொன்னாரே சாமர்த்தியம் இருந்தா அவனையே தேடிப்பிடிச்சு இழுத்துண்டு வந்து, ‘இவன்தான் என் புருஷன். நான் இனிமே இவரோடதான் வாழப்போறேன்’னு சொல்லட்டுமே, நாம்பளாத் தடுக்கப் போறோம்னு. என் சாமர்த்தியத்தினாலேயே பன்னெண்டு வருஷத்துக்கப்பறம் அவரைக் கண்டுபிடிச்சுட்டேன். ஆனால் நாங்க ஒண்ணும் புருஷன் பெண்டாட்டியா வாழப்போறதில்லே. நாங்க ரெண்டு பேருமே அதெல்லாம் தாண்டிட்டோம். அவருக்கு ஒரு குடும்பம் இருக்கு. கல்யாணம் பண்ற வயசுக்குப் பொண் இருக்கு. அவர்தான் எனக்கு இனிமே துணையா இருப்பார். உனக்கு உலகம் தெரியாது அம்மா. எத்தனை புலிகள் பசுத்தோலைப் போர்த்திண்டு

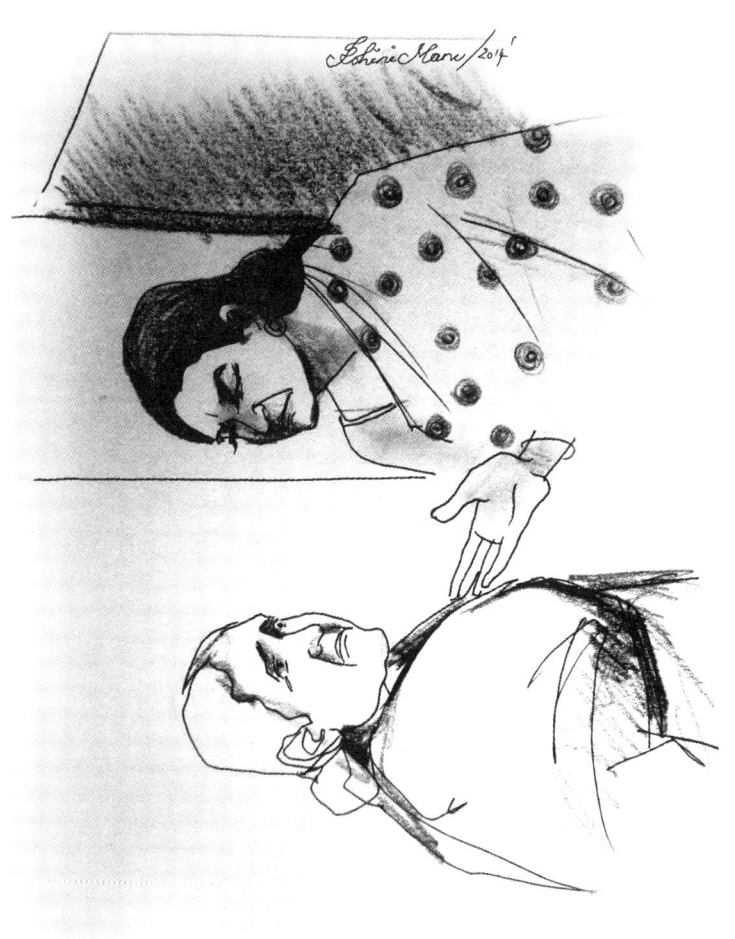

மறைஞ்சிண்டிருக்குன்னு" – மாமாவைப் பத்தி ஏதேனும் சொல்லிடப் போறேனோன்னு நாக்கைக் கடிச்சுண்டுடறேன். நாம் அம்புஜம் மாமிகிட்டே சத்தியம் பண்ணிக் குடுத்திருக்கேனே.

இவள் பார்வையிலேருந்து எனக்குப் புரியறது. என் பேச்சை இவள் நம்பலே. இளிச்சுக் காட்டறாள்:

"அதுக்காகத்தான் இந்த வேஷத்தைப் போர்த்திண்டு நீ அலையறயோ? அலைஞ்சு, அலைஞ்சு உலகத்தைத் தெரிஞ்சுண்டே... நீ பண்ணிக்கிற டிரஸ்லயே நீ உலகத்தைத் தெரிஞ்சுண்டேன்னு உலகத்துக்குத் தெரியறது."

"ஷட்–அப் (ஐயோ! நான் என்ன பேசறேன். இதை நான் சொல்லப்படாதே. இது அவசியமில்லையே. ஆனால் சொல்லிட்டேன்) நீ மாத்திரம் உன் நிலைமைக்குத் தகுந்தாப்பலே தான் பண்ணிண்டிருக்கியோ? இட் இஸ் ஒன்ஸ் ஓன் பிஸினஸ். கிளாஸ்கோ மல்லிலே ரவிக்கை போட்டுண்டு இருக்கியே? கலர் புடவை கட்டிண்டிருக்கியே? அப்பா செத்த அன்னிக்கே தலையைச் சிரைச்சா கொட்டிட்டே? இதைப்பத்தியெல்லாம்கூட மன்னி சொல்லிண்டு இருக்காளாம். பெரிசா உலகம் பேசறதுன்னு இதுக்கு அர்த்தமோ?"

அம்மா அப்படியே இடிஞ்சு உக்காந்துடறாள்.

இன்னிக்கு ராத்திரி நான் சாப்பிடலே. அவளை அழவச்சதுக்கு. அவள் மனசைக் குத்திப் புண்படுத்தினதுக்கு இந்த உபவாசம் எனக்குப் பிராயச்சித்தம்.

13

இவர்தான் அந்த 'அவன்'னு சொன்னப்பறம் அம்மா இவரோட நான் வெச்சுண்டிருக்கிற தொடர்பைப்பத்தி என்ன நினைக்கறாள்னு தெரியலை.

அன்னிக்கு மாமா இவள் கிட்டேதானே சொல்லிண்டு இருந்தார். 'அவனைத் தேடிக் கண்டு பிடிச்சு இழுத்துண்டு வந்து ...'

இவள் சொல்லி இருக்கலாமோன்னோ; என்ன அண்ணா இப்படிச் சொல்றேள்? எவனோ, யாரோ, என்னமோ? என்ன ஜாதியோ, என்ன குலமோ? அசட்டுதனமான நம்ம குழந்தை ஒரு தப்பு பண்ணிட்டால் அதுக்காக அப்படியே தள்ளிட முடியுமா? நீங்க சொல்றது ஒண்ணும் நன்னா இல்லே. அவ தேடவும் வேண்டாம், கண்டுபிடிக்கவும் வேண்டாம்'னு இந்த அம்மா சொல்லி இருக்கலாமோன்னோ? ஏன் சொல்லலை? அதிலே இருக்கற நியாயம் இவளுக்கும் தோணி இருக்கு போல இருக்கு. அம்மா ஏதாவது சொல்றாளான்னு நானும் ஒரு நிமிஷம் நின்னு பார்த்துட்டுத்தான் வந்தேன். ஏதோ அதை அப்படியே சம்மதிச்சு 'ஆமா, நீங்க சொல்றது நியாயந்தான்'னு ஏத்துக்கற மாதிரி இருந்து அம்மாவோட முகபாவம்.

ஒரு வேளை, 'அவனையாவது இந்த அசட்டுப் பொண்ணு தேடிக் கண்டுபிடிக்கறதாவது'ங்கற நம்பிக்கையிலே பேசிண்டாப் போல இருக்கு.

மாமாவுக்குத்தான் என் அசட்டுதனத்திலேயே எவ்வளவு நம்பிக்கை! அதே மாதிரி அந்த

'அவ'னோட அயோக்கியத் தனத்திலேயேயும் அவருக்கு நம்பிக்கை! என்னாலே அவனைக் கண்டுபிடிக்கவே முடியதாம்! அப்படியே கண்டுபிடிச்சாலும் 'சீ! நீ யார்?'னு கேட்டுட்டு அவன் போயிடுவானாம்,

அந்தத் தைரியத்திலேதான் மாமா அப்படியெல்லாம் பேசி இருக்கார். இல்லேன்னா அவன் ஜாதி என்ன, மதம் என்னன்னு கூடத் தெரியாமல், 'அவன்தான் உன்புருஷன்'னு சொல்லி இருப்பாரா?

ஒரு வேளை அம்மாவும் மாமாவும் இதை நம்பமாட்டாளோ? அந்த 'அவன்' இவர் இல்லை, இது ஏதோ புதுத் தொடர்புன்னு தூஷணை பண்ணுவாளோ? பண்ணட்டுமே!

என்னைப் பொறுத்தவரைக்கும் என்னோட பிரச்னை தீர்ந்துபோச்சு. நான் இப்போ நிம்மதியா இருக்கேன். சந்தோஷமா இருக்கேன். எனக்கு ஒரு குறையும் இல்லே. நான் குறைப்பட்டும் போயிடலை.

நான் இப்படி இருக்கறதை எப்படி ஏத்துக்கறதுங்கறது இனிமேல் மத்தவா பிரச்னை. ஏத்துக்கலேன்னாலும் எனக்குக் கவலையில்லை.

ஆபீஸ்லேயும் வெளியிலேயும் எங்களைப் பத்தி என்ன பேசிப்பான்னு எனக்கு நன்னாத் தெரியறது. அவா அப்படிப் பேசிக்கறதுதான் என்னோட வெற்றி.

இவர் ரொம்ப நல்லவர். இந்தக் கொஞ்ச நாளிலேயே எனக்கு இவரும், இவருக்கு நானும் ரொம்பத் தேவைங்கற மாதிரி ஆயிடுத்து.

ஆபிஸ்லே இருக்கறவா எல்லாருக்கும் இப்பத்தான் நான் 'நார்மலா' இருக்கறதாத் தோணறது. முதல்லே ஒரு வாரம் தினசரி இவர் என்னைக் கொண்டுவந்து விடறதும், சாயங்காலத்திலே அழைச்சிண்டு போறதும் அவாளுக்கு ஆச்சரியமா இருந்திருக்கு. இப்பப் பழகிப் போயிடுத்து. இப்ப யாரும் இதையெல்லாம் கவனிக்கறதில்லே, கவனிச்சாலும் முன்னே மாதிரிக் கூட்டம் போட்டுப் பார்க்கிறதில்லே.

இந்த ஒரு மாசமா ஒரு நாள் தவறாமல் இவர் காலையிலே ஒன்பது ஒன்பதரை மணிக்கெல்லாம் ஆத்துக்கு வந்துடறார். நான் குளிச்சிண்டோ சாப்பிட்டுண்டோ இருந்தால் நான் ரெடியாகற வரைக்கும் ஹாலிலே உட்கார்ந்து சிகரெட்டைப் புகைச்சிண்டு காத்துண்டு இருக்கார். இங்கே புகையப் புகைய அம்மாவுக்கு

அங்கே பத்திண்டு எரியும். நான் என்ன சொல்றது? நான் பேசாமல் தலையைக் குனிஞ்சுண்டு வந்துடுவேன்.

போன வாரம்தான் அந்த ஸோபா ஸெட் நடுவிலே போட்டிருக்கிற டீபாய் மேலே பதினேழு ரூபாய்க்கு அழகா ஒரு 'ஆஷ்–இட்ரே' வாங்கி வச்சேன். இல்லேன்னா இவருக்கு அதெல்லாம் ஒண்ணும் தெரியாது. உக்காந்த இடம் நின்ன இடமெல்லாம் அப்படி அப்படியே சிகரெட் துண்டைப் போட்டுடுவார். எனக்கு அப்படியே விட்டுவிட்டுப் போகவும் மனசு வராது. பாவம்! அம்மான்னா எல்லாத்தையும் வாரி கொட்ட வேண்டி இருக்கும்!

'நீங்க காருக்குப் போங்கோ. இதோ, ஒரு நிமிஷத்தலே வந்துடறேன்'னு எதையோ மறந்து வச்சுட்டவள் மாதிரி உள்ளே வந்து அவசர அவசரமா எல்லாத்தையும் பொறுக்கிக் குப்பைக் கூடையிலே போடுவேன். ஒரு நாள் அதைப் பார்த்துட்டு 'ஐயோ! தலையிலே எழுத்தே'ன்னு அம்மா தலையிலே அடிச்சுண்டா. அப்பறம்தான் இந்த 'ஆஷ்–ட்ரே' வாங்கி வைக்கிற ஐடியா எனக்குத் தோணித்து. அதுக்குக்கூட அம்மா சத்தம் போட்டாள். இது எச்சில் பணிக்கம் மாதிரி இருக்காம். 'துண்டு பீடியெல்லாம் போட்டு நடுவீட்டிலே இதுக்கென்ன வேலை, யாராவது வந்தால் என்ன நினைப்பா'ன்னு அவளுக்குள்ளேயே பேசிண்டு நான் என்ன பதில் சொல்றேன்னு என் முகத்தை வந்து பார்த்துண்டு நின்னாள். அதுக்கப்பறம்தான் இந்த ஆஷ்–ட்ரேயை என் ரூமிலே கொண்டு வச்சிண்டேன். இவர் வந்தால் அது வெளியே வரும். இவர் புறப்பட்டால் அது ரூமுக்குப் போயிடும்.

இந்த மாதிரி எவ்வளவு தூரம் அட்ஜஸ்ட் பண்ணி நடந்துண்டும் அம்மாவோட இன்னிக்கு இப்படி ஒரு மோதல் வந்துடுத்தே.

இவருக்கும் 'லைப்'லே ரொம்ப 'போர்' போல இருக்கு. என்னோட ஃபிரண்ட்ஷிப் கிடைச்சதும் உடும்பு மாதிரி பிடிச்சுனுட்டார். ஏதோ பேருக்கு ஆபீஸ்னு ஒண்ணு இருக்கு இவருக்கு. இந்த ஒரு மாசமாத்தான் ஒழுங்கா போறார்னு நினைக்கறேன். சும்மா பேருக்குத்தான் இவர் ஜாயிண்ட் மானேஜிங் டைரக்டர் போல இருக்கு. அந்த ஆம்படையாளுக்கு இவர் புருஷனா இருக்கறதனாலே இவருக்கு ஒரு மரியாதை இருக்கு அங்கே. அன்னிக்கு இவரே சொன்னார். பரிதாபமா, கேக்கறதுக்குப் பாவமா இருந்தது. செக்லே கையெழுத்துப் போடறதெல்லாம் இவர்தானாம். ஆனால் அந்தச் செக் எல்லாம் ஆத்துக்கு வந்து இவர் ஒய்ஃப்கிட்டே 'கௌண்டர் ஸிக்னேச்சர்'

வாங்கினாத்தான் பாஸ் ஆகுமாம். யோசிச்சுப் பார்க்கறச்சே அந்த ஏற்பாடெல்லாம் இவரைப் பொறுத்தவரை ரொம்ப அவசியம்னுதான் தோண்றது.

அந்த ஆத்தைப் பொறுத்தவரைக்கும் சுபாஷ், பாபு, இவர் ஆக மூணு பேருமே குழந்தைகள்தான். அந்த அம்மா பத்மாவுக்கு இவர் ஒரு 'ஸ்பாயில்ட் சைல்ட்.' ஒவ்வொரு நிமிஷமும் மத்தக் குழந்தைகளை இது கெடுத்துடுமோன்னு பயந்து பயந்து இவர்கிட்டேருந்து அவாளை அவள் பாதுகாத்துண்டு இருக்காங்கிறது நன்னாத் தெரியறது.

அந்த வீட்டிலே பொறுப்புள்ள ரெண்டு பெரியவா பத்மாவும், மஞ்சுவும்தான். இவர் சொன்னமாதிரி அவ ரொம்ப 'ப்ரைட் கேர்ல்'தான். பத்மாவுக்காவது இவர்கிட்டே ஒரு அசூயை இருக்கு. அவளுக்கு அப்பாங்கற ஆசை மட்டும்தான் இருக்கு. சில சமயத்திலே இவர் அவகிட்டேயே குழந்தை ஆயிடறார். அவளும் நன்னா கண்டிக்கறா.

'போறும் இன்னிக்கு; ரொம்பக் குடிச்சுட்டீங்க'ன்னு சொல்லி அவ பாட்டிலை எடுத்துண்டு போகும்போது, இவர் 'ப்ளிஸ் ப்ளிஸ்'னு கெஞ்சிண்டு. அவ கையிலே இருக்கிற பாட்டிலைப் பிடுங்கிண்டு வரபோது,

'தென் ஐ வோன்ட் டாக் டு யூ'னு சொல்லிட்டுப் 'பேச மாட்டேன்'னு அவ கோவிச்சுண்டு போறப்போ,

கொஞ்சநாழி அவ போறதையும் பாவமா பார்த்துண்டு இருந்துட்டு அதே மாதிரி பாட்டிலையும் கொஞ்ச நாழி பார்த்துட்டு 'மஞ்சு மஞ்சு'ன்னு கூப்பிட்டுண்டே இவர் போய் அவளை இழுத்துண்டு வந்து, 'இதோ பார், அப்படியே இருக்குது; எடுத்துக்கினு போ. கோவம் வாணாம்'னு அவள் கையிலே பாட்டிலைத் திருப்பிக் குடுக்கறப்போது,

அவள் கனிவாகச் சிரிச்சிண்டே 'இட் இஸ் ஆல்ரைட். எ லிட்டில்'னு கொஞ்சூண்டு ஊத்தி அவளே கலக்கி இவர் கிட்டே குடுத்ததும் – இவர் வாங்கிண்டு தாங்ஸ் சொல்ற போது,

அந்த ஆத்திலேயே இவரைவிடக் குழந்தை இன்னொண்ணு கிடையாதுன்னு தோண்றது.

பதினைஞ்சு நாளைக்கு முன்னே அவாத்துக்கு நான் முதல் தடவையாப் போனேனே, அதை நான் இப்போ நினைச்சுப்

பார்க்கறேன். இவர் என்னைச் சந்திச்ச முதல் நாளிலேருந்து வீட்டுக்கு வரச்சொல்லிக் கூப்பிட்டுண்டே இருந்தார். எனக்குத் தான் பயமா இருந்தது. ஆனால் இவருக்கு இவர் மகளை நான் பார்த்துடணுமாம். அவளோட பேசணுமாம். அவளோட நான் பிரண்ட் ஆகணுமாம். ஒவ்வொரு தடவையும் இவர் இதைச் சொல்லிண்டு இருக்கும்போது 'இந்த மனுஷன் என்ன, தான் பெத்த பொண்ணைப்பத்தி ஒரே அடியாப் பீத்திக்கறாரேன்'னு நான் நினைச்சிருந்தேன். ஆனால் அன்னிக்கு நேர்லே பார்த்தப்பறம், கொஞ்ச நாழி பேசிப் பழகினப்பறம் அவளோட பழகறதுக்கு சந்தர்ப்பம் கிடைச்சதுக்காக என் மனசு சந்தோசப்படறது.

என்னைப் பத்தி அவக்கிட்ட முன்னாடியே இவர் சொல்லி இருப்பார் போல இருக்கு. என்ன சொல்லி இருப்பாரோ தெரியலை. எல்லாத்தையுமே தெரிஞ்சுண்டவள் மாதிரி அவள் பழகறாளே! சீ! இந்தக் குழந்தைகிட்டேயா அதை எல்லாம் சொல்லி இருப்பார்?

நான் இவர் ஆத்துக்குப்போன முதல் தடவை மட்டும் தான் பத்மாவைப் பார்க்க முடிஞ்சது. சிரிச்ச முகத்தோட வந்து 'வாங்கோ'னு கூப்பிட்டா. எனக்குத்தான் மனசுக்குள்ளே

என்னமோ ஒரு பயம் வந்தது. முன்னாடியே இவர் சொல்லி வச்சிருந்ததனாலே நான் வருவேன்னு அவா காத்திண்டிருந்தா.

மொட்டை மாடியில் நிலா வெளிச்சத்திலே டின்னர் ஏற்பாடு பண்ணி இருந்தா. நீளமா டேபிள் போட்டு அது மேல் வெள்ளை விரிப்பும், ரெண்டு பக்கத்திலேயும் வரிசையா நாற்காலியும், நேருக்கு நேரே ரெண்டு ஒத்தை நாற்காலிகளும் போட்டு, ஹோஸ்ட் ஸீட்லே பத்மாவும், அவளுக்கு நேர் எதிரே இருந்த இன்னொரு ஒத்தை நாற்காலியிலே நானும், எனக்கு இடது பக்கமா மஞ்சுவும் பாபுவும், இன்னண்டைப் பக்கம் சுபாஷூம், பத்மாவுக்கு இடது பக்கமா இவரும் உட்கார்ந்துண்டு நிலா வெளிச்சத்திலே டின்னர் சாப்பிட்டோம்.

எல்லாமே அந்த ஆத்திலே ரொம்ப ஆடம்பரமாத்தான் இருக்கு. நாங்க ஆறு பேர் சாப்பிடறத்துக்கு நாலு பேர் பரிமாறினா. நான் ஒரு நான் – வெஜிடேரியனா இல்லையேன்னு பத்மாவுக்கு ரொம்ப வருத்தம்.

“நீங்க முட்டைகூட சாப்பிட மாட்டிங்களா”ன்னு என்னைப் பார்த்துப் பரிதாபப்படற மாதிரி கேட்டா. “இந்தக் காலத்திலே எல்லோரும்தான் எல்லாம் சாப்பிட ஆரம்பிச்சிட்டாங்களே. என்னைக் கேட்டால் முட்டை சாப்பிடறது ஒண்ணும் தப்பு இல்லேன்னு சொல்லுவேன்.”

அதுக்கு இவர் பதில் சொல்றார். ஏற்கனவே இவருக்கு போதை தலைக்கு ஏறியிருக்கு. நாக்கு உளர்றது.

“முட்டை மட்டும் உசிரு இல்லியா? இவளுக்கு ஸயன்ஸ் தெரியாது. சத்தம் போட்டால்தான் உசிரு இருக்குதுன்னு இவ நம்புவா.”

மஞ்சு சிரிக்கிறாள். இந்த மாதிரி சந்தர்ப்பத்திலே மட்டுதான் இவர் பேசறதைப் பத்மா பொறுமையாக் கேட்டுக்குவான்னு தோணறது. அதைப் பயன்படுத்திண்டு இவர் வேணும்னே ரொம்பக் குடிச்சுட்ட மாதிரி பாவனையிலே அவளை ஏதாவது சொல்லி மூக்கறுத்துண்டே இருப்பார் போல இருக்கு. ஆனால் அந்தப் பத்மா இதையெல்லாம் ஒண்ணும் பொருட்படுத்தற மாதிரியே தெரியலே. இவரோட அவள் பேசவே இல்லே. இவரைப் பார்க்கக்கூட இல்லே.

இவர் சொன்னத்துக்கு மஞ்சு சிரிச்சப்போ அவள் ரொம்பப் பெருந்தன்மையோட என்னைப் பார்த்து லேசாச் சிரிச்சுட்டு

ஸ்பூனாலே எதையோ எடுத்து சாப்பிட்டா. அதுக்கப்பறம் அஞ்சு நிமிஷம் அவள் எதுவும் பேசவே இல்லை. அப்பறம் கொஞ்ச நேரம் கழிச்சு அதே விஷயத்தை அவள் தொடர்ந்து பேசினாள்.

"ஸயன்ஸ் சொல்றதைத்தான் நானும் சொல்றேன். முட்டைகளிலே உயிர் உள்ள முட்டையும் இருக்கு; உயிர் இல்லாத முட்டையும் இருக்கு. பௌல்ட்ரிலே நீங்க கேட்டே வாங்கலாம். அந்த உயிரில்லாத முட்டை குஞ்சு பொரிக்காது; அதைச் சாப்பிடறதனாலே ஒண்ணும் பாவமில்லே."

நான் சொன்னேன்: "பாவம்ங்கறதனாலே இல்லே. பழக்கமில்லாததனாலேதான் நான் சாப்பிடறதில்லே."

அந்த இடைவெளி விட்டு அவள் பேசினது தன்னோட பேச்சு இவருக்கு சொன்ன பதிலா இருந்துடப்படாதுங்கற முன் ஜாக்கிரதை மாதிரி இருந்தது. உடனே பேசினா எங்கே தான் இவரோட பேசின மாதிரி ஆயிடும்மோன்னு பயந்துண்டு அப்படி ஒரு மதிப்பை இவருக்குத் தந்துடப்படாதுங்கற தீர்மானத்தோட அவள் மௌனமா இருந்த மாதிரி தோணித்து. அதுதான் நிஜம். நான் தொடர்ந்து கவனிச்சேன். இவர் பேசினால் அதுக்கப்புறம் அவள் அஞ்சு நிமிஷம் பேசறதில்லை. இந்த அவமதிப்பைப் புரிஞ்சுக்கத் தெரியாம இந்த அசடு – ஐ ஆம் ஸாரி, இவர் – எதையாவது குறுக்கே குறுக்கே பேசிண்டே இருக்கார். பேசி, அவளை மூக்கறுத்துட்டதாக வேற இவருக்கு சந்தோஷம். இந்த மஞ்சு ரொம்பப் பொல்லாதது. இதையெல்லாத்தையும் புரிஞ்சுண்டுதான் அவள் அடிக்கடி சிரிக்கறா. அவள் சிரிப்பையும் தனக்கு ஒரு பாராட்டுன்னு நினைச்சு இவர் சந்தோஷப்பட்டுக்கறார். கஷ்டம்!

அந்த ஒரு தடவை பத்மாவைப் பார்த்ததிலேயே அவளைப் பத்தி எனக்கு ரொம்ப உயர்ந்த அபிப்பிராயம் வந்திருக்கு. அவள் குழந்தைகளை நன்னா வளர்த்திருக்கா. சுபாஷும் பாபுவும் டின்னர் முடியற வரைக்கும் ஒண்ணுமே பேசலை, எப்பவோ ஒரு சமயம் மஞ்சு சிரிக்கறப்போ அவாளும் அந்தச் சிரிப்பிலே கலந்துண்டபோது பத்மா எனக்கு தெரியாமல் அவாளை லேசா திரும்பிப் பார்த்தாள். அதுக்கப்பறம் அவா சிரிக்கக்கூட இல்லை.

டின்னர் முடிஞ்சு பால்க்கனிலே சித்த உட்கார்ந்து எல்லாரும் பேசிண்டிருந்தோம். அப்போ, அந்த ரெண்டு குழந்தைகளும் அம்மாகிட்டே மட்டும் 'குட் – நைட்' சொல்லி முத்தம் குடுத்துட்டுப் போறச்சே இவர்கிட்டே நெருங்காமாலேயே போகிற போக்கிலே 'குட் – நைட் டாடி'ன்னு சொல்லிட்டுப் ஓடிப் போய்ட்டா.

இவருக்கும் தன்னை அவா இப்படியெல்லாம் நடத்த றாளேன்னு தோண்றது இல்லை போல இருக்கு. மஞ்சு மட்டும் இல்லேன்னா இவர்பாடு ரொம்பக் கஷ்டம்தான். அவள்தான் இவர் நிலமையைப் புரிஞ்சிண்டு இவர்கிட்டே பரிவா நடந்துக்கறா. அதுவாவது இவருக்குப் புரியறதோ என்னமோ? இவருடைய அறிவுக்கு அது புரியலைன்னாலும் எங்கேயோ அது தைக்கறதனாலேதான் இவர் சதா நேரமும் எதுக்கு எடுத்தாலும், 'என் டாட்டர் மஞ்சு, மஞ்சு'ன்னே பேசிண்டு இருக்கார்னு இப்பன்னா புரியறது!

பத்மா எப்போப் பார்த்தாலும் பக்கத்திலே ஒரு டிரான்ஸிஸ்டர் வச்சிண்டு இருக்கா. சினிமாப் பாட்டுன்னா அவளுக்கு உயிர் போல இருக்கு. டின்னர் சாப்பிட்டுண்டு இருக்கற போதும், நாங்க பால்க்கனிலே உட்கார்ந்து பேசிண்டிருந்த போதும் அது ஒரு பக்கம் கீழ் ஸ்தாயிலே பாடிண்டே இருக்கு. இத்தனைக்கும் மத்தியிலே அதையும் அவள் ரசிச்சுக்கறாள். இவ்வளவு ஆடம்பரமான சூழ்நிலையிலேயும் அவள் தன்னைப் பொறுத்தவரைக்கும் ரொம்ப சிம்ப்பிளாத்தான் இருக்காள். காதிலேயும் மூக்கிலேயும் போட்டிருக்கறது நிச்சயமா வைரம்தான். அதையும் சின்னதா லட்சணமா போட்டிண்டிருக்கா. நிறைய வெத்தலை போடறா. ஆனாலும் பல் பளிச்சுனு இருக்கு. சினிமாவைப் பத்தி நிறையப் பேசறா. எனக்குத்தான் அதைப்பத்தி என்ன பேசறதுன்னு ஒண்ணுமே தெரியலே. மஞ்சுவும் அவளும் சேர்ந்தா சினிமாவைப் பத்திதான் பேசிண்டிருப்பா போல இருக்கு. ஆனால் எல்லாப் படத்துக்கும் மஞ்சுவை அழைச்சிண்டு போறதில்லையாம். மஞ்சுவுக்கும் எல்லாப் படத்துக்கும் போகப் பிடிக்கறதில்லையாம்.

இவரைத் தவிர அந்த ஆத்திலே எல்லாருக்குமே ஏதோ ஒரு பிரின்ஸிபிள் இருக்கு.

பால்கனிலே உட்கார்ந்து பேசிண்டிருக்கறச்சே – எட்டரை மணிகூட ஆகலே – அப்படியே சோபாவிலே சாஞ்சிண்டு இவர் குறட்டை விடறார். அதைப் பார்த்துட்டு பத்மாவுக்கு மனசிலே கோபம் வரதுன்னு எனக்குப் புரியறது. ஆனாலும் சமாளிச்சுண்டு அந்தக் குறடடைச் சப்தம் என் காதிலே விழாமல் டிரான்ஸிஸ்டரைக் கொஞ்சம் சத்தமாப் பாடவைக்கறா. நானும் அவ திருப்திக்காக இவர் பக்கமாத் திரும்பாமலே அவகிட்டே பேசிண்டிருக்கேன்.

நான் ரொம்பப் படிச்சவள்ங்கறதனாலேயும் ஒரு ஆபீசர்ங்கறத னாலேயும் என்கிட்டே அவளுக்கு மரியாதையும் மதிப்பும்

இருக்கு. ஆனாலும் 'உங்களுக்கு இவரை எப்படி தெரியும்னு?'னு கேட்டுடுவாளோன்னு எனக்கு ஒரு பயம். நல்ல வேளை! இன்னி வரைக்கும் என்னை யாரும் அந்தக் கேள்வி கேக்கலே.

மஞ்சுவும் நானும் இப்பல்லாம் இவரைப் பத்திதான் நிறையப் பேசறோம். இந்தப் பதினைஞ்சு நாளா அநேகமா எல்லா சாயங் காலத்திலேயும் நான் அவா ஆத்துக்குப் போறேன். மஞ்சுவோட பேசிண்டிருக்கேன். எட்டு எட்டரை மணிக்குப் புறப்படறேன். முடிஞ்சால் இவரே கொண்டு வந்து விடறார். இல்லேன்னா டிரைவர் கொண்டு வந்து விடறான்.

இந்த மஞ்சு அப்பாவையும் நன்னாப் புரிஞ்சுண்டு இருக்கா. அம்மாவையும் நன்னா புரிஞ்சுண்ட இருக்கா. அவள் உள்ளூர அப்பாவுக்காக வருத்தப்படறாள்னு எனக்குப் புரியறது. அப்பாகிட்டே அம்மா அப்படி நடந்துக்கறது அவளுக்குச் சங்கடமா இருக்கு. ஆனாலும் வேற வழி இல்லேன்னு அவள் தெரிஞ்சிண்டிருக்கா.

நேத்திக்கோ முந்தா நாளோ சொன்னா: இவரோட வெளியிலே போறதுக்கு மஞ்சுவை அவ அம்மா விடமாட்டாளாம். அவரோட பேசறது பழகறதெல்லாம் கூட இப்பத்தானாம். அதுவும் மஞ்சுவுக்கு மட்டும்தான் அந்தச்சலுகை. மத்தக் குழந்தைகள் இவர்கிட்டே போகவே படாதாம். இதை என்கிட்டே சொல்லும் போது மஞ்சு இதுக்காக வருத்தப்படறாள்னு நினைச்சேன். அதுக்கப்பறம்தான் அதிலே இருக்கிற நியாயத்தையும் அவளே சொன்னாள்.

ஒரு நாள் இவர் குடிச்சிண்டிருக்கும்போது இவர் ரூமுக்கு சுபாஷ் வந்திருக்கான். இந்த மனுஷர் அவனுக்கும் கிளாஸிலே ஊத்தி, 'குடிடா, உடம்புக்கு நல்லது, அது இது'ன்னு சொல்லி, அவனைக் குடிக்கவச்சு வேடிக்கை பாக்கறதுக்காக நன்னா ஊத்தி விட்டுட்டாரம். பாவம் குழந்தை! தலைசுத்திப் போய்த் தடுமாறிண்டு அம்மா அறையிலே போய் வாந்தி எடுத்திருக்கிறான். 'அப்பாதான் குடிக்கச் சொன்னார்'னு அழறானாம்!

இவர் பெரிய ஹாஸ்யம் பண்ணிட்ட மாதிரி பின்னாடி வந்து நின்னுண்டு 'ஓ'ன்னு சிரிக்கிறாராம்! பெத்தவளுக்கு எப்படி இருக்கும்? அப்பவும் பத்மா இவர்கிட்டே ஒரு வார்த்தை பேசலையாம். இவர் முகத்தைக்கூடப் பார்க்கலையாம். சுபாஷைத்தான் இழுத்து நாலு அறை வெச்சாளாம். பின்னே

இவரையா அறைய முடியும்? அன்னிக்கு ராத்திரியெல்லாம் குழந்தை முதுகிலே பதிஞ்சிருந்த விரல் அடையாளத்தைத் தடவிண்டு பத்மா அழுதாளாம். மஞ்சு சொன்னாள்.

ஒரு சாயங்காலம் ஆச்சுன்னா குறைஞ்சபட்சம் ஆயிரம் ரூபா செலவழிப்பாராம் இவர் – கிளப்பிலே சீட்டு விளையாடித் தோக்கறதுக்கு! சமயத்திலே தன் கையிலே பணமில்லாத போது பத்மாவைக் கேக்கறதுக்குப் பயந்துண்டு அவள் பீரோவிலிருந்து மஞ்சுவை எடுத்துண்டு வரச் சொல்லுவாரம்.

'ராத்திரிக்கு அப்படியே கொண்ணாந்து தரேன். அம்மாவுக்குத் தெரியாமல் கொண்டுபோய் வச்சிடலாம்'னு அரிப்பாராம். இதை என்கிட்டே சொல்லிச் சிரித்தாள். மஞ்சு சொன்னாள்: "இப்போல்லாம் சுபாஷூம் பாபுவும் எங்கே அப்பா கையிலே பழகிடுவாங்களோன்னு எனக்கே பயமா இருக்கதுங்க. நீங்களே சொல்லுங்க. ஹவ் மம்மி இஸ் ராங்?"

மஞ்சுவுக்கு என்னைப் பிடிச்சிருக்கிறதுக்கும் தினந்தோறும் என்னை அங்கே வரச்சொல்றதுக்கும் ஒரே காரணம், நான் அங்கே போறதனாலே இத்தனை நாள் இவர் கிளப்பை மறந்திருக்கறது தான்.

எனக்கு இப்போ ரொம்ப சந்தோஷமா இருக்கு. இவரோட அறியாமையினாலே என்னோட வாழ்க்கையை இவர் கெடுத்துட்டார். ஆனாலும் என்னோட புத்திசாலித் தனத்தினாலே இவரோட வாழ்க்கையை நான் சரியாக்க முடியுமானால் நான் இன்னும் சந்தோஷப்படுவேன்.

எங்களுக்குள்ளே இருக்கற உறவு என்னன்னு ஒரு தீர்மானத் துக்கு என்னைப் பொறுத்தவரைக்கும் நான் வந்தாச்சு. அதை நான் இவருக்கு நன்னாப் புரியவச்சுட்டேன்.

அந்த முதல் நாள் எனக்காக இவர் ஐலண்ட் கிரவுண்டிலே வந்து காத்துண்டிருந்தாரே. அப்போ இவர் மனசிலே ஒரு சபலம் இருந்திருக்கு. என்னோட பேசினப்பறம், என்னை நன்னாத் தெரிஞ்சுண்டப்புறம் இவர் மனசிலே இருந்த அந்தச் சபலம் போயிடுத்து.

பத்மாகிட்டே இருந்து இவர் நிரந்தரமா விலகிவிட்டார். அதனாலே இவர் கண்ட பெண்கள் பின்னாடி சுத்தறதையும் சபலத்துக்குச் சில இடங்களை அண்டறதையும் தவிர்க்க முடியாது தான். சபலத்துக்கு எல்லாம் இவருக்கு வேற வாடிக்கையான

இடங்கள் இருக்கறதனாலே என்கிட்டே நான் விரும்பற மாதிரி நேர்மையாப் பழக முடியறது. எனக்கென்ன போச்சாம்?

சில சமயத்திலே இவர் என்னைக் கொண்டுவந்து விடறாரே. அதக்கு அப்பறம் இவர் நேரா வீட்டுக்குத்தான் போறார்னு சொல்லமுடியாது. ஏன்னா காரிலே பாட்டிலையும் எடுத்து வச்சுண்டு புறப்படறாரே, எதுக்கு? வேற எங்கேயோ போய் நைட் தங்க போறார்னுதானே அர்த்தம்? ஆனால் நான் அதைப் பத்தியெல்லாம் கேட்கிறதில்லே. எனக்கென்ன போச்சாம்?

எனக்கென்ன போச்சா? ஐயையோ! இப்பத்தான் எனக்கு இந்த எண்ணம் உதயமாறது. என்னைக் கொண்டு விட்டுட்டு வாரேன்னு வீட்டைவிட்டுப் புறப்பட்டவர் மறுநாள் காலையிலே வீட்டுக்கு வந்தால் அதைப் பார்த்துட்டு மஞ்சு என்னைப் பத்தியும் தப்பா நினைச்சுடுவா? இவர் எங்கேயோ போய்ப் படுத்துக் கிடந்தார்னு நெனைப்பாளா? என்னோட இருந்துட்டு வரார்னு நெனைப்பாளா? மத்தவா எப்படி நெனைச்சாலும் எனக்குப் பரவாயில்லே. மஞ்சு என்னை அப்படி நெனைக்கப்படாது. அதுக்கு நான் இடம் வெக்கப்படாது. இந்த விஷயத்திலே எனக்கென்னன்னு நான் பேசாமல் இருக்கறதாவது? இதைப்பத்தி இவர்கிட்டே சொல்லிடணும்.

என்னன்னு சொல்லறது? எப்படிச்சொல்றது? சீ! இதைப் பத்தியெல்லாம் நான் பேசலாமா? எனக்கு ஒரே குழப்பமா இருக்கே. ராத்திரி நான் சாப்பிடவும் இல்லையா? அம்மா மனசைப் புண்படுத்தினதுக்கு பிராயச்சித்தமா உபவாசம் வேறே இருக்கேன்னா, வயத்தை என்னமோ செய்யறது தூக்கம் வரல்லே. எப்போடப்பா பொழுது விடியும், சூடா காபி குடிக்கலாம்னு இருக்கு.

அம்மாகிட்டே சமாதானமா ஏதாவது ஒரு வார்த்தை சொல்லலாமா? அம்மா அழுதுண்டே இருப்பாளேன்னு நினைச்சா எனக்குப் பாவமா இருக்கே?

சீ! பேசாம இருக்கிற என் நாக்கு பேச ஆரம்பிச்சால் என்னென்ன பேசிடறது!

விடியக் காலம்பற கொஞ்சம் தூங்கி இருக்கேன் போல இருக்கு. வெளியிலே வெளிச்சம் தெரியறது. அம்மா காபி போட்டு வெச்சிருப்பா.

பாத்ரூமுக்கு போய்ப் பல் தேய்ச்சுட்டு வரேன். டவல்லே முகத்தை அழுத்திண்டு அடுக்களைக்குப் போய்ப் பாத்தா – அம்மாவைக் காணோம்! அடுப்பே பத்த வெக்கலே! பால் வாங்கி வெச்சது வெச்சபடி காச்சாம அப்படியே இருக்கு.

வாசக் கதவைத் திறந்து பார்க்கலாம்னு போனால்-நல்ல வேளை! வெளியிலே பூட்டிண்டு போயிருக்கா. திரும்பி வந்துடுவா.

இதோ வராள். கேட் திறக்கிற சத்தம் கேக்கறது. எனக்கும் கோவம். தரையிலே கிடக்கிற பேப்பரை எடுத்துப் பிரிச்சு மூஞ்சியை மறைச்சுக்கறேன். இருந்தாலும் இவள் எங்கே போய்ட்டு வராள்? கடைக்குப் போயிட்டு வராளோன்னு பாக்கறேன்.

"ஐயோ"ன்னு அவளைப் பார்க்க முடியாமல் முகத்தை மூடிக்கறேன்.

ஈரம் சொட்டச் சொட்ட ஒரு சாயம்போன வெளுத்த புடவையைச் சுத்திண்டு ரவிக்கைகூட இல்லாமல் போய் மொட்டை அடிச்சுண்டு முக்காட்டையும் போட்டுண்டு வந்து நிக்கறாளே!

ரொம்ப சாந்தமான குரல்லே கேக்கறாள்: "இப்போ என்ன ஆயிடுத்து? இப்படித்தானே நான் இருக்கணும்? எங்க அம்மா. மாமியார் எல்லாம் அப்படித்தானே இருந்தா? நானும் ரொம்ப நாளா நினைச்சுண்டுதான் இருந்தேன். அது உன் வாயாலே வரணும்னு விதி இருந்திருக்கு. நான் ஒண்ணும் கோவிச்சுண்டு இப்படி பண்ணிக்கல்லே. இன்னும் நேரத்தோட போயிட்டு வந்துடணும்னு நினைச்சேன். இரு, இரு. காபியைத் போட்டுத் தந்துடறேன்"னு ஈரப் புடவையைப் பிழியறாள்.

சாயங்காலம் வரும்போது கிளாஸ்கோ மல்லிலே ஒரு பீஸ் வாங்கிண்டு வரணும்னு நினைச்சுக்கறேன்.

அம்மாவை இந்தக் கோலத்திலே பாக்கறச்சே எனக்கு ஒண்ணும் அழுகை வரல்லே. ஆனால் வருத்தமா இருக்கு.

14

மஞ்சு காலேஜிலிருந்து வீடு திரும்புகிறாள். அரை மணி நேரத்துக்குப் பிறகு கங்காவும் பிரபுவும் அங்கு வந்து சேருகிறார்கள். சாதாரணமாக மஞ்சு எட்டு மணிக்கு மேலேதான் படிக்க ஆரம்பிப்பாள்.

முதலில் கங்காவின் இந்த நேரத்து வருகை மஞ்சுவின் படிப்போடு சம்பந்தப்படாமல் இருந்தது. இப்போதெல்லாம் கங்காவின் உதவியைப் பயன் படுத்திக்கொள்வதற்காக ஆறு மணிக்கே மஞ்சு படிக்க ஆரம்பித்துவிடுகிறாள். இதுவரைக்கும் படித்துக் கொண்டிருக்கையில் ஏதாவது சந்தேகம் வந்தால் கேட்டு தெரிந்துகொள்ளக்கூட வீட்டில் யாரும் ஆள் இல்லாததால் அவள் தனது சினேகிதிகள் யாருக்காவது போன் செய்துகொண்டிருப்பாள். பாடத்தில் ஏற்பட்ட சந்தேகத்துக்கு விளக்கம் தேடுவதற்காகப் போய் பேச்சு எங்கெங்கோ திரும்பி ஒரு மணி நேரம் போன் சம்பாஷணையாகவே கழிந்த பிறகு கேட்கப்போன விஷயமே மறந்து போய் அன்றைய படிப்பு அத்தோடு நின்றுபோன நாட்களும் உண்டு.

இந்த வீட்டில் இருப்பவர்களிலேயே அதிகம் படித்தவள். படிக்கிறவள் மஞ்சு என்பதால் படிப்பு விஷயத்தில் அவளைக் கேள்வி கேட்கிறவர்களே கிடையாது. கங்கா வந்தால் கேட்டுக்கொள்ள வேண்டுமென்றே பல விஷயங்களை பல சந்தர்ப்பங் களில் மனத்தில் குறித்துக் குறித்துச் சேகரித்து

வைத்துக்கொள்கிறாள் மஞ்சு. கங்காவும் அவள் எவ்வளவு கேள்விகளைக் குவித்தாலும் அவற்றுக்கு ஒரு பண்பட்ட ஆசிரியை மாதிரி நிதானமாகவும் தயக்கமின்றியும் விளக்குகிறாள். ஒரு தடவைகூட 'எனக்கும் தெரியலையே' என்று அவள் குழம்புவ தில்லை. வகுப்பில் ஆசிரியர்கள் சொல்லிக்கூடப் புரியாத சில விஷயங்களைக் கங்காவிடம் கேட்டு மஞ்சு புரிந்துகொள்கிறாள்.

இப்போதெல்லாம் மஞ்சுவுக்கு ட்யூஷன் சொல்லித் தருகிற ஒரு ட்யூட்டர் மாதிரியே இங்கு வந்து போகிறாள் கங்கா.

சாயங்காலத்திலிருந்தே கங்காவின் வருகைக்குக் காத்திருக்கும் மஞ்சு அவள் வந்தவுடன் தன்னுடைய அறைக்கு அவளை அழைத்துக்கொண்டு போய்விடுகிறாள். அவள் தன்னோடு இருக்கின்ற நேரத்திலேயே மறுநாள் பாடங்களுக்குத் தேவையான தயாரிப்புகள் செய்வதையும் முடித்துக்கொள்கிறாள்.

அந்த வீட்டில் உள்ள மாடியிலிருக்கும் மூன்று அறைகளில் ஒன்றில் பத்மாவும் மற்றென்றில் பிரபுவும் இன்னொன்றில் மஞ்சுவும் இருக்கிறார்கள் மற்றவர்களுக்கு கீழே தனித் தனி அறைகள் உண்டு. மஞ்சுவின் அறை ஒழுங்காகவும் தூய்மையாகவும் ஒரு படிப்பறையின் லட்சணத்தோடு விளங்கும். பிரபுவின் அறையை வராந்தாவிருந்தபடி சில சமயங்களில் கங்கா பார்த்திருக்கிறாள். இங்கிருந்து பார்க்கையிலேயே அது எவ்வளவு அலங்கோலமாகக் கிடக்கிறது என்பது தெரியும். சில சமயங்களில் மஞ்சு பிரபுவை விமர்சனம் செய்தவாறு அவற்றை ஒழுங்கு படுத்திவிட்டு வருவாள்.

பத்மாவின் அறை மட்டும் ஏர்கண்டிஷன் செய்யப்பட்டது. அது மூடப்பட்டிருக்கும். அது எப்படியிருக்கும் என்றுகூட கங்காவுக்குத் தெரியாது.

கங்காவை வீட்டில் கொண்டுவந்து இறக்கியவுடன் பிரபு குளிக்கப் போகிறான். அவன் குளித்து டிரஸ் செய்து கொண்டுவர ஒரு மணி நேரம் ஆகிறது. சில சமயங்களில் பாத்ரூம் தொட்டியில், படுத்துக்கொண்டு அவன் போடுகிற சத்தம் – அதற்குப் பெயர் பாட்டாம்! – 'லோலோ' என்று இங்கேகூடக் கேட்கிறது. கங்கா வாய்க்குள் சிரித்துக்கொள்கிறாள். சில சமயங்களில் மஞ்சு எழுந்துபோய் மெதுவாகப் பாடச் சொல்லிக் கத்துகிறாள்.

மஞ்சுவுக்குப் பாடம் சொல்லிக் கொடுப்பதிலும் அவளோட படிப்பு சம்பந்தமாகப் பேசிக் கொண்டிருப்பதிலும் கழிகிற மாலைப் பொழுதுகளில் கங்காவின் மனம் பரவசமுறுகிறது. இல்லாவிடில்

அவனோடு காரிலேறி பீச் என்றும் ஹோட்டல்கள் என்றும் திரியவல்லவா நேரிடும்? இவளோடு சேர்ந்து 'ஏன்ஷியண்ட் ஹிஸ்டரி'யையும், 'மாடர்ன் ஹிஸ்டரி'யையும் ஒப்புநோக்கி லெக்சர் பண்ணும்போது, தனது கல்லூரிக்கால இனிய நினைவுகளை மட்டும் மீண்டும் அசைபோடுகிற வாய்ப்பை இந்த அனுபவம் அவளுக்குத் தந்து கொண்டிருக்கிறது.

ஒரு மணி நேரத்துக்குப் பிறகு கையில் மதுப் புட்டியோடு பால்கனியில் வந்து பிரபு உட்கார்ந்து கொண்டபின் கங்கா மஞ்சுவை விட்டுவிட்டு இவனோடு வந்து – மரியாதை கருதி – துணை இருக்கிறாள்.

ஏதோ எழுதிக்கொண்டிருக்கிற மஞ்சு தன் இருப்பிடத்தி லிருந்தே குரலை உயர்த்தி, "மிஸ் கங்கா, ஒரு சந்தேகம்" என்று அழைத்து ஏதோ சந்தேகம் கேட்கிறாள். அப்போதும் சிரமம் பாராட்டாமல் எழுந்து அவளருகே சென்று அவளுக்கு விளக்கம் சொல்கிறாள் கங்கா. சொல்லிவிட்டுத் திரும்பவும் வந்து இவனுக்குத் துணையாக இங்கே உட்கார்ந்து கொள்கிறாள்.

'மிஸ் கங்கா, ஒரு சந்தேகம்' என்று மஞ்சு அழைக்கிற போதெல்லாம் கங்காவின் மனசு அவள் என்ன கேட்கப் போகிறாளோ என்று உஷாராகிறது.

'உங்களுக்கும் அப்பாவுக்கும் என்ன தொடர்பு? எப்படி உங்களுக்கு அப்பாவைத் தெரியும்? என்கிற மாதிரி ஏதாவது கேட்டால் என்ன பதில் சொல்வது என்று குழம்புகிறாள் கங்கா.

பத்மாவும் மஞ்சுவும் தன்னைப்பற்றியும் தனது வருகை பற்றியும் பேசுகிறார்கள் என்று பத்மாவின் அலட்சியமான – தலையீட்டின்மையிலிருந்து புரிந்துகொள்கிறாள் கங்கா.

அவள் மனம் அடிக்கடி தன்னைப் பத்மாவின் நிலையில் கொண்டுபோய் வைத்துக்கொண்டு பார்க்கையில் தன்மீது அவமானம் கொள்கிறது.

ஆனால் தனது இந்த அவமானங்கள் தவிர்க்க முடியாதன என்ற தீர்மானத்தில் அவற்றைத் தாங்கிக்கொள்ளத் தயார்ப் படுகிறாள் கங்கா.

ஞாயிற்றுக் கிழமைகளில் நாளின் பெரும் பகுதியை இங்கே இவர்களுடன் கழிக்கிறபோது கங்காவும் மஞ்சுவும் படிப்பு, பாடப் புத்தகம் மட்டுமில்லாமல், வேறு பல விஷயங்களைப் பற்றியும் பேசிக் கொள்கிறார்கள். ஷாப்பிங் போகிறார்கள். ரேடியோகிராமில்

சங்கீதம் கேட்கிறார்கள். இவர்களோடு சேர்ந்து ஒரு சினிமாகூடப் பார்த்துவிட்டாள் கங்கா.

இவ்வளவு தூரம் அந்த குடும்பத்தோடு இவள் ஒன்றி பழகியபோதிலும் பத்மா மட்டும் இவள் விஷயத்தில் பட்டுக் கொள்ளாமல் ஒதுங்கியே இருக்கிறாள். இவளும் அதேமாதிரி அவர்கள் எல்லாரிடத்திலும் ரொம்ப ஜாக்கிரதையாகவே நடந்து கொள்கிறாள்.

ஆர்.கே.வி.யின் கதைகளைப் பற்றியோ, அல்லது தான் அவரைச் சந்தித்தது பற்றியோ இந்த மஞ்சுவும் ஆர்.கே.வி.யின் ரசிகை என்பது தனக்குத் தெரியும் என்பது குறித்தோ, தான் எதுவுமே காட்டிக்கொண்டுவிடலாகாது என்று இருக்கிறாள் கங்கா.

"நீங்க ஆர்.வி.கே.வி. கதையெல்லாம் படிச்சிருக்கீங்களா? எனக்கு ரொம்பப் பிடிக்கும். அக்கினிப் பிரவேசம் படிச்சீங்களா? அது ஒண்ணுதான் எனக்குப் பிடிக்கல்லே. மிஸ் கங்கா! உங்களுக்குத் தெரியுமா? அவர் எங்க காலேஜில் தான் லைப்ரியிலே அட்டெண்டரா இருக்காரு."

எதுக்கு திடீர்னு இவள் ஆர்.வி.கே.வி.யைப் பத்திப் பேசறாள்னு ஒண்ணும் புரியாம முழிக்கறேன். அந்தக் கதையைப்பத்தி வேறே சொல்றாளே? நல்ல வேளை. அது பிடிக்கலேன்னு சொல்றாள். 'அதெல்லாம் உனக்குப் பிடிக்கவும் வேண்டாம்'னு நினைச்சுக்கறேன். இவள் காலேஜ் லைப்ரரிலே அவர் வேலை பார்க்கறவர்ங்கறது எனக்குத் தெரியும்னு ஒத்துக்கறதா, வேண்டாமான்னு புரியலையே? அதே காலேஜ்லேதான் நானும் படிச்சேன்கிற விஷயம் இவளுக்கு தெரியுமோ, தெரியாதோ? தெரியலாமோ தெரியக்கூடாதோ? இவர் என்னை எப்படி தனக்கு அறிமுகம்னு சொல்லி இருக்காரோ தெரியலையே.

"என்ன பேசாம இருக்கிங்க? நீங்க அந்த கதை படிச்ச தில்லையா? எங்க காலேஜ் பூரா ஒரே 'காண்ட்ரவர்ஸி' தான். நாங்க எல்லோரும் அவர் கிட்டேயே நேரா போய்ட்டோம் கேள்வி கேக்கறதுக்கு சிலது சண்டைக்கே போயிடுச்சு. காலேஜுக்குப் போற பெண்களை அவமானப்படுத்தற மாதிரி இல்லே அந்தக் கதை இருக்கு! அதுவும் ஒரு விமன்ஸ் காலேஜ்லே ஒர்க் பண்ற ஒரு ஆளு இப்படி ஒரு கதை எழுதறதுன்னா ஹவ் ரிடிகுலஸ்!"

“வாட் இஸ் ரிடிகுலஸ் எபவ்ட் இட்?”னு நான் கேக்கறது எனக்கே கொஞ்சம் கடுமையாத் தொனிக்கிறது. ஏதோ க்ளாஸ் ரூம்லே தப்புப் பண்ணின ஸ்டுடண்டை டீச்சர் கண்டிக்கிற மாதிரி. இது அவளுக்குத் தெரியாமல் இருக்கணுமேண்ணு கடையிலே சிரிச்சு மழுப்பறேன்.

“நீங்க அந்த கதை படிச்சதில்லே போல இருக்குது. நிசமாலுமே காலேஜ் பெண்களை இழிவுபடுத்தற மாதிரிதான் அது இருக்குது”ன்னு அதையே திருப்பித் திருப்பி வேறே சொல்றாள். நான் வாயை வச்சிண்டு சும்மா இல்லாமல்: “படிக்கலே. அது என்ன கதை?”ன்னு கேட்டுட்டேன். இவள் தன் பாணியிலே கதை சொல்ல ஆரம்பிக்கிறாள். சொல்லும்போதே அந்தக் கதையைப் பொய்யின்னு உதாசீனப்படுத்தணும்கற இவள் நோக்கம் தெரியறது. இவள் சொல்றாள்:

“ஒரே மழையாம். காலேஜ் முன்னாடி பஸ் ஸ்டாப்பாம், எல்லாம் போயிடறங்களாம். ஒருத்தி மட்டும் தனியா நிக்கிறாளாம். அப்போ ஒருத்தன் கார் ஓட்டிக்கினு வரானாம். அவன் லிப்ஃட் குடுக்கறானாம் இவளும் ஏறிக்கிறாளாம், இவளுக்கு ஒண்ணுமே தெரியாதாம். பப்பாவாம்! அவளை எங்கேயோ இட்டுக்கினு போயிக் கெடுத்துடரானாம் இவ அழுதுக்கினே வந்து எல்லாத்தியும் அம்மா கையிலே சொல்றாளாம். வாட் நான்ஸென்ஸ்! தமிழ் சினிமாவெல்லாம் எவ்வளவோ தேவலாம்! இந்தக் காலத்திலே நடக்கிற காரியமா இதெல்லாம்? ஷோ மீ எ கேர்ல் லைக் ஹர்!”னு விரலை நீட்டிண்டு இவள் என்கிட்டே சண்டைக்கி வராளே.

நான் ஒண்ணும் தெரியாதவ மாதிரி முழிக்கறேன்.

அடக் கஷ்டமே! இந்த சமயத்திலே இவரும் வேறே எல்லாத்தையும் கேட்டுண்டே வந்து இங்கே நிக்கறாரே? நான் இவரைக் கவனிக்காத மாதிரி இவக்கிட்டே கேக்கறேன்.

“தென் வாட்? அவ்வளவுதானா கதை?”

அதுக்கப்பறம் என்ன நடந்ததுன்னு மீதிக் கதையை – பத்மா ஏதாவது பேசிண்டுருக்கும்போது முந்திரிக்கொட்டைத்தனமா இவர் வந்து நுழைவாரே அந்த மாதிரி – இவர் எங்கே சொல்ல ஆரம்பிச்சுடப் போறார்ன்னு பயமா இருக்கு. அப்படி சொன்னால் எப்படி இருக்கும்னு கற்பனை பண்ணிப் பாக்கறேன்:

‘அப்பறம் என்ன நடந்திச்சு தெரியுமா? அம்மாவும் அண்ணங்காரனும் சேர்ந்து அந்தப் பெண்ணை அடிச்சாங்க;

திட்டுனாங்க. அந்த அண்ணங்காரன் 'உன் மவளை இழுத்துக்கினு எங்கேயாவது போ'ன்னு அம்மாக்காரியும் சேர்த்து வூட்டெவுட்டு விரட்டிட்டான். அப்பாலே அவங்க ரெண்டு பேரும் எங்கேயோ ஒரு அங்கிள் வீட்டிலே போய் இருந்தாங்க. அந்தப் பொண்ணு நல்லாப் படிச்சுது: பாஸ் பண்ணிச்சி; உத்யோகம் பாக்குது; கல்யாணம் மட்டும் பண்ணிக்கமாட்டேன்னுது. கடைசிலே ஒரு நாள் அவனையே கண்டுபிடிச்சுது. ஆரை? அந்தக் கார்லே இட்டுக்கினு போயிக் கெடுத்தானே ஒரு பிளாகாட்–அவனை? இதுக்குள்ளற பத்துப் பன்னெண்டு வருஷம் ஆயிடுது. இதிலே 'ஐரனி' என்னடான்னா இப்ப அவன் டாட்டரே அந்தப் பொண்ணுக்கிட்டே வந்து 'ஷோ மீ எ கேர்ல் லைக் ஹர்'னு கேக்குது. இதுக்கு என்னா பதில் சொல்றதுன்னு அந்தப் பொண்ணு முழிச்சுக்கினு நிக்கிது! 'இதோ எதிர்லே நிக்கறனே பாரு'ன்னு தன்னையே செல்ல வேண்டியதுதானே..?

–இவர் இப்படிச் சொன்னார்னா எப்படி இருக்கும்னு நினைக்கிறேன். ஒரு வேளை ஏற்கனவே எல்லாத்தையும் சொல்லி இருப்போரோன்னு ஒரு சந்தேகம் வரது. இந்தக் கதையை இவள் என்கிட்டே சொன்னதும், அதைக் கேட்டுண்டே வந்து இவர் நின்னதும், அந்த மாதிரி ஒரு பெண்ணை எனக்குக் காட்டுங்கோன்னு கேட்டுண்டு என் முன்னாலே கையை நீட்டிண்டு இவள் நிக்கறதும் எல்லாமே ஒரு நாடகமோன்னு தோணறது.

"என்ன... ஸ்டோரியா? சினிமா ஸ்டோரியா? தமிழா, இங்கிலீஷா?"ன்னு கேட்டுண்டே இவரும் வந்து உட்கார்ந்துக்கறார்.

"அப்பா! யூ ஜஸ்ட் லிஸன். இப்போ நாங்க இலக்கிய விவகாரம் பேசிக்கிட்டிருக்கிறோம்"னு இவரை ஒதுக்கி வைக்கிறாள் மஞ்சு. இவரும் பேசாமல் சிகரெட்டை பத்த வச்சிண்டு உட்கார்ந்துக்கறார். தான் அப்படிச் சொன்னதனாலே அவர் ஏதாவது தப்பா நினைச்சிண்டாரேன்னு சகஜமா இவர் கிட்டேயும் பேச்சு கொடுக்கிறாள் மஞ்சு.

"அதாம்பா... அந்த ஆர்.கே.வி – உங்க ஆபீஸ் ஃபங்க்ஷனுக்கு வந்து பேசினாரே – அவர் எழுதின கதையைப் பத்தி பேசிக்கிட்டிருக்கோம்."

"நல்லா பேசறான் இல்லே, அவன்! கங்கா! யூ வோண்ட் பிலீவ் இட். அந்த ஆர்.கே.வி.ங்கறவன் உங்க காலேஜ்லே தான் ஒரு ஆர்டினரி பியூன். அதெல்லாம் ஒரு பெரிய கிஃப்ட்"–னு

ஆர்.கே.வி.யைப் புகழ ஆரம்பிக்கிற இவர் ரொம்ப அற்புதமாக இங்கிலீஷ்லேயே சொல்றார்:

"சில பேர் வாயிலே வெள்ளி ஸ்பூனோட பிறக்கறாங்க; சிலர் தங்க நாக்கோட பிறக்கறாங்க. உங்க காலேஜிலேயே அவருக்கு ஏக மரியாதையாம். மஞ்சு மூலமாகத்தான் எனக்கு அறிமுகம்."

இவர் எங்கிட்டே 'உங்க காலேஜ், உங்க காலேஜ்'னு சொல்றச்சே ஒண்ணும் புரியாமல் மஞ்சு முழிக்கிறாள்.

"மிஸ் கங்கா! நீங்க எங்க காலேஜ் ஓல்டு ஸ்டூடண்டா?"ன்னு ஒரு புதுச் சொந்தத்தோட கேக்கறா? வேறவழி இல்லாம 'எஸ்'னு ஒத்துக்கறேன். 'அப்படின்னா உங்களுக்கு ஆர்.கே.வி.யைத் தெரிஞ்சிருக்கணுமே'ன்னு மடக்கிப் பிடிக்கிறாள் இவள்: "கிட்டதட்ட இருபது வருஷமா நம்ப காலேஜ்லேதான் இருக்காராம் அவர். அவரோட முழுப் பெயர் ஆர்.கே. விசுவநாத சர்மா..."

"அப்பல்லாம் எனக்கு அவரை விசுவநாதன்னுதான் தெரியும். அவர்தான் ஆர்.கே.வி.ங்கறது இப்பத்தான் கொஞ்ச நாளைக்கு முன்னாடி எனக்குத் தெரியும். அவர் எங்க காலேஜ் லைப்ரரியிலே வேலை செய்கிறவர்ங்கறதும் எனக்குத் தெரியும். அதே காலேஜ்லேதான் நீ படிக்கிறேங்கறதும் தெரியும். ஆனால் இது எல்லாத்தையும் கனெக்ட் பண்ணி யோசிச்சுப் பார்த்ததில்லை. அதுக்கு அவசியமும் இல்லே"ன்னு சமத்காரமா உண்மையையும் பொய்யையும் கலந்து பேசித் தப்பிச்சுக்கறேன்.

இப்பவும் இவர் என்னைத் தனக்கு எப்படி அறிமுகம்னு இவாகிட்டேயெல்லாம் சொல்லி வச்சிருப்பாரோன்னு யோசிச்சு யோசிச்சுப் பார்க்கறேன். அது மட்டும் எனக்கு மர்மமாவே இருக்கு இவ்வளவு தூரம் அவா ஃப்ரியா பேசிப் பழகறச்சே நான் மட்டும் என்னத்துக்கு எதையோ பயந்து பயந்து ஒளிச்சு வச்சுண்டு இருக்கணும்? இதோ மஞ்சுவை அவள் அப்பாவையும் எதிர்லே வச்சிண்டு நான் கேட்டுடறேன்:

"மஞ்சு! என்னை எப்படி உங்க அப்பாவுக்கு தெரியும்கறதெ உன்கிட்ட சொல்லி இருக்காரோ?'ன்னு மஞ்சுவைக் கேட்டுண்டு நான் இவர் பக்கம் திருப்பி இங்கிலீஷ்லே கேக்கறேன்:

"ஹாவ் யூ எவர் டோல்ட் ஹர் எபவ்ட் அவர் ஃபர்ஸ்ட் மீட்டிங்?" இப்படி நான் திடீர்னு கேட்டதும்—இவருக்கு நின்னுண்டு இருக்கிறவன் காலடியிலிருந்து ஜமக்காளத்தை உருவின மாதிரி ஆயிடுத்துப்போல இருக்கு. நான் மஞ்சு முகத்தை பார்க்கறேன்.

அவள் முகத்திலேயும் அது எப்படின்னு தெரிஞ்சுக்கறணும்கிற துறுதுறுப்பு இருக்கு. அந்த ஒரு நிமிஷத்திலே எனக்குப் புரியறது, இதைப் பத்தி இங்கே பேச்சு நடந்திருக்கணும்னு. அந்த விஷயத்தையே கத்தரிக்கிற மாதிரி இவர் குரல் கேக்கறது:

"ஒய் ஷுட் ஐ? திஸ் இஸ் மை ஹவுஸ். என் ஃபிரண்டுன்னு சொல்லி இருக்கேன். போதாதா? ஒவ்வொரு ஃபிரண்ட்டையும் கூட்டிக்கிட்டு வரும்போது எப்படி தெரியும் எப்படிப் பார்த்தோம், எங்கே பார்த்தோம்னு கதை சொல்லிக்கினு இருக்க முடியுமா? இவங்க எல்லாருக்குத் தெரியும் என்னோட டீஸண்ட் ஃபிரண்ட்ஸைத்தான் நான் வீட்டுக்குக் கூட்டிக்கினு வருவேன், மத்தவங்கள நானே போய்ப் பார்த்துக்குவன்."

"எங்க அப்பாவுக்கு கௌரவமான நண்பர்களும் உண்டுன்னு உங்களைப் பார்த்தப்பறம்தான் நாங்களே தெரிஞ்சுக்கிட்டோம்"னு என் காதிலே சொல்றாள் மஞ்சு.

"ஏ மஞ்சு? நீ என்னவோ என்னைப் பத்தி சொல்றே. என்ன சொல்லுது மஞ்சு?"னு என்னைக் கேக்கறார் இவர்.

"அது எப்படி? என்கிட்ட ரகசியமா சொன்னதை உங்ககிட்ட நான் சொல்லலாமா? ஆனால் நமக்குள்ளே எப்படி அறிமுகம்கறதை நான் இப்ப சொல்லப் போறேன்"னு மஞ்சு பக்கம் திரும்பிண்டு சொல்றேன்.

"ஒருநாள், நல்ல மழையிலே காலேஜுக்கு நனைஞ்சிண்டே போனேன். பஸ்லே வரலே. உங்க பெரிய கார் இல்லே – அதை ஓட்டிண்டு இவர் வந்தார். எனக்கு லிஃப்ட் கொடுத்தார்... அதுக்கப்புறம் நான் திருச்சிக்குப் போயிட்டேன். போன மாசம் ஒருநாள் ஏதோ ஆபீஸ் விஷயமா எங்க ஆபீஸுக்கு என் டிபார்ட்மெண்டுக்கே இவர் வந்தார். ஆனால் இவருக்கு என்னை அடையாளமும் தெரியலே; ஞாபகமும் இல்லே. எனக்கு நல்லா ஞாபகம் இருந்திச்சு; அடையாளம் கண்டுபிடிச்சுட்டேன். அவ்வளவுதான். இதிலே ஒண்ணும் கதை இல்லே."

இவர் முகம் இப்போ என் முதுகுக்குப் பின்னாலே எப்படி எப்படியெல்லாம் மாறிண்டு இருக்கோ?

"கங்கா! நான் வெளியிலே போறேன். போற வழியிலே வேணும்னா உன்னை ட்ராப் பண்றேன். இல்லேன்னா இருந்துட்டு எப்பவேண்ணாலும் போ"ன்னு இவர் அவசரமா புறப்படறதைப் பார்த்து மஞ்சு கேக்கறாள்: "எங்கே, கிளப்புக்கா?"

"நோ, நோ! வேற வேலை இருக்கு. ஒரு வேளை கிளப்புக்குப் போனாலும் போவேன். ரொம்ப நாளாச்சே?"

"போங்க... ஆனா கார்ட்ஸ் விளையாடாதீங்க."

"விளையாடுவேன்."

"விளையாடுங்க. ஆனால் என்னைப் பணம் கேக்காதீங்க."

"கேப்பேன். உங்க அப்பன் வீட்டுப் பணமா?"

"ஆமாம்"னு மஞ்சு சிரிக்கிறாள். இவரும் குழந்தை மாதிரி சிரிக்கிறார்.

அம்மாவை தினந்தோறும் ராத்திரிலே காக்க வைக்கிறது எனக்கும் கஷ்டமா இருக்கு. நானும் நேரத்தோட இன்னிக்குப் புறப்பட்டுடலாம்னு நினைச்சுக்கறேன்.

"எஸ்! நானும் வரேன். வீட்டிலே கொஞ்சம் வேலை இருக்கு"ன்னு இவரோடேயே புறப்படறேன். மஞ்சு கையை ஆட்டறாள்.

15

இவரோட நான் கொஞ்சம் தனியாகப்பேச வேண்டி இருக்கு. அதனால்தான் இவர் கிளம்பறச்சே நானும் புறப்பட்டுட்டேன். இப்போல்லாம் இவரோட தனியாய்ப் பேசறதுக்கு எனக்கு சந்தர்ப்பமே வாய்க்கறதில்லே. ஆபீசிலேருந்து என்னை அழைச்சிண்டு வரும்போது பேசலாம். ஆனால் அந்த நேரம் போதாது. பேச ஆரம்பிச்சுட்டு அப்பறம் பேசறதுக்காக பீச்சுக்கும் ஹோட்டலுக்கும் போகவேண்டி இருக்கும். வீட்டுக்குப் போனதும் நான் மஞ்சுவோட உக்காந்துடறேன். இவர் குளிக்கப் போயிடறார். அப்புறம் குடிக்க ஆரம்பிச்சுடறார். இவர் குடிச்சிருக்கார்னு தெரிஞ்சப்பறம் எனக்கு இவர்கிட்டே ஸீரியஸா எதையும் பேசறது சரியில்லைன்னு தோன்றது. ஏற்கனவே இவர் அசடு. குடிச்சிருக்கார்ன்னு கேக்கவே வேண்டாம். கிடந்து பேத்து பேத்துன்னு பேத்த வேண்டியது! அப்போ எனக்கு இவரைப் பாக்கறச்சே பாவமா இருக்கு. என்னத்துக்கு இந்த மனுஷர் குடிக்கிறார்? இவரை பார்த்தா குடிக்கிறதனாலே இவர் ஒண்ணும் சந்தோஷமா இருக்கறதா தெரியலையே... ஃபிஸிக்கலாவே இவர் ரொம்ப வேதனைப்படறார்னு தெரியறதே. நெத்தியெல்லாம் வேர்த்து வேர்த்துக் கொட்டறது. கண்ணெல்லாம் சிவந்து போறது. நாக்கு இழுக்கற மாதிரி உளர்றது. சில சமயத்திலே வாந்தி வேற எடுக்கறார். திணறித் திணறி மூச்சு விடறார். குடிக்கறவா எல்லாருக்கும் இப்படித்தான் இருக்கும்னு தோண்றது, இருந்தாலும் ஏன்தான் மனுஷா குடிக்கிறாளோ, தெரியலை!

எனக்கென்னமோ குடிச்சவன், ஜன்னி வந்தவன். பைத்தியம் பிடிச்சவன் – இவாளுக்குள்ளே ஒண்ணும் பெரிசா வித்தியாசம் இருக்கிறதாத் தெரியலை. இதிலே சந்தோஷம் இருக்கறதாக நினைச்சுண்டு குடிக்கிறதே ஒரு மயக்கம்னு எனக்குத் தோணறது. மனுஷ உடம்பு இதை ஏத்துக்க மாட்டேன்னு 'ரிவோல்ட்' பண்ற மாதிரி என்னமாப் போராடறது! மனுஷா அதை சோடாவை ஊத்தி, ஐஸைப் போட்டு, காரமாகவும் இனிப்பாகவும் தின்பண்டங்களையெல்லாம் வச்சுண்டு இந்த உடம்பை தாஜா பண்ணி தாஜா பண்ணி அதை உள்ளே தள்ளிக்கிறா. அப்புறமும் கூட அது உள்ளே போய் 'ரிவோல்ட்' பண்றது. அதைத்தான் இவா சந்தோஷம்னு நினைச்சுக்கறா. ஓ ஹவ் இக்னரென்ட்! இதைவிட அறியாமை உண்டோ?

இந்த ஆல்கஹாலின் ஆளுகையில் இருக்கிற ஒரு மனுஷனை எந்த விஷயமும் சுலபமா ஆளுகை கொண்டுடும் போல இருக்கு. இந்த நேரத்தை பயன்படுத்தி இவாகிட்டே காரியம் சாதிக்கணும்னு நினைக்கிறவாளுக்கு வேணுமானா இந்த நேரத்திலே இவாகிட்டே பேசறதும் தர்க்கம் பண்றதும் சரியா இருக்கலாம். ஆனால் புத்தி பூர்வமா இவாளை யோசிக்க வைக்கணும்னு நினைக்கிறவா இந்த நேரத்தில் போய் இவாகிட்டே பேசறதை விட அபத்தம் கிடையாது.

நான் இவரோட பேசணும்னு நினைச்சுண்டிருக்கிற விஷயத்தைப் பேசாமல் இருக்கறதுக்கு இது மட்டும் காரணம் இல்லே. அது எனக்கு அனுபவமில்லாததும், சம்பந்தமில்லாததும் இவரோட அந்தரங்கமுமான விஷயம்ங்கறதனாலே எப்படி பேசறது, எங்கே ஆரம்பிக்கறதுன்னு எனக்குப் புரியலே.

ஆனாலும் இவர்கிட்ட இதைப்பத்தி நான் பேசி ஆகணும். இவருக்கும் எனக்கும் நடுவிலே என்ன அந்தரங்கம் வேண்டி இருக்கு? என் விஷயத்தில் இவர் அப்படி நடக்கலேயே. அவள் யாரோ ஒரு பொண் 'ஆச்சே'ன்னு இவராலே இருந்திருக்க முடிஞ்சிருந்தால் என்னோட அந்தரங்கத்தை இவர் கௌரவிச்சு இருந்திருந்தால் இப்படி எல்லாம் ஆகி இருக்காதே! என்ன சொந்தத்திலே இவர் என்னை ஆடை பங்கப்படுத்தற அளவுக்கு, என் அந்தரங்கத்தில் தலையிடற அளவுக்குச் சொந்தம் கொண்டாரோ, அந்தச் சொந்தத்திலே இல்லாட்டாலும் அப்படி ஒரு சொந்தத்தை என்கிட்ட எப்பவோ எடுத்துண்டவர்ங்கறதனாலே இவர்கிட்டே அந்தக் கௌரவமெல்லாம் பார்க்காம நான் பேசலாம்; பேசணும்.

அதுக்காக இன்னிக்கு சாயங்காலம் இவர் கூடவே பீச்சுக்கோ ஏதாவது ஹோட்டலுக்கோ போனால்கூடத் தேவலை.

காரிலே ஏறினதிலேருந்து இந்த நிமிஷம் வரைக்கும் நானோ அவரோ ஒண்ணும் பேசலை. இவர் காரை ஓட்டிண்டு போற பாதையைப் பாக்கறச்சே நேரே என்னை ஆத்திலே கொண்டுபோய் விட்டுடப் போறார்னு தோண்றது. மனுஷருக்கு இன்னிக்கு ஏதோ ஸ்பெஷல் புரோகிராம்போல இருக்கு. அலங்காரமெல்லாம் ரொம்ப பிரமாதமா இருக்கு. இன்னிக்குத் தீர்த்தமே வெளிலேதான் போல இருக்கு. இதைப்போய் நான் 'ஸ்பாயில்' பண்ணணுமா? சீ! நான் ரொம்ப மோசம். என் லைஃபையே ஸ்பாயில் பண்ணின இவர் விஷயத்தில் நான் இவ்வளவு நாசூக்குப் பாக்கறது ரொம்ப மோசம்தான். ஒய் நாட் ஐ ஸ்பாயில் ஹிஸ் ஈவ்னிங்? நான் கெடுக்கறேனே; இன்னைக்கு இவரோட சாயங்காலத்தை நான் கெடுக்கறேனே. ஏன் கெடுக்கப்படாதா?

ஸ்பர்டாங்க் ரோடிலே கார் திரும்பறச்சே நான் இவர்கிட்டே சொல்றேன்: "எனக்குக் காபி சப்பிடணும் போல இருக்கே?"

ஒண்ணும் புரியாமல் என்னை இவர் திரும்பிப் பார்க்கறார். ஏன்னா, நாங்க காபி சாப்பிடறதுன்னா அதுக்கு அர்த்தம் காபி சாப்பிடறது மட்டுமில்லை, அது ஒரு பெரிய சடங்கு. அந்த மரத்தடியிலே காரை நிறுத்திவிட்டு அவனை கூப்பிட்டு, அவன் வந்து 'என்ன வேணும்'னு கேக்கறதுக்கே பத்து நிமிஷம் ஆகும். அதுக்கப்புறம் அவன் கேட்டுண்டு போய், கொண்டுவந்து, நாங்க சாப்பிட்ட 'பில்'லை 'பே' பண்ணிட்டு வரதுன்னா ஒரு மணி நேரம் ஆகும். அவசரமா காபி சாப்பிடறவா இங்கே வரமாட்டா. இவருக்குக் கிளப்புக்குப் போற அவசரம்.

"எங்கேயாவது போய் ஏதாவது சாப்பிடுவோமே? உங்ககிட்டே எனக்குக் கொஞ்சம் பேசவும் வேணும். ஆர் யூ இன் எ ஹர்ரி?"

கார் நிக்கறது. நானா இப்படிக் கேப்பேன்னு இவர் எதிர் பார்க்காத திகைப்பு இவர் முகத்திலே தெரியறது. நான் கேட்டுட்ட அப்புறம் எந்தக் காரியம் கெட்டாலும் சரி, என் விருப்பத்தை நிறைவேத்தணும்னு நினைக்கற இவரோட, ஆர்வம் இந்தக் காரை இப்ப ரிவர்ஸ் பண்றாரே இந்த வேகத்தில் எனக்குத் தெரியறது.

"ஐ யாம் ஸாரி! வீட்டிலே காபி, டிபன் ஒண்ணும் சாப்பிடலியா? ரொம்பப் பசிக்குதா? மொகம் எல்லாம் அதான் வாட்டமா இருக்குது. வாட் அன் இடியட் ஐ யாம்!"னு இவர் ஒரே அடியா நான் பசியிலே துடிக்கறதா நினைச்சுண்டு புலம்பறார்.

“நோ நோ! அப்படியெல்லாம் ஒண்ணும் இல்லே. உங்களோட சித்த நேரம் பேசிண்டு இருக்கறதுக்காகத்தான் கேட்டேனே ஒழிய, அப்படி ஒண்ணும் பசி காதை அடைக்கலே”னு சமாதானம் செல்றேன். அதை இவர் காதிலேயே வாங்கிக்கலே.

“எங்கே போகலாம்? ட்ரைவ்–இன்? காரிலேயே உக்கார்ந்து சாப்பிடறதானா அங்கே போகலாம். இல்லாட்டி வேறே எங்கனாச்சும் போகலாம்.”

“டிரைவ்–இன்னுக்கே போகலாம்”னு சொல்றேன்.

கார் போறது. நான் கூப்பிட்ட உடனே தன்னோட புரோகிராமையே இவர் மறந்துவிட்டார்போல இருக்கு. என்கிட்ட இவருக்கு ரொம்ப மரியாதை இருக்கு. இனிமேல் நான் வீட்டுக்குப் போகணும்னு எப்போ சொல்றேனோ அப்போதான் இவர் என்னை விட்டுவிட்டு போவார். என்னாலே இவரோட எல்லா புரோகிராமும் கெட்டுப் போனாக்கூட அதைப் பெரிசாப் பாராட்டமாட்டார்னு என் மனசுக்குப் புரியறது. இவர் ரொம்ப நல்லவர். இவ்வளவு கெட்டிக்காரியா இருக்கற இந்த பத்மாவுக்கு இவ்வளவு நல்லவரா இருக்கற இந்தப் புருஷனைக் கைக்கு அடக்கமா வச்சுக்க ஏன் தெரியாமாப் போச்சு? என்னாலே முடியுமே! ஒரு கோட்டைக் கிழிச்சு ‘இதை நீங்க தாண்டாமல் இருக்கணும்’னு சொன்னால் இவர் தாண்டமாட்டார். அப்படியே தாண்டினாலும் தாண்டணும்கிற எண்ணத்தோட தாண்டி இருக்கமாட்டார். அதைப் பெரிசாப் பாராட்டாமல் மறுபடியும் சேர்த்து வச்சுண்டா இவர் என்னிக்குமே கிழிச்ச கோட்டைத் தாண்டமாட்டார். ஆனால் பத்மா விஷயத்திலே இவர் அப்படி இருப்பாரான்னு சந்தேகமா இருக்கு. ஏன்? அது மட்டும் ஏன் அப்படி? மஞ்சுவுக்குக் கட்டுப்படற அளவுக்குக்கூட இவர் பத்மாவுக்குக் கட்டுப்பட மாட்டார்போல இருக்கே. எதனாலே? ‘நீங்க இதுக்கு மேலே குடிச்சால் நான் உங்களோட பேசமாட்டேன்’னு அவள் சொல்றா. இவர் சரின்னு குழந்தைமாதிரி ஒத்துக்கறார். அவள் அதுக்கு சாய்ஸ் குடுக்கறா. முதல்லே அவள் பாட்டிலே எடுத்துண்டு போறா. – இவர் பின்னாடியே ஓடி அதைப் பிடுங்கிண்டு வரார். அதுக்கப்புறம் அவள் ஒரு சாய்ஸ் குடுக்கறா – ‘அதைக் குடிக்கறதானா உங்களோட நான் பேசமாட்டேன். நான் பேசாட்டிப்போனா பரவா இல்லேன்னா குடிச்சுக்கோங்க’ங்கற மாதிரி, இதுவா? அதுவாங்கற ‘டைலமா’லே இவர் சிக்கிக்கிறார். தட் இஸ் தி ஸீக்ரட். அப்படி செய்யாமல் தன் கையிலேருந்து பாட்டிலை இவர் பிடுங்கினமாதிரி இவர் கிட்டேயிருந்து தானும் அதைப் பறிச்சுண்டு போகணும்னு

மஞ்சுவும் நின்னா என்ன ஆகும்? இவர்தான் ஜெயிப்பார். போட்டி போட்டுண்டு தான் ஒவ்வொரு விஷயத்திலேயும் இவர் இப்படி ஆய்ட்டார்.

மஞ்சுவுக்கு அப்பாங்கற ஆசை இருக்கு. எனக்கு இவர் என்னைக் கெடுத்திருந்தாலும் மாமா சொல்ற மாதிரி இவர் என்னோட ஆம்பளைங்கறதனாலே ஒரு மரியாதை இருக்கு. இவருக்கும் தான் பெத்த பொண்ணுங்கற ஆசை மஞ்சுகிட்ட இருக்கு. தன்னாலே கெட்டுப்போயும் கௌரவமா இருக்கற ஒருத்திங்கற மரியாதை என்கிட்ட இருக்கு. இது வெறும் மரியாதை மட்டும்தானா? இல்லே. அதுக்கு மேலேயும் ஏதோ ஒண்ணு என்கிட்டே இவருக்கு இருக்கு.

டிரைவ்-இன்-ரெஸ்டாரன்ட் காம்பவுண்டுக்குள்ளே கார் நுழையறது. நான் இவரைக் கேக்கறேன்:

"உங்களுக்கு இன்னிக்கு வேற என்னமோ புரோகிராம் இருக்குபோல இருக்கே, உங்களுக்கு என்னாலே நாழி ஆகறதா?"

"ம்?"- என்னைப் பாக்கறார். வேற என்னமோ யோசனை போல இருக்கு. என்னமோ அர்த்தம் கெட்ட மாதிரி சிரிக்கிறார். காரைக் கொண்டுவந்து இந்த மரத்தடியிலே நிறுத்திவிட்டுச் சொல்றார்:

"என் புரோகிராமெல்லாம் லேட்டாக லேட்டாகத் தான் நல்லா இருக்கும், நவ் இட் இஸ் டூ எர்லி."

இப்போ அந்த வெய்ட்டர் வரான். "என்ன சாப்பிடறே?"னு இவர் என்னைக் கேக்கறார்.

"ஏதாவது நீங்க ஆடர் பண்ணுங்கோ."

"ஸ்வீட்?"

"ம்."

"என்னாப்பா ஸ்வீட்?" – கேட்டுட்டு அவன்கிட்ட என்னமோ சொல்றார். அவனும் போறான்.

நான் இவர்கிட்டே சொல்ல வேண்டியதை இப்பவே ஆரம்பிச்சுடணும். எப்படி ஆரம்பிக்கிறதுன்னு எனக்கு இன்னும் புரியலையே. அதெல்லாம் இவர் கிட்டே நான் பேசணுமா? வேண்டாமே... வேண்டாம்.

“என்னமோ என்கிட்டே பேசணும்னு சொன்னியே, என்னா விஷயம்?”னு இவர் இப்போ தூண்டறார். நான் அசடு வழியறேன். சிரிக்கிறேன் போல இருக்கு. இவர் முகத்திலே அந்த சிரிப்புப் பிரதிபலிக்கிறது.

“ஒண்ணுமில்லே”ன்னு ஆரம்பிக்கிறேன். அட கஷ்டமே! நான் என்ன இப்படி அசடாட்டமா பேசவே தெரியாமல் முழிக்கறேன்.

இவர் சிரிச்சிண்டே சொல்றார்: “இந்த மஞ்சுவோட சேந்து நீயும் அது மாதிரியே ஆயிட்டே. ஏதாவது விஷயம்னு ஆரம்பிக்க வேண்டியது. அப்புறம் ஒண்ணுமில்லேன்னு மழுப்பிடறது. யூ நோ—ஷி ட்ரீட்ஸ் மீ லைக் எ சைல்ட்! ஆமா, என்னை ஒரு அப்பனாவை நெனைக்கறதில்லே அது. அதுக்குச் சின்னவனா ஒரு தம்பி மாதிரிதான் நான். ‘அதைச் செய்யாதே இதைச் செய்யாதே—அங்கே போவாதே இங்கே போவாதே’ன்னு ஆர்டர்ஸூம் அட்வைஸூம்தான். நீயும் அந்த மாதிரி ஏதாவது சொல்ல ஆரம்பிச்சியா? சொல்லு சொல்லு. இப்ப நீயும் எனக்கொரு பொண்ணு மாதிரி. எஸ்! மஞ்சு மாதிரி தான் இப்ப நீ எனக்கு!”

— எதுக்கு இப்படிச் சொல்றார் இவர்? எனக்குக் கண் கலங்கறதே! இவரை பாக்கறச்சே எனக்கும் என் அப்பா மாதிரி—அவரை நான் பார்த்த ஞாபகமே இல்லை — அப்பிடி ஒரு பாசம் தோண்றதே. இவரோட நரைச்ச தலையும் நல்ல சுபாவமும் இப்பத் திடீர்னு பல மடங்காப் பெருகி ஒரு முதிர்ச்சி தெரியறது. இதுதான்—இவர். அடுத்த நிமிஷம் ஐஸ்கிரீம் வாங்கி உறிஞ்சிண்டு நிப்பார். நான் சொல்ல வந்ததைச் சொல்லிடறேன்:

“ஒண்ணுமில்லே; திடீர்னு நேத்திக்கு ஒரு சந்தேகம் தோணித்து. எனக்கு ஒண்ணும் சந்தேகமில்லை. மத்தவாளுக்கு ஏதாவது சந்தேகம் தோணுமேன்னு ஒரு சந்தேகம் தோணித்து. நாம் அதுக்கு இடம் கொடுக்க வேண்டாமோன்னோ?”

“நீ என்ன சொல்றே?”

“இருங்கோ, இப்பத்தானே சொல்ல ஆரம்பிச்சிருக்கேன்”னு சொல்லிட்டு ஒரு நிமிஷம் டயம் எடுத்துக்கறேன். அந்த நிமிஷத்திலே இவரை நன்னா உத்து பார்க்கறேன். இவருக்கும் எனக்கும் இருக்கிற உறவை ஆழமா நெனச்சுப் பாக்கறேன். இவர்கிட்டே நான் என்ன வேணுமானாலும் பேசலாம். மத்த எல்லா ஆம்பளைகளை மாதிரியும் இவர் எனக்கு ஒருத்தர் ஆகமாட்டார். இவரையும் என்னையும் எல்லாரையும் ஒண்ணாச் சேர்த்து வச்சுப் பேசிக்கறா. ஒரு வேளை இவருக்கு அது தெரியுமோ?

தெரியாதே? அது தெரிஞ்சா அதுக்காக வருத்தப்பட்டுண்டு இல்லேன்னு பயந்துண்டு மேலே மேலே என் வாழ்க்கை கெட்டுப் போறதுக்குத் தான் காரணமா இருக்கப்படாதுங்கற நினைப்பிலே என்னைப் பார்க்காமல் இருந்துடுவாரோ? ம்ஹூம்! அந்த மாதிரி ஆழமான சிந்தனைகளெல்லாம் இவருக்குக் கிடையாது. ஆனாலும் வருத்தப்படுவார். யார்கிட்டேயாவது சண்டை போட்டுண்டுடுவார். இவர்கிட்ட நான் வெட்கப்படறதோ இவருக்கு நல்லதுங்கற விஷயத்தைச் சொல்றதுக்குத் தயங்கறதோ ஒரு கேவலமான சாகசமாப் போயிடும். அதனாலே நான் இவர்கிட்டே பேசியே ஆகணும் இப்போ. இதோ நான் பேசறேன்:

“நம்ம ரெண்டு பேரையும் பத்தி எல்லாரும் என்ன பேசிக்கிறான்னு உங்களுக்குத் தெரியுமா?”ன்னு கேக்கறேன். அப்படி ஒரு விஷயத்தை பத்தியே இவர் நினைச்சுப் பார்க்கலேன்னு தெரியறது.

“எல்லாரும்னா யார் யாரு?”னு கேக்கறார்.

“ஸோ – அதோ வரானே – கையிலே ஸ்வீட்டும் காரமும் உங்களுக்கும் எனக்கும் ட்ரேயிலே எடுத்துண்டு வரானே தெரியறதா, அந்த வெய்ட்டர் – அதோ அடுத்த காரிலே உக்காந்துண்டு நம்ம ரெண்டு பேரையும் உர் உர்னு பாக்கறாரே அந்த ரிடையர்ட் ஜென்டில்மேன், அவர் – நீங்க என்னைத் தினம் தினம் ஆபிஸிலே கொண்டுவந்து விடறேளே அப்போ தினம் பாத்துண்டிருக்காளே எங்க ஆபிஸைச் சேர்ந்தவா அவா – எதுக்கு அவ்வளவு தூரம் ? தினம் ராத்திரி பத்து மணிக்கு நீங்க என்னை ஆத்திலே கொண்டுவந்து விடறச்சே பாக்கறாளே அந்த எங்க அம்மா – காரிலே பாட்டிலயும் கொண்டு வச்சுண்டு என்னை வீட்டிலே விடறதா உங்க வீட்டிலே சொல்லிவிட்டு மறுநாள் காலையிலேயே போய் நிக்கும்போது உங்களை பாக்கறாளே உங்க ஒய்ஃபும் மஞ்சுவும் – அவா ...”

எழுதி வெச்சுண்டிருக்கற பட்டியலை படிக்கறத மாதிரி நான் சொல்லிண்டிருக்கறப்போ அந்த வெய்ட்டர் கார்கிட்டே வந்துட்டான். நான் பேசறதே நிறுத்திக்கறேன்.

“ஏய், ட்ரே!” அந்த வெய்ட்டர் கத்தறான். ஒரு காக்கிச் சட்டைப் பையன் ஓடி வந்து கார் கதவிலே டிரேயை மாட்டறான். அந்த வெய்ட்டர் எல்லாத்தையும் இதிலே வரிசையா அடுக்கிட்டு. ‘காபியா ஸார்?’னு கேட்டுடண்டு இவர் தலையாட்டினப்பறம் போறான்.

இவர் ஸ்வீட்டை எடுத்து என் கிட்டே குடுக்கறார். இவரும் என்னமோ யோசிச்சிண்டே சாப்பிடறார். என்னைப் பார்க்காம லேயே சொல்றார்:

“ஐ டோண்ட் கேர்.”

“நம்ப ‘கேர்’ பண்ணாமல் இருக்கலாம். ஆனால் என்ன பேசிக்கறார்னு தெரியுமான்னுதான் கேக்கறேன். தெரிஞ்சுண்டு ‘கேர்’ பண்ணாமல் இருந்தால் சரி. தெரியாமலே இருந்தால் எப்படி...”

“என்ன? என்ன சொல்றாங்களாம்?”னு என்னை பாக்கறார். நானும் அவரைப் பாக்கறேன். ஒரு அஞ்சு எண்ற வரைக்கும் பேசாமல் இருக்கேன். அப்பறம் சொல்றேன்:

“நீங்க என்னை வச்சிண்டு இருக்கேளாம்.”

“ஸ்டுப்பிட்! யாரு சொல்றது? சொன்னா செருப்பாலே அடிக்கிறது!”

“எங்க அம்மாவே நினைக்கறாளே.”

“ஸாரி”ன்னு தலையைச் சொறிஞ்சுக்கறார். “ஐ வில் எக்ஸ்ப்ளெய்ன் ஹர் எவ்ரிதிங். எப்போ என்னா சொன்னாங்க? நானே வந்து அவுங்ககிட்டே பேசினா எல்லாம் சரியாப்பூடும். டோண்ட் வொரி!” இவரைப் பார்க்கறச்சே எனக்குப் பாவமா இருக்கே.

“உங்க பத்மா நினைக்கமாட்டாங்களா?”ன்னு நான் கேக்கறேன். அந்த வார்த்தைகளையே காத்திலேருந்து கலைக்கற மாதிரி மொகத்தையும் சுளிச்சிண்டு ‘பூ!’னு அலட்சியமா ஊதறார்.

“மஞ்சு?”

“அய்! ஷீ இஸ் ஜஸ்ட் எ சைல்ட்!”

‘உங்களை விடவா’ன்னு நினைச்சுக்கறேன். இவரைப் பார்த்துச் சிரிச்சுண்டே நான் இங்கிலீஷ்லே கேக்கறேன்:

“ஸோ!... உங்களைப் பொறுத்தவரைக்கும் இதைப் பத்தின எல்லாப் பிரச்சனைகளும் தீர்ந்து போயிடுத்து, இல்லையா? ஸோ ஸிம்பிள்? எங்க அம்மாகிட்ட பேசிச் சரி பண்ணிடலாம்; பத்மாவைப் பத்திப் ‘ப்பூ!’... மஞ்சு குழந்தை! நாம்ப ரெண்டு பேரும் ரொம்பப் புத்திசாலிகள்!”

இவரும் இங்கிலீஷ்லேயே பதில் சொல்றார்: "ஐ டோண்ட் நோ. நாம்ப புத்திசாலிகளோ முட்டாள்களோ? நம்மாலே ஒண்ணுமே செய்ய முடியாத சில விஷயங்களைப் போட்டு உருட்டிக்கிட்டிருக்கறது புத்திசாலித்தனம்னு எனக்கு தோணல்லே. என்னை பொறுத்தவரைக்கும் நான் செய்யற எந்தக் காரியத்துக்கும் நான் பொறுப்பு இல்லே. அப்படியெல்லாம் பொறுப்பேத்துக்கவே பலம் எனக்கு இல்லை. ஐயாம் நாட் ஸோ ஸ்ட்ராங். இந்த என்னோட லிமிடேஷன்ஸ் எனக்குத் தெரியும். இந்த மடத்தனம் தான் – இல்லே, புத்திசாலித்தனம்தான் எனக்கு வசதி. என்னைப் பத்தி என்ன பேசலை? – இப்போ புதுசா பேசறதுக்கு? பட் – ஆனால் ஐயாம் வொர்ரீட் அபவ்ட் யூ – வீணா உன் பெயர் கெட்டுப் போகுதேன்னுதான் பாக்கறேன். பேர் கெட்டுப் போகலாம். ஆனா அது வீணாக கெட்டுப் போகக் கூடாது. ஐ மீன் – உன் பேர் கெடப்படாது. இப்பவும்கூட இட் இஸ் நாட் டூ லேட். ஒண்ணும் கெட்டுப் போயிடலை. உனக்கு ஒரு நல்ல ஒரு பையனா பார்க்கறேன். நீ கல்யாணம் பண்ணிக்க. எல்லாம் சரியாப் பூடும் – எவ்ரிதிங் வில் பி ஆல் ரைட்."

இவர் ஏன் அடிக்கடி அதையே சொல்லிண்டு இருக்கார்? இவர் மனசுக்கு எப்படி அது இவ்வளவு சுலபமா நடக்கக்கூடிய காரியமாக தோண்றது? இவர் மனசிலே என்ன இருக்கு? இல்லேன்னா யார் இருக்கா? கொஞ்சம் கிண்டிப் பாக்கறேனே.

நான் சொல்றேன்: "இதிலே ரெண்டு விஷயம் இருக்கு. முதல்லே நான் கல்யாணம் பண்ணிக்கச் சம்மதிப்பேனாங்கறது. என்னைப் பத்தி இவ்வளவும் தெரிஞ்சப்பறம் என்னை யாராவது கல்யாணம் பண்ணிக்க வருவாளாங்கறது இரண்டாவது விஷயம். இதெல்லாம் தெரிவிக்காமல் கல்யாணம் பண்ணிண்டா அது நல்லதா?"

"நோ நோ! தட் இஸ் நாட் ரைட். அது ரொம்பத் தப்பு ஈவன் தொ – இருந்தாலும் – தெர் ஆர் மெனி – எவ்வளவோ பேர் இருக்காங்க. ஐ வாண்ட் யுவர் கண்ஸெண்ட். நீ சரின்னு இப்போ சொல்லு."

இது ரொம்ப ஆபத்தான போக்குன்னு மனசுக்குப் புரியறது. இதைக் கிண்டப்படாது; கிள்ளிடணும். நான் உறுதியாச் சொல்றேன்:

"அந்தப் பேச்சை விடுங்கோ. நான் உங்ககிட்டே பேச வந்தது என்னன்னா உலகத்திலே நம்மைப் பத்தி யார் என்ன நினைச்சுண்டாலும் எனக்குக் கவலை இல்லே. எங்க அம்மாவோ,

எங்க ஆபீசிலேயோ நம்மைப் பத்தி யார் என்ன பேசிண்டாலும் பத்மாவைப் பத்தி நீங்க சொன்னேளே அந்த மாதிரி எனக்கு அதெல்லாம் ஒரு 'ப்பூ!' ஆனால் மஞ்சு இருக்காளே. . . ஏனோ அவள் அந்த மாதிரி எல்லாம் நம்மை பத்தி நினைக்கப்படாதுன்னு எனக்கு தோண்றது. அவள் அப்படி நினைக்கலேன்னு நான் இப்பவும் நம்பறேன். அவ அந்த மாதிரி நினைச்சுடப்படாதேன்னு பயப்படறேன். சமயம் வரும்போது அவளுக்கு நான் என்னைப் பத்தி எல்லா உண்மையையும் சொல்லுவேன். ஆனால் அப்படி ஒரு சமயம் வரதுக்கு முன்னாலே அவள் மனசு கெட்டுப்போயி அதுக்கப்பறம் அவள் சமாதானத்துக்காக நான் சொல்ற பொய்யாக அந்த உண்மைகள் ஆயிடப்படாதேன்னு பயப்படறேன். அவள் என்னை மதிச்சால் இந்த உலகம் என்னை மதிச்சமாதிரி. அதனாலேதான் உங்க உதவியை அதுக்குக் கேக்கறேன்"னு நான் சொல்றச்சே இவர் குறுக்கே கேக்கறார்:

"அதுக்கு நான் என்ன செய்யணும், சொல்லு?" இப்போ இவர்கிட்ட கைகேயி தசரதன்கிட்டே வரம் கேட்ட மாதிரி சுருக்கமாக கேட்டுடலாம்னு எனக்கு தோண்றது. நான் கேக்கறேன்:

"என்னோட நீங்க வெளியிலே வந்தால் என்னை ஆத்திலே கொண்டுவந்து விட்டுட்டு நேரே நீங்க மறுபடியும் உங்க வீட்டுக்கு போயிடணும். அதுக்கு அப்புறம் நீங்க எங்கே வேணுமானாலும் போய்க்கோங்கோ. இது ரொம்ப முக்கியம்."

16

அம்மாவைப் பத்து மணி வரைக்கும் காத்துண்டு இருக்கவெக்காமல் சீக்கிரம் வீட்டுக்கு வந்து சேரணும்னு நினைச்சேனே – இன்னிக்கும் மணி பத்து ஆயிடுத்து! இவருக்கு என்ன? நேரம் ஆக ஆக, இவரோட புரொகிராமெல்லாம் இன்னும் நன்னா இருக்குமாம்! என்னமோ நான் கேட்டதுக்கு அப்படி சொன்னாரே ஒழிய, என்னோடு பேசிண்டு இருக்கறச்சே இவருக்கு நேரம் ஆகறேதோ, ஏற்கனவே ஒத்துண்டிருக்கிற புரோகிராம் இருக்கிறதோ ஞாபகம் வரல்லே. சித்த முன்னே நான்தான் ஞாபகப்படுத்தினேன். அப்பவும்கூட ரொம்ப அலட்சியமா 'அதுகென்ன! நான் உன்னை வீட்டுலே விட்டுட்டுப் போறேன்'னுதான் சொன்னார். நான்தான் வேண்டாம்னு ஒரு டாக்ஸி ஸ்டாண்டிலே இறங்கிண்டு இவரைஅனுப்பினேன்.

இதோ ஆத்து வாசல்லே வந்து டாக்ஸி நிக்கறச்சே மணி பத்து. சில்லறையைக் குடுத்துட்டு உள்ளே வரேன். வழக்கமா வாசற்படியை உக்காந் திருக்கிற அம்மாவை இன்னிக்கு காணோம் . கதவு திறந்திருக்கு. ஓ! வெங்கு மாமா வந்திருக்கார். ஈஸிசேரிலே உக்காந்துண்டு என்னைப் பாக்கறார். நான் பாத்தவுடன் அந்தப் பக்கம் திரும்பிக்கிறார். இவர் பாத்ததை நான் கவனிக்கலேன்னு நெனப்போ?

எப்பவுமே வரமாதிரி வந்து இருக்காரா, இல்லே அம்மா கடுதாசு எழுதி வரவழைச்சிருப்பாளோ? எப்படியா இருந்தா என்ன? எனக்கு ஒரே ஒரு வருத்தம். இன்னிக்குன்னு நாள் பார்த்து நான் டாக்ஸிலே வந்திருக்கேனே!

வழக்கமா என்னைப் பாத்தா உடனே – நான் வர்றதுக்கு முந்தி எவ்வளவு கோபமா என்னைப் பத்தி பேசிண்டிருந்தாலும் அதையெல்லாம் அப்படியே மறைச்சுண்டு ரொம்ப மந்தஹாஸமா, 'கங்காவா . . . வா, வா, வா!'ன்னு, தவழ்ந்துண்டு வர குழந்தைக்கு முன்னே கையேந்தர மாதிரிக் கூப்பிடுவாரோ மாமா அதை யெல்லாம் இப்பக் காணோமே?

என்னைத் திருப்பிக்கூட பார்க்காமல் எங்கேயோ மோட்டுவளையைப் பார்த்துண்டு 'உர்'னு உட்கார்ந்திருக்கிறாரோ! இந்த அம்மா தலை முக்காட்டை இழுத்து வாயையும் மூடிண்டு என்னையே பாக்கறாளே! மூஞ்சி முழுசாத் தெரியாததனாலே அவள் என்ன நினைச்சுண்டு பாக்கறாள் தெரியலியே. சரி இவா என்ன நினைச்சால் எனக்கென்ன? நான் இதைப் பத்தியெல்லாம் எதுவுமே நினைக்காதவள் மாதிரி இப்போ நடத்துக்கணும்.

"எப்போ வந்தேள்?"னு மாமாவைக் கேக்கறேன்.

மாமா என்னைப் பாக்கறார். அவருக்கு வருத்தமாம்; கோபமாம்; அதையெல்லாம் அடக்கிண்டு பேசறாராம்!

"மத்தியானம்"–னு ஒத்தை வார்த்தையிலே பதில் சொல்றார். அதுக்கப்புறம் என்ன கேக்கறதுன்னு எனக்குப் புரியலே. பேசாமல் என் அறைக்குள்ளே போறேன். தூணைக் கட்டிண்டு நிக்கற அம்மா என்னையே பாக்கறா . என்னமோ இப்பல்லாம் – இந்த முக்காட்டையும் இழுத்து மூஞ்சியே மூடிண்டு இவ பாக்கறச்சே பயமா இருக்கு. யாரோ மாதிரி இருக்கு. மனுஷா முகம் மாதிரியே இல்லே. நான் அறையில் போய்க் கதவைச் சாத்திக்கிறேன்.

இப்போ அறைக்குள்ளே தனியா இருக்கறது மனசுக்குச் சுகமா இருக்கு. டிரஸ் சேஞ்ச் பண்ணிண்டப்பறம் கதவைத் திறந்துண்டு வெளியே போகணும், சாப்பிடணும், இவாகிட்டே பேசணும், இவா கேக்கற கேள்விகளுக்குப் பதில் சொல்லணும், இவா பண்ற தர்க்கங்களையெல்லாம் கேட்டுண்டு இருக்கணும், இவா சொல்ற புத்திமதிகளையெல்லாம் தாங்கிக்கணும், இவா செஞ்ச உதவிகளையெல்லாம் நன்றியோட நினைச்சு பார்க்கணும்கறதை யெல்லாம் யோசிக்கறபோது இந்தக் கதவைத் திறந்துண்டு வெளியே போகவே பயமா இருக்கு.

இப்போ எனக்குப் புடவை மாத்திக்கணும்னு தோணலே, கைகால் அலம்பணும்னு தோணல்லே, பசிக்கலே; இதோ நின்னுண்டு இருக்கேனே, இப்படியே நின்னுண்டு இருக்கறதானாக் கூட இந்த அறைக்குள்ளேயே சந்தோஷமா விடியவரைக்கும் நின்னுண்டே இருப்பேன். எதிர்லே அந்த பீரோக் கண்ணாடியிலே என்னை நானே பாத்துண்டு நிக்கறேன்.

இந்த அலங்காரத்தையெல்லாம் பார்த்து மாமா என்ன நினைச்சுண்டு இருப்பார்? அவர் என்னைப் பார்த்தாரே அப்போ இதையெல்லாம் அவர் கவனிச்சதாகத் தெரியலே. அவருக்கு ஒண்ணும் இது புதுசாகவோ, அதிர்ச்சியாகவோ இல்லைபோல இருக்கு. அவரை வரச்சொல்லி எழுதினது மாத்திரம் இல்லே, அம்மா என்னைப்பத்தின எல்லா விஷயத்தையும் ஒண்ணுவிடாமல் எழுதி இருக்காள்னு தோண்றது.

ஆனால் ஒவ்வொரு விஷயத்தைப்பத்தியும் மாமா என்ன 'லைன்' எடுப்பார்ங்கறதை என்னைத் தவிர வேற யாரும் முன் கூட்டியே சொல்ல முடியாது.

நடந்ததையெல்லம் ரொம்ப கரெக்ட்னுகூட அவர் சொல்லுவார். அதுக்காக ஜாதியிலேருந்தும் குடும்பத்திலேருந்தும் தள்ளி வெக்கறேன்னு சொல்லுவார். அப்புறம் என்கிட்டே தனியா வந்து ஜாதிக்காகவும் குடும்பத்துக்காகவும் அதைச் செய்ய வேண்டியது எவ்வளவு நியாயம்னும் சொல்லுவார்.

பார்ப்போமே என்ன சொல்றார்னு? எப்படின்னாலும் தன் பிடியிலே நான் இருக்கணும்னு நினைப்பாரோ?

நான் அறைக்குள்ளே வந்து அஞ்சு நிமிஷத்துக்கு மேலே ஆறது. அப்படியே நின்னுண்டு இருக்கேன். எல்லாக் காரியத்தையும் எவ்வளவோ தைரியமாச் செஞ்சுட்டேன். ஆனாலும் மனசுக்குள் ளேயே பயமா இருக்கு. நாளைக்குக் கார்த்தாலே இவர் வந்து நிப்பார். அப்போ மாமாவும் இவரைப் பார்த்துட்டு என்ன பேசப் போறாரோ? இல்லே, பேசாமலே இருந்துடுவாரோ!

இவர்தான் அந்த 'அவ'ன்னு அம்மா சொல்லி இருப்பாளோ? இல்லேன்னா அவள் சந்தேகப்படற மாதிரி, 'அவன்'கிற பேர்லே எவனையோ இழுத்துண்டு நான் அலையறதாகச் சொல்லி வெச்சிருப்பாளோ?

எவ்வளவு நாழி இப்படியே கதவை அடைச்சிண்டு நான் அறைக்குள்ளேயே நிக்கறது? என்னத்துக்கோ பயந்துண்டு நான் இங்கே வந்து ஒளிஞ்சிண்டேன்னு மாமா நினைச்சுக்குவாரோ? மாமா நினைச்சுக்கறாரோ என்னமோ? எங்க அம்மா அப்படித்தான் இப்போ நினைச்சிண்டு இருப்பாள். அப்படி நினைச்சுண்டுதானே மாமாவுக்கு அம்மா கடுதாசு எழுதி இருக்காள்? என்னமோ அவர் வந்தவுடனே பட்டா கத்தியை உருவி 'படக்'குனு என்னைச் சிரச்சேதம் செஞ்சுடுவார்னு நினைப்போ?

முக்காட்டையும் இழுத்து மூஞ்சியை மூடிண்டு பாக்கறாள். 'வந்திருக்கார். . . அவர்கிட்டே பேசுடிம்மா'ங்கற மாதிரி இருக்கு அவள் பாக்கற பார்வை.

ம். . . பேசறேன்! அவர்கிட்டே நான் என்னத்தைப் பத்திப் பேசலை? இதைப்பத்தியும் பேசறேன். இது ஒண்ணும் தப்பு இல்லே. தப்போ சரியோ? இதைப்பத்தி நான் பேசி ஆகணும்! ஐ ஷுட் ஃபேஸ் ஹிம்!

அவசரமா அவசரமா ஸாரியை மாத்திண்டு படார்னு கதவைத் திறந்துண்டுபோய்க் கூடத்தில் நிக்கறேன். அம்மா எனக்கு சாப்பிடறதுக்கு எல்லாவற்றையும் ரெடியா எடுத்து வச்சுட்டு அடுக்களையிலே நின்னுண்டு என்னைப் பாக்கறா.

"நீங்க சாப்பிட்டேளா"ன்னு மாமாவை ஒரு மரியாதைக்குக் கேக்கறேன்.

"ஓ, எஸ்! நீ போய்ச் சாப்பிடு. மணி பத்தேகால் ஆறது"ன்னு ரொம்ப சாதாரணமா என்கிட்டே பேசறாரே மாமா! சாப்பிட்டுட்டு வரட்டும்; அப்புறம் பேசிக்கலாம்னு இருக்காரோ என்னமோ? பாயிண்ட்ஸ் எல்லாம் மனசுக்குள்ளே சேகரம்

பண்ணிண்டு இருப்பார். எங்கே வசமா பிடிக்கலாம்னு பதுங்கி பதுங்கி நின்னுண்டிருக்கார்னு தோண்றது. திடீர்னு பாயப் போறார். அந்த பாய்ச்சல்லே நான் வகையாகச் சிக்கிண்டுடுவேன்னு அம்மா நினைச்சிண்டிருக்காள். இவளுக்கு எங்கே தெரியப் போறது? நான் அவர் கிட்டே பழகியும் இருக்கேன், பழக்கியும் இருக்கேன்னு.

பேசாமல் உட்கார்ந்து தலையைக் குனிஞ்சிண்டு சாப்பிடறேன். சாயங்காலம் அந்த ரெஸ்டாரண்ட்லே சாப்பிட்டது அப்படியே நெஞ்சிலே நிக்கறது. என்ன எண்ணெயிலே பட்சணமெல்லாம் பண்றாளோ தெரியலே. நல்லவேளை! அம்மா முன்னமாதிரி மெனவி மெனவி, 'இதைக் கொஞ்சம் போட்டுக்கோ, அதைக் கொஞ்சம் போட்டுக்கோ'ன்னு தட்டிலே கொட்டி ரொப்பாமல் இருக்கா. தட்டு நிறைய மோரை ஊத்திக் கரைச்சுக் குடிச்சுட்டுப் சாப்பிட்டதாகப் பேர்பண்ணிட்டு எழுந்திருக்கறேன். அம்மா நினைச்சுக்குவா, எங்கேயோ கண்ட இடத்திலேயும் போய் கண்டதையும் தின்னுட்டு வந்திருக்கேன்னு.

எப்பவுமே மாமாவுக்கு நான்தானே படுக்கை போடணும்! "மணி ஆறதே. உங்களுக்கு 'பெட்' எடுத்து விரிச்சுடட்டுமா?" கேட்டுண்டே என் ரூம்லே சுத்திவச்சிருக்கே, அவரோடபெட்– அதை எடுத்துண்டு வரதுக்குப் போறேன்.

"ஆமாம், மணி ஆச்சே"ன்னு அவரும் சொல்லிக்கறார். நான் அவர் படுக்கையைத் தூக்கிண்டு வந்து 'பொத்'துனு போட்டு விரிக்கறேன். தட்டறேன். மாமாவுக்குப் படுக்கை ரெடி! என் கடமை தீர்ந்தது. அறைக்குள்ளே போய்க் கதவைச் சாத்திண்டுடணும். அதுக்கப்பறம் காலம்பறவரைக்கும் கவலை இல்லை. மாமா ஒண்ணுமே பேசாமல் பின்னுக்குப் பதுங்கறதைப் பாக்கறச்சே பாய்ச்சல் ரொம்பப் பலமா இருக்கும்னு தோண்றது.

மாமாவின் படுக்கையிலிருந்து ஒரு கரப்பான் பூச்சி ஓடறது. எட்டு மாசம் ஆச்சோன்னா? கரப்பான் பூச்சியை பார்த்த உடனே நான் அருவறுத்து நின்னுட்டேன். அந்த நேரத்திலே மாமா ஈஸிசேர்லேருந்து படுக்கைக்கு வரார்.

"உட்கார்"னு என்கிட்டே கையைக் காண்பிச்சுட்டுப் படுக்கையிலே பத்மாசனம் போட்டு உட்கார்ந்துண்டு கண்ணை மூடி ஒரு நிமிஷம் தியானம் பண்றார். 'சம்போ மகாதேவா'ன்னு சொல்றார். சுவத்திலே சாஞ்சுண்டு படுக்கையிலே உட்கார்ந்துக்கறார். இடது காலைக் குத்திட்டுவச்சு எண்ணெய் தடவற மாதிரி முழங்காலைத் தடவி விட்டுக்கறார்.

“கொஞ்சம் காலைப் பிடியேன்”னு என் பக்கமா நீட்டறார். நானும் அவர் பக்கத்திலே தரையிலே உட்கார்ந்துண்டு மாமாவுக்குக் காலை அழுத்திவிடறேன். ஒவ்வொரு தடவை அழுத்தறச்சேயும் ‘அப்பாடா’ ‘அம்மாடா’னு ஆசுவாசப் பட்டுக்கறார்.

அம்மா அடுக்களையிலே படுத்தாச்சு. ஆனால் அவள் தூங்கலே; தூங்கமாட்டாள். மாமா இனிமேத்தான் விசாரணையை ஆரம்பிக்கப்போறார்னு அவளும் எதிர்பார்த்துண்டு இருக்காள்.

‘அப்பாடா, அம்மாடா’ ஒருவழியா நின்னப்பறம், மாமா புருவத்தைத் தேய்ச்சுண்டு பெருமூச்சு விட்டுக்கறார். கண்ணைத் திறந்து என்னைப் பார்க்கறார். என்னமோ நினைச்சுண்டு சிரிக்கிறார். எனக்கும் சிரிப்பு வரது. ஆனால் நான் சிரிக்கலே.

“ஆமாம், நீ செய்யற காரியமெல்லாம் செஞ்சுட்டு என் தலையை உருட்டறயாமே? என்ன விஷயம்?”னு ரொம்ப சாதாரணமா, சௌஜன்யமாக் கேக்கறார். அவர் கேள்வியைப் புரிஞ்சுக்கறதுக்கே ஒரு நிமிஷம் ஆறது எனக்கு. அதைப் புரிஞ்சிண்டு நான் பதில் சொல்றதுக்கு முன்னாலே அவரே சொல்றார்:

“நீ என்ன, சின்னக் குழந்தையா? உன் சொந்த ஹோதாவிலேயே நீ எந்தக் காரியம் வேணாலும் செய்யலாம். யார் உன்னைத் தடுக்க முடியும்? தர்மம், நியாயம், ஒழுங்கு, யோக்யதைன்னு பேசினால் நீயும் கேக்கறவாளச்சேன்னு சொல்றோம். ‘அதை பத்தியெல்லாம் எனக்குக் கவலையில்லை’ன்னு நீ எப்படி வேணாலும் இருக்கிறதானால் இருந்துட்டுப் போயேன். யார் உன்னை என்ன பண்ண முடியும்? அந்தக் காலத்திலே கணேசன் உன்னை விரட்டினான். இப்போ கனகம் உன்னை விரட்டவா முடியும்? நீ பண்ற காரியம் தாங்கலேன்னா உன்னை விட்டுட்டு அவள் எங்கேயாவது ஓட வேண்டியதான். உன் மனசுக்குச் சரின்னு பட்டா எதை வேணாலும் செய். எதுக்காக என்னை நடுவிலே இழுக்கணும்? என்னமோ நான் சொல்லித்தான் நீ அவனைத் தேடிப் பிடிச்சு இழுத்துண்டு வந்திருக்கிறதாகச் சொன்னயாமே? எப்பவாவது நான் சொல்லியிருக்கேனா? உன்கிட்டே சொல்லியிருக்கேனா? உன்கிட்ட நான் சொன்ன தெல்லாம் என்ன? அப்படியே அவனைத் தேடிப் போனாலும் அவன் உன்னை நம்பமாட்டான். உன் மேலே அவனுக்கு உயர்ந்த அபிப்பிராயம் ஏற்படாது – அப்படின்னு அதிலே இருக்கிற சிக்கலைத்தானே எடுத்துச் சொல்லி இருந்தேன்? நானா போய் அவனைக் கண்டுபிடிச்சு அழைச்சிண்டு வந்து ஆட்டம் போடுன்னு உன்கிட்டே சொன்னேன்?”னு கேட்டுண்டே மெரட்டற மாதிரி விசிறி மட்டையை முன்னாடி நீட்டறார்.

நானும் சின்னக் குழந்தை மாதிரி தலையைக் குனிஞ்சுண்டு பதில் சொல்றேன்:

“அன்னிக்கு நீங்கதான் அம்மாகிட்டே சொல்லிண்டு இருந்தேள்: இவளுக்கு சமத்து இருந்தால் அவனையே தேடிக் கண்டுபிடிச்சு. . .”

“ரொம்ப நன்னா இருக்குடி பொண்ணே! ரொம்ப நன்னா இருக்கு!”ன்னு குறுக்கே புகுந்து கத்தறார் மாமா. நான் பேசறதை நிறுத்திக்கறேன். அவர் சொல்றார்:

“நான் உன்கிட்டேயா சொன்னேன்? உங்க அம்மா என்கிட்டே ஏதோ பேசிண்டிருந்தாள். நான் அவளுக்கு ஏதோ சொன்னேன். அதை ஒட்டுக் கேட்டுண்டு வந்து, இப்போ நீ பண்ணி இருக்கிற காரியத்துக்கெல்லாம் அதுதான் காரணம்னு சொல்றது ரொம்ப சாமர்த்தியமோ? ஆனால் மத்தவா என்ன பேசிக்கறா தெரியுமா? எவனையோ இழுத்துண்டு நீ சுத்தறயாம். இது ‘அவன்’தான்னு நீ எப்படி நிரூபிப்பே? மத்தவா எப்படி நம்பறது? அநியாயமா பேரைக் கெடுத்துக்கறயேடி பொண்ணே. என்ன கிரஹசாரம்!”னு விசிறியாலே நெத்தியிலே அடிச்சுக்கறார்.

நான் கொஞ்ச நாழி பேசாமல் இருக்கேன். அவரும் பேசாமல் இருக்கார். எங்கேயோ ரேடியோவிலே தேசிய கீதம் பாடறது கேக்கறது. அது முடியறவரைக்கும் பேசாமல் இருக்கேன். ரேடியோ சத்தம் நின்ன உடனே ‘டக்’னு கேக்கறேன்:

“மத்தவாளுக்கு எதுக்கு நான் நிரூபிக்கணும்? ‘அவன்’ தான் ‘இவர்’னு மத்தவா நம்பி எனக்கு என்ன ஆகணும்?”

“மத்தவான்னா நான் தெருவிலே போறவாளையா சொல்றேன்?”னு சொல்லிட்டு ஒரு தடவை தலையைத் தூக்கி அடுக்களையைப் பார்த்துட்டு ரகசியம் பேசற மாதிரி என்கிட்டே வந்து காதோட சொல்றார்:

“உங்கம்மாவே ‘அவன்’தான் இவன்னு நம்பலே”ன்னு கண்ணைச் சிமிட்டறார். எனக்கென்னவோ உடம்பெல்லாம் கூசறது. ‘நீங்க மட்டும் நம்பறேளா?’ன்னு கேக்கணும்னு தோணறது. என்னத்துக்குக் கேக்கணும்? அவர் அதை நம்பவுமில்லை, அதைப் பத்திக் கவலைப்படவும் இல்லைன்னுதான் தெரியறதே.

“நாலு பக்கத்துக்கு உங்கம்மா ஒரு கடிதாசு எழுதி இருந்தா. அவளுக்கு ரொம்ப அவமானமா இருக்காம்; மனசுக்குக் கஷ்டமா இருக்காம். ‘நீங்கதான் வந்து ஒரு வழி பண்ணணும்’னு எழுதி

இருந்தாள். காலையிலே அந்த லெட்டரைத் தரேன். நீயே படிச்சுப்பாரு. அவள் நிலைமை ரொம்பப் பாவமா இருக்கு"ன்னு சொல்லிண்டே என் கையைப் பிடிச்சுண்டு வழக்கம்போல சொடக்குப் போட ஆரம்பிக்கிறார். என்னோட நெருக்கமா வந்து ஒட்டிக்கறார். அவர் என்னைப் பாக்கறது உடம்பெல்லாம் என்னவோ மேயற மாதிரி இருக்கு எனக்கு. அவர் மனசிலே எத்தனை அசிங்கங்கள் ஆடிண்டு இருக்குன்னு எனக்குப் புரியறது. அவர் இளிச்சிண்டே சொல்றார்:

"நீ ரொம்ப மாறிப் போய்ட்டே. உடம்பெல்லாம் பெரிசாயிடுத்து"ன்னு என் கையை நெறிக்கிறார். அவர் என்ன நினைச்சுண்டு இப்படியெல்லாம் பேசறார்னு எனக்குப் புரியறது. ரொம்ப ரகசியமா இங்கிலீஷ்லே கேக்கறார்: "ப்ரிகாஷன்ஸ்— (தடுப்பு நடவடிக்கை) எல்லாம் எடுத்துக்கறயோன்னோ?"

"ப்ரிகாஷன்ஸ்? எகெய்ன்ஸ்ட் வாட்?"— 'எதைத் தடுக்கறதுக்கு?'ன்னு கேக்கறேன்.

"கன்ஸெப்ஷன்"னு மறுபடியும் கண்ணைச் சிமிட்டறார். எனக்குப் பத்திண்டு எரியறது. வயத்தைக் குமட்டறது. வாசல்லே யாவது போய்க் காறித் துப்பிட்டு வரணும்னு தோணறது. மென்னு முழுங்கிண்டு உட்கார்ந்திண்டிருக்கேன். தொடையிலே கிள்ளறார்; வலிக்கிறது.

"நோ" — 'இல்லே'ன்னு சொல்றேன். இந்த 'நோ'வுக்கு என்ன அர்த்தம்னு அவருக்குப் புரியலைபோல இருக்கு. இவர் கிள்ளறாரே இதைத் தடுக்கறத்துக்குச் சொல்றேனா — இல்லே, வயத்திலே குழந்தை வராமல் தடுக்கறதுக்குப் 'பிரிகாஷன்ஸ்' எதுவும் எடுத்துக்கலேங்கறதுக்காகச் சொல்றேனான்னு புரியாமல் குழம்பறார். குழம்பட்டுமேன்னு நானும் பேசாமல் இருக்கேன்.

"டோண்ட் கெட் இன் டு ட்ரபிள்ஸ்"— 'சிக்கலிலே மாட்டிக்காதே'ன்னு எச்சரிக்கை பண்றார் மாமா. நான் அதுக்கும் பதில் சொல்லாமல் அவர் கையிலே சிக்கிண்டிருக்கற அவமானத்திலே அப்படியே இறுகிப் போறேன்.

முதல் தடவையா அவர் கையைத் தள்ளிவிடறேன். "எனக்குத் தூக்கம் வரது. நீங்களும் தூங்குங்கோ. மணி ஆச்சு"ன்னு எழுந்திருக்கறேன். மாமா என்னவோ புரிஞ்சுக்கறார்.

"கொஞ்சம் தீர்த்தம் எடுத்துக் குடுத்துட்டுப் போயேன்"ன்னு எழுந்து உட்கார்ந்துக்கறார். நான் செம்பிலே ஜலமும் ஒரு

தம்ளரும் கொண்டுவந்து அவர் முன்னே வெச்சுட்டு நிமிர்றச்சே என் கையைப் பிடிச்சுண்டு சொல்றார்:

"ஐ வுட் லைக் டு மீட் தட் ஜென்ட்டில்மேன்"– அந்த 'ஜென்ட்டில்மேனை' மாமாவுக்குச் சந்திக்கணுமாம்.

மாமாவுக்கு இவரைச் சந்திக்கணும்னு தோண்றதே, அது கூட எனக்கு ஆச்சரியமாப்படலே. ஆனால் இவர் 'ஜென்ட்டில்மே'னாமே! சிரிப்பு வரது. இதுதான் மாமாவோட குவாலிட்டி. நெருக்கமா யாரைச் சந்திச்சாலும் லாஜிக்கலாதான் அவாளை அப்ரோச் பண்ண முடியும் மாமாவுக்கு. எல்லாரும் ஒதுக்கித் தள்ளின என்னை இப்படி ஒரு லாஜிக்கல் அப்ரோச்லேதான் அவர் தாங்கிப் பிடிச்சு உதவி செஞ்சார். அது ஒண்ணும் சாதாரண குவாலிட்டி இல்லே. அதேமாதிரி தான் இவ்வளவுக்கும் அப்பறம் இவர் என்னோட சம்பந்தப்பட்டவர்னு தெரிஞ்சிண்டதனாலே மத்தவா மாதிரி உடனே தூஷணை பண்ணாமல் இவரை ஒரு ஜென்ட்டில்மேன்ங்கறார். தான் இவரைச் சந்திக்கணும்னு சொல்றார். இந்த மாதிரி சில குவாலிட்டியினாலேதான் மாமாவை நான் இப்பவும் மதிக்கிறேன்.

"கார்த்தாலே வருவார்"னு சொல்றேன்.

"ஓ – ஆமாம். தினம் தினம் வரான்னு எழுதி இருந்தாளே"ன்னு முனகிக்கிறார்.

நான் கூடத்திலே எரிஞ்சிண்டிருந்த பெரிய லைட்டை அணைச்சுட்டு, நீலவிளக்கைப் போட்டுட்டு என் ரூமுக்குள்ளே போய்க் கதவை நன்னாத் தாழ்ப்பாள் போட்டுக்கறேன்.

தூக்கம் வரல்லே. ஆனாலும் விளக்கை அணைச்சுட்டுப் படுத்துக்கறேன். தூக்கம் வரதுன்னு மாமாகிட்டே சொல்லிட்டு வந்தவள் ரூமுக்குள்ளே விளக்கைப் போட்டுண்டு இருக்கப் படாதோன்னோ?

இருட்டிலே மல்லாக்கப் படுத்துண்டு கொட்டக் கொட்ட முழிச்சுண்டிருக்கேன். இருட்டிலே கண்முன்னாலே என்னமோ பொறிப் பொறியாய், திரித் திரியாய் ஆரஞ்சு நிறத்திலே மேலேயும் கீழேயும் பறந்து பறந்து அறுந்துபோற மாதிரி சரம்சரமா என்னமோ பிரமை தட்டறது. ரொம்ப இருட்டு என் மேலே கவிஞ்சுண்டு அழுத்தறது. மூச்சு முட்டற மாதிரி இருக்கு. விளக்கைப் போட்டுண்டால் தேவலைபோல இருக்கு. ஆனாலும்

விளக்கைப் போடப்படாதுன்னு இருக்கேன். ஜன்னலைத் திறந்து வச்சுக்கலாமே!

எழுந்துபோய் ஜன்னலைத் திறந்து வச்சுண்டு கொஞ்ச நேரம் நிக்கறேன். தெருவும் எதிர்வீடும் எழுதி வச்சமாதிரி இருக்கு.

இன்னிக்குச் சாயங்காலம் இவரோட பேசிண்டு இருந்த தெல்லாம் நினைச்சுக்கறேன். எந்தக் கேவலமான மனுஷனையும் நெருங்கிப் பார்த்தால் அவனை நாம் கேவலம்னு நினைச்சது எவ்வளவு தப்புன்னு புரியும்போல இருக்கு.

இன்னிக்குத்தான் இவர் தன்னைப் பத்தி நிறையச் சொல்லிண்டு இருந்தார். இவர் சொன்னாரே ஒரு வார்த்தை,– 'நான் செய்யற எந்தக் காரியத்துக்கும் நான் பொறுப்பு ஏத்துக்க முடியாது!'ன்னு. ஹவ் டேஞ்சரஸ் இட் இஸ்! இவர்கிட்டே பழகறவாளுக்கு மட்டும் இல்லே; இவருக்கே இவர் எவ்வளவு ஆபத்தானவர்!

17

இன்னிக்கு சாயந்தரம் அந்த ரெஸ்டாரண்ட்லேயும் அதுக்கு அப்பறம் பீச்சுலேயும் காரிலே உட்கார்ந்துண்டு இவர் என்கிட்டே தன்னைப் பத்திப் பேசிண்டிருந்ததையெல்லாம் இப்போ நான் நினைச்சுப் பார்க்கறேன். இந்த மாதிரி தன்னைப் பத்திப் பேசிண்டிருக்கிற போதெல்லாம் இவர் இவரோட அப்பாவைப் பத்தியே நிறையப் பேசறார். இவருக்கு அப்பா மேலே ரொம்ப ஆசை போல இருக்கு. அப்போவெல்லாம் இவர் முகத்தை நான் உத்துப் பார்க்கறேன். அவருக்குக் கண் ரெண்டும் பளபளங்கறது. அப்படியே அப்பா உருவத்தை நினைச்சுக்கறார் போல இருக்கு. சூழ்நிலையையே மறந்துடற மாதிரி இருக்கு. அப்ப இவர் சொல்றார்:

"என் மதர் முகம்கூட எனக்குத் தெரியாது. தென் ஐ வாஸ் டூ யங். எங்க அம்மா செத்தப்பறம் எங்க அப்பா வேற கல்யாணம் செய்துக்கலே. எனக்கோசரம்தான் செய்துக்கலே. அப்படித்தான் அவுரே அடிக்கடி சொல்லிக்கினு இருப்பாரு. என் கையிலே சொன்னதில்லே. யாராவது அவுரு கல்யாணத்தைப் பத்திப் பேச்சு எடுத்தா. 'அதெல்லாம் இன்னாத்துக்குப்பா? ராசா மாதிரி ஒரு பிள்ளையைப் பெத்துக் குடுத்துட்டுப் போயிட்டா. ஏதோ அவ்வளவுதான் நமக்குன்னு இத்தைப் பாத்துக்கினு காலந் தள்ள வேண்டியதுதான். இன்னொருத்தியைப் போய்க் கட்டிக்கினு வந்து, அவளும் ரெண்டைப் பெத்துப்போட்டு, அதுவும் இதுவும் 'எனக்காச்சா உனக்காச்சா?'னு நின்னுக்கினு . . .. அதெல்லாம் இன்னாத்துக்கு

தொந்துரு?'ன்னு சொல்லுவாரு. இப்போ நினைச்சுப் பார்த்தாதான் புரியது. என் மேலே எவ்வளவு பிரியம் இருந்திருந்தா எனக்கோசரம் கல்யாணம்கூட செய்துக்காமல் அவுரு இருந்திருப்பாருன்னு! அப்படி ஒண்ணும் அவருக்குப் பெரிசாப் படிப்புக் கிடிப்பு கிடையாது. ஆனா நல்ல பிஸினஸ் மைண்ட்! ஒரு வழிலே பாத்தா அம்மாத்தொலவு புள்ளைங்க மேலே ஆசை வெக்கிறது கூட சரியில்லேன்னு தோணுது. ஒண்ணு சொல்லட்டுமா? இப்போ நான் இப்படியெல்லாம் கெட்டுப் போனதுக்கு அவருதான் காரணம். எவ்வளவுக்கெவ்வளவு என்மேல ஆசை வெச்சிருந்தாரோ அந்த அளவுக்குக் கடசீக் காலத்திலே என்னாலேயே அவரு கஷ்டப்பட்டாரு. ஓ! ஹவ் ஹி கர்ஸ்ட் மீ! ஒரே சாபமா வுடுவாரு. அவுரே அதை நெனைச்சுக்குனு அப்பாலே அழுவாரு."

கர்சீப்பை எடுத்து நெத்தியைத் துடைக்கிற மாதிரி அப்படியே கண்ணையும் துடைச்சுண்டுடறார். நான் என்ன கேட்டேன். எதுக்காக இதைப்பத்தி இவர் ஆரம்பிச்சார்னு நான் யோசிக்கிறேன்.

ஆமாம்; சித்தே முன்னே இவர் சொன்னாரே, 'நான் செய்யற எந்தக் காரியத்துக்கும் நான் பொறுப்பேத்துக்க முடியாது; எனக்கு அவ்வளவு பலம் கிடையாது. ஐ ஆம் நாட் ஸோ ஸ்ட்ராங்க்'னு. . .

இது ரொம்ப ஆபத்தான மனோபாவம்னு நான் இவர் கிட்டேயே சொன்னேன்:

"உங்க காரியத்துக்கு நீங்களே பொறுப்பு ஏத்துக்கலேன்னா அதனாலே மத்தவா மட்டுமில்லே, நீங்களே அதிகமா கஷ்டப்பட வேண்டி இருக்கும். எவ்வளவு பொறுப்பில்லாம இதைச் சொல்றேன்னீங்க!"ன்னு நான் சொல்றச்சே தப்புப் பண்ணின குழந்தை மாதிரி முகத்தை வெச்சுண்டு என்னையே பார்க்கறார். நான் இங்கிலீஷ்லே அவருக்கு நன்னா புரியணும்னு சொல்றேன்: "யூ ஆர் அன் அடல்ட். பெரியவாளுக்கும் கொழந்தைக்கும் இருக்கிற அடிப்படை வித்தியாசம் இதுதான். குழந்தை ஒரு தப்புச் செஞ்சுட்டா அந்தத் தப்புக்கு அது பொறுப்பு ஆகாது. குழந்தையைப் பெத்தவாதான் பொறுப்பு. ஆனால் பெரியவா அப்படி இல்லே; அப்படி இருக்கப்படாது. ஏதோ சின்னப் பையன் அம்மாகிட்டே பேசற மாதிரி 'என்னோட காரியத்துக்கு நான் பொறுப்பேத்துக்க முடியாது'ன்னு பேசறேளே?"ன்னு நான் சிரிச்சேன். அப்போதான் அவருக்கு அம்மாவைப் பத்தின ஞாபகம் வந்ததுபோல இருக்கு.

பொழுது நன்னா இருட்டிப் போச்சு. எங்களைச் சுத்தி அங்கங்கே வரிசை வரிசையா கார்கள் நிக்கறது. அந்த கார்டன்லே இருக்கற அலங்கார விளக்குகளெல்லாம் அங்கங்கே 'டிம்'மா

எரிஞ்சுண்டு இருக்கு. அந்தக் கார்கள் மேலே விளக்குகளோட வெளிச்சம் விழுந்து பளபளன்னு 'ரிஃப்ளெக்ட்' ஆறது. சில சமயங்களில் பளீர்னு ஹெட் லைட்டைப் போட்டுண்டு ஒரு கார் கண்ணைக் கூச வெச்சுட்டுத் திரும்பறது. அப்போல்லாம் இவர் அந்தக் கார்க்காரனைத் திட்டறார். இவர் வாயிலே கெட்டவார்த்தைகள் ரொம்பச் சாதாரணமா வரது. என்ன பேசறோம்னு தெரியாமயே வரது போல இருக்கு. காதிலே விழுந்து யாராவது சண்டைக்கு வரப் போறாளேன்னு எனக்குப் பயமா இருக்கு. சில சமயத்தில் இவர் திட்டினதை நான் கவனிச்சு முகம் சுளிக்கிறதைப் பார்த்துட்டு, "ஐ ஆம் ஸாரி"னு என்கிட்டே மட்டும் ரொம்ப யோக்யமாச் சொல்லிக்கறார். அப்பறம் சித்தே நாழி சிகரெட்டைப் பிடிச்சுண்டு பேசாமல் யோசிக்கிறார். அந்த யோசனை அப்படியே நீண்டு பெருமூச்சாகி அப்பறம் பேச்சா மாறி வரது. இவர் ஆஷ்–ட்ரேயிலே சாம்பலைத் தட்டிண்டு என்னைப் பார்க்காமலேயே இங்கிலீஷ்லே சொல்றார்:

"நான் ரொம்பத் துரதிருஷ்டக்காரன். ஆடம்பரமா வீடும் காரும் பணமும் இருந்தால் போதுமா? அதனாலேயே நான் ரொம்பத் துரதிருஷ்டசாலியாயிட்டேன். எங்கேயாவது உன்னை மாதிரி குடும்பத்திலே பிறந்திருந்தால் நான் எவ்வளவு நல்லா இருந்திருப்பேன்! அந்தக் காலத்திலேயே எங்க அப்பா நான் பள்ளிக்கூடம் போகும்போது தினம் செலவுக்குப் பத்து ரூபா கொடுப்பார். அதுக்கு முன்னே எல்லாம் தினம் ஒரு ரூபாதான் கொடுத்துக்கிட்டிருந்தார். ஒருநாள் அவருக்குத் தெரியாமல் நான் காசு திருடினேன். அது தெரிஞ்சப்பறம் தினம் எனக்குப் பத்து ரூபா கொடுத்தார். 'எவ்வளவு வேணாலும் தரேன்: ஆனால் திருடாதே. திருடமாட்டேன்னு சத்தியம் பண்ணு'ன்னு என் கையிலே சத்தியம் வாங்கிக்கிட்டார். கங்கா! டூ யூ நோ ஒன் திங்? ஒரு விஷயம் தெரியுமா உனக்கு?"னு கேட்டுண்டே என்னைப் பாக்கறார். நானும் இருட்டிலே அவரை உத்துப் பாக்கறேன். அவர் கண் பளபளங்கறது. பின்பக்கத்திலேருந்து வெளிச்சம் அடிக்கிறதனாலே ஒரு பக்கம் அவர் காதோரமும் தலை முடியும் நீலமா பளபளக்கறது.

"நான் இப்பவும் கூடத் திருடறேன். என் பணத்தையே நான் திருடறேன். ஹவ் அன்ஃபார்ச்சுனேட்! நான் முதல்லே திருடினேனே? அன்னிக்கே எங்க அப்பன் என்னை நாலு அறை வெச்சிருந்தான்னாத் திருந்தி இருப்பேன். என்னைத் திருத்தறத்துக்காகவாவது அடிச்சிருக்கணும். அவரு அதைச் செய்யலே. அவ்வளவு ஆசை அவருக்கு என் மேலே. பன்னெண்டு வயசுப் பையனுக்கு, கான்வென்ட்டுக்குக் காரிலே போய்க் காரிலேயே திரும்பிவர பையனுக்கு– 'பாக்கெட்மணி' பத்து

ரூபா குடுக்கலாமான்னு அவர் யோசிச்சதே இல்லே. இந்தக் காலத்திலேகூட பத்மா என் பையன்களுக்குக் குடுக்க மாட்டேன்றாளே. . . நான் ஃபிரண்ட்ஸை எல்லாம் கூட்டிக்கினு ஹோட்டலுக்குப் போவேன். அதுவே எனக்கு ரொம்பப் பெருமையா இருக்கும். எப்படியோ ஒவ்வொரு நாளும் அந்தப் பத்து ரூபா செலவாயிடும். சில நாளிலே பத்தாது. யோசிச்சிப்பார். இருபத்தைஞ்சு வருஷத்துக்கு முன்னாலே பத்து ரூபாங்கறது எவ்வளவு பெரிசு! உன்னை மாதிரிக் குடும்பத்துக்கு ஒருநாள் வருமானம் பத்து ரூபா இருந்திருக்காது. ஆம் ஐ ரைட்?"னு கேட்டுண்டே என் முகத்துக்கு நேரே விரலை நீட்டறார்.

"எஸ்! யூ ஆர் ரைட்"னு சொல்றேன். அப்போ எங்க குடும்பம் இருந்ததை ஒரு நிமிஷம் நினைச்சுப் பாத்துக்கறேன். இருபத்தைஞ்சு வருஷத்துக்கு முன்னேன்னா அப்பா இருந்திருப்பாளோ? அவருக்கு எண்பது ரூபாதான் சம்பளமாமே! அதுக்கப்பறம் கணேசன் வேலைக்குப் போனானே, அப்போகூட அவனுக்கு எழுபது ரூபாதான் சம்பளம். பதினேழு ரூபாய் அந்த வீட்டுக்கு வாடகை. அந்த வருமானத்துக்குள்ளே குடும்பம் நடத்த அம்மா எவ்வளவு கஷ்டப்பட்டிருப்பா? பாவம். . .

இவர் சொல்றார்:

"அந்தப் பத்து ரூபாயைச் செலவழிக்காமல் – செலவழிச்சுது போக மீதியை நான் சேத்து வெக்கறேனாம்! எங்க அப்பனுக்கு இப்படி ஒரு பெருமை! கணக்குப்பிள்ளை கிட்டே பீத்திக்குவார். என்னையும் வேற கேப்பார், 'ஏண்டா அப்படித்தானே!'ன்னு. நானும் வேற தலையை ஆட்டி வைப்பேன். அப்பறம் அதுக்காகத் திருடுவேன். நூறு ரூபாய்க்கும் இருநூறு ரூபாய்க்கும் ஏதாவது சாமானை வாங்கிக்கிட்டு வருவேன். சேத்து வச்சு வாங்கினேன்னு எங்க அப்பா சந்தோஷப்பட்டுக்குவார். யாரையாவது வாழ்க்கையி லேயே உருப்படாமல் குட்டிச்சுவரா அடிக்கணுமா? கொஞ்ச நாளைக்கு அவன் கேக்கும் போதெல்லாம் பணத்தெக் குடுத்துக் கிட்டே இருந்தாப் போதும். நல்லாத் தாராளமா அள்ளி அள்ளிக் குடுக்கணும்; செவழிக்கச் செலவழிக்கக் குடுக்கணும். அப்பறம் 'டக்'னு நிறுத்திடணும். உன் 'எனிமி'யை அழிக்கறதுக்குக்கூட இதைவிட மோசமான ஆயுதம் கிடையாது. அப்படித்தான் எங்க அப்பனே என்னை அழிச்சுட்டான்."

இவ்வளவு பேசறாரே. இவ்வளவு தெரிஞ்சு வச்சிருக்காரே, ஆனால் ஏன் இப்படி நடந்துக்கறார்னு நானா யோசிக்கறேன். நான் இப்படி யோசிக்கறது அவருக்குத் தெரிஞ்சுட்ட மாதிரி பதில் சொல்றார்:

“இந்த அறிவெல்லாம் – யோசனையெல்லாம் இப்பத்தானே வருது! அதுகூட உன்னை மாதிரி நல்லவங்க முன்னாடி நிக்கறப்போ மட்டும்தான் வருது. இப்போக் கொஞ்ச நாளா உன்னை நினைச்சு நினைச்சு நான் அதிகமா வருத்தப்படறேன். ஏதோ செய்யற காரியத்துக்கெல்லாம் பொறுப்பு ஏத்துக்கணும்னு சொல்றயே. உனக்கு நான் செஞ்ச காரியத்துக்கு எப்படி நான் பொறுப்பு ஏத்துக்கறது? அதுக்கு ஒரு வழியும் இல்லே. அதனாலேதான் என்னோட காரியங்கள் எதுக்கும் நான் பொறுப்பில்லேன்னு ஒதுங்கிக்கறேன். பொறுப்பு இல்லேன்னு நாம்ப ஒதுங்கிடலாம். ஆனால் அந்தப் பாவம் நம்மைச் சும்மா விடுமான்னு இப்ப யோசிக்கறேன். ஆனா ஒண்ணு. மனசறிஞ்சு செஞ்ச பாவம் இல்லே அது. என்னை மாதிரியே நீயும் அதை ஒரு விளையாட்டா எடுத்துப்பேன்னு நினைச்சேன். அப்படி நினைச்சது எவ்வளவு தப்புன்னு நான் அன்னிக்கே தெரிஞ் சுக்கிட்டேன். ம். . . சரி இவ்வளவு காலத்துக்கப்பறம், என்னால நீ இப்படி ஆய்ட்டப்பறம் உனக்கு நான் எந்த வழியிலே உதவி– ஐ மீன் அடோன்மெண்ட்– செய்ய முடியும்? பட், ஐ ஷுட் டூ ஸம் திங் – இப்படியே உன்னையும் என்னையும் இணைச்சு எல்லாரும் பேசறதுக்கு அதிகமா இடம் குடுத்துட்டா– நீ எதுக்கு அதை வேணும்னே செய்யறேன்னு எனக்குப் புரியலே– நீ அதுக்காக நிஜமாவே ஆசைப்பட்டால் எனக்கு அது புரியும் – என் மனசுக்கு நல்லாத் தெரியுது – அந்த மாதிரி இன்டென்ஷன்ஸ்– எண்ணம் எதுவும் உனக்கு இல்லேன்னு. அப்பறம் ஏன்? ஏன் இப்படிப் பேரு எடுக்கணும்? மஞ்சு மட்டும் அப்படி நினைக்கக் கூடாதுன்னு சொல்றியே – இப்போ நினைக்காமல் இருக்கலாம். நாளைக்கு அவளும் நினைக்கலாமே! எனக்கு ஒண்ணுமில்லே. எனக்குத்தான் எதைப்பத்தியும் பொறுப்பு கிடையாதே! நான் உன் நிலையிலேருந்து பாக்கறேன்– உன்னை எனக்குப் புரிஞ்சுக்க முடியலே.”

எங்களைச் சுத்தி இருந்த காரெல்லாம் ஒண்ணு ஒண்ணாப் போயிடுத்து. தூரத்திலே அங்கே ஒண்ணு, இங்கே ஒண்ணா நிக்கறது. அந்தக் காக்கிச் சட்டைப் பையன் வந்து, “ட்ரேயை எடுத்துடலாமா சார்?”னு கேக்கறான். இவர் ‘சரி’ன்னதும் ட்ரேயைக் கழட்டிண்டு போறான். ரொம்ப நாழி இங்கேயே இருந்துட்டோம்னு தோணறது எனக்கு. நானே இவர்கிட்டே சொல்றேன்:

“வேற எங்கேயாவது போவோமே. இங்கேயே உக்கார்ந்துண்டு . . . ‘போ’ரடிக்கிறது.” இவர் என்னை ஆச்சரியமாப் பார்க்கறார்!

18

“பீச்சுக்குப் போவோமா?”ன்னு கேக்கறார்.

“ஓ எஸ்.”

கார் புறப்படறது. காரை ஓட்டிண்டே இவர் என்னைப் பாத்துக் கேக்கறார். “இன்னிக்கு என்ன உனக்கு? சாதாரணமாப் பீச்சுக்கு, ஹோட்டலுக்குன்னு கூப்பிட்டா இப்பல்லாம் நீ வரதே இல்லே. இன்னிக்கு நீயாவே ‘அங்கே போவலாமா இங்கே போவலாமா’ன்னு கூப்பிடறியே? வாட் இஸ் தி மேட்டர்?”னு கேட்டுண்டே என்னைப் பார்த்துச் சிரிக்கறார். இப்படி இவர் சிரிக்கும்போது குழந்தை மாதிரி இருக்கு. மஞ்சுகிட்டே எப்பவுமே இவர் இப்படித்தான் சிரிக்கறார். மஞ்சுகூட இப்படியேதான் சிரிக்கறா. அப்பாவுக்கும் பொண்ணுக்கும் சிரிப்பு ஒண்ணுலதான் ஒத்துமை.

நான் தலையைக் குனிஞ்சு சிரிச்சுண்டே பதில் சொல்றேன்: “நான்தான் சொன்னேனே, உங்களோட எனக்குத் தனியா சித்த பேசணும்னு.”

“ஓ! இன்னும் இருக்குதா? நான் பேசியாச்சுன்னு நினைச்சுக்கினேன். எனி மோர் அட்வைஸஸ்?”

“நோ நோ! அப்படியெல்லாம் ஒண்ணும் இல்லே”ன்னு சொல்றேன். ரெண்டு பேரும் மௌனமா இருக்கோம். கார் மட்டும் போயிண்டே இருக்கு. இவர் கிட்டே எனக்கு என்ன இருக்கு இன்னும் பேசறத்துக்குன்னு நான் நினைச்சுப் பாக்கறேன். இவர் இந்நேரம் வேற எங்கேயாவது போய்

யாரோடேயாவது குடிச்சுட்டுச் சந்தோஷமா இருப்பாரேங்கற ஆத்திரமா என்ன? இதிலே நான் ஆத்திரப்படறதுக்கு என்ன இருக்கு? சும்மா இவரோட 'கான்குபைன்' நான்னு பேர் பண்ணிக்கறதுக்குத்தானே இவரோட நான் உறவாடிண்டிருக்கேன். இவர் எங்கே போனால் எனக்கென்னவாம்? என்னைப்பத்தி அப்படியே மஞ்சுவும் நினைச்சுக்கறதனாலே எனக்கென்ன போச்சாம்? ஏன் இப்படி பொய்யான உணர்ச்சிகளிலே நான் சிக்கிண்டுடறேன்? 'இதுதான் உண்மை' – அப்படின்னு நான் ஏன் ஆயிடப்படாது? வாட் இஸ் ராங் இன் இட்? இவர் ஒண்ணும் மாட்டேன்னு சொல்லிடமாட்டார், அடகஷ்டமே? இப்போ இதுவா பிரச்சினை? நான்தானே மாட்டேங்கறேன்! என் கிட்டே மாமா எடுத்துக்கற 'லிபர்டிஸ்'கூட இவர் எடுத்துக்க மாட்டேங்கறாரே! இவர் என்ன அவ்வளவு யோக்யரா? அப்படி ஒண்ணும் மத்தவா விஷயத்தில் இவர் யோக்கியமா இருக்கறதாகவும் தெரியலையே. ஒருநாள்கூட வீட்டிலே ராத்தங்கறதில்லே. என்கிட்டே மட்டும் இவருக்கென்ன இவ்வளவு யோக்கிதையாம்?

என்னத்துக்கு நான் இப்படியெல்லாம் நினைக்கறேன்? நான் என்னன்னே எனக்குப் புரியலையே? இவர் மேலே எனக்கு ஆசை வரதா? சீ! சீ! என்ன அபத்தம்! இவருக்கு என் மேலே ஆசை வராதான்னு நான் ஏங்கறேனா? அப்படி வந்தால் ஒப்புத்துக்குவேனா? இவருக்கு என் மேலேயோ, எனக்கு இவர் மேலேயோ ஆசை வந்தாத் தேவலையே! ஆனால் அப்படிப்பட்ட ஆசை எனக்கும் இவர் மேல வராது: இவருக்கு என் மேலே வராது போல இருக்கே. இவருக்கு அந்த மாதிரி ஆசை ஏற்பட்டிருக்கும். அப்படி ஒரு ஆசையோடதானே இவர் என்னைப் பார்க்க வந்தார்! நான்தான் அதை வழிமாத்தி விட்டுட்டேன். அதனாலே இனிமே இவருக்கு அப்படியெல்லாம் எண்ணமே வராது. இவருக்கு என்ன? 'பால் சரஸமா கெடைக்கறபோது நான் எதுக்கு ஒரு மாட்டை வாங்கணும்?'னு இங்கிலீஷ்லே ஒரு ஸேயிங் இருக்கே. (வென் தி மில்க் இஸ் ஸோ சீப், வய் ஷுட் ஐ பை எ கௌ?) அது இவருக்குப் பொருந்தும். எனக்கு..? இவர் மேலயும் ஆசை வராது; வேற எவன் மேலயும் வராதுபோல இருக்கே. ஆனால் நிச்சயமா ஒண்ணு மட்டும் எனக்குத் தோணறது. என்னை யாராவது பலவந்தப்படுத்தினால் நான் யாருக்கு வேணுமானாலும் இணங்கிடுவேன் போல இருக்கு. என்னை யாராவது பலவந்தமா இணங்க வெச்சுட்டாத் தேவலை போலே இருக்கு. இவரைத் தவிர வேற யாரும் என்னைப் பலவந்தப்படுத்தக் கூடாதுன்னு நான் நினைக்கிறேன் போல இருக்கு. அப்படி ஒரு பலவந்தத்துக்கு இணங்கறதனால் அது

இவரோட பலவந்தமாகவே இருக்கணும்னு நான் ஆசைப்படறேன் போல இருக்கு. அதனாலேதான் நான் இவர் பக்கத்திலே வந்து ஒண்டி நின்னுண்டேன் போல இருக்கு. வேற ஆம்பளைங்களோட பலவந்தத்திலேருந்து என்னைக் காப்பாத்திக்கறதுக்கு மட்டுமில்லே; அப்படி ஒரு பலவந்தத்துக்கு கட்டுப்பட்டுப் போயிடற என்னோட பலவீனத்திலிருந்து என்னைக் காப்பாத்திக்கறதுக்கும் நான் இவர் பக்கத்திலே வந்து நின்னுண்டேன் போல இருக்கு. இனிமே என்னோட காரியம் எதுக்கும் நான் பொறுப்பில்லேன்னு நானும் ஒதுங்கிக்கலாமோன்னோ! ஓ! ஹவ் டேஞ்சரஸ் இட் இஸ்!

எதிரே பெரிசா நிலாத் தெரியறது. இங்கேருந்து பாக்கறச்சே தரையிலேருந்து ஒரு முழும் ஒசரத்துக்கு மேலே வந்திருக்கிற மாதிரி தெரியறது. சமுத்திர ஜலம் தெரியலை. நேத்திக்கோ முந்தாநாளோ வந்திருந்தால் நிலா முழுசா இருந்திருக்கும். இவர் எப்போ இங்கே காரைக் கொண்டுவந்து நிறுத்தினார்னு நான் கவனிக்கலே. அப்படி என்னமோ குருட்டுத்தனமா யோசிச்சிண்டிருந்திருக்கேன். மனசிலே ஆயிரம் யோசனை வரும்; நாம்ப விரும்பறதும் வரும்; விரும்பாததும் வரும். நினைப்புக்கூட விவஸ்தை உண்டோ? இதெல்லாம் விவஸ்தை கெட்ட நினைப்பில்லாமல் வேற என்ன?

"என்னமோ பேசணும்னு சொன்னியே? பேசு"ன்னு கதவைத் திறந்துண்டு ஒரு காலைத் தூக்கிக் கார்க் கதவு மேலே போட்டுண்டு, ஹாய்யா சாஞ்சுண்டு இவர் சிகரெட்டைப் பத்த வெக்கறார். சிகரெட் புகை மணமா இருக்கு. என்னிக்காவது ஒரு நாளைக்கு ஒண்ணு பிடிச்சுப் பார்க்கணும். என்னவாம்? பிடிச்சா என்னவாம்? ஹெட் கிளார்க் மிஸஸ் மானுவல் இருக்காளே அவள் பிடிப்பாள். நான் பார்த்திருக்கேன். அவள் முகத்தைப் பார்த்தாலே சிகரெட் பிடிக்கறவள்னு தெரியும். உதடெல்லாம் கன்னங்கரேல்னு. சிகரெட் பிடிக்கறது ரொம்ப 'மேன்லி'யாகத் தான் இருக்கு. நான் எங்கே பிடிக்கப்போறேன்? சும்மா நினைச்சுக்கறேன். நினைச்சுக்கக்கூடப்படாதா? எனக்கும் அவருக்கும் நடுவே ஸீட்லே கிடக்கற அந்த சிகரெட் பாக்கெட்டை எடுத்து மோந்து பாக்கறேன். ஏதோ ஒரு பழ வாசனை அடிக்கிறது.

"இந்த ஸ்மெல் உனக்குப் பிடிக்குதா?"னு கேக்கறார்.

"இதிலே பிடிக்கிறதுக்கு என்ன இருக்கு? சில பேர் அங்கே பிடிச்சுண்டு போவான்;' இங்கே நமக்கு வயத்தைப் புரட்டும். அது மாதிரி இல்லே. அவ்வளவுதான்!"னு சாகசமாப் பொய் சொல்றேன்.

ஏதாவது பேசணுமேங்கறதுக்காக மிஸஸ் மானுவல் சிகரெட் பிடிக்கறதைப் பத்தி இவர்கிட்டேச் சொல்றேன். அது ஒண்ணும்

இவருக்கு ஆச்சரியமா இல்லை போல் இருக்கு. சிகரெட் பிடிக்கிற பொம்பளைங்க என்ன? இவரோட சேர்ந்து பிராந்தியும் விஸ்கியும் குடிக்கிற பொம்பளைங்க எத்தனை பேரோட இவர் தினசரி பழகிண்டு இருக்காரோ? நான் சொல்றதை கவனிக்காம நிலாவைப் பார்த்துண்டு இருக்கார்.

"என்னமோ பேசணும்னு அழைச்சுண்டு வந்து ஒண்ணுமே பிடி கொடுத்துப் பேசாம 'போர்' அடிக்கிறேனோ?"ன்னு நான் கேக்கறேன்.

"நோ, நோ"ன்னு சொல்லிண்டு என்னைப் பாக்கறார்: "போர் ஒண்ணும் இல்லே. உன்னைப் புரிஞ்சுக்கத்தான் எனக்கு முடியலே. 'மொத மொத நீ என்னாத்துக்கு எனக்குப் போன் போட்டே? எதுக்கோசரம் என்னை வரச்சொன்னே? என்னோட உன் பேரையும் சேத்து உன்னையே நீ என்னாத்துக்கு அசிங்கப்படுத்திக்கறே? உன் ஃப்யூச்சரைப் பத்தி நீ என்னதான் நினைக்கிறே?'ன்னு யோசிச்சிக்கினு இருக்கேன். இன் வாட் வே ஐ கேன் ஹெல்ப் யூ?"ன்னு இவர் தவிக்கறதைப் பார்க்கும்போது இவரை ஏன் இப்படிக் கஷ்டப்படுத்தணும்னு எனக்குத் தோணறது.

இவர் இப்போ என்கிட்டே கேட்ட கேள்விகளுக்கெல்லாம் என்ன பதில் சொல்றதுன்னு எனக்குப் புரியலே. ஆனா பெரிய திட்டத்தோடேயும் முன் யோசனையோடேயும் இதையெல்லாம் செய்யற மாதிரிதான் எனக்குத் தோணிண்டிருந்தது. ஏதோ ஒரு சபலத்திலே ஒருநாள் சாயங்காலம் இவர் என்னைக் காரிலே இழுத்துண்டு போனாரே – அதனாலே ஏற்படப்போற விளைவுகளைப் பத்தி யோசிக்காம இழுத்துண்டு போனரே– அது மாதிரியேதான் நானும் இவரைப் பிடிச்சுண்டு ஏதோ ஒருவகைச் சபலத்திலே இழுத்துண்டு வந்திருக்கேனோன்னு நெனச்சுக்கறேன்.

நான் ஏதோ ஒரு உண்மையை என்னை மீறி இவர்கிட்டே முன்பின் யோசிக்காம திடீர்னு இப்போச் சொல்றேன்:

ஏதோ ஒரு மயக்கத்திலே சொல்ற மாதிரி என்னை மீறிச் சொல்லிடறேன்.

"எனக்குக் கொஞ்ச நாளாகவே ஒரு பயம். என்னை யாராவது 'ரேப் பண்ணிடுவாளோன்னு நான் எப்பவும் பயந்துண்டு இருக்கேன். அப்படி யாராவது பலாத்காரமா கெடுக்க வந்தா நான் பணிஞ்சுடுவேனோங்கற பயம். அந்தப் பயத்தினால்தான் நான் உங்ககிட்டே வந்து ஒளிஞ்சிண்டேன்" – இதைச் சொன்ன உடனே இதை நான் சொல்லி இருக்கவேண்டாமேன்னு உதட்டைக்

கடிச்சுண்டு தலையைக் குனிஞ்சுக்கறேன். உடம்பெல்லாம் ஆடறது எனக்கு.

"டோண்ட் பி ஸில்லி"னு எனக்குச் சமாதானம் சொல்றார். "நீ என்ன அப்போ மாதிரி சின்னக் குழந்தையா? எனக்குச் சொல்றயே, அந்த மாதிரி – ஆர் யூ நாட் அன் அடல்ட்? நீ ஒரு ஆபீசர், படிச்சவள், பெரிய மனுஷி. எவன் வந்து உன்னை என்ன பண்ணிட முடியும்? அதுவும் உன் இஷ்ட மில்லாம ... இட் இஸ் ஏ பேஸ்லஸ் ஃபியர்! அனாவசியமான பயத்தை வளர்த்துக்காதே."

நான் அழறேன். கண் கலங்கி வழியறது. மனசின் அசுத்தம் பட்ட தண்ணீர். என் மனசு அசுத்தப்பட்டு இருக்குபோல இருக்கு. சமாளிச்சுண்டு கன்னத்தை அழுத்தத் துடைச்சுக்கறேன். துடைச்சுண்டே சொல்றேன்:

"ஒரு தடவை அப்படி ஆயிட்டதனால் எனக்கு என் மேலேயே நம்பிக்கையில்லை. அப்படி யாராவது என் இஷ்டத்துக்கு விரோதமா என்னை ஏதாவது செய்துடுவாளோன்னு பயம் வரது. அப்படி ஏதாவது நடக்கணும்னு என் தலையெழுத்து இருந்தா அது இன்னொருத்தனா இருக்க வேண்டாம்; நீங்களாகவே இருந்துடட்டும்னுதான் உங்களை நானே தேடிப் பிடிச்சேன் ..."

"டோண்ட் டாக் ஸச் நான்ஸென்ஸ். என்னோட கல்லறைக்கு இந்தப்புறம் அதுபோல நாளும் நடக்காது"ன்னு உறுதியா – இங்கிலீஷ்லே சொல்றார். நான் அவரை நிமிர்ந்து பார்க்கறேன் ...

"உனக்குத் தெரியுமா? நான் ஒண்ணும் பெரிசா யோக்யன் இல்லே. கண்ட கண்ட பொம்பளைங்களோட எல்லாம் போறவன்தான். ஆனா ஒண்ணு; ஒருத்தியோட இஷ்டமில்லாம இதுவரைக்கும் நான் யாரையும் தொட்டதுகூட இல்லே. அப்படி ஒரு தப்பு நான் உன் விஷயத்திலேதான் செஞ்சுட்டேன். அதுவும் நீ சம்மதிக்கறேன்னு தப்பா நம்பினதினாலேதான் – என்னாலே உன்கிட்டே அப்படி நடக்க முடிஞ்சது. நீ யோசிச்சுப் பாரு. அன்னைக்கு கூட நான் உன்னைக் 'கம்ப்பெல்' பண்ணினேனா? இதை ஒரு நியாயம்னு நான் இப்ப சொல்ல வரலே. அந்த அநியாயம் நடக்கறதுக்குக் காரணமா இருந்தது ஒரு தப்பான நம்பிக்கைன்னு சொல்றேன் ..." இவர் ரொம்ப நாழி மனசுக்குள் ளேயே யோசிச்சுண்டு இருக்கிறது மாதிரி இங்கிலீஷிலே பேசிண்டு இருக்கார்.

"அப்பவே நான் போதுமான அளவு கெட்டுப்போயிட்டவன். ஆனால் பக்குவமில்லாதவன். (அவர் இங்கிலீஷிலே சொல்லிண்ட

வார்த்தை: 'இம்மெச்யூர்ட்') அந்த அனுபவத்திலேயும் நான் விரும்பி மறுத்தவள்னு யாரும் கிடையாது. என்னோட சூழ்நிலை அப்படி இருந்தது... யூ நோ ஐ வாஸ்" இதைச் சொல்றபோது இவருக்குத் தொண்டை அடைக்கறது; கனைச்சுண்டு சொல்றார்: "ஐ வாஸ் ஸ்பாயில்ட் அட்மை டுவெல்வ்த் இயர்! – எஸ், பன்னெண்டு வயசு எனக்கு அப்போ!"

எனக்குத் தூக்கிவாரிப் போடறது. இதுக்கு மேலே ஏதாவது 'டீடெய்ல்டா சொல்லிடப் போறாரேன்னு அப்படியே கூசிப் போயிடறேன். நல்ல வேளை! அந்த விஷயத்தை அதோட விட்டுட்டு – சிகரெட் பத்த வெக்கறார். மொகத்தை அருவருப்பா வெச்சுண்டு என்னத்தையோ நெனச்சுப் பாத்துக்கறார். அவர் நெனைக்கிறதை நான் நெனைக்கறப்பவே எனக்கு என்னமோ மாதிரி இருக்கு.

நான் எதுக்கு இந்த மாதிரி விஷயம் பேசற எல்லையிலே இவரையும் இழுத்துண்டு வந்தேனோன்னு மனசிலே என்னையே நான் கண்டிச்சுக்கறேன். ஆனா இந்தக் கண்டிப்பு ஒரு பொய்யின்னு மனசிலே இன்னொரு பக்கம் உண்மை கண்ணைச் சிமிட்டிண்டு மினுக்கறது.

இவர் பெருமூச்சும் புகையுமா சேத்து விடறார். இப்ப பாக்கறச்சே இவர் சுவாசிக்கறதே புகைதானோன்னு தோண்றது. அந்த அளவுக்கு இவர் நிறைய சிகரெட் பிடிக்கிறார்.

"நான் 'மதர்லெஸ் சைல்டா' இருந்ததுதான் எல்லாத்துக்கும் காரணமாயிருக்கும். என்னை ஒரு ஆயாதான் வளர்த்தா. அம்மான்னு நெனைக்கறபோதெல்லாம் எனக்கு அவ ஞாபகந்தான் வருது. ரெண்டு வருஷத்துக்கு முந்தி தான் அவ செத்துப்போனா. அவளுக்கு ஒரு மக இருக்கா. இப்ப அவளுக்கு ஐம்பது வயசுக்கு மேலே ஆயிப் போச்சு. பேரன் பேத்தியோட எங்கேயோ இருக்கா. நீ பயப்படறியே அந்த மாதிரி ஐ வாஸ் ரேப்டு பை ஹெர்! ரொம்பச் சின்ன வயசிலேயே நான் கெட்டுப் போயிட்டவன். ஆனாலும் நான் யாரையும் கெடுத்தவன் இல்லே... பணம்! பணம்! தட் இஸ் தி டெவில்!... இல்லேன்னா எந்த ஹைஸ்கூல் பையனுக்கு 'கேர்ல ஃபிரண்ட்ஸ்' காலேஜ் லெவல்லே கெடைக்கறாள்? என் காரை நிறுத்தி 'லிப்ட்' கேக்கறவங்களும் இருந்தாளுங்க. ஐஸ்கிரீமும் மாட்னிஷோவும்தான் 'லைப்'லேயே பெரிய ரொமான்ஸ்னு நான் திரிஞ்சேன். அதனாலேதான் உன்னையும் அந்த மாதிரி நெனச்சேன். ஆனால் நான் யாரையும் கெடுத்ததில்லே. இப்பவும் நான் இப்படி ராத்தங்காம ஊர் மேயறனே – எதனாலே?... நான் தொடறதுனாக்கூட பத்மாவுக்குப் புடிக்க லேன்னு தெரிஞ்சப்பறம், அவ எனக்கு யாரோ ஆய்ட்டா.

அவ எனக்குப் பெண்டாட்டிதான். அதுக்காக நான் அவளைப் பலவந்தம் பண்ண முடியுமா? ஐ கென் – நாட் ரேப் எனி ஒன்! நோ, ஐ கென்நாட்"னு பல்லைக் கடிச்சுண்டு சொல்றார்.

எனக்கு இவர் பேசறதைக் கேக்கக் கேக்க வருத்தமா இருக்கு. கழுத்து நரம்பெல்லாம் வலிக்கிறது. அழுதால் தேவலாம்னு இருக்கு. அழுகை வரமாட்டேங்கறது.

நான் மனசுக்குள்ளே சிரிச்சுக்கறேன். அந்த சிரிப்புக்கு அர்த்தம் சந்தோஷமில்லை.

நான் விரும்பினாக்கூட இன்னொரு தடவை கெட்டுப் போறதுக்கு எனக்குத் தலைவிதி இல்லேபோலே இருக்கு. இவரைக் காதலிக்க முடியாத நானும், தன்னை விரும்பாதவாளைப் பலவந்தப்படுத்தத் தெரியாத இவரும் இவ்வளவு நெருக்கமா இருக்கறது எவ்வளவு சௌகரியமான சங்கடம்'னு நினைச்சு நான் சந்தோஷமில்லாமல் சிரிக்கிறேன்.

இவரை மாதிரியே பல்லைக் கடிச்சிண்டு நானும் மனசுக் குள்ளே சொல்லிக்கறேன். 'ஐ கென்–நாட் லவ் யூ.' அப்புறமா இவர் கிட்டேயே சொல்றேன்:

"என்னால் யாரையுமே லவ் பண்ண முடியாது."

"இஸ் இட்?" –'அப்படியா'ன்னு என்னைப் பார்க்கறார். அப்புறம் இங்கிலீஷ்லே சொல்றார்:

"ஐ ஸீ. யாரையும் லவ் பண்ற அருகதை உனக்கு இல்லேன்னு நீ நினைச்சுக்கறே. அது மட்டுமில்லை. நீ பலவந்தப் படுத்தப்படுவதற்குத்தான் லாயக்கானவள்னு உன்னைப் பத்தியே நீ அசிங்கமான கணக்குப் போட்டுட்டே. அதனாலேதான் அந்த மாதிரி ஏதாவது நடந்தும்னு நீ நினைக்கறே. அடுத்த (யூ ஷுட் நோ ஒன் திங். தட் வாஸ் நாட் எ ரேப்.) அன்னிக்கு காரிலே நடந்தது உன்னுடைய சம்மதத்தோடதான். அடுத்த நிமிஷமே அது உனக்குப் பிடிக்கலேன்னு எனக்குத் தெரியும். ஆனா அதுக்கு முன்னே, அதுக்கு முதல் நிமிஷம் நீ அதுக்குச் சம்மதிச்சேங்கறது பொய் ஆகக் கூடாது. நீ சம்மதிச்சுட்டதுக்கு உன்னுடைய அறியாமை காரணமா இருந்திருக்கலாம். நான் அப்பவே அதைப் புரிஞ்சிக்கிட்டேன். ஆனா அதுக்காக அதை ஒரு 'ரேப்'னு நினைக்காதே. அப்படி நீ நினைச்சதானலேதான் அதை உங்க அம்மா கிட்டே போய்ச் சொன்னே. (அண்ட் தேர் தி ட்ரபிள் ஸ்டார்ட்டட்!) எல்லாக் கஷ்டத்துக்கும் அது தான் காரணம். இன்னமும் அதே மாதிரிக் கற்பனையிலே நீ கஷ்டப்பட்டுக்கிட்டிருக்க வேண்டாம் இவ்வளவு தூரம் நீ என் கிட்டே சொல்றியே, நான் மட்டும் வேற மாதிரி அயோக்கியனா

இருந்தா– இதிலே, இந்த உன் கிட்டே நான் இப்பவும் 'மிஸ்பிகேவ்' பண்ண மாட்டேனா? அதுக்காக நீ இந்த வீக்னஸை மறைச்சு வச்சுக்கன்னு யோசனை சொல்லலே. உன் மனசிலிருந்து இந்தப் பலவீனத்தை வேரோட பிடுங்கி எறிஞ்சுடுன்னு சொல்றேன்." இவர் இங்கிலீஷ்லே சொன்ன வார்த்தை: 'யூ ஷுட் இராடிகேட் தட் வீக்னஸ் ஃப்ரம் யுவர் மைண்ட்."

நான் மனசிலே நெனச்சிக்கறேன்: 'அட அசடே! இதை நான் உன் கிட்ட சொல்றதே இந்த வீக்னஸ்லே நீ அட்வான்டேஜ் எடுத்துக்கோங்கறதுக்குத்தானே? இது புரியலையா?'

பளீர்னு எங்க மேல லைட்டை அடிச்சிண்டு ஒரு கார் வரது. நான் கண்ணை மூடிக்கறேன். கார் கிட்டே வந்த உடனே நான் அதைப் பார்க்கறேன். 'எல்' போர்டு போட்டிருக்கு. தலை நிறைய மல்லிகைப் பூவை வச்சுண்டு ஒரு மாமி ஓட்டறா. பக்கத்திலே மாமா உக்காந்திண்டிருக்கார். மாவு மிஷின் அரைக்கற மாதிரி 'ரோ'னு சத்தம் போட்டுண்டு எங்க கார் கிட்டே வந்து 'டப்'னு நின்னுடுத்து அந்தக் கார்.

அந்த மாமா பல்லைக் கடிச்சிண்டு அடிக்கப் போற மாதிரி கையை ஓங்கிண்டு திட்டறார்; "யூ ஃபூல்! கியரை மாத்தறப்போ க்ளட்சை மிதிக்கணும்னு எத்தனை தரம் சொல்றது?" தலையிலேயே வேற குட்டிட்டார்போல இருக்கு. இங்கே காரிலே மனுஷா இருக்கறதை மாமா பாக்கலே. மாமி அசடு வழியறதைப் பார்த்தாப் பாவாமா இருக்கு. மாமி இங்கே என்னைப் பாக்கறா. நான் அவாளைக் கவனிக்காத மாதிரி முகத்தைத் திருப்பிக்கறேன். இவர் எங்கே சிரிச்சிடுவாரோன்னு எனக்குப் பயமா இருக்கு. மாமி காரை ஸ்டார்ட் பண்ணிண்டு மறுபடியும் போறா. அந்தக் காரையே பார்த்துண்டு இருந்துட்டு இவர் என்கிட்டே கேக்கறார்:

"நீ டிரைவிங் கத்துக்க, நான் சொல்லிக் குடுக்கறேன். நம்ப சுபாஷ் இருக்கானே ... கால்கூட எட்டறதில்லே. இந்தப் பெரிய காரை ஓட்டணுமாம் அவனுக்கு. பத்மா நல்லா ட்ரைவ் பண்ணுவா. மஞ்சுவுக்கு கத்துக் குடுக்கறேன்னு கூப்புட்டா வர மாட்டேங்குது. நீயும் சேந்துக்கிட்டா அதுவும் கத்துக்கும்"னு ரொம்ப உற்சாகாமா சொல்றார்.

"முன்னெல்லாம் காலையிலேயும் சாயங்காலமும் நான் வாக்கிங் போவேன். இப்பல்லாம் அதுக்கு நேரமே இல்லே"ன்னு நான் நெனச்சதை வாய்விட்டுச் சொல்லிக்கறேன்.

"விடியக்காலையிலே எழுந்திரிச்சு பீச்சுக்கு வந்தா நல்லா இருக்கும் இல்லே; மஞ்சுவையும் இழுத்துக்கிட்டு வந்தா நல்லா

இருக்கும். அதுக்கு டிரைவிங் சொல்லிக் குடுக்கலாம். பீச் ரோடிலே இப்படீ கொஞ்சம் வாக்கிங் போகலாம். . .”னு யோசனை சொல்றார் இவர்.

நான் சிரிச்சுண்டே பதில் சொல்றேன்: “விடியக்காலம்பறன்னு ஒரு நேரம் இருக்கிறது உங்களுக்குத் தெரியுமா?”

“வாட் ஆர் யூ டாக்கிங்? – அநேகமா அந்த நேரத்துக்குத் தான் வீட்டுக்குத் திரும்பி வரேன். நான் வீட்டிலேயே இருந்தாக்கூட அந்த நேரத்துக்குத் முழிச்சுக்கறேன். நான் தூங்கறது போதையிலே தான். அது தெளியும் போதே எனக்கு முழிப்பு வந்துடும்”னு இவர் இங்கிலீஷ்லே சொல்றார்.

திடீர்னு இவரோட ‘ஹெல்த்’தை நினைச்சு நான் வருத்தப் படறேன். இவர் எவ்வளவு வேதனைகளை வெளியே சொல்லாம இயற்கையாக வர தூக்கம்கூட இவருக்குச் செயற்கையாகப்போச்சே! இப்படித் தினம், நாள் பூராக் குடிக்கறாரே! இதனாலே இவருக்கு உடம்பிலே என்னென்ன கோளாறுகள் இருக்குமோ? திடீர்னு ஒரு நாளைக்கு ஏதாவது வந்து படுத்துடுவாரோ?

“நீங்க உங்க டாக்டரை கன்ஸல்ட் பண்ணினீங்களா?”ன்னு கேக்கறேன்.

“ஓ எஸ்! குடிக்கறதை உட்டுடுன்னு சொல்றான். குடிக்கறதை உட்டுட்டு உசிரோட இருக்கறதைவிட குடிச்சிக்கிட்டே சாவலாம்னு இருக்குது எனக்கு. இட் இஸ் ஆல் ரைட்”னு ரொம்ப அலட்சியமா புகையை ஊதறார்.

தினந்தோறும் காலையிலே எழுந்து பீச்சுக்கு வரதுன்னு ரெண்டுபேரும் முடிவு பண்றோம். நானும் வரேன்னுசொன்னா மஞ்சுவும் வருவாளாம்! இவர் இதோ, இப்போ உட்கார்ந்திண் டிருக்கோமே இந்த உள் பக்கத்து ரோடிலே மஞ்சுவுக்கு டிரைவிங் சொல்லித் தருவாராம். நான் காந்தி சிலையிலேருந்து அயர்ன் பிரிட்ஜ் வரைக்கும் நெடுக வாக்கிங் போய்ட்டுத் திரும்பி இங்கேயே வந்துடுவேனாம். அப்பறம் எல்லாரும்மாச் சேந்து ‘டிரைவ்–இன்’லே போய்க் காபி குடிப்போமாம். எட்டு மணிக்கு இவர் என்னை ஆத்திலே வீட்டேட்டுப் போவாராம். பத்துமணிக்கு ஆபிசுக்குப் போறச்சே திரும்பி வந்து அழைச்சிண்டு போவாராம். காலையிலே அஞ்சரை மணிக்கு நான் ரெடியா இருக்கணுமாம்.

இப்பவே மணி ரெண்டு அடிக்கறது. தூங்கியே ஆகணும்னு இழுத்துப் போத்திண்டு படுத்துக்கறேன். ரொம்ப நாழி கண்ணை மூடிண்டு

இருக்கேன். எப்போ தூங்கினேன்னு தெரியலே. தூங்கினேனா? சும்மாப் படுத்துண்டு இருக்கேனான்னு தெரியலே.வாசல்லே ஹாரன் சத்தம் கேட்கறது. எழுந்து லைட்டை போடறேன். கண்ணாடியிலே முகத்தைப் பார்த்துக்கறேன். தூங்கின மாதிரியே தெரியலே. மஞ்சுவும் காரிலே உக்காந்திருக்கிறது ஜன்னல் வழியாத் தெரியறது. முதமுதல்லே நம்ப ஆத்துக்கு வந்திருக்காளே! உள்ளே கூப்பிடவேண்டாமா? ஜன்னல் வழியாப் பாக்கறேன். அவளும் என்னைப் பாத்துட்டு 'குட் மார்னிங்' சொல்றா.

"இன்னும் தூக்கமா? அஞ்சரை மணிக்கே ரெடியா இருக்கேன்னு சொன்னீங்களாமே? நவ் இட் இஸ் ஸிக்ஸ்"னு அங்கே இருந்தே கத்தறாள்.

நான் அவசர அவசரமாத் தலையை ஒதுக்கிண்டு கால்லே செருப்பை மாட்டிண்டு அறைக் கதவைத் திறக்கறேன்.

மாமா படுக்கையிலே எழுந்து கண்ணை மூடிண்டு உக்காந்துண்டு இருக்கார். ஜபம்! இதுதான் சமயம். இவர் கண்ணிலே படாம போயிடலாம். மஞ்சுவை ஆத்துக்குள்ளே கூப்பிட வேண்டாமா? திரும்பி வரச்சே பாத்துக்கறது.

அடுக்களையிலே குமுட்டியை வீசிறிண்டு இருந்த அம்மா ஹாரன் சத்தம் கேட்டு, இவளைத் தான் யாரோ வந்து கூப்பிட்ட மாதிரி கூடத்துக்கு ஓடி வரா. என்னைப் பார்த்துட்டுக் கூடத்திலேயே நின்னுடறா.

"நான் கொஞ்சம் வெளியிலே போறேன், எட்டு மணிக்குள்ளே வந்துடுவேன். மாமா கிட்டே சொல்லு"ன்னு சொல்லிண்டே வாசற் கதவைத் திறந்துண்டு வெளியே வரேன்.

அதோ அந்தரத்திலே கோலம் போட்டுண்டு இருக்கறவள், இதோ இன்னொரு ஆத்திலே பால் கறந்துண்டு இருக்கற இடத்திலே பாத்திரத்தை வச்சிண்டு நிக்கறாளே இவள், எல்லாரும் என்னையே பார்க்கறாளே! 'டக்'னு அந்த எதிர் ஆத்து ஜன்னலும் திறக்கிறது, என்னைப் பாக்கற ஒரு முகம் தெரியறது.

நான் கார்லே பின் ஸீட்டிலே உக்காந்துண்டுடறேன்.

"உங்க வீடு சின்னதா அழகா இருக்குதே"ன்னு சொல்றா மஞ்சு.

"உள்ளே கூப்பிடலாம்னுதான் பாத்தேன். இப்பவே 'லேட்' ஆயிடுத்தே. திரும்பி வரப்போ நீ உள்ளே வந்துட்டுத்தான் போகணும்."

“ஓ எஸ், எனக்கு இந்த மாதிரி சின்ன வீடுதான் பிடிக்குது. எங்க வீட்டைப் பாருங்க. ‘பீஸ் ஸால் பாத்’ பங்களா மாதிரி இருக்குது. அப்பா நாம்ப அந்த அடையாறுவூட்டுக்குப் போயிடாலாமே!”

“அதெல்லாம் உங்க அம்மா கையிலே சொல்லு”ன்னு அசுவாரசியமா சொல்லிண்டே காரை ஓட்டிண்டு இருக்கார். வாயிலே புகையறது.

“அதுதான் நடக்காதுன்னு தெரிஞ்ச சங்கதி ஆச்சே. அம்மாவாவது இந்த வூட்டை வுட்டுக் கிளம்பறதாவது?”

“அப்போ ‘கம்’னு இரு.”

“ஏன்? உங்க அம்மா கிளம்பாட்டா என்ன? நீ கல்யாணம் பண்ணிண்டு புருஷன் வீட்டுக்கு போறச்சே சின்னதா அழகா ஒரு வீடு பாத்துக்கலாமே”ன்னு நான் பரிகாசம் பண்றேன். அவள் ஒண்ணும் அதுக்கு வெக்கப் பட்டுக்லே.

“ஏனாம்? நான் கல்யாணம் செய்துகிட்டா இங்கேயே இருப்பேனா? ஒன் இயர் ஹனிமூன்! எங்கேயாவது ஸ்விட்ஸர்லாண்ட்லேயோ, பாரிஸ்லேயோ போய் இருக்க மாட்டேனா? இல்லே அப்பா?”

“ஓ எஸ். அப்பவும் உங்க அம்மாவைக்கூட இட்டுக்கினு போவாதே”ன்னு சிரிக்கறார்.

“அப்பா. நீங்களும் அம்மாவும் ஹனிமூனுக்கு எங்கே போனீங்க”ன்னு இவரை வார்றதுக்கு ஆரம்பிக்கறா மஞ்சு.

“போனமே ஊட்டிக்குப் போனோம். எங்கே போய் என்னா பண்றது? வரும்போது சண்டை போட்டுக்கினுதான் வந்தோம்”னு ரொம்ப சாதாரணமாச் சொல்றார்.

ஐ.ஜி. ஆபிஸுக்கு முன்னாலே கார் போய் நிக்கறது. என்னை வாக்கிங் போறதுக்கு இறக்கி விட்டுடறார்.

நான் காரைவிட்டு இறங்கி கீழே நிக்கறச்சே மஞ்சு புதுசா ஒரு ஐடியா சொல்றா: “அப்பா! மூணு பேருமே வாக்கிங் போகலாம்ப்பா. டிரைவிங் அப்புறம்கூடக் கத்துக்கலாம். நான் டிரைவர்கிட்டே கத்துக்கறேன். வாக்கிங் போனா உங்களுக்கு ரொம்ப நல்லது. ஃபிஸிகல் எக்ஸர்ஸைன்னு ஒண்ணுமே கிடையாது. உங்களுக்கு. கமான்!”னு கையைப் பிடிச்சு இழுக்கறா.

“ஐயையோ! நம்மாலே முடியாதுபா. இங்கேருந்து அயர்ன் ப்ரிட்ஜ் வரைக்குமா? மை குட்னஸ்! நோ! வேண்ணா நீ போ”ன்னு சின்னப்பிள்ளை மாதிரி கத்தறார்.

“இல்லே. மஞ்சு இஸ் ரைட். நடந்திங்கன்னா யூ வில் என்ஜாய் இட்”னு நானும் சொல்றேன். கொஞ்ச நாழி யோசிச்சிட்டு, ‘சரி’னு கீழே இறங்கிக் கையிலே சிகரெட்டை எடுத்துண்டு காரை ‘லாக்’ பண்ண போறார்.

“நோ சிகரட்ஸ்”னு சொல்லி அதை உள்ளே வச்சுப் பூட்டச் சொல்றேன். அவருக்கு முகமே மாறிப் போறது. இருந்தாலும் நான் சொல்றது நியாயம்தானேன்னு உள்ளே வச்சுட்டுக் காரை லாக் பண்றார்.

பேவ்மென்ட்லே ஒரு சப்பாணி பிச்சைக்காரன் உக்கார்ந் திருக்கான். ஐ ஆம் ஸாரி. அவன் சப்பாணிதான். பிச்சைக்காரன் இல்லே. அவன் யாரையும் பார்த்துக் காசு கேக்கலே. சும்மாப் பாத்து ‘விஷ்’ பண்ணிண்டே சிரிக்கறான். இவர் பர்ஸிலேருந்து அவனுக்குக் காசு எடுத்துத் தரார். அவன் வாங்கிக்கறான்.

“காலையிலே முதல் காரியம் தர்மம் பண்றதுபோல இருக்கு”ன்னு மஞ்சு கேலி பண்றா.

“என்ன? என்ன தப்பு அதிலே? இனிமே தினம் காலையிலே முதல் காரியமா இங்கே வந்து இவனுக்குக் காசு குடுக்கத்தான் போறேன். அப்புறம் செய்யற மத்த காரியம் எப்படி இருந்தாலும், முதல் காரியமாவது நல்லதா இருக்கட்டுமே!”

ரெண்டு பேருக்கும் விவாதம் ஆரம்பமாயிடறது. மஞ்சு சொல்றா: “எனக்கு இதிலெல்லாம் நம்பிக்கை இல்லே.”

“இதிலே நம்பறதுக்கு என்னா இருக்குது?”

“இந்த மாதிரி பிச்சை குடுக்கறதினாலேயே பெரிசா புண்ணியம் வந்துடும்னோ, பொருளாதாரப் பிரச்சனை தீர்ந்துடும்னோ நான் நம்பலே.”

“ஹ௵ட் ஸெட் ஸோ? உங்க வூட்டுக்கு ஒருத்தர் வராரு. ‘காபி குடிங்க’னு சொல்றோம். அவருக்குக் காபியே கிடைக்கலேன்னா நம்ப வூ டுக்கு வராரு? அப்படியே காப்பிக்கு வழி இல்லாதவரா இருக்காருன்னே வச்சுக்க. நாம்ப குடுக்கறதில்லேயா அவருக்கு, நீ சொல்றியே பிரச்சனை அது தீந்து போவப் போவுது? இதெல்லாம் ‘மானர்ஸ்’ அம்மா. ஒரு ஃபிரண்டைப் பாத்தா காபி சாப்பிடக் கூப்பிடறோம் பாரு. அது மாதிரி ஒரு... ஒரு ஏழையைப் பாத்தா இதைச் செய்யணும்...”

“ஊரிலே எவ்வளவு ஏழைங்க இருக்காங்க தெரியுமா? எல்லாருக்கும் குடுங்களேன் போய்.”

"எதுனா தொண தொணன்னு ஆர்க்யூ பண்ணாதே– உனக்குத்தான் தெரியும்னு. எல்லாருக்கும் எல்லாரும் இது மாதிரி குடுத்துக்கினுதான் இருக்காங்க. இதனாலேயே எல்லாம் சரியாப் பூடும்னு யார் சொன்னது? நான் குடுத்ததையும் அவன் வாங்கினதையும்விட இந்த உன் ஆர்க்கியுமெண்ட் இருக்குதே அதான் பிச்சைக்காரத்தனமா இருக்குது. தொட்டத்துக்கெல்லாம் பெரிசா ஆர்க்யூ பண்றது இப்போ ஒரு ஃபாஷனாப் போய்டிச்சி."

"ஆர்க்யூ பண்ணுங்கோ. நான் வேண்டாம்னு சொல்லலே. வாக்கிங் போறச்சே வேண்டாம். கொஞ்சம் நடையை ஸ்பீட்–அப் பண்ணுங்க. திரும்பி வரச்சே நன்னா வேர்த்திருக்கணும். அப்போதான் வாக்கிங் போறதுக்குப் பலன்" – நான் கண்டிப்பாச் சிரிச்சிண்டே சொல்றேன்.

மூணு பேரும் வேகமாகக் கைையை வீசி வீசி நடக்கறோம்.

19

வெங்கட்ராம ஐயர் தனியாக வாக்கிங் போய்விட்டு வருகிறார். வந்து குளித்துத் திருநீறு அணிந்து ஆசார அனுஷ்டானங்களையெல்லாம் முடித்துக் காபி குடித்த பின் கையில் பேப்பருடன் ஹாலில் வந்து உட்கார்ந்தபோது நேற்று மாலை கங்கா வருகிற வரை பேசிக்கொண்டிருந்து பாதியில் நிறுத்திவிட்ட விருத்தாந்தங்களைத் தூணோரமாக வந்து நின்று தொடர்கிறாள் கனகம். அவள் மனம் எப்போதும் அதுபற்றியே நினைத்து நினைத்துக் கலங்கி இருப்பதால், பேசக் குரல் திறந்த மாத்திரத்தில் கண்கள் பெருகி வழிய ஆரம்பிக்கின்றன. சேலைத் தலைப்பால் துடைத்தவாறே சொல்கிறாள்:

"அண்ணா நீங்க ஊருக்குப் போறத்துக்குள்ளே ஏதாவது ஒரு வழி பண்ணிட்டுப் போகணும். எனக்கு வெளியே தலை காட்ட முடியலே. இந்தப் பொண்ணாலே நான் பட்ட அவமானமெல்லாம் போறாதா? எனக்கொண்ணும் அவகிட்டப் பேச முடியல்லே. கணேசன் வந்து வந்து என்னைக் கேக்காத கேள்வியெல்லாம் கேட்டுட்டுப் போறான். அவன் கிட்டேயும் எனக்கு வாயைத் தெறக்க முடியலே. என் தலை எழுத்தைப் பார்த்தேளா? இப்படியொரு பெண்ணையும் பிள்ளையையும் பெத்து – ரெண்டு பேராலேயும் சொகப்பட முடியலேன்னாலும் போகட்டும் – அவமானப்பட்டுண்டு, வார்த்தைகள் கேட்டுண்டு–இப்படியொரு ஜென்மம் வேணுமான்னு தோணறது. . ."

கனகம் பேசிக்கொண்டே, துயரம் மிகுந்து, பேச்சுத் தெளிவற்றுக் குழம்ப அழுகிறாள். வெறும்

அழுகையே எஞ்சுகிறது. வெங்கட்ராம ஐயர் மௌனமாகக் கையில் விரித்த பேப்பருடன் அவளைப் பார்த்துக் கொண்டிருக்கிறார். அவள் நிலை அவர் மனசுக்கு மிகவும் பரிதாபமாக இருக்கிறது.

"சரி, இப்ப நீ எதுக்கு அழறே? அழுது, புலம்பி, வருத்தப் பட்டுண்டு என்ன பண்றது? தலையெழுத்தை மாத்தியா எழுத முடியும்?" என்று ஏதோ சமாதானம் கூறிக் கனகத்தைத் தேற்றுகிறார்.

"ஏதோ ஒரு தடவை புத்தி கெட்டுப்போய் என்னமோ நடந்துட்டாலும், என் பொண்ணை மாதிரி உண்டான்னு தலை நிமிர்ந்து நடந்துண்டு இருந்தேனே..." என்று, நெஞ்சில் கை வைத்துப் பிரலாபிக்கிறாள் கனகம்.

"என்ன பண்ண முடியும் சொல்லு? முன்ன மாதிரி சின்னக் குழந்தையா, அவள்? அவகிட்டே நல்லதனமாப் பேசித்தான் சரிப்படுத்தப் பாக்கணும். அதுக்கும் மேலே அவ தன் வழியிலே பிடிவாதமா இருந்தால் நாமதான் நம்ம வழியெப் பாத்துக்கணும்..." என்று, பேசுகிற விஷயத்தில் பிடி இல்லாமல் – அவளை மாற்ற முடியும் என்கிற நம்பிக்கை அவருக்கு இல்லாததால் – சுரமிழந்து சொல்கிறார்.

"அப்படீன்னா இவளைத் தலை முழுகிட்டுப் போயிட வேண்டியதுதானா? இதுக்குத்தானா அத்தனை கஷ்டப்பட்டுத் தனி மனுஷியா, ஊரையும் உலகத்தையும் எதிர்த்துண்டு இவளோட நான் வந்தேன்! நீங்க செஞ்ச உதவிக்கெல்லாம் இவ உங்களுக்குக் காட்ற மரியாதை இதுதானா? நன்றி கூட வேண்டாம். மரியாதை வேண்டாமா? இந்த நியாயத்தை மனுஷா கேக்காட்டாலும் தெய்வம் கேக்கும். இவளைத் தெய்வம் தான் கேக்கணும்" என்று தன் வசமிழந்து சபிக்கிற மாதிரி துயரமும் அழுகையுமாய்க் குரல் உயர்த்தி அவள் பேசியபோது மாமா குறுக்கிட்டு,

"இந்தா கனகம்! அப்படியெல்லாம் சொல்லப்படாது. பெத்த பொண் தப்புப் பண்ணிணா அடிக்கலாம்; தண்டிக்கலாம்; சபிக்கப்படாது..." என்று அவளை அடக்குகிறார்.

"நான் என்ன பண்ணுவேன்? வயத்தெ எரியறதே! நான் என்ன பாவம் பண்ணினேனோ இப்படி ஒரு கர்மத்தை தினம் பார்த்துண்டு இருக்கேனே? இப்ப எட்டு மணிக்கு வருவாளாம். நீங்களே பாருங்கோ. அவனும் அவன் மூஞ்சியும்... எப்போப் பாத்தாலும் வாயிலே கொள்ளியெ வெச்சுண்டு வந்து நிக்கறதைப் பாத்தா உங்களுக்கும் அப்படித்தான் எரியும்" என்று சொல்லிக்கொண்டு இருந்தவள் கொஞ்சம் அவரருகே குனிந்து ரகசியமாய்ச் சொல்லுகிறாள்:

“ஏதோ நம்மளவனா இருந்தாலும் பரவாயில்லே. கல்யாணம் ஆகி இருந்தவனா இருந்தாலும் இவன் மொதல் பொண்டாட்டி கால்லே கையிலே விழுந்தாவது அவனுக்கே பண்ணி வெச்சுடலாம். இவனைப் பார்த்தால் என்னமோ ஜாதி கெட்டவன் மாதிரித் தோணறது. இந்தப் பொண்ணுக்குப் போயும் போயும் புத்தி போன போக்கைப் பாத்தேளா? நீங்க சொல்வேளே... இவளுக்கு ஸ்திரபுத்தி கெடையாதுன்னு. அப்பல்லாம், ‘என்ன? அண்ணா இப்படிச் சொல்றாரே!’ன்னு இருக்கும். இப்பன்னா தெரியறது. இந்த விவஸ்தை கெட்டவளை நன்னாப் புரிஞ்சிண்டுதான் நீங்க சொல்லி இருக்கேள். ராத்திரி நீங்கள் இன்னும் கடுமையா அவளைக் கண்டிப்பேள்னு நெனச்சேன். இப்ப வருவா. அவனும் வருவான். நீங்கதான் இந்த வீட்டுக்குத் தலைவர். நீங்க பாத்து, ஆதரிச்சு, வளத்து, ஆளாக்கின பொண்ணு தான் அவள். அந்த உரிமையோட சொல்லுங்கோ. அவனை இந்த ஆத்து வாசல் பக்கம் வரப்படாதுன்னு சொல்லி வையுங்கோ. இவளுக்கும் இதெல்லாம் மரியாதை கெட்ட காரியம்னு புரிய வையுங்கோ. ஆம்பிளை இல்லாத வீடுன்னு நெனச்சுண்டு இருக்கான்போல இருக்கு. நீங்க கண்டிச்சேள்னா அவனே இந்தப் பக்கம் திரும்பாமல் போய்டுவான்” என்று வசதியாக அவருக்குக் கனகம் சொல்லிக் கொடுக்கிறாள்.

வெங்கட்ராம ஐயர் அவளது பேதைமைக்காக மனத்துள் சிரித்துக்கொள்கிறார்.

வெங்கட்ராம ஐயர் சிறிது நேரம் கண்களை மூடி யோசிக்கிறார். தோற்றுத்தான் போகும் என்று முடிவான வழக்குக்கு வாதாட வேண்டிய கடமையின் கனத்தைச் சுமக்கிற அலுப்போட பெருமூச்செறிந்தவாறு கசந்த புன்னகையோடு கண்ணைத் திறந்து அவளைப் பார்க்கிறார். ஏதோ சொல்லவாயெடுக்கறார். வெளியிலே கார் சத்தம் கேட்டு இருவரும் பார்க்கின்றனர். பேச்சு நிற்கிறது. கனகம் உள்ளே போகிறாள்.

வாக்கிங் போய்ட்டு வரபோது ‘ட்ரைவ்–இன்’னுக்குள்ளே இவர் காரைத் திருப்பினார். நான்தான் வேண்டாம்னுட்டேன். எங்க ஒரிஜனல் பிளான் என்னவோ வாக்கிங் போய்ட்டு வரச்சே ட்ரைவ்–இன்லே போய்க் காபி குடிக்கறதுதான். ஆனா முதல் தடவையா வீட்டுக்குவந்த மஞ்சுவை வாசலோட அனுப்ப வேண்டாம், ஆத்துக்கே வந்து எல்லாரும் காபி சாப்பிடலாம்னு நான் தான் புரோகிராமை மாத்தினேன். இவர் உடனே ‘சரிசரி’ன்னுட்டார். மஞ்சுவுக்கு வீட்டுக்குள்ளே வந்து பாக்கணும்னு ஒரு க்யூரியாஸிடி போல இருக்கு!

நாங்க வரபோது இவ்வளவு நேரம் மாமாகிட்டே நின்னுண்டு கதை பேசிண்டு இருந்த அம்மா, காரைக் கண்டதும் மூஞ்சியைத் திருப்பிண்டு உள்ளே போறா. என்ன கதை பேசி இருப்பா? திரும்பத் திரும்ப என் கதையைத்தான் பேசி இருப்பா.

மாமா பேப்பரைக் கையிலே மடிச்சிண்டு இந்த ஜென்டில்மேனை வரவேற்கறதுக்குத் தயாரா எழுந்து நிக்கறார். இவர் ஒரு நிமிஷம், யாரோ ஒரு புது மனுஷரை வீட்டிலே பாத்துட்டுத் தயங்கி நிக்கறார். இவர் தயக்கத்தைப் புரிஞ்சிண்டு நான் மெதுவா இவருக்கு மட்டும் கேக்கற மாதிரிச் சொல்லி வைக்கிறேன்:

“எங்க மாமா, ஊரிலேருந்து வந்திருக்கார்”னு சொல்லிட்டு மஞ்சுவைக் கையைப் பிடிச்சு உள்ளே அழைச்சிண்டு போறேன்.

இவரைப் பத்தியோ, என்னைப் பத்தியோ ஒண்ணுமே தெரியாதவர் மாதிரி, ஏதோ கல்யாண வீட்டு வாசல்லே நின்னு வர்ற பேரை வரவேற்கிற மாதிரி மலர்ந்த முகத்தோட நிக்கறார் மாமா.

நான் மாமாவுக்கு இவாளை அறிமுகப்படுத்தி வைக்கறேன்.

“மாமா! இவர் என் ஃபிரண்ட் மிஸ்டர் பிரபாகரன். இது இவரோட பொண்ணு. . . மஞ்சு.”

மாமா அவாளை சந்தோஷமா ‘விஷ்’ பண்றார் ‘வாங்கோ வாங்கோ’ன்னு கூப்பிடறார்.

“குழந்தை காலேஜ்லே படிக்கறளா?”னு மஞ்சுவைப் பத்தி விசாரிக்கிறார். “உக்காருங்கோ”ன்னு எல்லாரையும் ஹாலுக்கு அழைச்சிண்டு போறார். நான் அடுக்களைக்குப் போய் அம்மா கிட்டே காப்பிக்குச் சொல்றேன். அவள் ஒண்ணும் பதில் சொல்லலை. காபி போட ஆரம்பிக்கறாள்.

நான் ஹாலுக்கு வந்து மஞ்சுவை என் ரூமுக்கு அழைச்சிண்டு போறேன். மாமாவும் இவரும் வாக்கிங் போறதைப் பத்திப் பேசிண்டு இருக்கா.

இவர் பள்ளிக்கூடத்துக்குப் பையன் மாதிரி பய பக்தியோட உக்கார்ந்து அவர் கேக்கறதுக்கெல்லாம் பதில் சொல்லிண்டிருக்கார்.

மஞ்சு ரூமுக்குள்ளே வந்து என்னுடைய புஸ்தக அலமாரியை ஆராயற: “உங்க வீடு ரொம்பப் பிடிச்சிருக்கு. இந்த மாதிரி சின்ன வீடா, சின்ன ரூமா இருந்தா எனக்குப் பிடிக்குது. நீங்க நீட்டா வெச்சிருக்கீங்க . . . ஓடவ்ஸ் உங்களுக்கு ரொம்பப் பிடிக்குமா?

எல்லாம் இருக்குதுபோல இருக்கே! உங்ககூடப் பழகறப்போ நீங்க ஓடவ்ஸ் படிப்பீங்கன்னு தோணவே இல்லே."

"ஏன்?"னு கேக்கறேன்.

"உங்களுக்கு ஸீரியஸ் ரீடிங்தான் பிடிக்கும்னு நானா நினைச்சுக்கிட்டேன்."

நான் இதுக்கு ஒண்ணும் பதில் சொல்லலே. கையிலே ஒரு புஸ்தகத்தை எடுத்து வச்சுண்டு நின்ன நிலையிலேயே படிக்க ஆரம்பிச்சுடறா மஞ்சு.

"உனக்கு வேணுமானால் நீ அதை எடுத்துண்டு போய்ப் படிக்ச்சுட்டுக் குடேன்"னு சொல்றேன்.

"தாங்க்ஸ்"னு சந்தோஷமா புஸ்தகத்தை மூடி வச்சுக்கறா: "உங்ககிட்டே இவ்வளவு புஸ்தகம் இருக்கும்னு நான் நினைக்கவே இல்லே"ன்னு சொல்லிண்டு கட்டில்லே என் பெட்லே உக்கார்ந்துட்டு, 'ஐ யாம் ஸாரி'ன்னு எழுந்திருக்கறா.

"நோ,நோ! இட் இஸ் ஆல்ரைட்"னு சொல்லி நான் அவளைக் கட்டில்லேயே உக்காத்தி வெக்கறேன்.

"நான் மட்டும் உங்க வீட்டுக்குத் தினம் தினம் வரேனே. இனிமே நீ இங்கே வாயேன். நாம்ப பேசிண்டிருப்போம்."

"ஓ எஸ்!" – மறுபடியும் புஸ்தகத்தைப் பிரிச்சுக்கறா.

இந்நேரம் காப்பி ரெடி ஆயிருக்கும். ரெடி ஆயிடுத்துங்கற மாதிரி என்னமோ சத்தம் கேக்கறது – கூஜாவிலே சக்கரைக் கரண்டியைப் போட்டுக் கலக்கற சத்தம்!

நான் உள்ளேபோய், அம்மா வரிசையா காபி ஊத்தி வச்சிருக்கற தம்ளர்களை ஒரு தட்டிலே எடுத்து வச்சுக்கறேன்.

"மாமாவுக்கு?"

"அவர் இப்பத்தானே சாப்பிட்டார்."

"பரவா இல்லே, இன்னொரு தம்ளர் குடு" – அதையும் வாங்கி வச்சுண்டு தட்டைக் கையிலே ஏந்திண்டு ஹாலுக்கு வரேன். மனசுக்குள்ளே என்னை யாரோ பெண் பார்க்க வந்திருக்கறமாதிரி விசித்தரமா நினைச்சுண்டு நானே சிரிச்சுக்கறேன்.

மஞ்சுவும் அறைக்குள்ளேயிருந்து வெளியே வந்து ஹாலிலே உக்காந்துக்கறா. 'இந்த அம்மா ஏன் வெளியே வராம அடுக்களைக்குள்ளேயே இருக்கா?'ன்னு நினைச்சுண்டு நானும்

மஞ்சுவுக்குப் பக்கத்திலே அந்த சோபாவிலே உக்கார்ந்து காபி சாப்பிடறேன்.

அடுக்களை வாசல்லே அம்மா நிக்கறது தெரியறது. இவாளை அறிமுகப்படுத்திக்கறதுக்கு அவளுக்கு இஷ்டமில்லைன்னு தெரியறது. மாமா எங்களை என்னமோ விசாரிக்கப் போறார். அதைக் கவனிக்கணும்கிறதுக்குத்தான் அவ அங்கே வந்து நின்னுண்டு இருக்கா. எனக்குத் தெரியும் – மாமா இப்போ ஒண்ணும் கேக்கமாட்டார்னு. இப்போ என்ன? எப்பவுமே மாமா இவரை ஒண்ணும் கேக்கமாட்டார்னு எனக்குத் தெரியும். பொதுவா விஷயமில்லாமல் – ஏதாவது பேசணுமேன்னு இவர் என்னமோ கேக்கறார்; அவர் என்னமோ சொல்றார்.

நான் மஞ்சுவை அழைச்சுண்டுப்போய் வீடு பூரா காண்பிக்கிறேன். முதல்லே மாடிக்குப் போறோம். மொட்டை மாடியிலே நின்னுண்டு பார்த்தா, எல்லா வீடும் தெரியறது. நான் பகல்லே இங்கே வரதே இல்லை. மஞ்சு ரொம்பக் குதூகலமா நிக்கறா. இந்த வயசிலே எல்லாமே குதூகலமாத் தான் இருக்கும்.

திடீர்னு நினைச்சுக்கறேன். மணி எட்டரை ஆயிடுத்து. இன்னும் நான் குளிக்கக்கூட இல்லே. இன்னிக்குத் திங்கக்கிழமை. ஆபிஸ் இருக்கு!

"உனக்கு இன்னிக்குக் காலேஜ் இல்லையா?"ன்னு கேக்கறேன். மூணாவது ஆத்து மாடியிலே வடாம் புழியறதை வேடிக்கை பார்த்துண்டே சொல்றாள் மஞ்சு:

"மத்தியானம்தான் போகப்போறேன்."

"ஏன்?"

"மத்தியானம் டெஸ்ட்; இதுவரை ஒண்ணும் ப்ரிப்பேர் பண்ணவே இல்லே. படிக்கணும்"னு புறப்படறதுக்குப் பரபரக்கிறாள்.

"நேத்திக்கெல்லாம் என்ன பண்ணினே?" – என்ன எனக்கு இவ்வளவு அதிகாரம்னு நினைச்சுக்கறேன்.

அவளும் ரொம்பப் பணிவா சொல்றா: "நேத்திக்கு சாயங் காலம்வரைக்கும் நீங்க இருந்தீங்களா? அதுக்கு அப்புறம் படிக்கலாம்னு போய் உட்கார்ந்தேன். அம்மா சினிமாவுக்குப் புறப்பட்டாங்க. நாளைக்கு படிச்சிக்கலாம்னு நானும் அவங்க ளோட ஒட்டிக்கிட்டேன். இப்போ வாக்கிங் வந்தாச்சி. சரி சரி! நான் புறப்படறேன்"ன்னு மாடிப் படியிலே இறங்கி ஓடறாள். நான் அவள் பின்னாடியே வந்து –

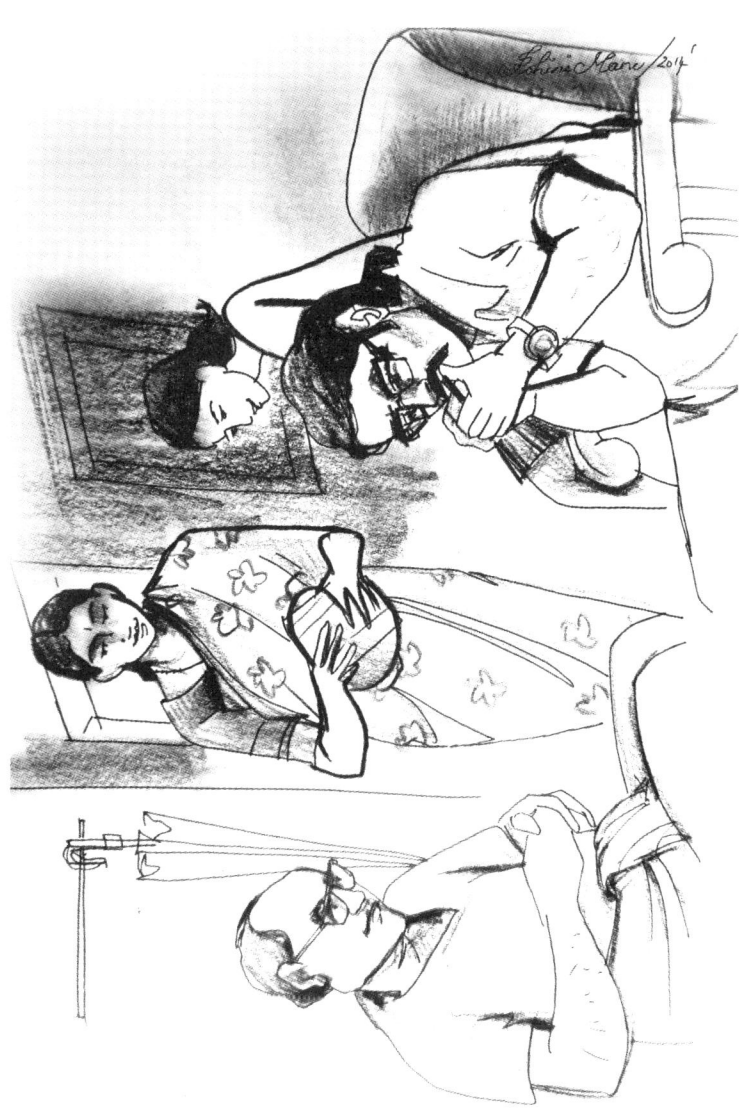

"மீட் மை மதர்"னு அடுக்களைக்குக் கூட்டிண்டு போறேன். இவள் எங்கே அடுக்களைக்கு உள்ளேயே வந்துடுவாளோன்னு புரிஞ்சுண்டு அம்மா வந்து வாசற்படியிலே வழிமறிச்சமாதிரி நின்னுக்கறா. மஞ்சு ரொம்பப் பய பக்தியோட அம்மாவைக் கைகூப்பி நமஸ்காரம் பண்றாள். அம்மா அசடு வழியச் சிரிச்சுக்கறா.

"அப்பா! போகலாமா? எனக்கு டெஸ்டுக்குப் படிக்கணும்."

எப்போ வந்து இவள் கூப்பிடுவான்னு காத்துண்டிருந்த மாதிரி புறப்படறார் இவர்.

"உங்களை மீட் பண்ணினதிலே ரொம்ப சந்தோஷம்"னு எழுந்து அவாளை வழியனுப்பறார் மாமா. நான் அம்மா மூஞ்சியைப் பாக்கறேன். அவளுக்கு மாமா இப்படி இருக்கறது ஒண்ணும் புரியலே போல இருக்கு. இந்தப் பத்து நிமிஷத்திலே இவரை முழுக்க முழுக்க ஸ்டடி பண்ணியிருப்பார் மாமா. அதுக்காகத்தான் இவரை மீட் பண்ணணும்னு என்கிட்டே சொன்னார்.

சாயங்காலமோ ராத்திரியோ என்கிட்டே இதைப் பத்தித் தனியாப் பேசுவார். அவர் எந்த நேரத்திலே பேசினாலும் அது எனக்கு உதவும்.

இவாளைக் கார்லே ஏத்திட்டு நான் காம்பவுண்ட் கேட் பக்கம் நிக்கறேன். காரை ஸ்டார்ட் செய்யற போது இவர் என்கிட்டே சொல்றார்:

"ரெடியா இரு! பத்து மணிக்கு வரேன்."

மஞ்சு கையை ஆட்டறாள். 'கேட்'டை மூடிக் கொக்கி போட்டுட்டு நான் வரபோது அதுவரைக்கும் வாசல்லே நின்னுண்டு இருந்த மாமா எனக்கு முன்னாலே உள்ளே போயிண்டு இருக்கார். ஹால்லே போய் உக்கார்ந்து என்கிட்டே ஏதாவது பேச ஆரம்பிச்சுடுவாரோன்னு பயப்படறேன். வேற எதுக்கும் இல்லே. இப்பப் பேச ஆரம்பிச்சுட்டார்னு பத்து மணிக்குள்ளே நான் ரெடியாக முடியாதே!

நேரமாகறது. குளிக்கறதுக்கு ரெடி பண்றேன். அவர் பேச ஆரம்பிச்சு, அந்தச் சம்பாஷணையிலே சிக்கிக்காமல் தப்பிச்சுக்கறதுக்கு ஒளிஞ்சிக்கறவ மாதிரி, பாத்ரூமுக்குள்ளே போயிக் கதவை மூடிண்டுடறேன்.

அம்மா அடுக்களையிலே சமையல் வேலையைச் செஞ்சுண்டே என்னமோ பொலம்பித் தீர்க்கறா. இங்கே ஹால்லே

இருக்கற மாமா காதிலேயும் விழணும்னு ரொம்ப இரைஞ்சு பேசறாள். தொண்டையைக் கிழிச்சுண்டு கத்தறாள். இவ்வளவு உச்ச ஸ்தாயிலே அம்மா பேசினதே கெடையாது. எப்பவாவது கணேசன் வந்து இவ வயத்தெரிச்சலைக் கொட்டிக்கறபோது கத்தி இருப்பாள். மாமா இருக்கிற போது மரியாதை இல்லாமல் இவள் கத்தினதே கெடையாது. அம்மா கத்தறாள்! மாமாவும் இவரோட பேசிண்டு ஒண்ணாக் காபி சாப்பிட்டது அவளுக்கு மனசு தாங்கலே போல இருக்கு.

அம்மா கத்தறாள். நான் உடம்பிலே ஊத்திண்ட ஜலத்தோட, சோப்புக்கூடத் தேய்ச்சுக்காம அவ என்னதான் சொல்றாள்னு கவனிக்கறேன்.

அம்மா கத்தறாள்: "எனக்கு மாசம் அம்பது ரூபா குடுத்துடச் சொல்லுங்கோ. நான் என் பிள்ளையோட போயிடறேன். நான் பெத்த தோஷத்துக்கு அவன் எனக்குக் கஞ்சி ஊத்தாம விட்டுடமாட்டான். இவளுக்காக அவனை விரோதம் பண்ணிண்டு வந்தேனே, எந்த மொகத்தோட அங்கே போய்ச் சொந்தம் கொண்டாடறது? சும்மாப் போய் அவனுக்குப் பாரமாய் உக்காந்துண்டா அவ இடிச்சுக் காட்டமாட்டாளோ, இவளை வளர்த்தத்துக்கு, படிக்க வச்சதுக்குக் கூலியா மாசம் அம்பது ரூபாக்காசை என் மூஞ்சியிலே விட்டெறியச் சொல்லிடுங்கோ. முடிஞ்சா அவனோட இருக்கேன். இல்லாட்டா எங்கேயாவது தனியா இருக்கேன். இவாளுக்குக் காப்பி போட்டுக் குடுத்துண்டு, சமையல் வேலை பண்ணிண்டிருக்கறதுக்கு நான் ஒண்ணும் புழுக்கச்சி இல்லே. வெளியிலேயும் மானம் போறது: வீட்டிலேயும் மரியாதை போறது. அவா அவா, அவா அவா மரியாதையைக் காப்பாத்திக்கறா! (இது மாமாவுக்கு!) எனக்குக் காப்பாத்திக்கறதுக்கு மரியாதை வேற இருக்காக்கும் இன்னமே? நாக்கைப் பிடுங்கிண்டு சாகலாம் போல இருக்கு. இதென்ன தேவடியா வீடா? உன் இஷ்டத்துக்கு நீ என்ன வேணாமலும் பண்ணிக்கோடியம்மா. ஒரு நிமிஷம் இன்னமே இத்தாத்திலே நா இருக்கமாட்டேன். ஏதோ நீங்க வருவேள்: உங்க வார்த்தைக்குக் கட்டுப்படுவள்னு ஒரு நப்பாசையிலே இருந்தேன். இங்கே இருக்கற லட்சணத்தைப் பார்த்தா வாயை திறந்து வார்த்தை பேசவருமோ? இதோ சாயரட்சை பொறப்பட்டு நீங்க போயிடுவேள்! நான்தானே காலத்துக்கும் உக்காந்து இந்த கர்ம காண்டத்தைப் பார்த்துண்டு இருக்கணும்? நீங்க ஒரு வழியும் பண்ணவேண்டாம் எனக்கு. என் வழியைப்பாத்துண்டு நான் போறேன். இந்த பன்னெண்டு வருஷமா இவ எனக்குப் பண்ற அவமரியாதையையெல்லாம் நான் தாங்கிண்டு இருந்தேன். இவ பண்ணின தப்புக்கு என் மேலேயா பழி? அம்மான்னு என்னை இவ வாயைத் திறந்துத் திறந்து கூப்பிட்டு

எத்தனை வருஷமாச்சு! ஒரு வார்த்தை இவளா வந்து என்கிட்டே பேசி இருக்காளோ? எதுக்காக இவ்வளவையும் பொறுத்துண்டு இருந்தேன்? இவ யோக்கியமாவாவது இருக்காளேன்னுதான். இப்ப இவள் யோக்யதையும் தெருப்பூராச் சிரிக்கிறது! எங்கிட்டேதான் இவளுக்கு வீம்பு. நீ ஆபிசரா இருந்தால் உன்னோட இருக்கட்டும். படிச்சுட்டா, சம்பாதிச்சுட்டா, என்ன வேணாலும் செய்யலாம்னு அடமா..?"

அம்மா ஓயமாட்டாள். துவஜம் கட்டிட்டாள். என் மேலே பூரணமா இவளுக்கு வெறுப்பு வந்துடுத்து. பிள்ளை ஆத்திலே போய்க் கொஞ்ச நாள் இருக்கணும்னு ஆசை வந்துடுத்து. இவளைச் சமாதானம் பண்ணறதில்லே பிரயோஜனமில்லே. என்னத்துக்கு நான் இவளைச் சமாதானம் பண்ணனும்? இவளை நான் அவமரியாதை பண்ணினதாக அபாண்டமாச் சொல்றாளே? நான் பண்ணின காரியத்துக்கு நான்தானே பழி சுமக்கறேன். இவ மேல என்ன பழி சொன்னேனாம்? என்னை இவ எப்படி இவ்வளவு கேவலமா நினைக்கலாம்? எங்கிட்ட என்ன தேவடியாள்தனத்தை இவ கண்டுட்டாள்? மானம் என்ன இருக்கு போறதுக்கு? என்ன இவளுக்கு மரியாதையை நான் கெடுத்துட்டேன்? 'என்னைப் பார், உன்னைப் பார்'னு பன்னெண்டு வருஷமா உக்கார்ந்திருந்தது போரடிச்சுப் போச்சு. எனக்கும்தான் 'போர'டிச்சுப் போச்சு. எவ்வளவு நாள்தான் அப்படி உக்கார்ந்திண்டிருக்க முடியும்? பொண்ணாப் பொறந்தா ஒருத்தியோட வாழ்க்கை இப்படி இருக்கலாமா? என்னை ஏன் ஒரு பொண்ணாவே இவ மதிக்கமாட்டேங்கறாள்? இவர் என் ஃப்யூச்சரைப் பத்தி எவ்வறளவு கவலைப்படறார்? என்னைப் பெத்தவளுக்கு ஏன் அந்தக் கவலையே இல்லே? நான் சாமியார் வாழ்க்கை நடத்தினப்போ அது இவளுக்குச் சௌகரியமாகவும் சந்தோஷமாகவும் இருந்தது. இப்ப மட்டும் என்னவாம்? இப்பவும் 'ஒண்ணும் இல்லே'ன்னு இவாளுக்கு என்னத்துக்கு நான் நிரூபிக்கணுமாம்? இப்ப ஒண்ணும் இல்லாம இருக்கறதுதானே எனக்குப் பிரச்சனையா இருக்கு? நியாயமாப் பார்த்தால் நான் இவரோட கான்குபைன்! எனக்கு இது நியாயம். என்னைப் பெத்தவளுக்கு இது நியாயமா இருக்கணும்னு நான் சொல்ல வரல்லே. என்ன பண்ணி இருக்கணும் நான்? இதுதான் எனக்கு லபிச்ச வாழ்க்கைன்னு ஏத்துண்டு, இதை ஏத்துக்க முடியாதவா என்னைவிட்டுப் போயிடுங்கோன்னு சொல்லி இருக்க வேண்டியதுதானே? நிஜமாகவே அப்படி நடந்திருந்தா நான் அப்படி சொல்லி இருப்பேன். சரி நிஜமாகவே நடந்ததும் நடக்காததும் அவர் பிரச்சனை இல்லையே! இட் இஸ் ஆல் ரைட்! யாருமே இல்லாம தனியாப் போகணும்னு என் தலைவிதி

இருக்குப் போல இருக்கு. லெட் மீ அக்ஸெப்ட் திஸ் சேலஞ்ச்! கோபமோ, வருத்தமோ இல்லாம நடு நிலையிலே இருந்து பார்த்தால், இந்த முடிவு ரொம்பச் சரின்னு தோண்றது. என் வாழ்க்கையை நான் ரொம்பச் சிக்கலா ஆக்கிண்டிருக்கேன். ஏன்னா வேற எதுவும் ஆக்கிக்க முடியாதே! இந்தச் சிக்கலை நான் விரும்பி ஏற்படுத்திண்டிருக்கேன். இந்தச் சிக்கல்லேதான் எனக்கு ஒரு வக்கிரமான ஆனந்தம் இருக்கு. இதிலே மத்தவாளையும் சம்பந்தப்படுத்தி அவாளை நான் கஷ்டப்படுத்தக் கூடாது. அவா உணர்ச்சிகளையும் அவா கோபத்தையும் நான் மதிக்கறேன். அம்மா மேலே எனக்கு மரியாதை இருக்கு. அதனாலேயே அவ இஷ்டப்படி எங்கே வேணாலும் அனுப்பிச்சுடறதே சரின்னு எனக்குப் படறது.

குளிச்சுட்டு பாத்ரூம்லேருந்து வெளியே வரேன். அம்மா இன்னும் பேசிண்டே இருக்கா. என் ரூம்லே போய் டிரஸ் பண்ணிக்கிறேன். மணி ஒன்பதரை ஆறது. வெளியிலே வந்து மாமாவையும் சாப்பிடக் கூப்பிடறேன். ரெண்டு பேரும் ஒண்ணா வந்து உக்கார்றோம். அம்மா ஒண்ணும் பேசாமல் சாதம் போடறா. சாப்பிடறவரைக்கும் ஒண்ணும் பேசலே. மாமா மௌனமா இருக்கார்.

சாப்பிட்டுக் கை அலம்பறச்சே அம்மா மறுபடியும் பேச ஆரம்பிக்கிறாள். நான் அவளைத் திரும்பிப் பாக்கறேன். கண்ணும் மொகமும் செவசெவன்னு இருக்கு. எனக்கும் அழுகை வரது, அடக்கி முழுங்கிக்கிறேன். இவளை 'அம்மா'ன்னு கூப்பிட்டா என்னவாம்? அலம்பினக் கையை டவல்லே துடைச்சுண்டே அவளைக் கொஞ்ச நேரம் பாக்கறேன்.

என் மனசு ரொம்ப நிதானமா இருக்கு; தெளிவா இருக்கு. எனக்கு இவ மேல கோபமோ, வருத்தமோ இல்லே. இவளை 'அம்மா'ன்னு நான் ஏன் கூப்பிடாம இருந்தேன் இத்தனை வருஷம்? அதுக்கு நான் தகுதி இல்லாதவள்னு நெனைச்சுண்டு இருந்திருப்பேனோ? இவளை அம்மான்னு இப்ப நான் கூப்பிடப் போறேன். இதோ கூப்பிடறேன்:

"அம்மா!"

என்னை அம்மா நிமிர்ந்து பாக்கறாள். அவளுக்கு உடம்பு சிலிர்த்துக் கண்கலங்கி வழியறது.

"அம்மா! எதுக்கு வீணா அழறே? உன் இஷ்டப்படி நீ என்ன வேணாலும் செய்யலாம். அம்பது ரூபா என்ன? மாசம் நூறு ரூபா தரேன். நீ உன் பிள்ளையோட வேணாலும் போய் இருந்துக்கோ. வேற எங்கே வேணாலும் போய் இரு. எப்போ

உனக்கு வரணும்னு தோன்றதோ அப்போ வா. இது உன் வீடு"ன்னு சொல்றேன். அம்மா 'ஓ'ன்னு மொகத்தை மூடிண்டு அழறாள்:

"உனக்கே நன்னா இருக்காடி? இது நியாயமாடி?"ன்னு ரெண்டு கையையும் நீட்டிண்டு கேக்கறாள்.

நான் நிதானமாச் சொல்றேன்: "நன்னா இருக்கோ, இல்லையோ? என் மனசுக்கு நியாயம்னு படறதைத்தான் செய்யறேன்"னு சொல்றேன்.

"அந்தப்பாவி உனக்கு என்ன மருந்தை'டி வெச்சான்?"னு சொல்லி என்னமோ கத்தறாள்.

"அசிங்கமா ஏதாவது பேசாதேம்மா"ன்னு சொல்லிண்டு வெளியிலே வரேன்.

வாசல்லே கார் வந்து நிக்கறது. ஹாரன் சப்தம் கேக்கறது. மணியைப் பாக்கறேன். பத்து!

20

ஒருவாரமாச்சு. கணேசன் வீட்டுக்கு அம்மா போய்ட்டா. கணேசன் வந்து அழைச்சுண்டு போனான். அன்னிக்கு வீட்டிலே பெரிய ஸீன்.

என்னை அடிக்க வரான் கணேசன். அம்மா வந்து தடுத்து இழுத்துண்டு போறா. 'இவன் அடிக்கறதானா அடிக்கட்டுமே? நன்னா அடிக்கட்டும். இவன் கிட்ட நான் அடி வாங்கினதில்லையா, என்ன? அடிக்க அதிகாரம் இல்லாதவனா இவன்'னு நெனச்சுண்டு பேசாமக் கையைக் கட்டிண்டு நிக்கறேன் நான். சின்னப் பொண்ணா பாவாடை சட்டை, போட்டுண்டு இருந்தப்ப என்னை வெளையாடறத் துக்குப் போகப்படாதுன்னு – பெரியவன் இல்லையா, இவன்? – அடிக்க வருவானே, நான் அழுதுண்டு 'போடா'ன்னு வைவேனே, அதையெல்லாம் நெனச்சுண்டு பேசாம நிக்கறேன்.

அவா எல்லாரும் என்ன பேசறான்னே எனக்குப் புரியலே. ஏதோ பாஷை தெரியாத சினிமாப் பார்க்கற மாதிரி ஒரே சத்தமா இருக்கு. அவா வருத்தமும் கோபமும் ஆத்திரமும் தான் எனக்குப் புரியறது. நான் ஒண்ணுமே பேசலே. நடக்கறதெல்லாம் நடக்கட்டும்னு நிக்கறேன்.

எனக்குக் கோபமோ, வருத்தமோ, அழுகையோ, ஒண்ணும் வரலே. அவா நெனைக்கறதும், ஆத்திரப் படறதுக்கான காரணமும் எனக்கு நன்னாப் புரிஞ்சாலும் அதுக்காக எனக்கு மனசிலே வருத்தம் வரலே.

நான் ஆபீசிலேருந்து வீட்டுக்கு வரச்சயே கணேசன் வந்து கூடத்திலே நின்னுண்டு இருக்கான். மாமா – ஊருக்குப் புறப்பட வேண்டியவர் – நான் வரத்துக்குக் காத்துண்டு இருக்கார். நான் டாக்ஸியிலே வந்து இறங்கறேன். இதே டாக்ஸியிலேதான் அவர் போகணும். ஆனா, டாக்ஸியை அனுப்பிடறார். இந்தக் களேபரத்திலே இப்படியே விட்டுட்டுப் போகப்படாதுன்னு நெனைக்கறார் போல இருக்கு. கணேசன் வந்ததிலேருந்து நின்னுண்டுதான் இருக்கான் போல இருக்கு; கத்திண்டே இருக்கான் போல இருக்கு. அம்மா பெரிசா ஒரு துணி மூட்டையை இறுக்கி இறுக்கிக் கட்டிண்டு இருக்கா. அழறா. என்னமோ பாட்டுப் பாடற மாதிரி அழுதுண்டே அவ மூட்டை கட்டறதெப் பாக்கறச்சே எனக்கு வயத்துக்குள்ளே என்னமோ செய்யறது. உள்ளே வந்தவ அவளைப் பாத்துண்டே நிக்கறேன்.

அப்பதான் கணேசன் என் பக்கம் திரும்பிப் பல்லைக் கடிச்சுண்டு என்னமோ கத்திச் சொல்றான். அவன் பேசறது எனக்குப் புரியலே. அவனோட கோபம்தான் புரியறது. அம்மா முகத்தைத் துடைச்சுண்டு நிமிர்ந்து என்னைப் பார்க்கறா. எனக்கு என்ன சொல்றதுன்னு புரியலே. இந்தச் சமயத்திலே எப்படி நடந்துக்கறது உசிதம்னு எனக்குப் புரிய மாட்டேங்கறது. நான் பேசாம நிக்கறேன்.

இத்தனை வருஷமா இல்லாம இன்னக்கி இவளை 'அம்மா'ன்னு கூப்பிட்ட நேரம் – இவளுக்கும் எனக்கும் ஒட்டு இல்லாம பிரிச்சுடப் போறதோன்னு என்னமோ நெனச்சுண்டே நிக்கறேன்.

'அம்மா! என்னைத் தனியா இப்பிடி விட்டுட்டு எங்கே அம்மா போறே?'ன்னு நான் கேக்கணுமோ?

'அம்மா! என்னை விட்டுட்டு எங்கேயும் போகாதே'ன்னு நான் அழணுமோ?

இவா எல்லாருமே அதைத்தான் நான் செய்யணும்னு எதிர்பாக்கறா. நான் அப்படிச் சொல்றேன்னு வச்சுக்குவோம். அத்தோட நிப்பாளா? அதுக்கு மேலே 'கண்டிஷன்ஸ்' போடுவா. இவரை நான் பாக்கப்படாதும்பா. இவர் வீட்டுக்கு நான் போகப்படாதும்பா. இவர் இங்கே வரப்படாதும்பா. இப்படியெல்லாம் பேரைக் கெடுத்து அசிங்கம் பண்ணிண்டு வாழறவளோட எப்படி இருக்க முடியும்னு நியாயம் கேக்க ஆரம்பிச்சுடுவாளே, அதுக்கு என்ன பண்றது!

அதெ நெனச்சுத்தான் நான் பேசாம நிக்கறேன். அம்மா என்னைவிட்டுப் போறது எனக்கு ஒண்ணும் சந்தோஷமான

காரியமுமில்லை; சவுகரியமான காரியமும் இல்லை. ஆனால் அவள் என்னை விட்டுட்டுப் போயிடறதுதான் நியாயமான காரியம்னு எனக்குப் படறது. அதனாலே எனக்கு எவ்வளவு கஷ்டம் வந்தாலும் அந்தக் கஷ்டத்தைத்தான் நான் தாங்கிக்கணுமே தவிர– அவளை அவமரியாதை பண்ற மாதிரி, இவரோட அவள் கண் முன்னாலே நான் திரியறதும், இந்த விவகாரத்திலே அவளையும் சம்பந்தப்படுத்திக்கற மாதிரி மத்தவாளுக்குத் தோணும்படியா நடந்துக்கறதும் சரியில்லேன்னு படறது.

அதனாலேதான் அவா நியாயங்கள் எதையும் நான் காதிலே போட்டுக்கலே. அம்மாவைப் போகாதேன்னு தடுக்கலே. பேசாம என் ரூமுக்குள்ளே போயிடறேன். ஹால்லே கணேசன் கத்திண்டு இருக்கான். மாமா அவனை அதட்டிச் சமாதானம் பண்றார் போல இருக்கு.

சித்தக் கழிச்சு நான் வெளியிலே வரபோது மாமா என்கிட்டே சொல்றார்: “கங்கா! உங்கம்மாவை நீ என்னமோ விரட்டற மாதிரி இவன் பேசறானே. அவளாத்தானே காலையிலேருந்து ‘பொறப்படறேன் பொறப்படறேன்’னு பொலம்பிண்டு இருக்கா. ‘இப்ப இங்கே ஒண்ணும் நடந்துடலே. அம்மா இங்கேதான் இருப்பாள்’னு இவனுக்கு நீ சொல்லு உன் வாயாலேயே ..?”ன்னு என்னை மாட்டி வைக்கப் பாக்கறார் மாமா.

நான் உதட்டைக் கடிச்சுண்டு மாமாவைப் பாக்கறேன். அம்மா என்னமோ மாமா சொன்னதை ஆட்சேபிக்கற மாதிரிப் பொலம்பிண்டே மூட்டையெத் தூக்கி இடுப்பிலே வெச்சுண்டு கிளம்பறா.

நான் அம்மாவைத் திரும்பிப் பார்த்துச் சிரிச்சிண்டே கூப்பிடறேன்: “அம்மா, உனக்கும் எனக்கும் என்ன சண்டையா..? எதுக்கோ கோவிச்சுண்டு போற மாதிரி இவ்வளவு அவசரமா எங்கே போறே? இங்கே வா. உன்னோட எனக்குக் கொஞ்சம் பேசணும்”னு அவள் கையைப் பிடிக்கறேன். பிடிச்சு அறைக்குள்ளே அழைச்சுண்டு போறேன்.

அவளுக்கு ஒண்ணும் சொல்ல முடியலே. கொழந்தை மாதிரி நான் பிடிச்ச பிடியிலே பேசாமல் என்னோட வராள்.

கணேசன் என்னமோ அவளைத் தடுக்கற மாதிரி சொல்றான். அதுக்கு என்னமோ பதில் சொல்லிண்டே, சொல்லி முடிக்கறதுக் குள்ளே என் அறைக்குள்ளே வந்துடறா அம்மா. நான் கதவைச் சாத்திக்கறேன்.

கதவைச் சாத்திண்டவுடனே நானும் அவளும் ஒரு தனியான உலகத்துக்கு வந்துட்டமாதிரி – கௌரவம், மரியாதை, அசிங்கம்,

அது இதுன்னு எல்லாம் சொல்லிக்கறாளே அதையெல்லாம் தாண்டி ஒரு தாயும் மகளுமா, ரெண்டு பொம்மனாட்டிகளா வந்து அறைக்குள்ளே நிக்கற மாதிரி எனக்குத் தோண்றது.

அம்மா மட்டும் என்ன, அம்மாவாவே பொறந்தாளா? அவளும் ஒரு பொண் இல்லையா? ஒரு பொண்ணோட நிலைமை, அவள் குறை, அவள் தேவை – இதெல்லாம் அம்மாவுக்குப் புரியாதா? இதெயெல்லாம் பேசிப் புரியவைக்க முடியுமா? பேசத்தான் முடியுமா? அதுவும் அம்மாகிட்டே ஒரு பொண்ணு பேசாமலே புரிஞ்சுண்டாத்தானே அந்த அம்மா, ஒரு அம்மா!

நான் அவளைப் பாக்கறேன். அவளும் என்னைப் பாக்கறா. கண் கலங்கறது.

அம்மாவோட முதுகுக்குப் பின்னாலே கதவு மூடி இருக்கு. இடுப்பிலே துணி மூட்டையையும் வச்சுண்டு நான் சொல்ற விஷயத்தைக் கேட்டுட்டு உடனே பொறப்படணும்னு அவசரமா நிக்கறா அம்மா. எனக்கோ அவகிட்டே சொல்லவேண்டிய விஷயங்கள் ஒரு நாள் பூராக் கொட்டினாலும் தீராதுபோல இருக்கு.

‘என்னடி சொல்லப் போறே?’ங்கற மாதிரி அம்மா நிக்கறா.

“நான் உன்னை விரட்டலே அம்மா... ஆனா நீ போயி வேற எங்கயாவது இருக்கறது உனக்குக் கௌரவம்னு நான் நெனைக்கறேன். இப்படி நான் சொல்றதெ நீ அசிங்கமா ஏதாவது அர்த்தம் பண்ணிக்காதே. நான் அப்படியெல்லாம் கெட்டுப் போறவள் இல்லே. நான் வேணும்னேதான் இப்பிடிப் பேர் எடுக்கறேன். இந்தப் பேராவது எனக்கு வேண்டாமா? என்னைப் பெத்தவள் நீயாவது நம்புவேன்னு சொல்றேன். எனக்கு இவரோட இப்படித்தான் வாழ்க்கைன்னு நான் தீர்மானம் பண்ணிட்டேன். ஆனா அதுக்கு ஆம்படையான் – பொண்டாட்டி வாழ்க்கைன்னு அர்த்தமில்லே அம்மா. அந்த மாதிரி வாழறத்துக்கு நானும் அவரும் தகுதி இல்லே. என் வாழ்க்கையிலே இப்படி இருக்கறதெவிட இன்னொரு மாதிரி இருக்கறது – உன்னோடயே இருக்கற வாழ்க்கையானாலும் அது – நியாயம்னு எனக்குத் தோணலே. அதுக்காக நீ எங்கேயும் போயி யாருக்கும் பாரமா இருக்கவேண்டாம். இந்த வீடும் நானும், நான் சம்பாதிக்கறதும் உன்னோடதுதான்... நீ யார் கையையும் எதிர்பார்க்க வேண்டாம். எப்ப வேணுமானாலும் நீ இங்கே வந்து உனக்கு என்ன வேணுமானாலும் எடுத்துண்டு போகலாம். கணேசன் இப்ப என்னைப் பழி தீர்த்துக்கற கோவத்திலே உன்னை அழைச்சுண்டு போனாலும் எனக்காக அவனை

விரோதிச்சுண்டு நீ முன்னே வந்ததுக்காக – நாளைக்குக் குத்திக் குத்திப் பேசுவான். அவன் பேசலேன்னாலும் மன்னி பேசுவா, அவனும் பேசுவா. மன்னி அவனைப் பேச வெப்பா. அப்பிடி அவா பேசினாலும் தப்பில்லே. ஏன்னா நான் இப்பிடி ஆயிட்டேனே, அதனாலே அவா பேசறது நியாயம்னு நீயும் வருத்தப்படுவே. அதனாலேதான் சொல்றேன். நீ கோவிச்சுண்டோ, என்னோட சண்டை போட்டுண்டோ போறதா இருக்கப்படாது. நான் என்னமோ என் இஷ்டப்படி இருக்கறது உனக்குப் பிடிக்கலேன்னு நீ உன் மகன் வீட்டுக்குப் போறே. இதிலே அழுகை என்ன? சத்தம் என்ன? சண்டை என்ன? மத்தியஸ்தம் என்ன? இந்தா நீ போகும்போது வெறுங்கையோட போக வேண்டாம் அவன் குழந்தை குட்டிக்காரன்"னு பீரோவிலேருந்து பணம் எடுத்துக் குடுக்கறேன். எவ்வளவுன்னு எண்ணிப் பார்க்கலே. இதெயெல்லாம் நான் யோசிச்சு யோசிச்சு அவகிட்ட சொல்லி முடிக்க அரை மணிக்கு மேலே ஆறது.

அம்மா நான் பேசறதையெல்லாம் பிரமை பிடிச்சவள் மாதிரி வெறிச்சுப் பாத்துண்டு வாயெத் திறக்காம கேட்டுண்டு நிக்கறா. என்னமோ நெனச்சுண்டு கண் கலங்கறா.

நான் குடுக்கற பணத்தை வாங்கி வெச்சுக்கறா.

'இவ்வளவுதான் சொல்லணுமா? இன்னும் ஏதாவது சொல்றதுக்கு இருக்கா?'ங்கிற மாதிரி என்னைப் பாக்கறா.

கொஞ்சம் பொறுத்து நான் சொல்றேன்:

"மாமா ஊருக்குப் பொறப்பட்டுண்டு இருந்தவர் – உன்னாலே தடங்கலாகித் தங்கிடப்படாது. நான் ஒருத்தியா சமைச்சுச் சாப்பிட்டுண்டு ஆபீசுக்குப் போறதே பெரிய காரியம். இவரையும் கவனிச்சுக்க என்னாலே ஆகாது. அவரை அனுப்பிச்சுட்டு அப்பறமா நீ போ – எங்கேபோயிடப் போறயாம் . . . இதோ திருவல்லிக்கேணிக்குத் தானே? மாமா வந்தால் நான் சொல்லி அனுப்பறேன். அப்போ நீ வருவியோன்னோ?"ன்னு கேட்டுண்டே ரொம்ப சகஜமாக் கதவைத் திறந்துண்டு வெளியே வரேன்.

'என்ன அவகிட்ட பேச்சு'ன்னு என்னமோ கணேசன் அம்மா மேலே எரிஞ்சு விழறான். இவளும் பதிலுக்கு என்னமோ சொல்லி அவனை அடக்கறா.

"அண்ணா ஊருக்குப் போகணுமே, அதெ மறந்துட்டு, 'மூட்டையெக் கட்டிண்டு பொறப்படுடீ'ங்கறயே . . . சித்தே இரு. உனக்கும் காபி தரேன். அண்ணா நீங்க சாப்பிட வாங்கோ"ன்னு

அம்மா கூப்பிடறபோது அவள் குரலிலே ஒரு தெளிவு இருக்கறது எனக்கு மட்டும் புரியறது.

கட்டின மூட்டை சோபா மேலே கெடக்கு. மாமா சாப்பிடப் போறார்.

மாமா இப்பக் கூண்டுப்புலி மாதிரி அடங்கிக் கிடக்கறார். இந்த விஷயத்திலே தான் என்ன பண்றதுன்னு அவருக்குப் புரியலே. அதுவும் இவரை நேருக்கு நேர் சந்திச்சப்பறம் மாமாவுக்கு ஒரு 'காம்ப்ளக்ஸ்' ஏற்பட்டுடுத்துன்னு எனக்குத் தோணறது. அம்மா மாதிரி இதுக்காக ஆத்திரப் படறதோ, சண்டைக்கு நிக்கறதோ சரியில்லேங்கறது மட்டுமில்லே, அதனாலே பலனும் இருக்காதுன்னு மாமா புரிஞ்சுண்டு இருக்கார். அந்த 'ஜென்ட்டில் மேனை'ச் சந்திச்சதுக்கு அப்பறம் என்னோட பேசறதுக்கு அவருக்கு நேரமில்லை. அம்மா என்னை விட்டுப் போறது அவருக்கும் சரின்னு தோணறதுபோல இருக்கு. இல்லேன்னா ஒரு வார்த்தையிலே அவளைத் தடுத்து நிறுத்த அவராலே முடியும். அப்படி அவர் கண்டிப்பாச் சொன்னா அம்மா மீறிப் போகமாட்டாள். ஒரு மாதிரியான 'அண்டர்ஸ்டாண்டிங்'கிலேதான் அவள் புறப்படறதும், இவர் 'வாண்டாம்'ங்கறதும் நடக்கறது. ஒரு வேளை நான் தனியாயிடறது தனக்கும் வசதின்னு நெனக்கறாரோ மாமா?

ஆனால் அன்னிக்குச் சாயந்திரமே மாமா பொறப்படறார். போறச்சே என் ரூமுக்குள்ளே வந்து என் ரெண்டு தோளையும் இறுக்கிப் பிடிச்சுண்டு, நமஸ்காரம் பண்ணினவாளை எழுப்பி நிறுத்தி ஆசீர்வாதம் பண்றமாதிரி சொல்றார்: "யூ ஹாவ் வன் தி கேம்! நீ ஜெயிச்சுட்டே! ஆனா ஜாக்கிரதையா இரு. உன்கிட்டே எனக்கு நிறையப் பேசணும். அடுத்தவாரம் நான் வருவேன். அப்பப் பேசுவோம். இப்ப நான் வரட்டுமா? புத்திசாலியா இரு. நீ புத்திசாலிதானே?"ன்னு கன்னத்தைக் கிள்ளிட்டு விடை பெத்துக்கறார்.

வெளியே வந்து அம்மாகிட்டே சொல்றார்: "உன் மனசுக்கு ஆறுதலா இருக்கும்னா கொஞ்ச நாள் போயி கணேசன் ஆத்திலேதான் இரேன். நான் இப்படித்தான் இந்த விஷயத்தைப் பார்க்கறேன். அவன்கிட்ட மட்டும் உனக்கு என்ன விரோதமா?– கணேசா! நான் வரேன்..."

மாமா கணேசன் கிட்ட அதிகம் பேசமாட்டார். அவன் மரியாதை கெட்டவனாம். அப்பவே – என்னை அவன் ஆத்தை விட்டு விரட்டினப்போ அழைச்சிண்டு போக மாமா வந்தாரே அப்பவே – அவரை இவன் மரியாதைக் குறைவாப் பேசிட்டான்.

மாமா போறார். கொஞ்ச நாழிக்கெல்லாம் அம்மாவும் கணேசனும் போயிடறா.

இந்த ஒரு வாரமா நான் தனியாத்தான் இருக்கேன். தனிமைதான் கடைசியா நான் ஜெயிச்சுண்ட பலனாக எனக்குக் கிடைச்சு இருக்கு. தனியா இருக்கறது ரொம்பக் கஷ்டமா – வெறுமையா இருக்கு. நான் எப்பவும் எனக்குள்ளே தனியா ஒதுக்கமாத்தான் இருக்கேன். இருந்தாலும் 'பிஸிக்கலா' ஏற்பட்ட இந்த தனிமை, 'தனியா இருக்கேன்'கிற பிரக்ஞையிலே ஏற்படற வெறுமை, பயமா இருக்கு. இந்தச் சின்ன வீட்டிலே என் அறையிலே, நட்டநடு ராத்திரியிலே, இருட்டிலே, தலைக்கு மேலே சுத்தற 'ஃபேனை' வெறிச்சுப் பாத்துண்டு இதோ படுத்திருக்கேனே, இந்தத் தனிமை ரொம்ப சோகமா இருக்கு.

தெருவிலேருந்து ஜன்னல் வழியா உள்ளே வீசற வெளிச்சத் திலே ஒரு துண்டு 'ஃபேன்'லே சிக்கிண்டு சுத்தறது. அதையே நான் பாத்துண்டு மல்லாக்கப் படுத்திருக்கேன். என் பக்கத்திலே நீளமா ஒரு தலைகாணி. காலுக்கு ஒரு தலைகாணி. நான் பக்கத்திலே கெடக்கற தலைகாணியைத் தடவிண்டே அதை ஒரு குழந்தையா நெனச்சுண்டு சிரிச்சுக்கறேன்.

எப்படியாவது ஒரு குழந்தை மாத்திரம் பெத்துண்டா என்ன? வயசு முப்பதாறதே! என்னோடயே அம்மா இருக்கறதானாலும் இன்னும் எவ்வளவு காலத்துக்கு இருக்கப்போறா? அவளுக்கு அப்பறம் எனக்கு யாரு? நான் யாருக்காக இதெல்லாம் சம்பாதிக்கணும்? கணேசன் குழந்தைகளுக்காகவா? கணேசன் பசங்களில் யாரையாவது தத்து எடுத்துக்கலாம்; கணேசன் சம்மதிக்க மாட்டான். நானே ஒண்ணு பெத்துண்டா என்ன? நானேவா? இவரோடயா?... சீ சீ! – பின்னே எப்பிடி? குழந்தையும் செக்ஸூம் சம்பந்தப்படாம இருந்தா எவ்வளவு நன்னா இருக்கும்? இப்பல்லாம் 'ஃபேமிலி பிளானிங்'னு தீவிரமாப் பிரசாரம் பண்றாளே, அது அப்பிடித்தானே? செக்ஸ் மாத்திரம் தனியா இருக்கணும். அதனாலே குழந்தை உண்டாயிடப்படாதுங்கறதுதானே ஃபேமலி பிளானிங்? அதாவது செக்ஸ் வேணும்; குழந்தை வேண்டாம். எனக்கு அதுவே வேறே மாதிரித் தோண்றது. செக்ஸ் வேண்டாம்; குழந்தை வேணும். இஸ் இட் பாஸிபிள்? எஸ், இட் இஸ் பாஸிபிள்! நிச்சயமா இது நடக்கக் கூடியதுதான். எவ்வளவு கற்பனாலங்காரமா யோசிச்சாலும் ஸைன்ஸ் அதையெல்லாம் காரியாம்சமா ஆக்கிடற ஏஜ் இல்லியா இது? இது முடியும். குழந்தை இல்லாத தம்பதிகள் அந்த முறையைக் கையாள்றாளாம்.

செயற்கை முறையிலே கருத்தரிக்க வைக்க முடியுமாம்—ஒரு இஞ்ஜெக்ஷன் மூலமா—அது முடியுமாம். உயிரணுக்களை ஸ்டோர் பண்ணி வெச்சு இருப்பாளாம். அதை ஒரு கன்னிப் பெண்ணுக்கு இன்ஜக்ட் பண்ணினாக்கூட எல்லாரையும் மாதிரி அவளும் கர்ப்பமாயிக் காலாகாலத்திலே குழந்தை பெப்பாளாம். அப்படி ஏதாவது பண்ணிண்டா, இங்கே யார் நம்புவா?... அப்படி நான் பண்ணிண்டா என்ன? அப்பவும் இவர்கிட்டே நான் குழந்தை பெத்துண்டதாத்தான் எல்லாரும் சொல்லுவா. சொல்லட்டுமே! எல்லாரையும் முட்டாளாக்கறதுக்கு இப்படி ஒரு காரியமா? ஓ, ஹவ் ஃபென்ட்டாஸ்டிக்..!

– என்னென்னமோ குருட்டாம்போக்கிலே யோசிச்சுண்டு படுத்திருக்கேன். தனியா இன்னம் ஆறு ஏழு மணி நேரம் இப்படியேதான் படுத்திருக்கணும். அப்பறம் பால்காரன் வருவான். பால் வாங்கி வெச்சுட்டு இவரும் மஞ்சுவும் வரவரைக்கும் காத்திருக்கணும். அப்பறம் வாக்கிங் போகணும். வந்ததும் அவசர அவசரமா சமைக்கணும். முந்தாநாள் குக்கர் வாங்கினப்பறம் சமையல்ங்கிறது ஒரு பிராப்ளம் இல்லே; மேட்டர் ஆஃப் மினிட்ஸ்.

அன்னிக்கு வீட்டைப் பூட்டிண்டு இவரோட வாக்கிங் புறப்படறச்சே இவர் கேக்கறார்:

“வூட்லே அம்மா இல்லியா?”

“அண்ணா வீட்டுக்குப் போயிருக்காள்”னு சொல்றேன்.

நேத்திக்குக் கேக்கறார்: “ஏதாவது சண்டையா? அம்மா கோச்சிக்கினு போயிட்டாங்களா?”ன்னு.

‘அதெல்லாம் இல்லே’ன்னுதான் சொல்லிவெச்சேன். ஆனாலும் இவர் புரிஞ்சுண்டுட்டார். மனுஷர் லேசுப்பட்டவர் இல்லே.

வர ஞாயித்திக்கிழமை மஞ்சுவையும் இவரையும் இங்கே வரச்சொல்லி இருக்கேன். நேத்து ஞாயித்துக்கிழமை நேத்திக்குக்கூட நான்தான் அங்கே போயிருந்தேன். ஆனா நேத்திக்கு ஒரு அதிசயம். இத்தனை நாளா வெளியே வராத பத்மா நேத்து அடிக்கடி கண்ணிலே பட்டுண்டு இருந்தாள். ஆனா என்கிட்டே பேசலே. பார்த்தவுடனே ஸ்மைல் பண்ணினா. அதுகூட சும்மா ஒரு மானர்ஸுக்குத்தான். என்னமோ அவளுக்கு என்னைப் பிடிக்கலேன்னு மட்டும் அவள் முகத்திலே எனக்குத் தெரியறது. எப்படிப் பிடிக்கும்? அப்பதான் எனக்குத் தோணித்து – இவா ஆத்திலே வந்து நான் தினந்தோறும் இப்படி மணிக்கணக்கா ‘டேரா’ப் போடறது நன்னா இல்லேன்னு. இப்பத்தான் இங்கே

யாருமில்லையே – இவரையும் மஞ்சுவையும் நம்ப ஆத்திலே அழைச்சுப் பேசிண்டு இருக்கலாமேன்னு நெனைச்சேன். அதுக்கு ஆரம்பமாத்தான், "நெக்ஸ்ட் ஸண்டே நம்ப ஆத்திலே நாம்ப மீட் பண்ணுவோம். மஞ்சு நீ அங்கே வந்துடு"ன்னு கூப்பிட்டேன். மஞ்சுவுக்கு ரொம்ப சந்தோஷம்.

"சும்மா கூப்பிட்டா எப்பிடி? விருந்து உண்டா?"ன்னு கேக்கறார் இவர்.

"விருந்துக்கு ஏதாவது ஒரு ஹோட்டலுக்குப் போவோம்"ன்னு சொல்றாள் மஞ்சு.

"ஒய்? – ஏன்? எங்காத்திலேயே விருந்து உண்டு. நானே எல்லாம் தயார் பண்ணுவேன். மஞ்சு! வில் யூ ஹெல்ப் மீ?"ன்னு கேக்கறேன் நான்.

"ஓ! எஸ். உங்களுக்கு எல்லா உதவியும் நான் செய்வேன். அப்பா பாஷையிலே விருந்துன்னா 'நான் – வெஜிடேரிய'னாச்சேன்னு தான் ஹோட்டலுக்குப் போகலாம்னு நான் சொன்னேன்"னு விளக்கம் தராள் மஞ்சு.

"ஐ கென் – நாட் ஹெல்ப் இட்"னு நான் கையை விரிக்கறேன்.

"நோ. நோ. உங்க வீட்டு விருந்திலே நான் அதையெல்லாம் எதிர்ப்பார்ப்பேனா? கங்கா கையினாலே சமைச்சுப் போட்டால் – எதுவானாலும் எனக்கு விருந்துதான்"னு சொல்றார் இவர்.

தூக்கம் வரலே. இன்னும் அஞ்சுநாள் இருக்கு. ஞாயித்திக் கிழமைக்கு. ஞாயித்திக்கிழமை விருந்துக்கு என்ன செய்யலாம்னு நான் இப்பபிடிச்சே யோசிக்க ஆரம்பிக்கிறேன்.

21

பால்காரன் குரல் கேட்கிற வரைக்கும் படுக்கையிலேயே படுத்திருக்கலாம்னு நெனச்சிண்டு போர்வையை நன்னாப் போர்த்திக்கறேன். இன்னம் நடு ராத்திரிதானேங்கற சந்தேகம் வரது. எழுந்து கடிகாரத்தைப் பாக்கறதுக்குச் சோம்பல். பாத்து என்ன ஆகணும்? மெதுவாத்தான் விடியட்டுமே.

திடீர்னு ஒரு நினைப்பு வரது: வாசக்கதவைச் சாத்தித் தாழ்ப்பாள் போட்டேனே, அதே மாதிரி பின்னம் பக்கத்துக் கதவைச் சாத்தினேனோ? தாழ்ப்பாள் போட மறந்துட்டேனோ?... இப்பப் போய்ப் பாக்கணுமா!... வேண்டாம். ஆன நேரம் ஆச்சு; பால்காரன் வந்து குரல் கொடுப்பான்; அப்ப எழுந்து பார்த்தால் போச்சு. எவனாவது திருடன் வந்து அடுக்களையிலே புகுந்து சாமான்களை அள்ளிண்டு போயிருப்பானோ? போகட்டுமே. நான் தனி மனுஷியா இந்த ஆத்திலே இருக்கிற விஷயம்தான் தெருப் பூராவும் பரவி இருக்கே. இன்னிக்கி இல்லாட்டாலும் என்னிக்காவது ஒரு நாள் இங்கே திருடன் வருவானோ? வந்து எதை வேண்ணாலும் எடுத்துண்டு போகட்டும். இந்த அறைக்குள்ளே மட்டும் வராமல் இருந்தால் எனக்குப் போறும். இந்த அறைக்குள்ளே ஏன் வரப்போறான்? திருட வந்தவன் கூடிய வரைக்கும் வீட்டு மனுஷா கண்ணிலே படாமல் கிடைச்சதைச் சுருட்டிண்டு போகத்தானே பார்ப்பான்? கதவைத் தட்டித் திறக்கச் சொல்லியா திருடன் வருவான்?

என்ன இன்னிக்கித் திருடனைப் பத்தி இவ்வளவு நெனைப்பு? தனியா வீட்டிலே இருக்கிறதனாலே

தானே இத்தனை வருஷம் இல்லாத பயங்களும் கற்பனைகளும் வரது? அம்மா இருக்கிறபோது எனக்கேது இந்த நினைப்பு எல்லாம்? அவ இல்லாம இந்த வீட்டையே நான் சுமக்கற மாதிரி இருக்கு. சுமைதான் கனக்கறதே தவிர எதுவும் சொந்தமாகத் தெரியலே. கொஞ்சம் பெருங்காயம் எடுக்கறதுக்கு ஷெல்ப்லே இருக்கிற எல்லா டப்பாவையும் திறந்து பார்த்தாக வேண்டியிருக்கு. இப்ப பெருங்காய டப்பா எதுன்னு நன்னா ஞாபகம் இருக்கு. ஆனா வெந்தய டப்பா மறந்து போயிடறது. பேசாம எல்லா டப்பா மேலேயும் எது எது என்னென்னன்னு எழுதி ஒட்டி வெச்சுக்கணும்.

யாராவது ஒரு வயசான மாமி சமையலுக்குக் கெடைச்சா ஆத்தோட வெச்சுக்கலாம். நான் எங்கே போய்த் தேடுவேன்? அப்படியே யாராவது கெடச்சு நான் வெச்சுண்டாலும் அம்மா வயிறெரிவாள். தாங்காது மூணாம் நாளே வந்து உக்காந்துண்டு அவளை வெரட்டினாலும் வெரட்டிப்பிடுவாள். செஞ்சு பார்க்கலாமா? அம்மா 'ரியாக்ஷன்' எப்படி இருக்குன்னு தெரிஞ்சுக்கறதுக்காவது யாராவது ஒரு பாட்டியம்மா கெடைச்சாக் கொண்டு வந்து வச்சுக்கலாமா? ஏன், இப்படி செய்தால்? அம்மாகிட்டயே சொல்லி யாராவது ஒருத்தரை சமையலுக்குப் பார்த்து அமர்த்தச் சொன்னால் என்ன? திருவல்லிக்கேணியிலே கெடைப்பா. அம்மாவுக்குத் தெரிஞ்சவளாவே யாராவது கெடைப்பாளே. இட் இஸ் எ குட் ஐடியா! துணைக்குத் துணையும் ஆச்சு. வேலையும் குறையும். இல்லேன்னா மாமா வேற திடீர்னு வந்து உட்காந்துண்டார்னா அவருக்கு நான் சமைச்சுப் போட்டுண்டு, கால் அழுத்திவிட்டுண்டு இந்தாத்திலே தனியா இருக்கிறதெ நெனைக்கறப்பவே என்னவோ போல இருக்கு. வீட்டுக்குள்ளே திருடன் வந்துட்ட மாதிரி பயமா இருக்கே. இன்னிக்கி விடிஞ்சதும் செய்ய வேண்டிய காரியம் அம்மாவைப் பாத்து இந்த விஷயத்தைச் சொல்லி ஒரு ஆளை ஏற்பாடு பண்ணிக்க வேண்டியதுதான்.

வாக்கிங் போறச்சேயே. வரபோது பாத்துச் சொல்லிட்டு வரலாமே. இவரோட காரிலே போயி கணேசன் ஆத்து முன்னாடி இறங்கறதா? சீ சீ! வேண்டாம். தன்னை ரொம்ப 'இன்ஸல்ட்' பண்றதா கணேசன் எடுத்துண்டு கத்துவான். அவன் வாசல்லே நின்னுண்டு இந்தக் கோலத்தைப் பார்த்தான்னா, 'ஏண்டி இங்கே வந்து என் மானத்தை வாங்கறே?'ன்னு அடிக்கக்கூட அடிப்பான்! வாக்கிங் போய்ட்டு வரச்சே பைகிராப்ட்ஸ் ரோடிலே இறங்கிண்டுட்டா போறது. இறங்கிண்டு, நானே கணேசன் ஆத்துக்குப் போறதா? பன்னெண்டு வருஷத்துக்கப்புறம் அவாத்துக்கு நானாப் போறதா? நன்னாயிருக்கு, அவன் அம்மா

போவாள். ஆயிரந்தான் பேசிண்டாலும் அம்மா, அவள், மகன் அவன். நான் அப்படி ஆவேனா? போயி வாசல்லே நின்னுண்டு கூப்பிட்டுவிட்டா வராள். வந்ததும் விஷயத்தைச் சொல்லிட்டு வரவேண்டியதுதானே? நடந்து போகாமல் பைகிராப்ட்ஸ் ரோடிலே ஒரு டாக்ஸி பிடிச்சுண்டு போயி வாசல்லே நிறுத்திண்டு கூப்பிட்டுவிடறது. முன்னம் பக்கம்தானே? ஜன்னல் வழியா மன்னியோ, கணேசனோ, அம்மாவோ இல்லாட்டா பசங்க யாராவதோ கண்ணிலே படாமலா இருப்பா?

மணி இப்ப என்ன ஆறது? பொழுது விடியவே விடியாதா? ராத்திரிங்கறது இவ்வளவு நேரமா, என்ன! ஆமாம், ஒரு பகல் எவ்வளவு நேரமோ அவ்வளவு நேரம். ஒன்பது மணிக்குப் படுத்தாச்சு. அஞ்ச மணி வரைக்கும் எட்டு மணி நேரம். இதுவே பகலானால் எவ்வளவு காரியம் நடக்கும்! ஒரு காரியமும் செய்யாமல் காலை ஒன்பது மணியிலேருந்து சாயங்காலம் அஞ்சு மணி வரைக்கும் படுக்கையிலே படுத்துண்டு இருக்கறதுங்கறது எவ்வளவு பெரிய ‘போர்’! தூங்காமல் படுத்துண்டு இருந்தால், ராத்திரியானா என்ன? பகலானால் என்ன? எல்லாம் ஒண்ணு தானே?

நான் கொஞ்சம் தூங்கினேன்னு நெனைக்கிறேன். இப்ப அநேகமா விடியற நேரமாத்தான் இருக்கும்.

அதோ, ஸ்பர்ட்டாங் ரோடிலே பஸ் போற சத்தம் கேக்கறது. ஒரு வேளை ஏதாவது லாரியோ? இதோ காக்கா கத்தறதே. மெட்றாஸ்லே காக்கா எந்த நேரத்திலேயும் கத்தும். ராத்திரி ஒன்பது மணிக்குக்கூட காக்கா கத்தி நான் கேட்டிருக்கேன். தெருவிலே ஜன நடமாட்டம் ஆரம்பமாயிடுத்து. யாரோ மாட்டை வெரட்டிண்டு வர சத்தம் கேக்கறது.

“அம்மா பால்” – பால்காரன் குரல். ரெண்டு மூணு வீடு தாண்டி எங்கேயோ கேக்கறது. எங்கேயோ வாசலுக்குத் தண்ணி தெளிக்கறா, கட்டாந் தரையிலே தென்னந் தொடப்பத்தை வரட்டு வரட்டுன்னு தேச்சுப் பெருக்கற சத்தம் கேக்கறது. நான் படுக்கையிலே எழுந்து உக்கார்ந்துண்டு ஜன்னல் வழியா வெளியே பாக்கறேன். இன்னும் லேசா இருட்டு இருக்கு. ஆனாலும் விடிஞ்சுடுத்து. மணி என்ன? லைட்டைப் போட்டுப் பாக்கறேன். நாலே முக்கால்.

காலை நேரம் மனசுக்கு உற்சாகமா இருக்கு. ராத்திரி நான் சரியாத் தூங்கலே. இருந்தாலும் தெம்பாத்தான் இருக்கு. நான் எழுந்து அறைக் கதவைத் திறந்துண்டு ஹாலுக்கு வந்து விளக்கைப்

போடறேன். மொதல் காரியமா பின்னம் பக்கத்துக் கதவைப் பாக்கறேன். நன்னாத் தான் மூடித் தாழ்ப்பாள் போட்டிருக்கேன். இருந்தும் என்ன அர்த்தங்கெட்ட சந்தேகமும் பயமுன்னு என்னை நானே மனசுக்குள்ளே கண்டிச்சுக்கறேன். பாத்ரூமுக்குப் போய்ட்டு முகத்தை அலம்பிக்கறேன். ராத்திரி ஒழிச்சுப் போட்ட பாத்திரமெல்லாம் தேய்க்கறதுக்குக் கெடக்கு. பால் பாத்திரத்தை மட்டும் தேச்சு அலம்பிக்கறேன்.

இதோ பால்காரன் வந்துட்டான். பாலை வாங்கறத்துக்குப் போயி தெருக் கதவை திறக்கறேன். நன்னா வெளிச்சம் வந்துடுத்து. எதிர்த்தாத்து வாசல்லே கோலம் போடறா. நானும் பாலை வாங்கி வெச்சுட்டு வந்து ரெண்டு கோடு இழுக்கணும். இந்த அம்மா இதுக்கெல்லாமாவது ஒரு வேலைக்காரி வெச்சுண்டு இருந்திருக்கப்படாதோ? பாவம், எல்லா வேலையையும் ஒருத்தியாவே செஞ்சுண்டு இருந்திருக்காளே? இப்ப நான் ஒரு வேலைக்காரியும் பார்க்கணும்; இந்த ஒரு வாரமா நானேதான் எல்லாம் செஞ்சுண்டு வந்துட்டேன். எப்பவும் செய்யறதுன்னா ரொம்ப கஷ்டம். இந்த வேலை மட்டும்னா காலத்துக்கும் செய்துண்டு இருக்கலாம். ‘பாத்திரம் தேச்சுத் தேச்சு உடம்பையே தேய்ச்சுண்டு, புளி கரைச்சுப் புளி கரைச்சு வாழ்க்கையையே கரைச்சுண்டு’ன்னு அம்மா சொல்லுவாளே – அந்த மாதிரி. . . ஆனா எனக்கு வேற வேலையும் செய்ய வேண்டி இருக்கே! வெளியேயும் போகணுமே.

“ஏம்மா, பெரியம்மா இன்னும் வரலியா?”ன்னு பாலை ஊத்திண்டே கேக்கறான் பால்காரன்.

“இல்லே, அவ மகன் வீட்டுக்குப் போயிருக்கா”ன்னு சொல்றேன் நான்.

அவனும் என்னவோ புரிஞ்சுண்டு இருக்கான்னு தெரியறது, எத்தனை வீட்டுக்கு இதே தெருவிலே பால் ஊத்தறதுக்குப் போறான்! எவ்வளவு பேர் என்னென்ன பேசி இருப்பா? அதுவும் இவன்தான் இந்த ஆத்துக்கும் பால் ஊத்தறதுன்னு தெரிஞ்சுண்டு இவன் கிட்டேயே ஏதாவது பேச்சுக் குடுத்திருக்க மாட்டாளா என்ன?

பாலை வாங்கிண்டு திரும்பறச்சே பேப்பர் வரது. பாலைக் கொண்டுபோய் மூடி வச்சுட்டுப் பேப்பர் படிக்கலாம்னு ஹாலுக்கு வரேன். சோபாவிலே உக்காந்து பேப்பரைப் பிரிக்கறேன்.

வெளியிலே கார் சத்தம் கேக்கறது. இவர்தான் வந்துட்டாராக்கும்னு நெனச்சுண்டு எழுந்து பார்த்தால் –

டாக்ஸி! அட கஷ்டமே... மாமா வரார், கையிலே 'லெதர் பா'கைத் தூக்கிண்டு.

ஆமாம், 'அடுத்த வாரம் வருவேன்'னு சொல்லிட்டுப் போனாரே! அது ஞாபகம் இருக்கே ஒழிய அடுத்த வாரம்ங்கிறது இவ்வளவு சீக்கிரம் வந்துட்ட ஞாபகம் இல்லே. என்ன கஷ்டம்! அம்மாவை இன்னிக்கு அழைச்சுண்டு வந்தேயாகணும்.

மாமா ரொம்பக் குதூகலமா வரார்.

"நேத்திக்கு சாயங்காலமே புறப்பட்டுட்டேன்." 'டாண்'னு 'பைவ் ஃபார்ட்டி'க்கெல்லாம் கொண்டுவந்து எக்மோர்லே தள்ளிட்டான். இது பரவாயில்லே. சார்ஜூம் கொறைச்சல்... நன்னா இருக்கியா?"ன்னு கையைப் பிடிச்சுண்டு கேக்கறார்.

"நல்ல வேளை. எங்கே நீ வாக்கிங் போயிருக்கிற நேரத்திலே வந்து வாசல்லே நிக்கப் போறேனோன்னு நெனச்சேன்..."

"உக்காருங்கோ. காபி போட்டுண்டு வரேன்"னு அவர்கிட்டே இருந்து கழட்டிண்டு அடுக்களைக்குப் போறேன். பாத்திரம் தேய்க்கிறேன். மாமா பேப்பர் படிச்சுண்டு ஹால்லே உக்காந்துண்டு இருக்கார்.

எனக்குத் தெரியும். இந்த மாமாவுக்கு இப்ப மெட்ராஸிலே ஒரு வேலையும் இல்லே. என்னோட தனியா இருக்கலாம்ங்கற ஆசையிலேதான் இவர் ஓடிவந்திருக்கார். ஆமாம், எனக்கு நன்னாப் புரியறது. இந்த ஒரு வாரமா நான் இந்த வீட்டிலே, அம்மாவையும் அனுப்பிச்சுட்டு 'இவ'ரோட ஏகக் கோலாகலமாக இருந்துண்டு இருப்பேன்னு ஒவ்வொரு நாளும் கற்பனையில் காலந்தள்ளிப் பெருமூச்சு விட்டுண்டு இருந்திருப்பார் மாமா. மனசு தாங்காமல் நாளை எண்ணிண்டு இருந்துட்டு நேத்து சாயங்காலமே ரயிலேறி இருக்கார். அதிகாலையிலே வந்தால் 'இவ'ரும் இங்கே இருக்கறதெப் பாத்துடலாம்னு நெனச்சு இருப்பார். மாமா மனசு எனக்குத் தெரியுமே.

பாத்திரம் தேச்சு வச்சுட்டு, காபி போட்டுண்டு வந்து மாமாகிட்டே வெக்கறேன். மாமா என்னையே அளக்கற மாதிரி பார்க்கிறார்.

"கனகம் – அன்னிக்குப் போனவ அப்பறம் உன்னை வந்து பார்த்தாளா?"ன்னு கேக்கறார்.

"இல்லே. நான்தான் இன்னிக்குப் போய்ப் பார்க்கப் போறேன்"னு சொல்றேன். அவர் அதுக்கு ஒண்ணும் சொல்லாம காபியெச் சாப்பிடறார். நானும் நின்னுண்டே காபியெச் சாப்பிடறேன். அவர் என்னமோ சொல்லப் போறார். அதுக்காகத்

தான் நான் காத்துண்டு நிக்கறேன். அவர் என்ன சொல்லப் போறார் தெரியுமோ? 'நீ எதுக்கு அந்தாத்துக்குப் போறே? வேணுமானா அவளே வரட்டுமே'ன்னு என்னவோ சொல்லப் போறார்.

கரெக்ட், அதைத்தான் சொல்ல ஆரம்பிக்கிறார் மாமா:

"கணேசன் உன்னை 'வெளியே போ'ன்னு சொன்னானே அதுக்கப்பறம் நீ அந்தாத்துக்குப் போனதே இல்லையே?"னு கேக்கறார்.

"இல்லே"ங்கறேன்.

"அவன் மட்டும் இங்கே வரானே?"ங்கறார்.

"அவன் அம்மா இருக்கா இங்கே. அம்மாவைப் பார்க்க அவன் வருவான். பாட்டியெப் பாக்கறதுக்குப் பேரக் குழந்தைகள் வரும்"னு நான் சொல்றேன்.

"ஓ! அந்த மாதிரி இப்ப நீ அம்மாவைப் பார்க்க அங்கே போறயாக்கும்!"னு எகத்தாளமா சொல்லிண்டே காபித் தம்ளரை நீட்டறார். அதை வாங்கிண்டே நான் சொல்றேன்:

"நான் ஒண்ணும் அவாத்துக்குப் போகலே. வெளியே நின்னுண்டே, 'இந்த மாதிரி மாமா வந்திருக்கார்; வீட்டுக்கு வா'ன்னு ஒரு குரல் கொடுத்துவிட்டு வந்துடுவேன்"னு விஷயத்தை உடைச்சுட்டு அடுக்களைக்குப் போறேன். மாமா பின்னோடயே எழுந்து வரார் போல இருக்கு. அடுக்களை வாசல்லே வந்து நின்னுண்டு சொல்றார்:

"அப்போ எனக்காகத்தான் நீ இப்ப அங்கே போகப் போறயா?"ங்கறார்.

"ஆமாம்; அன்னிக்குப் போறச்சயே அம்மா சொல்லிட்டுப் போனா, நீங்க வந்தா சொல்லியனுப்பிச் சொல்லி."

"ஓ! நான் உன்னோட தனியாப் பேசணும்தானே இப்ப வந்திருக்கேன்."

"அதுக்கென்ன, நாம தனியாப் பேசறதில்லையா என்ன? அம்மா எப்பவும் நம்மளோடயா இருக்காள்? என்ன பேசணும்னு அவளே உங்ககிட்ட சொல்லியிருப்பாளே"ன்னு நான் அவர் மனசு தெரியாதவ மாதிரி பேசறேன்.

மாமா சிரிக்கறார். என்னத்துக்கோ இந்த சிரிப்பு? வேணும்னே பொய்யாச் சிரிக்கறார்; "நீ ரொம்ப பொல்லாதவளா ஆயிட்டே. . ."ன்னு சொல்லிண்டே கிள்ளறதுக்காகக் கிட்டவரார்.

வெளியிலே ஹாரன் சத்தம் கேக்கறது.

"மாமா. . . நீங்க குளிச்சுட்டு – பாய்லர் போட்டு வச்சுருக்கேன் – இருங்கோ. கதவைச் சாத்திக்குங்கோ. நான் போய்ட்டு வந்துடறேன்"ன்னு ரூம்லே போய்த் தலையை ஒழுங்கு பண்ணிண்டு, செருப்பை மாட்டிண்டு, ரூமை இழுத்துப் பூட்டிண்டு மாமாவுக்கு 'டாடா' காட்டியபடி பொறப்படறேன்.

மாமா என்ன பதில் சொல்றார்? அவர் முகபாவம் எப்படி இருக்குன்னுக்கூடக் கவனிக்கல்லே நான்.

அம்மா வந்துட்டாள். காலையிலே நான் பிளான் பண்ணின மாதிரியே பைகிராப்ட்ஸ் ரோடிலேருந்து ஒரு டாக்ஸியிலே போயி வண்டியெ விட்டுக் கீழே இறங்காமல் விஷயத்தைச் சொல்லிட்டு வந்துட்டேன். கணேசன் பொண்ணு சாந்தா – எவ்வளவு பெரியவளா வளர்ந்துட்டா? – அவதான் என்னைப் பாத்துட்டு 'அத்தே'ன்னு ஓடிவந்து காருக்குள்ளே கையைவிட்டு என்னைப் புடிச்சு 'வாங்கோ வாங்கோ'ன்னு இழுக்கறா. எனக்குத்தான் ஒட்டமாட்டேங்கறது.

'பாட்டியைக் கூப்பிடு'ன்னு சொல்றேன். கொழந்தை 'பாட்டி பாட்டி, அத்தே வந்திருக்கா . . .'ன்னு கத்திண்டு ஓடறது. ஓடற வேகத்திலே பாவாடை தடுக்கி விழுந்து வெக்கப்போறதேன்னு பயமா இருக்கு எனக்கு.

யார் யாரோ வந்து நின்னுண்டு என்னைப் பாக்கறா. முன்னே இருந்தவா ரொம்பப் பேர் மாறிப் போய்ட்டா. பரிச்சயமில்லாத மொகங்கள் தெரியறது. அம்மா வரா. என்னமோ ஏதோன்னு பயந்துட்டாள் போல இருக்கு.

"என்னடி, என்ன?"ன்னு பதறிண்டே வந்து கார்கிட்டே நிக்கறா.

"ஒண்ணுமில்லே. மாமா வந்திருக்கார். காலையிலே நான் எப்படியாவது சமாளிச்சுண்டு ஆபீசுக்குப் போயிடறேன். மத்தியானம் நீ ஆத்துக்கு வந்துடு–"ன்னு சொல்றேன்.

அம்மா மொகத்திலே ஒரு கர்வம். தான் இல்லாம நடக்காதாம்! இருக்கட்டுமே.

காதிலே குனிஞ்சு சொல்றாள்; "இப்பவே சொல்லிட்டேன். ஒரு நாளோ ரெண்டு நாளோ – நான் இருக்கிறபோது அவாள்ளாம் வரப்படாது. என்ன? அப்படீன்னா வரேன்"னு கண்டிஷன் போடறா.

"சரி"ங்கறேன்.

"இதிலே இந்த அம்மாவுக்கு என்ன ஒரு அசட்டுத் திருப்தி"னு நெனைச்சுண்டு வரேன்.

மாமாவுக்குக் கொஞ்சம் ஏமாத்தம்தான். வந்ததும் அவசர அவசரமா குக்கர்லே சமைக்கறதுக்குப் போட்டு வெச்சுட்டுக் குளிக்கப் போய்ட்டேன். குளிச்சுட்டு வந்து மாமாவுக்கு சாப்பாடு பரிமாறினேன். என் சமையலை மாமா ரொம்பப் புகழ்ந்தார். 'ஆபீஸுக்கு லீவு போட்டுடேன்'னார். "ஐயையோ, இன்னிக்கு முக்கியமான காரியமா நான் ஆபீஸ்லே இருக்கணும்"னு பொய் சொல்லிட்டுப் பொறப்பட்டுட்டேன்.

இவர்தான் வந்து அழைச்சிண்டு போறார். அப்போ மாமா வெளியே வந்து நின்னு இவரை 'விஷ்' பண்றார். இவரும் ரொம்ப மரியாதையாய்க் காரைவிட்டு இறங்கி நின்னு இவருக்கு 'குட்மார்னிங்' சொல்லி, "எப்ப வந்தீங்க?"ன்னு விசாரிக்கிறார். அப்பறமா மாமாகிட்டே விடை பெத்துண்டு என்னைக் காரிலே ஏத்திண்டு போகறச்சே, இன்னிக்குத்தான் இவருக்கு இதைப்பத்திக் கேக்கணும்னு தோணிக் கேக்கறார் என்னை.

"ஆமா உங்க மாமா என்னைப்பத்தி உன்னை ஒண்ணும் கேக்கலியா? 'எவனோ ஒருத்தன் வந்து எதுக்கு நம்ப வூட்டுப் பொண்ணை அடிக்கடிக்கி காரிலே இட்டுகினு போறான்'னு கேக்கலே?"

நான் சிரிச்சுண்டே சொல்றேன்: "ஹீ நோஸ் எவ்ரி திங். அவருக்கு எல்லாம் தெரியும் நம்மைப்பத்தி. நீங்க என்ன, எவனோவா?"

இவர் அப்படியே 'ஷாக்'காயிடறார்:

"வாட் டு யூ மீன்?"

"ஐ மீன் வாட் ஐ ஸே"ன்னு சொல்லிட்டு அப்பறமா அவருக்கு ஆறுதல் சொல்றேன்: "ஸோ வாட்? தெரிஞ்சா என்ன? அதைத் தெரிஞ்சுண்டு அவா நாசூக்கா இருக்கற போது நாமும் அதே மாதிரி நாசூக்கா இருந்துட வேண்டியதுதானே? அவா ஏதாவது 'டேர் டெவிலா' வந்து கேக்கற போது நாமளும் அதே மாதிரி 'ஆமா'ன்னு துணிஞ்சு சொல்லிடவேண்டியதுதானே..?"

"அதெப்படி? அவரை மாதிரி ஒரு பெரிய மனுஷர் கிட்டே..."ன்னு இவர் நெத்தியைச் சுளிக்கறார்.

"ஏன்? நீங்க மட்டும் என்ன, பெரிய மனுஷன் இல்லையா? அதனாலேதான் அவர் உங்ககிட்டே மரியாதையா நடந்துக்கறார்.

அவர் ரொம்ப நாகரிகம் தெரிஞ்சவர். உங்களை அப்படியெல்லாம் எதுவும் கேட்டுடமாட்டார்"னு சமாதானம் பண்றேன்.

இப்ப நான் ஆபீஸ்லேருந்து வரபோது அடுக்களையிலே சத்தம் கேக்கறது. அம்மா வந்துட்டாள்.

"இந்தக் குக்கரும் புக்கரும் எனக்குச் சரிப்பட்டு வராது"ன்னு என்னமோ சொல்லிக்கறா.

மாமா நான் எப்ப வருவேன்னு காத்துண்டு இருக்கார் போல இருக்கு. காலையில் ஆபீஸுக்கு நான் புறப்படறச்சேயே 'சீக்கிரம் வந்துடு'ன்னு சொல்லி அனுப்பினார். நானும் அதுக்காகவே இன்னிக்கி இவரை வரவேண்டாம்னு சொல்லிட்டு நானே டாக்ஸியிலே வந்துட்டேன்.

இப்பல்லாம் நான் பஸ்லே போறதே இல்லே. நான் இப்பப் பண்ணிக்கிற டிரஸ்ஸுக்கும் அலங்காரத்துக்கும் பஸ்லே போறது பொருத்தமா இருக்காது.

"வா, நேரத்தோட வந்துட்டியே..." வரவேற்கிறார் மாமா.

அம்மா டிபன் பண்ணி இருக்கா. உப்புமா மணக்கறது. அம்மா ஆத்திலே இருக்கிறது எனக்குச் சந்தோஷமா இருக்கு. வசதியா இருக்கு.

நானும் மாமாவும் ஹால்லே உட்கார்ந்துண்டு டிபன் சாப்பிடறோம்.

அப்பறமா மாமா மாடிக்குக் கூப்பிடறார்:

“வாயேன். மேலே போய்க் காத்தாட சித்த உட்காந்திருக்கலாம். உன்னோட எனக்குப் பேசணும், தனியா”ன்னு அம்மா காதிலே விழற மாதிரி மாடிப்படியிலே நின்னுண்டு கூப்படறார்.

நானும் போறேன்.

மழையிலே நனைஞ்சு, வெய்யில்லே காஞ்சு, வெளுத்தும் கறுத்தும் கிடக்கிற ஒரு பெரம்பு நாற்காலியிலே மாமா உக்காந்துக்கறார்.

“நன்னாயிருக்கே இந்த நாற்காலி! எதுக்கு இப்படி வீணாப் போட்டு வெச்சிருக்கே? பெயிண்ட் பண்ணிட்டா இன்னும் பத்து வருஷத்துக்கு வரும்”னு சொல்லிண்டே நாற்காலியைத் தட்டித் தட்டிப் பாத்துக்கறார்.

அப்பறம் என்னைப் பார்த்துண்டே, “ஹவ் இஸ் லைஃப்”னு கேக்கறார் கண்ணைச் சிமிட்டிண்டு.

“ஃபைன்” சொல்லிச் சிரிக்கறேன் நான்.

22

மாமா ஊருக்குப் போய்ட்டார். அம்மா கணேசன் ஆத்துக்குப் போய்ட்டா. மறுபடியும் நான் தனியா ஆய்ட்டேன். எல்லாரும் இப்பத்தான் போனா.

உறவு, பாசம்ங்கறது எல்லாமே அவ்வளவுதான். கூடப் பிறந்தவா, வயத்திலே பிறந்தவா எல்லாருமே அப்படித்தான். கடைசிவரைக்கும் பிரிக்க முடியாம ஒட்டிண்டு இருக்கிற பிடிப்பு உள்ளது ஆம்படையான் – பொண்டாட்டி உறவுதான். பிடிக்கிறதோ பிடிக்கலையோ, ஒருத்தருக்கொருத்தர் ஒத்துப்போறதோ இல்லையோ அந்த உறவு ஒண்ணு தான் கடைசிவரைக்கும் ஒட்டிண்டு இருக்கற உறவு. டைவர்ஸ் பண்ணிண்டாக்கூட என்ன? ஒரு உறவை டைவர்ஸ் பண்ணிட்டு இன்னொண்ணை ஏற்பாடு பண்ணிக்கிற அளவுக்கு முக்கியமானதுதானே அந்த உறவு? அப்படிப் பண்ணிக்கலைன்னா தனியா ஆயிடறா. உறவே இல்லாத தனிமைதானே அது? அந்த உறவு ஒண்ணுமட்டும் இருந்தால், யார் போனால் என்ன'ன்னு இருக்க முடியறது. அது இல்லைன்னா பெத்தவா, கூடப் பிறந்தவான்னு எத்தனை பேர் சுத்தியிருந்தாலும் தனியா இருக்கற மாதிரிதானே இருக்கு!

இந்த உறவு ஒண்ணுதான் டைவர்ஸ் பண்ணிக்கவும் மறுபடியும் ஏற்படுத்திக்கவும் முடியற உறவு. அப்படீன்னா இது ரொம்ப அவசியமான, ஆதாரமான உறவுன்னு ஆறது. மத்த உறவுகள் எல்லாம் ஏதோ ஏற்பட்டுடற உறவு. நாம விரும்பியோ விரும்பாமலோ ஏற்பட்டுடற உறவு. அந்த உறவுகள்

எல்லாம், ஏற்பட்டுட்டதனாலே தேவையாப் போன உறவுகள். இது மட்டும்தான் தேவைக்குன்னு ஏற்படற உறவு.

அதனாலேதான் அம்மாவையோ, அண்ணாவையோ மாமாவையோ யாரும் வேண்டாம்னு டைவர்ஸ் பண்ணவோ, வேணும்னு ஏற்படுத்திக்கவோ முடியறதில்லே.

இந்த உறவு அப்படி இல்லே. இது ரொம்ப முக்கியமான, அடிப்படையான, எல்லா உறவுக்கும் ஆதாரமான உறவு. அதனாலேதான் மனுஷா இதை ஏற்படுத்திக்கறா.

எனக்கு இந்த உறவு மட்டும் இல்லே. அதனாலே எனக்கு உறவே இல்லாமல் போயிடுத்து.

இனிமே மாமா வரமாட்டார். அந்த உறவு டைவர்ஸ் ஆயிட்ட மாதிரி! இது எனக்கு மட்டும் தெரியும். அதனாலே இனிமே அம்மாவும் வரமாட்டா. வேற ஏதாவது சாக்குக் கண்டு பிடிச்சுக் கூப்பிடணும்... அம்மா கூட இருந்தால் நன்னாத்தான் இருக்கு... என்ன செய்யலாம்?

அம்மா உக்காந்துக்குவாளே அந்த மாதிரி தெரு லைட்டையும் போட்டுண்டு நான் வாசற்படியிலே வந்து உக்காந்துடறேன். தனியா வீட்டுக்குள்ளேயே அடைஞ்சு கிடக்கிறது தலைவேதனையா இருக்கும் போல இருக்கு அம்மாவுக்கு. அதான், இப்படி வந்து உக்காந்துப்பாளா இருக்கும். இது மாதிரித் தனியா அடைஞ்சு கிடக்கும்போதுதான் அது புரியறது. சித்த தெருவை வந்து பாத்தா தேவலாம்னு இருக்கு. ஆனால் கஷ்டம்! நான் வந்து தெருவை எங்கே பாக்கறது? இந்தத் தெருவுன்னா என்னையே ஒரு வேடிக்கையாப் பாக்கறது! இந்தத் தெருவுக்கு நான் பெரிய 'லெஜண்ட்' போல இருக்கு. கதை கதையாப் பேசிண்டிருக்காளோ. என் புராணத்தை? வந்து வந்து பாத்துட்டுப் போறதுகள்.

கையிலே ஒரு புஸ்தகத்தை வச்சுண்டு இதையெல்லாம் கவனிக்காத மாதிரி நான் கவனிச்சுண்டுதான் இருக்கேன்.

என்ன புஸ்தகம் இது? ஒண்ணும் நன்னா இல்லே. படிக்க ஆரம்பிச்சுட்டா, அதுக்கா 'நன்னா இல்லே'ன்னு வச்சுட முடியறதா? 'நன்னா இல்லே, நன்னா இல்லே'ன்னு முனகிண்டே படிக்க வேண்டி இருக்கு? எங்கேயாவது கொஞ்சம் நன்னா இருக்காதா?ங்கற நப்பாசைதான். சான்ஸே குடுக்க மாட்டான் போலே இருக்கு! பக்கம் பக்கமா தள்ளிண்டு இருக்கேன்...

ரேடியோ ஒண்ணு வாங்கி வச்சுக்கணும். அந்த ஆசை யெல்லாம் எனக்கு வந்ததே இல்லே. இல்லாட்டா ரேடியோவா பிரமாதம்? நாளைக்கே ஒண்ணு வாங்கிண்டு வந்து வச்சுடறேன்.

சில நேரங்களில் சில மனிதர்கள்

அடுத்தாத்திலேருந்து காதைக் கிழிக்கிறது. நம்மாத்துலேருந்தும்தான் கொஞ்சம் கிழிக்கட்டுமே! தனியா இருக்கறச்சே, கூட யாரோ துணைக்கு இருக்கிற மாதிரி பேசிண்டு இருக்குமோன்னோ? பேசினாத் தேவலை. பாடினாத் தான் தாங்க முடியலே. பாட்டு என்ன? சங்கீதம் என்ன?

வாசற்படியிலேயே உக்கார்ந்துண்டு இருக்கேன் உள்ளே போறதுக்கு மனசு வரல்லே. உள்ளே ரொம்ப சூன்யமா இருக்கு. அம்மா கையோட கையா, போறச்சயே சமைச்சு வச்சுட்டுப் போயிட்டா. அதனாலே சமைக்கற வேலையும் இல்லே. இல்லாட்டா அந்தச் சாக்கிலே கொஞ்ச நேரம் போகும். போதுபோகாமல் உட்கார்ந்துண்டு இருக்கேன். புறப்பட்டுப் போய் மஞ்சுவைப் பார்த்துட்டு வந்தால் என்ன? சீ, நினைச்சுண்டா ஓடறதா? இவரையும் இன்னிக்கு வரவேண்டாம்னு சொல்லிவிட்டேன். அம்மாவோட அசட்டுத் திருப்திக்காக ரெண்டு நாளா அவரை இந்தப் பக்கம் வர வேண்டாம்னு வேற என்னமோ காரணம் சொல்லித் தடுத்து வெச்சிருந்தேன். இப்பப் பொழுதோட வந்து, இவாளையும் அனுப்பிச்சாச்சு! தனியா இருக்கேன். எனக்கு யாருமே கிடையாதா? எல்லாம் வெறுமையா இருக்கே. எதுக்குமே அர்த்தம் இல்லையே. இந்தப் புஸ்தகம்வேற 'போர்' அடிக்கிறது. சனியனை மூடி வைக்கறேன்.

வாசல் 'கேட்'டுப் பக்கம் யாரோ நிக்கற மாதிரி தெரியதே!... "யாரது?"

"நான்தான் மாமி" – எங்க அம்மா ஃபிரண்டு! இன்னிக்குக் கையிலே பாண்டிச் சில்லைக் காணோம். 'கேட்'டைப் பிடிச்சுண்டு தலையை மட்டும் வெளிச்சத்திலே நீட்டிண்டு நிக்கறது. அவளைப் பார்த்ததும் எவ்வளவு ஆறுதலா இருக்கு! 'வா, வா'ன்னு கூப்பிடறேன். ஏதோ இவளுக்காகத்தான் காத்துண்டு இருந்த மாதிரி எழுந்து போய் 'கேட்'டைத் திறக்கறேன். அம்மா இல்லேன்னு தெரிஞ்சுண்டு எங்கே ஓடிடப் போறதோன்னு கெட்டியாக் கையைப் பிடிச்சு இழுத்துண்டு வரேன். அன்னிக்கி இந்தக் குழந்தை வந்து தானா பேசினப்போ எங்கே வந்து ஈஷிக்குமோன்னு பயந்து ஒதுங்கி வந்தேனே, இன்னிக்கி நானாப் போய் இது மேலே விழுந்து ஒட்டிக்கிறேன்.

"உன் பேர் என்ன சொல்லு?"

"மீனா."

"இந்த நேரத்திலே எங்கே வந்தே? என்ன வேணும்? எந்தக் கிளாஸ் படிக்கறே?" – ஒரு கேள்வியா கேட்டா, எங்கே பதில் சொல்லிட்டு ஓடிடுமோன்னு வரிசையாக் கேக்கறேன். அதுக்கு

ஒண்ணும் புரியலே போல இருக்கு. என்னைப் பத்தி ரொம்பப் 'பிரவுடு'ன்னுன்னா இதுக்கு நினைப்பு. இன்னிக்கி நானா இவ்வளவு பேசறது இதுக்கு ஆச்சரியமா இருக்குப் போல இருக்கு. அதோடகூட இப்போ இதுக்குப் 'பிரைடு' வந்துடுத்து. தந்தி பாஷையிலேயே பதில் சொல்றது:

"ஸிக்ஸ்த் ஸ்டாண்டர்ட்... ஸேவா சதன்லே." நான் அவளை இழுத்து உக்கார வெச்சுக்கறேன்.

"எங்கே வந்தே? என்ன விஷயம்?"

"ஒண்ணுமில்லே; உங்காத்துக்கு வந்தவாள்ளாரும் ஊருக்குப் போய்ட்டா; பாட்டியும் போய்ட்டாள்னு சித்தி சொல்றா. நான் இல்லேன்னு சொன்னேன். சித்தி 'பெட்' கட்டினா. நான் பாத்துட்டுப் போகலாம்னு வந்தேன். பாட்டி உள்ளே இருக்காளோன்னோ?"ன்னு எட்டி உள்ளே பாக்கறது.

எனக்கு ஒரு நிமிஷம் மனசுக்குள்ளே கோவம் வந்தது. இவாளுக்கு இன்னொருத்தர் ஆத்து விஷயத்திலே பந்தயம் கட்டிக்கற அளவுக்கு அவ்வளவு என்ன சுவாரசியம்? இவாள்ளாம் அம்மாவை நான் விரட்டிட்டேன்னு பேசிக்குவாளா இருக்கும்.

"உங்க சித்தி என்ன 'பெட்' கட்டினா"ன்னு கேக்கறேன். சொல்லமாட்டேங்கறது. சொன்னதே அதிகம்னு நினைச்சுக்கறது போல இருக்கு. உதட்டையும் கடிச்சுண்டு, தலையையும் குனிஞ்சுண்டு, அமுத்தலா விரலாலே தரையைக் கீறிண்டு உக்கார்ந்திருக்கு... 'நறுக்'னு ஒரு குட்டு வச்சு அனுப்பலாமான்னு எனக்கு வரது.

"மாமி! நான் ஒண்ணு கேட்பேன். சொல்லுவேளா?" – எதுக்கோ பீடிகை போட்டு ஆகறது.

"ம்... கேளேன்... சொல்றேன்"னு நானும் சீண்டிவிடறேன்.

"பாட்டி உங்ககிட்டே கோவிச்சுண்டு போய்ட்டாளாமே? நெஜமாவா? உங்களுக்கும் பாட்டிக்கும் சண்டையா? இனிமே வரவே மாட்டாளா?"

எனக்கு என்ன சொல்றதுன்னு புரியலே. மனசுக்குள்ளே வருத்தமா இருக்கு. இந்த அம்மாவே யார்கிட்டேயாவது போய் ஏதாவது சொல்லிப் புலம்பி இருப்பளோன்னு.

"சண்டையா? என்ன பேத்தல்? யார் சொன்னா? அவள் எங்க அண்ணா ஆத்துக்குப் போயிருக்கா. வருவாளே"ன்னு நான் சமாளிக்கறேன்.

“நீங்க தனியாவே இருப்பேளா?” – இன்னும் என்னமோ கேக்க நினைக்கறது. ஆனா கேக்கப் படாதேன்னு நினைச்சுண்டு முழிக்கறது. ‘பாவம்! இந்தக் குழந்தையை இதுக்காகக் கோவிச்சுண்டு என்ன பண்றது?’ன்னு நான் நினைச்சுக்கறேன். இவ மனசிலே நான் கார்லே வந்து இறங்கறதும் ஏறிண்டு போறதும் படமாத் தெரியறது போல இருக்கு.

“ஆமாம். தனியாத்தான் இருக்கணும். கஷ்டமாத்தான் இருக்கு. நீ வேணா துணைக்கு வந்து என்கூட இருக்கியா?”

“இங்கேயேவா? எப்பவுமா?”

“ம்...”

“ஐயோடி... நான் மாட்டேன். எங்க அம்மா அடிப்பா.”

“அதெல்லாம் அடிக்கமாட்டா. கொஞ்சநாழி இங்கே இருந்துட்டு அப்பறமா நீ ஆத்துக்குப் போயிடலாம். எனக்கும் ஆபீசுக்குப் போகணும், மத்த வேலையெல்லாம் செய்யணுமோன்னோ? நாளைக்கு எங்காத்திலே புதுசா ஒரு ரேடியோ வாங்கிண்டு வரப்போறேன். நீ வந்து பாக்கறயா?”

“ஐய்யய்யே... ரேடியோவைப் போய் என்னத்துக்கு வாங்க றேள்? டிரான்ஸிஸ்டர் வாங்குங்கோ மாமி”ன்னு என்ன சமத்தா சொல்றது இந்தக் குட்டி.

“இட் இஸ் எ குட் ஐடியா? – ஓ எஸ், உன் இஷ்டப்படி டிரான்ஸிஸ்டரே வாங்கிடறேன்”னு நான் அவளுக்குச் சொல்றேன். எங்கிருந்தோ ‘மீனா’ன்னு ஒரு குரல் கேக்கறது.

“இதோ வந்துட்டேன் சித்தி”ன்னு கத்திட்டு “நாளைக்கு வரேன் மாமி... டாடா!ன்னு சொல்லிட்டு ஓடிடறது.

நான் மறுபடியும் புஸ்தகத்தை எடுத்துப் பிரிச்சுக்கறேன். மனசு மட்டும் புஸ்தகத்திலே ஒட்டலே. இனிமே மாமா இங்கே வரவேமாட்டார்னு நினைக்கறச்சே, மனசுக்குள்ளே ஒரு குதூகலம் பிறக்கறது. அப்படி நான் குதூகலப்படும்படியா இந்த மாமா ஆயிட்டாரேன்னு நினைக்கிறச்சே வருத்தமாகவும் இருக்கு. போன தடவை வந்தப்போ, ‘கங்கா நீ ஜெயிச்சுட்டே’ன்னு சொன்னார். இந்தத் தடவை வந்தப்போ தான் தோத்துட்டதைச் சொல்லாமல் சொல்லிட்டு அந்தத் தோல்வியெ ஒப்புத்துண்டு போயிட்டார்.

நேத்திக்கி ராத்திரி பத்து மணி வரைக்கும் மாடியிலேயே நானும் மாமாவும் பேசிண்டு இருந்தோம். நேத்திக்குத்தான் முதல்

தடவையா மாமாகிட்டே நான் கடுமையா நடந்துண்டேன். அதுவே கடைசித் தடவையா ஆயிடுத்து.

என்னென்னவோ பேசிண்டிருந்தோம். சில சமயங்களிலே கொஞ்சம் இன்ட்டரஸ்டிங்காகவேகூட இருந்தது பேச்சு. இன்ட்டரஸ்டிங்காப் பேச மாமாவுக்கு சொல்லித் தரணுமா?

நான் என்னோட நிலைமையையும், வாழ்க்கையை நான் இனிமே எப்படி நடத்தறதுங்கற என்னோட தீர்மானத்தையும் தெளிவா அவரோட விவாதம் பண்ணினேன். ஆனால் அவர், ஏதோ ஒரு லெவல்லே சீரியஸாப் பேசிண்டு இருந்தவர் திடீர்னு ரொம்பக் கீழே இறங்கிட்டார். 'இவ'ரைப்பத்தியும், இவருக்கும் எனக்கும் இருக்கற உறவைப்பத்தியும் ரொம்பப் பச்சையா 'ஸ்டாட்டிஸ்டிக்ஸ்' எடுக்கறமாதிரி ஏதோ கேக்க ஆரம்பிச்சார். எனக்கு என்னவோ திடீர்னு ஒரு எரிச்சல் வந்துடுத்து.

அவர் அந்த நாற்காலியிலே உக்கார்ந்துண்டு இருக்கார். நான் கீழே தரையிலே சுவர் ஓரமா முதுகைச் சாய்ச்சுண்டு, முழங்காலைக் கட்டிண்டு. அவர் கேக்கறதுக்கெல்லாம் பதில் சொல்லிண்டு உக்காந்திருக்கேன். அவர் கால் அடிக்கடி என் தொடையிலே படறது. நான் நகந்துக்கறேன். பேசற விஷயத்தையே சரியாப் பேச முடியாமல் அது ஒரு தொந்தரவா இருக்கு எனக்கு. ஒரே சமயத்தில் இப்படி ஒரு கேவலமான விஷமத்தைப் பண்ணிண்டே எப்படி இவராலே ரொம்ப உயர்ந்த விஷயங்களைப் பத்தியும் பேச முடியறது? திடீர்னு ஏதோ கோபத்திலே பல்லைக் கடிச்சுண்டு அப்படியே இறுகிப் போறேன் நான். அவர் பேசறதே எனக்குப் புரியலே. பேசற விஷயத்திலே மனசு ஒட்டலேன்னா எனக்கு அந்தப் பாஷையே புரியமாட்டேங்கறது இப்பல்லாம்.

மாமா என்னமோ சொல்லிண்டே காலாலேயே பெரு விரலையும் அடுத்த விரலையும் சேர்த்து என் தொடையிலே கிள்ளிடறார். என்னை அறியாமலே அந்த இருட்டிலே அது மாமன்னுகூடத் தெரியாமல் 'பிளாகார்ட்'னு சொல்லிட்டு நான் 'டக்'னு எழுந்துடறேன்.

என்னுடைய வார்த்தை காதிலே விழாதமாதிரி மாமா சிரிச்சுடறார். ஆனால் அதைச் சொன்னதுக்காக நான் மனசுக்குள்ளே வருத்தப்படறேன். உடனே அங்கே இருந்து போய்ட்டால் நன்னா இருக்காதுன்னு சுவர் ஓரமாய் போய் நின்னுண்டு அடுத்த தெருவை இருட்டிலே வேடிக்கை பாக்கறேன்.

மாமாவோட குணம் எனக்குத் தெரிஞ்சிருந்தும் நான் அவர்கிட்டே ஆத்திரப்பட்டிருக்க வேண்டாம். மாமாங்கறது இந்தப் பலவீனமும் சேர்ந்ததுதான். நான் நகர்ந்துண்டதோட

பேசாமல் இருந்திருக்கலாம். அவரைப் போய் நான் அப்படிச் சொல்லியிருக்க வேண்டாமேன்னு நினைச்சுக்கறேன். இருந்தாலும் எனக்கு வாய் கொஞ்சம் அதிகமாயிடுத்துன்னு என்னை நானே கண்டிச்சுக்கறேன். இது எவ்வளவுதான் தப்பானாலும் மாமாங்கறது இதுமட்டுமில்லையேன்னு அவர் எனக்குச் செஞ்ச உதவியை, அவரோட அந்தஸ்தை, வயசை, நிஜமாகவே அவர் என்கிட்டே காட்ற அன்பையெல்லாம் யோசிக்கறபோது 'இவருக்கு ஏன் இப்படி ஒரு வக்கிர புத்தி?'னு நினைச்சு மனசு கலங்கறேன். இவர் வயசு என்ன? என் வயசு என்ன? இவர் இப்படி ஒரு சபலத்தை எப்படி இந்த அளவுக்கு வளர்த்துண்டார்? இன்னும் ஏன் வளர்த்துண்டே இருக்கார்? இவர் நிஜமாவே என்னைப்பத்தி என்ன நினைக்கறார்? இவருக்கு நான் இணங்குவேன்னு இவர் நம்பறாரா? இல்லே, இப்படியே இருக்கறதிலே இவருக்கு ஒரு சந்தோஷமா? இதுக்கு ஒரு முடிவே கிடையாதா? நானாவது இதுக்கு ஒரு முடிவை ஏற்படுத்த வேண்டாமா? உடைச்சுப் பேசி இவருக்குப் புத்திமதி சொல்லவாவது செய்யணுமேன்னு – என்னென்னமோ நினைச்சுண்டு நான் மானத்தைப் பார்த்துண்டு நிக்கறேன். இந்த மாமா பின்னாடியே வந்து. . .

இப்ப எனக்கு இவரைத் திட்டத் தோணலை. அழுகை வந்துடறது. நான் ஒண்ணும் அவரைச் சொல்லப்படாதேன்னு பல்லைக் கடிச்சுண்டு, அவர் கையை விலக்கி விட்டுட்டு அவர் எதிரே திரும்பி நின்னு அவர் முகத்தைப் பார்த்து ஒண்ணுமே நடக்காதமாதிரி நிதானமா சொல்றேன்:

"மாமா! என்னைத் தொடாமல் பேசுங்கோ" – அப்படியே மரமாட்டமா நிக்கறார்.

"ஏன்? நான் உன்னைத் தொடப்படாதா?"ன்னு அப்பறம் மெதுவாக் கேக்கறார். அப்படிக் கேக்கறது ஒரு நியாயம்னு அவர் நினைக்கறாரே, அதுக்கு நான் என்ன பதில் சொல்லுவேன்? பேசிண்டே மறுபடியும் தொடவரார், அவரைப் பாக்கறச்சே எனக்கு ரொம்ப அருவருப்பா இருக்கு. அவர் எனக்குச் செஞ்ச உதவியை, செலவழிச்ச பணத்தை, அவராத்திலே உக்காத்திவச்சுப் போட்ட சோத்தை, எல்லாத்தையும் அப்படியே திருப்பிக் கொடுக்க முடிஞ்சுட்டாத் தேவலையேன்னு தோண்றது.

கையைப் பிடிச்சுண்டு பிச்சைக்காரன் மாதிரி என்னத்தையோ கெஞ்சறார். எனக்கு ஆங்காரம் பீறிண்டு வரது. 'இவ'ரைப் பத்தி இப்பவும் என்னமோ சொல்றார் . . . எனக்கு அதைத் திருப்பி நினைச்சுப் பார்க்கக்கூடத் தெரியலை. தன்னையும் 'இவ'ரையும் 'கம்ப்பேர்' பண்ணிண்டு என்னவோ சொல்றார். நான் ரொம்பக் கடுமையாச் சொல்றேன்:

"வாயை மூடுங்கோ, அவரோட கால் தூசு பெறமாட்டேள் நீங்க" – எனக்கு ஒரு ஆவேசமே வந்துடறது. என்னென்னமோ பேசிடறேன். "இனிமே மரியாதை கிடையாது. நீங்க எனக்கு எவ்வளவோ உதவி செஞ்சிருக்கேள்? எவ்வளவோ பணம் செலவு பண்ணியிருக்கேள். அதுக்காக என்ன வேணாலும் செய்யலாமோ? அப்படி செஞ்சதுக்காக இப்படியெல்லாம் நடந்துக்கவேள்னா கணக்குப்போட்டு ஒண்ணுக்கு ரெண்டா எல்லாத்தையும் வாங்கிண்டு போங்கோ. இந்த ஆத்துப் பக்கமே நீங்க வரவேண்டாம். செஞ்ச உதவிக்கு ரொம்பத் தாங்க்ஸ். நவ் யூ கேன் கெட் அவுட்!"

நான் மாடிப்படி இறங்கறச்சே பின்னாலேருந்து ஒரு குரல் கேக்கறது. அந்தக் குரல் தழுதழுக்கிறது.

"கங்கா! இங்கே வந்துட்டுப் போ."

போய் அவர் எதிரே நிக்கறேன். தலையைக் குனிஞ்சுண்டு அவரும் நிக்கறார். ஒண்ணும் பேசலை.

"என்னைக் கிழவன்னு நினைச்சுண்டுதானே நீ வெறுக்கறே?"ன்னு அவர் கேட்கறபோது எனக்குச் சிரிப்பு வரது. எவ்வளவோ விஷயங்களிலே மகாமேதையாயிருக்கிற இவர் இந்த விஷயத்திலே எவ்வளவு அசடா இருக்கார்னு நினைக்கறப்போ எனக்குப் பாவமா இருக்கு. அவர் குரல் தழதழத்ததும், அவர் மனசு கலங்கினதும் தனக்கு வயசாயிடுத்தே, தான் கிழவனாயிட்டமேங்கறதை நினைச்சுத்தான்னு புரியறது. இதுக்கு நான் சிரிக்காமல் என்ன செய்யறது?

தான் கிழவன் இல்லேன்னு நிரூபிச்சுணும்னு அவர் ஆத்திரப் படறார். அவர் கிழவன் இல்லேன்னு நிரூபிச்சு எனக்கு என்ன ஆகணுமாம்? அவர் சொல்றார்:

"நீ தொடப்படாதுன்னு அதிகாரம் பண்றயேடி குட்டி! உன்னை அடிக்கக்கூட எனக்கு அதிகாரம் உண்டுதெரியுமோ?" அவர் விளையாட்டாத்தான் சொல்றார். ஆனா, அதிலே விஷம் இருக்கு. அவர் அடிக்கப்போறார்னு எனக்குத் தோணறது. அம்புஜம் மாமி உடம்பெல்லாம் இருக்குமே வரி வரியா அது ஞாபகம் வரது.

"எனக்குத் தெரியும். நீங்க அடிப்பேள். நீங்க என்னை அடியுங்கோ. ஆனால் தொடாதேங்கோ"ன்னு கண்ணை மூடிண்டு அவர் முன்னாடி உடம்பை விறைச்சுண்டு நிக்கறேன். அவர் என்னை அடிக்கப் போறார். பெல்டைக் கழட்றார். பெல்டை வீசறச்சே 'டக்'னு அதைப் பிடிச்சுக்கறேன். பிடுங்கிண்டு நாலு வெக்கலாமான்னு இருக்கு! பெல்ட் இப்ப என் கையிலே இருக்கு.

“மணி பத்தாறதே! சாப்பிட வரலையா?”ன்னு கேட்டுண்டு அம்மா மாடிக்கு வந்துட்டா.

நேத்திக்கு – எப்பவும் போல – அவரோட உக்கார்ந்து நான் சாப்பிடலே. அவர்கிட்டே நான் பேசலே. அவர் முகத்தைக்கூடப் பார்க்கலே. அவர் படுக்கையை இழுத்து என் ரூமை விட்டு வெளியே எறிஞ்சுட்டேன். அவராத்தான் தட்டிப் போட்டுப் படுத்துண்டார்.

இப்போ சித்தே முன்னே ஊருக்குப் புறப்பட்டாரே – அப்பத் தான் நானும் அவரும் நேருக்கு நேர் பார்த்துண்டோம். ‘இனிமே நான் வரமாட்டேன்’னு என்கிட்டே அவர் சொன்ன மாதிரி இருந்தது. நான் பதில் ஒண்ணும் சொல்லலே. என் மனசுக்கு நன்னாத் தெரியறது. இன்னமே அவர் இங்கே வரமாட்டார்.

அப்படியே வந்தாலும் அவர் என்னைத் தொட நான் விட மாட்டேன். கால் அழுத்தி விடறது, சிசுருஷைகள் செய்யறதுங்கற காரியமெல்லாம் இனிமே நடக்காது.

நான் அம்மாகிட்டே சொல்லி இருக்கேன், சமையலுக்கும் வேலைக்கும் ரெண்டு ஆள் பார்க்கச் சொல்லி. ஏதாவது காரியமா வந்தாலும், இந்த ஆத்திலே அவர் தங்கிக்கலாம்; சாப்பிடலாம்; வேலைக்காராகிட்டே வேலை வாங்கிக்கலாம். அவ்வளவுதான்.

ஆனால் மாமாவை எனக்குத் தெரியும். அவர் அப்படி யெல்லாம் இருக்கமாட்டார். ‘யாரோ ஒரு சூத்திரனோட வைப்பாட்டியா அவள் ஆய்ட்டா. இனிமே அங்கே போறது நமக்கு மரியாதை இல்லை’ன்னு தான் ஒதுங்கிட்டதாக அவர் பேசிக்குவார்.

ஆனால், அம்மாதான் நினைச்சிண்டிருக்கா, மாமா எப்பவுமே மாதிரி வருவார், போவார்னு. ரொம்ப நாள் கழிச்சு எப்பவாவது அம்மா ‘ஏன் வரலை?’ன்னு அவரைக் கேட்டால் மாமா அந்தப் பதிலைச் சொல்வார். அம்மாவுக்கு அந்தப் பதில் ரொம்பச் சரின்னேப்படும். ஏன்னா அவளே அப்படி ஒதுங்கிண்டவள்தானே!

மணி ஒன்பதாறது. பசிக்கல்லே. ஆனாலும் சாப்பிடணுமே. தெரு விளக்கை அணைச்சுட்டு, வாசல் கதவைச் சாத்திண்டு உள்ளே போறேன்.

சாதத்தைத் தட்டிலே எடுத்து வச்சுண்டு உக்கார்றேன். திடீர்னு சந்தேகம் வரது: வாசல் கதவைத் தாழ்ப்பாள் போட்டேனோ?

கையை உதறிட்டு எழுந்து போறேன்.

23

வாக்கிங் போயி ரெண்டு மூணு நாளாச்சு. மஞ்சுவைப் பார்த்தும் ரெண்டு மூணு நாளாறது.

இவர் ஆபீசுக்கு வரார். நான் மாடியிலேருந்து கீழே பாக்கறேன். கார் வந்து நிக்கறது. வெளியே தலையை நீட்டி அண்ணாத்துண்டு மேலே பாக்கறார். நானும் கண்ணாடி ஜன்னல்லே முகத்தை அழுத்திண்டு கீழே பாக்கறேன். நான் பாக்கறது இவருக்குத் தெரியலே. இவர் விடற சிகரட் புகை முகத்தை மறைக்கறது. நான் மணியெப் பாக்கறேன். இன்னும் ரெண்டு நிமிஷம் இருக்கு. ஸீட்டிலே வந்து உக்காந்துக்கறேன்.

இந்த வாரம் வந்த பத்திரிகையிலே ஆர்.கே.வி.யோட கதை வந்திருக்கு. மத்தியானமே படிச்சுட்டேன். சும்மா மறுபடியும் எடுத்துப் புரட்டிப் பார்க்கறேன். அந்த 'அசுவ மேதம்' கதை வருமா, வருமான்னு நானும் பார்த்துண்டே இருக்கேன்; மனுஷன் எழுத மாட்டேங்கறாரே ? இந்தக் கதையும் நன்னாத்தான் இருக்கு. அதை எதிர்பார்த்துண்டே இருக்கறதனாலே வேற நல்ல கதையாவே படிச்சாலும், அது இல்லையேன்னு ஏமாத்தமா இருக்கு.

மணி அஞ்சாயிடுத்து. புறப்பட்டுட்டேன். 'ஹாண்ட் பாக்'லே தலையெ நீட்டிண்டு இருக்கு இந்தப் பத்திரிகை. பெரிய 'பாக்' கொண்டு வரலே இன்னிக்கு.

லிப்ட் பக்கம் ஒரே கூட்டம். முன்னாலேயே பொறப்பட்டு அந்த ரெண்டு நிமிஷம் இங்கே நின்னுண்டு இருந்திருக்கலாமேன்னு நெனச்சுக்கறேன்.

லிப்டு வந்துடுத்து, எல்லாரும் நெருக்கிண்டு நுழையறா. அவசரம்! நான் அவசரத்தெக் காட்டிக்காம ஒதுங்கி நிக்கறேன். லிப்டு ஆபரேடர் யாரையோ கொஞ்சம் நகந்துக்கச் சொல்லி எனக்கு வழி விடறதுக்குக் கேட்டுக்கறான். 'ஓ! ஐ ஆம் ஸாரி'ன்னு அந்த ஸூட் போட்ட ஆசாமி நகந்து எனக்கு வழி விடறார். அவர் என் பின்னாலேயே லிப்டுக்கு வந்ததும் கதவை மூடிண்டு பொத்தானை அமுக்கறான். சரசரன்னு லிப்டு இறங்கறது. 'கிரவுண்ட் ஃப்ளோ'ருக்கு வந்ததும் எல்லாருக்கும் முன்னே நான் வரேன். எனக்குப் பின்னாலே வந்தவா திமுதிமுன்னு என்னைத் தாண்டிண்டு போறா. நான் வெளியே வரச்சேயே இவர் பாத்துடறார். கார் கதவைத் தெறந்து விடறார். கார்லே வந்து இவர் பக்கத்திலே உட்கார்ந்தவுடனேதான் கொஞ்சம் படபடப்புக் குறையறது. என்னோட படபடப்பு மத்தவாளுக்குத் தெரியாம மறைச்சுக்கறேன். இருந்தாலும் எனக்குத் தெரியறதே! பையிலே இருந்து கர்ச்சிப்பை எடுத்து நெத்தியிலே ஒத்திக்கறேன். இவர் சொல்றார்:

"உன்னை ரொம்ப நாளாப் பாக்காத மாதிரி இருக்கு. இன்னைக்கும் எங்கே வரவேணாம்னு சொல்லிடுவியோன்னு பயந்துக்கினே போன் பண்ணேன் மத்தியானம். நல்ல வேளை வரச் சொல்லிட்டே"ன்னு குழந்தை மாதிரி சந்தோஷப்படறார். அவர் என்னைப் பார்த்ததும் எப்படி சந்தோஷப்படறார்? எனக்கு மட்டும் என்ன இவ்வளவு கௌரவமாம்? நானும் சொல்றேன்:

"ஆமாம். எனக்குக் கூடத்தான் ரொம்ப நாளாய்ப் பார்க்காத மாதிரி இருக்கு. இன்னக்கி நானே போன் பண்ணி இருப்பேன். நீங்க பண்ணீட்டிங்க. உங்க குரலைப் போன்லே கேக்கறச்சே எனக்கு எவ்வளவு சந்தோஷமா இருந்தது, தெரியுமா?"ன்னு சொல்றச்சே எனக்குத் தொண்டை அடைச்சுக்கறது.

திடீர்னு இதெல்லாம் என்னன்னு நெனச்சுக்கறேன். நாங்க பேசிக்கறது ஏதோ ரெண்டு 'லவர்ஸ்' பேசிக்கற மாதிரின்னா இருக்கு! இதுக்கும் 'லவ்'னுதான் பேர். இதெ ஒப்புத்துக்கறதிலே என்ன வெட்கமாம்? இவர் உடம்பைப் பத்தி, மனசைப் பத்தி, வாழ்க்கையைப் பத்தியெல்லாம் நான் எவ்வளவு அக்கறையோட நெனச்சுப் பாக்கறேன். இவரும் என்னைப்பத்தி எவ்வளவு சிரத்தையோட நெனைக்கறார்! நடந்துக்கறார்! இவர் யார்? நான் யார்? இந்தப் பாந்தவ்யம் எப்படி ஏற்பட்டது? ரொம்பப் பேருக்கு உறவுங்கறது ரொம்ப உயர்வா, கவிதை மாதிரியெல்லாம் ஆரம்பத்திலே மயக்கிக் காதல்னு உருவாகிக் கடைசியிலே செக்ஸ்லே முடியும். எங்களோட உறவு ரொம்ப மட்டமா, மிருகத் தனமா, வெறித்தனமா, ஒரு ஆக்ஸிடண்ட் போல செக்ஸ்ங்கிற

விபத்திலேயே தொடங்கி, இப்பப் பொறுப்பு உணர்ச்சியோட, கௌரவமான நட்புங்கற பேராலே, அன்பாகிக் காதல்லே முடியறதோ என்னவோ?

"என்ன யோசனை?"ன்னு மவுண்ட்ரோடிலே காரை ஓட்டிண்டே கேக்கறார்.

"ஒண்ணுமில்லே"ன்னு தலை நிமிர்ந்து பாக்கறச்சே எதிரே ஒரு ரேடியோ அட்வர்ட்டைஸ்மெண்ட் போர்டு தெரியறது. மத்தியானமே அதுக்காகப் பணம் எடுத்து வெச்சேன். இவருக்குப் போன் பண்ணணும்னு நான் நெனச்சுண்டதே அந்தக் 'கான்டக்ஸ்ட்'லேதான். மறந்தே போயிடுத்து. அந்தக் கொழந்தை சாயங்காலம் ஞாபகமா 'எங்கே மாமி உங்காத்து டிரான்சிஸ்டர்'னு வந்து நிக்கும் – யமன்!

"ஒரு நிமிஷம்... எனக்கு ஒரு 'டிரான்சிஸ்டர்'னு வாங்கணும். உங்களுக்குத் தெரிஞ்ச இடமா, இல்லேன்னா ஏதாவது ஒரு ரேடியோக் கடையாப் பார்த்து நிறுத்துங்கோ. எனக்கு அதைப்பத்தியெல்லாம் ஒண்ணும் தெரியாது"ன்னு சொல்றேன்.

"எனக்கு மட்டும் என்ன தெரியுமாம்! அதெல்லாம் மஞ்சுவுக்குத்தான் அத்துபடி. பத்மா ஒரு ஏழுவகை வெச்சிருக்கா. ஐ திங் வீ டீல் இன் இட் – எங்க கம்பெனி மூலமா அதுக்கு ஏஜென்ஸி இருக்குதுன்னு நினைக்கிறேன். உடனே வேணுமா? நாளைக்கு நல்லதா ஒரு டிரான்ஸிஸ்டர் பாத்து நானே அனுப்பறேனே"ன்னு சொல்றார்.

"ம்ஹூம். இப்பவே, இன்னிக்கே வேணும். வீட்டிலே தனியா இருக்கிறது ஒரே 'போரா' இருக்கு."

"ஏன்? உங்கம்மா வந்துடலே?"ன்னு கேக்கறார்.

"இல்லே, வந்துட்டுத் திரும்பவும் போயிட்டா."

இவர் காரைத் திருப்பறார். ஏதோ ஒரு ரேடியோ கடை முன்னே கொண்டு போய் நிறுத்தறார். ரெண்டு பேரும் இறங்கி உள்ளே போறோம். எல்லாரும் எங்களைப் பாக்கறா. நாங்க ரெண்டு பேரும் பாக்கறதுக்கு ரொம்பப் பொருத்தமா இருக்கோமோ? சில பேர் என்னமோ ஆசீர்வாதம் பண்ற மாதிரிப் பாக்கறா.

ஒரு ஆம்பளைத் துணையோட பப்ளிக்லே வரபோது நிச்சயமா ஒரு மரியாதை கெடைக்கறது. விஷமத்தனமாப் பாக்கறதுக்குக்கூடப் பயப்படறா. அதுவும் அந்த ஆம்பளையைப் பொறுத்து இருக்கு. இவர் ரொம்ப 'மேன்லி'யாகத்தான் இருக்கார். கொஞ்சம் மொரட்டுத்தனமாகக்கூடத் தோண்றார். அந்த

மொரட்டுத்தனம் மாதிரி இருக்கறதும் வேண்டியதுதான். ஆனா இவர் நெஜமாலுமே மொரடனா இருக்கார். இதோ நடந்துண்டு இருக்கோம். குறுக்கே ஒருத்தன் வரான். இவர் பாக்கறார். சும்மாதான் பாக்கறார். அவன் அப்படியே நின்னுக்கறான். நான் போறபோது இன்னம் கொஞ்சம் வெலகிண்டு மரியாதையா வழிவிடறான். இந்த மாதிரி சந்தர்ப்பத்திலே தனியா வந்தால் மேலே உரசிண்டு போவான்கள். கழுத்தைத் திருப்பிண்டு பார்ப்பான்கள். ரெண்டு பேரா இருந்தால் ஏதாவது 'கமெண்ட்' அடிப்பான்கள். காரணமில்லாமல், 'அவுட்'டுச் சிரிப்புச் சிரிப்பான்கள். இப்ப எவனையும் அந்த மாதிரி காணோமே..!

ரேடியோக் கடையில் எங்களுக்கு ஏக உபசாரம் நடக்கறது. நேரே கடை முதலாளியோட ஏர்கண்டிஷன்ட் ரூமுக்கு அழைச்சிண்டு போறா. அந்த முதலாளி எழுந்து நின்னு எங்களை வரவேற்கறார். காபி தரா. அந்த முதலாளி இவர்கிட்டே நின்னுண்டேதான் பேசறார். இவர் எவ்வளவு செல்வாக்கும் மரியாதையும் உள்ள மனுஷர்னு இந்த மாதிரிச் சூழ்நிலையிலே பாக்கறவாளுக்குத்தான் புரியும். ஒரு டிரான்சிஸ்டர் வாங்கறதுக்காக இவரைக் கடைக் குள்ளே இழுத்துண்டு வந்து நிறுத்தினது ஒரு தப்போன்னு தோண்றது எனக்கு.

கொஞ்ச நாழியிலே டேபிள் மேலே வரிசையா விதவிதமான டிரான்சிஸ்டர் வந்து குவியறது. ஏதேதோ ஸ்டேஷன்கள்ளேருந்து ஒண்ணொண்ணுலேருந்தும் ஒவ்வொரு விதமான சத்தம் வரது.

கடைசிலே அந்த மொதலாளியே ஒரு டிரான்சிஸ்டரை எடுத்துக்காட்டறார்: "இது ஜப்பான் டிரான்ஸிஸ்டர்..."

"ஹவ் டு யு லைக் திஸ்?"னு இவர் என்கிட்டே கேக்கறார். இதெ எப்படி ஆப்பரேட் பண்றதுன்னு நான் கவனிச்சுக்கறேன். நான் பதில் ஒண்ணும் சொல்லலே.

அந்த மொதலாளி ரொம்ப ஸ்டிராங்கா இதையே 'ரெக்கமெண்ட்' பண்றார்.

"ஓ. கே. பேக் இட் அப்"ன்னு இவர் சொல்றார்.

நான் இவர்கிட்டே ரகசியமாக் கேக்கறேன்: "என்ன விலை இருக்கும்?"

இவர் என்னத்துக்கு இப்படிச் சிரிக்கிறார்? சிரிச்சுண்டே சொல்றார்... இங்கிலீஷ்லே சொல்றார்: "இப்படி ஒரு அம்சம் இருக்குது என்கிற நெனப்பே வரலே எனக்கு. இன்னொரு விஷயம்

தெரியுமா? இதுக்கு நாம பணம் தரவேண்டியதில்லே. ஏன்னா இது எங்க ஆபீஸ் மூலமா வரதுதான். இவங்க எங்களுக்குத் தரவேண்டிய பணத்திலே கழிச்சுக்குவாங்க."

நானும் இங்கிலீஷ்லேயே சொல்றேன்: "நான் எனக்காக இதை வாங்கறேன்..."

"நோ! நான் உனக்கு இதை பிரசன்ட் பண்ணப் போறேன். நான் உனக்கு இதுவரை பிரஸன்டேஷன் ஒண்ணும் தந்ததில்லே. பிளீஸ்... நீ இந்த என் வேண்டுகோளை நிராகரிக்கக்கூடாது..."

எனக்கு என்ன சொல்றதுன்னு புரியலே. நல்லவேளை. அந்த ரூம்லே எங்க ரெண்டு பேரைத் தவிர வேறு யாருமே இல்லே. "சரி, எது எப்படி இருந்தாலும் என்ன விலைன்னு கேளுங்கோ..."

"ஹி வில் ப்ரிங் தி பில் நவ்"ன்னு சொல்லிண்டு இருக்கறச்சே அந்த முதலாளி கை நெறைய காகிதங்களோட வரார். என் பேர், அட்ரஸ் எல்லாம் எழுதிக்கறார். ரெண்டு நாள்லே லைசன்ஸ் வந்துடுமாம். நான் பில்லைப் பாக்கறேன். அடீ அம்மா! எண்ணூத்தி இருபது ரூபாயாக்கும்! இட் இஸ் டூ மச்!

டிரான்சிஸ்டர் வாங்கியாச்சு. நான் பொழுதோட வீட்டுக்கு வந்துடறேன். சமைக்கணும். அதுவும் இல்லாமெ இவர் வீட்டுக்கு நான் அடிக்கடி போறது என்னமோ மாதிரி இருக்கு. அன்னிக்கே பத்மாவோட தோரணை அவ்வளவு நன்னா இல்லே.

என்னை இறக்கி விடறப்போ இவரை "வீட்டுக்குள்ளே வாங்கோ"ன்னு அழைச்சுண்டு வரேன்.

இவருக்குக் காபி கலந்துண்டு வந்து கொடுக்கறேன். காலைப் பால்தான். சாயங்காலம் பால் வாங்க முடியறதில்லே. நிறுத்திட்டேன். காபி ரொம்ப நன்னா இருக்குங்கறார் இவர்.

டிரான்ஸிஸ்டரை எடுத்து டீபாய் மேலே வெச்சு ட்யூன் பண்றார் இவர்.

"யூ லைக் கர்னாடிக் மியூஸிக்?"னு என்னைக் கேக்கறார்.

"எனக்கும் சங்கீதத்துக்கும் ஸ்நானப் பிராப்திகூடக் கிடையாது. தனியா இருக்கறபோது துணையா இருக்கறதுக்கு– ஏதாவது குரல்களைக் கேட்டுண்டு இருக்கலாமேன்னுதான் டிரான்ஸிஸ்டர் வாங்கணும்னு நெனச்சேன். அதுக்காக இவ்வளவு பணம் செலவழிப்பாளா என்ன? அங்கே ஒண்ணும் சொல்ல வேண்டாம் – அது மரியாதை இல்லேன்னு தான் பேசாமல்

இருந்துட்டேன். இதெ நீங்க ஆத்துக்கு எடுத்துண்டு போங்கோ. எனக்கு இருநூறு முன்னூறு ரூபாயிலே சாதாரணமா ஒண்ணு வாங்கிப் பிரசண்ட் பண்ணுங்கோ – போறும்"னு சொல்றேன். இவருக்கு முகமே என்னமோ மாதிரி மாறிடறது. காபியைக் குடிச்சிண்டே ஒரு மாதிரி என்னைப் பாக்கறார்.

"நான் ஏதாவது தப்பா சொல்லிட்டேனா?"ன்னு கேக்கறேன்.

"ஆமாம். அன்போட பிரசண்ட் பண்றதெ எந்தக் காரணமும் சொல்லி மறுக்கக்கூடாது"ன்னு சொல்றார் இவர்.

"ஐ ஆம் ஸாரி"ன்னு நான் மன்னிப்புக் கேட்டுக்கறேன். "தாங்க் யூ வெரி மச். எனக்கு ரொம்ப சந்தோஷம்"னு நான் சொல்றேன். உடனே இவரே பேச்சை மாத்தறார்: "எனக்குக் கர்னாடிக் மியூசிக் பிடிக்கும். ஜாஸ் பிடிக்கும். ஹிந்துஸ்தானி மியூஸிக்கும் பிடிக்கும். சினிமாப் பாட்டுதான் பிடிக்கலை. பத்மா அதையேதான் கேட்டுக்கினு இருக்கா ..."

"மஞ்சுவெப் பாத்துக்கூட ரெண்டு மூணு நாள் ஆயிடுத்து"ன்னு நானே சொல்லிக்கறேன். இவரும் என்னோட சேந்து, "ஆமாம்"ங்கறார்.

"ஏன் நீங்க கூடவாப் பார்க்கலே?"ன்னு கேக்கறேன்.

"ஆமாம், ரெண்டு மூணு நாளா நான் போற நேரத்துக்கு அது தூங்கிடுது வாக்கிங் போகாததினாலே காத்தாலேயும் பாக்கறதில்லே ..."

"நாளையிலிருந்து காலையில் வாக்கிங் போவோம்"னு சொல்றேன். பேச்சோட பேச்சா, "இப்ப என்ன புரோகிராம்?"னு கேட்டுட்டேன்.

இவர் சிரிக்கறார்: "இந்தக் கேள்விக்கு நான் பதில் சொல்லலாமா?"ன்னு கண்ணெச் சிமிட்டிண்டே கேக்கறார்.

"ம் ... சொல்லுங்களேன்னு" நானும் 'கெத்து'விடாமக் கேக்கறேன்.

"ஒரு 'கேர்ல் ஃபிரண்டை' மீட்பண்ணப் போறேன்"னு சொல்லிட்டுத் தலையைச் சொறிஞ்சிண்டே விளக்கறார்: "சும்மா கேர்ல் ஃபிரண்ட்னு சொல்லிக்கறதுதான். வெறும் 'கேர்ல்' தான். ஃபிரண்ட் ஒண்ணுமில்லே. இன் தி ரியல் ஸென்ஸ்– 'கேர்ல்ஸ்'லேயும் சரி, 'மென்'லேயும் சரி, எனக்கு இருக்கிற ஒரே ஃபிரண்ட், ஃபிலாஸபர், கைடு – எல்லாம் நீ ஒருத்திதான். அதனாலே எவளையோ, ஃபிரண்ட்னு சொல்லிக்கறது எனக்கே

பொருத்தமாப்படலே! சும்மா ஒரு ஸம் ஸார்ட் ஆஃப் – என்ன சொல்றது ...”ன்னு இழுக்கறார்.

“எனக்குப் புரியறது... நீங்க ஒண்ணும் சொல்ல வேணாம்”னு சிரிக்கறேன் நான். ரொம்ப வெட்கத்தோட அவமானப்படறவர் மாதிரித் தலையெக் குனிஞ்சிண்டு அப்புறம் திடீர்னு கேக்கறார்:

“நீ என் கிட்டெ ஒரு உண்மையைச் சொல்லணும். உங்க அம்மா சண்டெ போட்டுக்கினுதானே உன்னை வுட்டுட்டுப் போயிருக்காங்க? அதுவும் என் விசயமாத்தானே?”ன்னு ரொம்ப ‘ப்ளன்ட்டாக்’க் கேட்டுடறார்.

“எஸ்”னு நான் ஒரு வார்த்தையிலே பதில் சொல்லிட்டு அவர் முகத்தை உத்துப் பாக்கறேன். அவரும் என்னைப் பாக்கறார். அவர் என்ன நெனைக்கறார்னு தெரியலை.

“கங்கா”ன்னு கூப்பிடறார்.

“எஸ்”

“நம்மோட நிலையை – நம்மோட பரஸ்பரப் பிரியத்தை– அவர் இங்கிலீஷ்லே சொல்றார் ‘ம்யூச்சுவல் அஃபெக்‌ஷன்’னு– யாரும் புரிஞ்சுக்கவே மாட்டாங்க; நம்பவும் மாட்டாங்க – அன்லெஸ் யூ கெட் மாரீட் டு ஸம்ஒன்” அவர் கண் பளபளங்கறது.

“ஹோ! ஹு கேர்ஸ் பார் இட்?”னு நான் ஏனோ ரொம்ப சந்தோஷமா அவருக்குச் சமாதானம் சொல்றேன். “யார் என்ன நெனைச்சா நமக்கு என்ன? நம்பளோட இந்த சினேகிதத்திலேதான் நான் அர்த்தம் காண்றேன்; நான் சந்தோஷமா இருக்கேன். இந்த வாழ்க்கைதான் நான் விரும்பினது”ன்னு சொல்லிண்டு இருக்கறபோது மீனா வராள்.

டிரான்ஸிஸ்டர்லே ஏதோ சினிமாப் பாட்டு – மெதுவாப் பாடிண்டு இருக்கு.

“வா மீனா”ன்னு நான் அவளைக் கூப்பிடறேன். உள்ளே வந்து இவரையே பாத்துண்டு நிக்கறா மீனா.

“இவ மீனா – அடுத்தாத்து – அடுத்தாம்தானே?”னு கேட்டுக்கறேன்.

“இல்லே, மூணாவது வீடு”ன்னு சொல்றாள் மீனா.

மூணாவது வீட்டுக்குழந்தை. எங்க அம்மா ஃபிரண்ட், இப்ப எனக்கு. இவள்தான் டிரான்ஸிஸ்டர் வாங்கறதுக்கு ஐடியா கொடுத்தவள். எப்படி இருக்கு? பிடிச்சு இருக்கா?”ன்னு மீனாவைக் கேக்கறேன்.

அவள் அப்படியே அசந்துபோய்ட்டாள்போல இருக்கு.

“ரொம்ப நல்லா இருக்கு மாமி. வொர்ல்ட் ஸ்டேஷன்ஸ் பூராக் கேக்கும். . . ரொம்ப விலை இருக்கும்”னு சொல்லிண்டே கையிலே எடுத்துப் பாக்கறாள்.

“மெட்ராஸ்லே – சினிமாப் பாட்டு இருக்குமே”ன்னு சொல்லிண்டு ட்யூன் பண்றா.

இவர் பொறப்படறார். காலையிலே மஞ்சுவோட வர்ரதாச் சொல்லிட்டுப் போறார்.

காலையிலே கார் ஹார்ன் சத்தம் கேட்டவுடனே ஜன்னல் வழியாப் பாக்கறேன். இவர் மட்டும்தான் காரிலே இருக்கார்.

மஞ்சுவைக் காணோம்.

நான் வீட்டைப் பூட்டிண்டு போய்க் கார்லே ஏறிக்கறேன். மஞ்சு ஏன் வரலேன்னு நான் கேக்கலே. என் மனசுக்கு என்னமோ புரியறது. இவரே சொல்லுவார். சொல்றவரைக்கும் நாம ஒண்ணும் தொந்தரவு பண்ண வேண்டாம்னு பேசாமல் இருக்கேன். இவரும் என்னமோ மாதிரி வருத்தமா, கோபமா இருக்கார்னு தெரியறது.

ரெண்டு பேரும் பேசாமல் இருக்கோம். ஆனா இவர் மனசுக்குள்ளே ரொம்ப வருத்தப்படறார்னு தெரியறதே. நான் இவர் முகத்தையே பாத்துண்டு இருக்கேன். ரொம்பப் பாவமா இருக்கு.

“வாட் இஸ் தி மேட்டர்?” – என்ன விஷயம்னு கேக்கறேன். குழந்தை மாதிரி இவருக்கு உதடு துடிக்கிறது.

“சே சே, வாட் இஸ் திஸ்?”னு நானா மொதல் தடவை அவரைத் தொட்டு சமாதானப்படுத்தறேன்! – ஐயோ இவர் அழறாரே.

“பிளீஸ்!. . . என்ன நடந்தது? சொல்லுங்கோ! ஐய, யாராவது பார்க்கப் போறா”ன்னு கர்ச்சிப்பை எடுத்து நீட்டறேன். வாங்கி முகத்தை அழுத்தித் தொடச்சுக்கறார். கண்ணும் மூக்கும் செவசெவன்னு பளபளக்கறது. தொண்டையெச் செருமிண்டு ஒரு சிகரெட்டை எடுத்துப் பத்த வெச்சுக்கறார். சமாளிச்சுண்டு என்னைப் பாத்துச் சிரிச்சுண்டே, “ஐ ஆம் ஸாரி”ன்னு சொல்றார்.

“என்ன நடந்தது?”ன்னு கேக்கறேன்.

“நான் நேத்திக்கி சொன்னேனே, நம்ப சினேகிதத்தை யாரும் புரிஞ்சுக்க மாட்டாங்கன்னு. நம்பமாட்டாங்கன்னு. . . மஞ்சுவே . . .” இதைச் சொல்றபோது இவருக்குத் தொண்டை

அடைக்கறது: "மஞ்சுவே நம்பலே ... வாக்கிங் போகக் கூப்பிட்டா வரமாட்டேன்னு சொல்லிட்டுது. ஏன்னு கேட்டா என்னென்னமோ சொல்லுது. ஹவ் ரிடிகுலஸ்!"னு பொலம்பறார். இவரைப் பாக்கறதுக்கு எனக்குப் பரிதாபமா இருக்கு. இவர் இவ்வளவு குழந்தையா இருக்கறதை நம்பவே முடியலே.

நான் சொல்றேன்: "மஞ்சு மேலே தப்பு இல்லே. காரணம் எனக்குப் புரியறது. டோண்ட் பாதர். ஐ வில் ஸ்பீக் டு ஹர் – நான் மஞ்சுகிட்டே பேசறேன். அவள் ரொம்ப நல்ல குழந்தை. யாரோ சொன்னதைக் கேட்ட அதிர்ச்சியிலே குழம்பிப் போயிருப்பாள். நான் பேசறேன்"னு சமாதானம் பண்றேன்.

காந்திசிலைக்கிட்டே காரை நிறுத்திட்டு அந்தச் சப்பாணிக்குக் காசு தரார். மூணு நாளைக்கும் சேர்த்துத் தரார்.

ரெண்டு பேரும் நடக்க ஆரம்பிக்கிறோம். மஞ்சு இல்லாம ரெண்டு பேரும் தனியா நடக்கறது என்னவோ போலத்தான் இருக்கு.

24

மஞ்சு இங்கே வந்து அரை மணி நேரம் ஆறது. இவ அம்மாவுக்குத் தெரியாமல் வந்திருக்காள்னு தோண்றது.

இன்னிக்கிக் காலையிலே நான் மஞ்சுவுக்குப் போன் பண்ணினப்போ இவர் என்னோட இருந்தார். ஆபீசுக்குப் போன உடனே மஞ்சுவுக்கு நான் போன் பண்ணப் போறதாச் சொன்னேன். நானும் மஞ்சுவும் என்ன பேசிக்கறோம்னு தெரிஞ்சுக்கறதுக்காக இவரும் கூடவே வந்தார். வந்து மேலேயும் கீழேயும் பார்த்துண்டு நின்னார். என் ஆபீசுக்கு இவர் வரது இதுதான் முதல் தடவை. மணி பத்துதான் ஆகியிருந்தது. இப்பதான் எல்லாரும் ஒருத்தர் ஒருத்தரா வந்துண்டு இருந்தா.

"ப்ளீஸ் கம் இன்!... ம்"னு நான் இவரை அழைச்சுண்டு வந்தேன். என் டேபிளுக்கு எதிரே இருக்கிற ரெண்டு சேர்லே ஒண்ணை இழுத்துப் போட்டு உட்காரச் சொன்னேன். யார் யாரோ விஸிட்டர்ஸெல்லாம் வந்து உட்கார்ந்து 'போர்' அடிக்கற அந்த நாற்காலியிலே எனக்குன்னு வந்திருந்த ஒரே விஸிட்டர் இவர்தான். என்னைத் தேடி என் ஆபீசுக்கு இத்தனை வருஷ ஸர்வீஸ்லே ஒரு மனுஷா வந்தது கிடையாது.

ரங்கசாமி கிளாஸ்லே ஜலம் கொண்டுவந்து வெச்சு அந்த பிளாஸ்டிக் தட்டாலே மூடறான். ரெண்டு காபி கொண்டுவரச் சொல்லி அவனை அனுப்பிட்டு இவர் வீட்டுக்கு டெலிபோன் போட்டேன்.

நல்ல வேளை! மஞ்சுவே எடுத்தாள்.

'நான் கங்கா பேசறேன்'னு சொன்ன உடனே கொஞ்ச நாழி இவளுக்கு ஒண்ணும் பேச முடியலே போல இருக்கு. இவ என்ன சொல்லப்போறாள்னு கவனிக்கறதுக்காக நானும் பேசாமல் இருந்தேன். இவ என்னை 'விஷ்' பண்ணக்கூட இல்லை. இவ ரொம்ப குழம்பி இருக்காள்னு புரிஞ்சது. குரலே மாறிப் போயிருந்தது.

'அப்பா இல்லியே'ன்னு சொன்னாள்.

'அப்பா இங்கேதான் இருக்கார். நான் உன்கிட்டே பேசறதுக்குத்தான் போன் பண்ணினேன். ஐ வாண்ட் டு மீட் யூ'ன்னு நான் இங்கிலீஷ்லேயே சொல்றேன். 'இப்போ இருக்கற உங்க வீட்டு சூழ்நிலையிலே நான் உன்னை வந்து பாக்கறது அவ்வளவு சரின்னு தோணலை. அதனாலே உன்னை எங்க வீட்டுக்குக் கூப்பிடறேன். இன்னிக்கு சனிக்கிழமைதானே! மத்தியானம் வீட்டுக்கு வா. உங்க அப்பா இருக்கமாட்டார். நான் உன்கிட்டே தனியாப் பேசணும்'னு ரொம்ப அதிகாரத்தோட சொன்னேன்.

அவ பேசாம இருந்தா. என் குரல்லே இருந்த அதிகாரத்துக்குச் சமாதானம் சொல்றமாதிரி நான் கொஞ்சம் இங்கிதமா விளக்கறதுக்காக அவளைக் கேட்டேன்.

"ஆர் வீ நாட் குட் ஃபிரண்ட்ஸ்?"

ஏதோ கிளாஸ் ரூம்லே பதில் சொல்றமாதிரி இருந்தது அவ குரல்:

"எஸ்."

"ரெண்டு நல்ல சிநேகிதிகள் அவங்களுக்கு இடையிலே எந்தவித மனஸ்தாபமும் இல்லாமல், வேற ஏதோ நிர்ப்பந்தத்துக் காவே பிரியணும்னா குறைஞ்ச பட்சம் ஒரு 'குட் – பை'யாவது சொல்லிக்கவேண்டாமா?"ன்னு நான் இங்கிலீஷ்லேயே கேட்டேன். பாவம், குழந்தை அழுதுட்டாள் போல இருக்கு.

"ஐ ஆம் ஸாரி"ன்னு அவ ஏதோ சொல்ல ஆரம்பிக்கும்போது தொண்டை அடைச்சுண்டுடுத்து. இந்தக் குழந்தையை இப்படி வருத்தப்படுத்தறமேன்னு எனக்கும் வருத்தமா இருந்தது.

"மஞ்சு! டேக் இட் ஈஸி. உன்கிட்டே நிறைய விஷயங்கள் பேச வேண்டியிருக்கு. அதுக்காகத்தான் பார்க்கணும்னு சொல்றேன். எ டைம் ஹாஸ் கம் டு எக்ஸ்ப்ளெய்ன் எவ்ரிதிங்" நான் சொல்லிண்டே இருக்கறச்சே, 'நான் ரெண்டு மணிக்கு

வீட்டுக்கு வரேன்'னு சொல்லிட்டு 'டக்'னு ரிஸீவரை வச்சுட்டா. என் மனசிலே பத்மாவோட முகம் தெரிஞ்சது.

"என்ன, என்ன சொல்லுது?"னு ரொம்ப க்யூரியஸா கேட்டார் இவர்.

"ஷி இஸ் கமிங் ஹோம்"னு சொன்னேன்.

"நீ மஞ்சுகிட்டே என்னா பேசப் போறே?"ன்னு கேட்டார் இவர். "பேசிட்டுச் சொல்றேன்"னு சொன்னேன். இவருக்கு முகமே மாறிப்போச்சு. பன்னெண்டு வருஷத்துக்கு முன்னே ... அந்த சாயங்காலத்திலே நடந்த சம்பவத்தை நினைச்சுப் பாக்கறார் போல இருக்கு. அந்த விஷயத்தை இவர் பொண்ணுகிட்டே நானே சொல்லப் போறதை நினைச்சு பயப்படறார் போல இருக்கு. இவரோட யோக்யதை இவர் குடும்பத்திலே தெரியாதா என்ன? ஆனா இவர் அசூசைப் படறது இவரோட யோக்யதையை மஞ்சு தெரிஞ்சுக்குவாளேங்கறதுக்காக இல்லே; எங்க சிநேகிதத்தின் யோக்யதை இவ்வளவுதான்னு தெரிஞ்சுடப் போறதேங்கறதுக்காக மனசு கூசறார்.

ரங்கசாமி காபி கொண்டு வரான். நான் வழக்கமா ஆபீசிலே காபி சாப்பிடறதில்லே. அதனாலே எனக்குன்னு ஃபிளாஸ்கோ, 'ஜக்'கோ, இல்லாட்டா —இதோ பிளாஸ்டிக் மூடி போட்டுக்கொண்டு வரானே – இந்த மாதிரி 'மக்'கோ எதுவும் வாங்கி வெச்சுக்கலே. பாவம், ரங்கசாமி! யார் கிட்டயோ இரவல் வாங்கிண்டுபோய்க் காபி வாங்கிண்டு வந்திருக்கான். இரவலாவது! ரங்கசாமி எங்கேயும் போய் எதையும் சொந்தமா எடுத்துண்டு வந்துடுவானே. கேட்டால் அவனுக்கு இல்லேன்னு சொல்லிட முடியுமா? சொன்னால் அடுத்த தடவை அவாளுக்கு வாங்கிண்டு வரப்போ அவா முன்னாடியே போட்டு உடைப்பான். 'கை தவறிப் போச்சு, ஸார்'ம்பான். 'நீ செய்யற வேலையை நான் செய்றேன். நான் செய்யற வேலையை உன்னாலே செய்ய முடியுமா ஸார்?'னு சவால் விடுவான். எனக்கும் இவருக்கும் கிளாஸ் தம்ளர்லே காபியை ஊத்திண்டு இருக்கறச்சே நான் கேட்டேன்:

"ரங்கசாமி! கிளாஸ், 'காபி மக்' எல்லாம் யார் சப்ளை?"

"நம்ப மானுயுவள் அம்மாவோடதுதான். புச்சு அம்மா. நேத்து வாங்கினது. நம்பளும் ஒண்ணு வாங்கி வச்சுடணும் அம்மா. மூணு ரூபா ஆவுது" – தொணதொணன்னு பேச ஆரம்பிக்கறான்.

“சரி சரி. . . கிளியர் த பிளேஸ்”னு அவனை அடக்கறேன்.

ஆபீஸ் ஒர்க் பண்ண ஆரம்பிச்சுடுத்து. ஒரு பார்வை ஹால் முழுக்கவும் பாக்கறேன். அநேகமா எல்லாரும் அவாவா ஸீட்லே இருக்கா. மானுயுவல் என்னைப் பாத்து ஒரு சிரிப்பாலே விஷ் பண்றா. நானும் பதிலுக்கு விஷ் பண்றேன். எல்லாருடைய கவனமும் இங்கே என் பக்கம்தான் இருக்கு. பொண்களெல்லாம் ஒருத்தரை ஒருத்தர் பாத்துக்கறா. எனக்கு மனசுக்குள்ளே ரொம்பப் பெருமையா இருக்கு.

நான் காபியைக் குடிச்சுட்டு, இவர்கிட்டே சொல்றேன். “மத்தியானம் நீங்க வரவேண்டாம். நானே ஆத்துக்குப் போயிக்கறேன். நீங்க ஈவினிங் வாங்கோ. மஞ்சுகிட்டே நான் பேசின விவரத்தைச் சொல்றேன்.”

“ஓ. கே”ன்னு இவர் எழுந்திருந்தார்.

“ஐ வில் ஸீ யூ ஆஃப்”னு நானும் கூடவே போனேன். லிஃப்டு வரைக்கும் போறதாத்தான் முதல்லே போனேன். ஆனா, அப்பறம் நானும் இவரோட லிஃப்டுலே ஏறிண்டேன். கீழே வந்து இவர் கார் வரைக்கும் இவரோட போய் இவரைக் காரிலே உட்கார்த்தி வச்சு, “மஞ்சு ஒண்ணும் குழந்தை இல்லே. கன்னாபின்னான்னு அவதூறுகளை அவள் நம்பிண்டு இருக்கிறதைவிட உண்மையைத் தெரிஞ்சுக்கறது நல்லது. நம்முடைய சிநேகத்துக்காக நான் ஒண்ணும் வெட்கப்படலே. ஷீ ஷுட் நோ திங்ஸ்”னு சொல்லி, கார் கதவு மேலே இருந்த இவர் முழங்கையிலே மெதுவாத் தட்டி இவரைச் சமாதானப்படுத்தி, “சாயங்காலம் என்னை வந்து பாருங்கோ”ன்னு சொல்லிக் குழந்தையைப் பள்ளிக்கூடம் அனுப்பி வெக்கற அம்மா மாதிரி அனுப்பி வெச்சேன். கார் போற வரைக்கும் நின்னுண்டு இருந்தேன். கொஞ்சநேரம் அங்கேயே நின்னுண்டு இருந்தேன். எல்லாரும் என்ன நினைச்சுக்குவா? என்ன நினைச்சுண்டா எனக்கு என்ன?

ஒரு மணிக்கு ஆபீஸ் முடிஞ்ச உடனே ஒரு டாக்ஸி பிடிச்சுண்டு நேரா வீட்டுக்கு வந்தேன். நான் வந்த அஞ்சு நிமிஷத்துக்கெல்லாம் இவளும் வந்தாள். வந்தவள் என்னமோ புதுசா முதல் தடவை முகம் தெரியாத ஒருத்தர் வீட்டுக்கு வந்தமாதிரி வாசற்படியிலேயே நின்னாள். நான் எப்பவுமே மாதிரி ரொம்பச் சாதாரணமா சௌஜன்னியமா இவ கையைப் பிடிச்சு உள்ளே அழைச்சுண்டு வந்து உட்காரச் சொல்றேன். நானும் எதிரே உக்கார்ந்துக்கறேன்.

"எங்கே, இப்பல்லாம் நீ வாக்கிங் வரதே இல்லே"னு கேக்கறேன். பாடத்து மேலேயோ பரீட்சை மேலேயோ பழியைப் போட்டு என்னமோ பதில் சொல்றா.

"நானும் இப்பல்லாம் உங்க வீட்டுக்கு வரதே இல்லே"ன்னு சொல்லிட்டு இவ மொகத்தைப் பாக்கறேன். லேசா தலையை ஆட்டிண்டு தரையைப் பாக்கறா. "நீங்க ஏன் வரலே?"ன்னு இவள் கேட்பான்னு நினைக்கறேன். ஆனால் இவ கேக்கலே. நான் வராததுக்கு என்ன காரணம்னு கேக்கறதைவிட, இவா வீட்டுக்கு நான் வந்ததுக்கு என்ன காரணம்னு யோசிக்கறாள் போல இருக்கு.

"ஏதாவது சாப்பிடறியா"னு கேக்கறேன்.

"இப்பதானே சாப்பிட்டுட்டு வரேன்."

"நான் காலையிலே சாப்பிட்டது; பசிக்கறது"னு சொல்லிட்டு உள்ளே போய் ஒரு பிளாஸ்டிக் தட்டிலே டின்லேருந்து பிஸ்கட்டை அள்ளிப்போட்டு ரெண்டு பேருக்கும் நடுவிலே கொண்டுவந்து வச்சுண்டு, ஒண்ணை எடுத்து நான் திங்கறேன்.

இப்போ இவ வந்து அரை மணி நேரம் ஆறது. இப்பத்தான் இவளும் ஒரு பிஸ்கட் எடுத்துக்கறா. எங்கே ஆரம்பிக்கிறது, எப்படி ஆரம்பிக்கிறதுன்னு எனக்குப் புரியலே. நல்ல வேளையா அக்கினிப் பிரவேசம் கதை ஞாபகம் வரது.

"நீ வாக்கிங் வராமல் இருக்கறதுக்கும், நான் உங்க வீட்டுக்கு வராமல் இருக்கறதுக்கும், நாம்ப சந்திக்காமல் இருக்கறதுக்கும் காரணமே இல்லேன்னு நினைக்கறயா?"

தரையைப் பார்த்துண்டு இருந்த பார்வையை நிமிர்த்திப் புருவத்தை உயர்த்தி மொகத்தைச் சாய்ச்சுண்டு என்னைப் பாக்கறா, அப்பா! எவ்வளவு பெரிய கண்! இவள் கண்ணைப் பாக்கறச்சேதான் இவள் குழந்தைன்னு தோணறது. இல்லாட்டா இவளும் என்னை மாதிரி ஒரு பொம்மனாட்டிதான். என் உயரம் இருக்கா. என் அளவு உடம்பு இருக்கு. என்னை மாதிரியே புடவை கட்டிண்டிருக்கா. என்னை மாதிரியே கொண்டையும் போட்டுண்டாள்னா வித்தியாசமே தெரியாது. ஆனாலும் இந்தக் கண்ணைப் பாத்தாத்தான் தெரியறது, இவள் குழந்தைன்னு.

நான் இப்போ வரிசையா கேட்டேனே – வாக்கிங்குக்கு வராமல் இருக்கிறது, நான் இவ வீட்டுக்குப் போகாமல் இருக்கறது, நாங்க சந்திக்காமல் இருக்கறது, இப்போ சந்திச்சு இருக்கறது –

இதுக்கெல்லாம் நிச்சயம் ஒரு காரணம் இருக்குன்னு இவளோட இந்தப் பார்வை சொல்றது.

இவளும் யாராவது பாய் ஃபிரண்ட் வெச்சுண்டு இருப்பாளோ? இந்தக் காலத்துப் பொண்களை ஒண்ணும் நம்ப முடியாது. இவ கண்ணுக்கும் உருவத்துக்கும் சும்மாவா இருப்பான்கள்! சுத்திச் சுத்தி வருவான்களே! இத்தனை வயசுக்கப்புறம் என்னையே வட்டம் போடறானுங்களே... ஆனா இவ ஒண்ணும் என்னை மாதிரி, இவ வயசிலே நான் இருந்த மாதிரி அசடா இருக்கமாட்டாள். நானே இவளைக் கேட்டால் என்ன? இவளுக்கு நான் ஒரு ஃபிரண்ட்தானே? நான் ஏன் இந்த விஷயத்திலே இருந்து பேச்சை ஆரம்பிக்கப்படாதுன்னு யோசிக்கிறேன்.

"ஆர் யூ நாட் எய்ட்டீன்?" — இவ வயசைப்பத்தி கேக்கறேன்.

"ரன்னிங்!"னு சொல்றாள்.

"ஸோ! யூ ஹாவ் கம்ப்ளீட்டட் ஸ்வீட் ஸெவன்ட்டீன்"னு கண்ணைச் சிமிட்டறேன். அதே சமயம் மனசுக்குள்ளே என்னோட 'பிட்டர் ஸெவன்ட்டீன்' கசந்துண்டு கரிக்கறது.

"நானும் ஒரு காலத்திலே பதினேழு வயசுப் பொண்ணா இருந்திருக்கேன்"னு சொல்லிக்கறேன். எதுக்காக இதை நான் சொல்றேன்னு இவளுக்குப் புரியலையோ? இல்லாட்டா என்னவோ பேத்தறேன்னு நெனச்சுக்கறாளோ?

நான் தொடர்ந்து எனக்குள்ளேயே பேசிக்கிற மாதிரி இங்கிலீஷிலே சொல்லிண்டு இருக்கேன். அவள் மொகத்தைக்கூடப் பாக்காமல் எங்கேயோ மோட்டுவளையைப் பாத்துண்டு... ஆனால் இவளுக்காகத்தான் நான் பேசிண்டு இருக்கேன். நான் எப்பவோ படிச்ச ஒரு பொயட்ரியை—இப்ப இவளுக்குப் பாடமாக இருக்கற ஒரு இங்கிலீஷ் கவிதையை, ஒவ்வொரு வார்த்தையா சொல்லிச் சொல்லி இவளுக்கு நான் விளங்க வெச்சிருக்கேனே, அதுமாதிரி நான் சொல்லிண்டே இருக்கேன். கையிலே உள்ள புஸ்தகத்தையும் என்னையும் மாறி மாறிப் பார்த்துண்டு உட்கார்ந்திருப்பாளே, அது மாதிரி இவ என்னையே பார்த்துண்டு இருக்காள்.

"நானும் பதினேழு வயசுப் பிராயத்திலே இருந்திருக்கேன். ஆனால் என்னுடைய பதினேழு இனிய பதினேழாக இருந்த தில்லே. வாழ்க்கையின் கசப்பையே பதினேழுலேதான் நான் உணர்ந்தேன். உனக்கு ஒரு அருமையான அப்பா இருக்கார்.

அவர் எவ்வளவுதான் மோசமான புருஷனாகவும் மனுஷனாகவும் இருந்தாலும் உன்னைப் பொறுத்தவரைக்கும் ஒரு அருமையான அப்பா. நீயும் அவருக்கு ஒரு அருமந்த செல்வம்தான். எஸ்! யூ ஆர் ஹிஸ் மோஸ்ட் பிரஷ்யஸ் சைல்ட். இதை நான் திரும்பத் திரும்ப ரெண்டு மூணு தரம் சொல்லிட்டேன் போல இருக்கு. உட்கார்ந்து பேசிண்டு இருந்த நான் எப்போ எழுந்தேன்னு எனக்கு ஞாபகமில்லே. மறுபடியும் உட்கார்ந்துக்கறேன்.

"எனக்கு நினைவு தெரிஞ்சப்போ எனக்கு ஒரு அப்பா இருந்ததில்லே; நான் யாருக்கும் பொக்கிஷமாகவும் இருந்ததில்லே. உன் வயசு எனக்கு இருந்திருக்கு. உன் வயசு மட்டும்தான் எனக்கு இருந்திருக்கு. உனக்கு இருக்கிற வேற எதுவுமே எனக்கு இருந்ததில்லே. நான் எதுக்கு இதெல்லாம் சொல்றேன்னு தெரியறதா? நல்ல சிநேகிதர்களா இருக்கறதுக்கு ஒருத்தரை ஒருத்தர் நன்னாத் தெரிஞ்சுக்கணும். உன்னைப்பத்தி நான் புதுசாத் தெரிஞ்சுக்க வேண்டிய விஷயங்கள் எதுவுமில்லேன்னு நான் நினைக்கிறேன். என்ன சரிதானே? ஆனால் என்னைப் பத்திப் புதுசாகவும் பழசாகவும் நீ தெரிஞ்சுக்க வேண்டியது நிறைய இருக்கு. அதைத் தெரிவிக்காமல் உன்னோடு நட்புரிமை கொண்டாடறது நியாயமில்லைன்னு நினைக்கறேன். எஸ்! ஐ ஃபீல் இட் இஸ் அன்ஃபேர்"னு சொல்லி நிறுத்திட்டு இவ முகத்தை நான் கூர்ந்து பாக்கறேன். ஓ! அந்தக் கண்! இப்போ அதிலே புதுசா என்னமோ ஒரு மிரட்சி தெரியறதே!

"இப்போ நினைச்சுப் பார்க்கும்போது எனக்கு ஒரே ஆச்சரியமா இருக்கு. பதினேழு வயசிலே நான் எப்படி அப்படி ஒரு அசடா இருந்தேன்? அந்த அசட்டுத்தனத்தைக் கதையிலே படிச்சாக்கூட உன்னாலே நம்ப முடியலே. அப்படி ஒருகதை எழுதறதே, இன்னிக்கு இருக்கற காலேஜ் மாணவிகளோட கெட்டிக்காரத்தனத்தைக் கொச்சைப் படுத்தறதா உனக்கு தோணறது. யூ ஆர் ரைட். கெட்டிக்காரர்களா இருக்கறதும், உலகம் தெரிஞ்சவளா இருக்கறதும் காலேஜுக்குப் படிக்க வந்துட்டதனாலே மட்டும் வந்துடுமா என்ன? அதெல்லாம் அவா வளர்க்கப்பட்ட சூழ்நிலையையும் வளர்த்தவாளையும் பொறுத்தது. அப்படிப் பாக்கப் போனால் பத்மா மாதிரி ஒரு கெட்டிக்கார அம்மா இருக்கிறது உன்னுடைய அதிர்ஷ்டம். நீதான் எங்க அம்மாவைப் பார்த்திருக்கியே. அடுக்களையைத் தவிர ஒண்ணும் தெரியாது. டூ யூ ரிமெம்பர் தட் ஸ்டோரி?" – சட்டுனு இவ மொகத்தைப் பார்த்துக் கேக்கறேன்.

"விச் ஸ்டோரி?"

“அக்கினிப் பிரவேசம்.”

“யூ மீன் ... ஆர். கே. வி.யோட கதை?”

“எஸ். அது என் கதையும்கூட.” நான் இவ மொகத்தைப் பார்க்காமல் வேறே பக்கம் திரும்பிச் சொல்லிண்டே இருக்கேன்:

“டு புட் த ஹோல் ஸ்டோரி இன் எ நட் ஷெல் – சுருக்கமா என்னோட முழுக்கதையையும் சொல்றதானா ஆர்.கே.வி. எழுதின அந்த அக்கினிப் பிரவேசம்தான் என் கதை. அப்படியே டிட்டோ. அதே காலேஜ், அதே பஸ் ஸ்டாண்ட், அதே கார், அதே அவள், அதே அவன். எல்லாமே, எல்லாமே ... பட் தி எண்ட் – அந்தக் கதையோட முடிவு இருக்கே, அது ஒண்ணுதான் எண்டயர்லி டிஃபரன்ட் – முழுக்க முழுக்க வேறே. . . அந்தக் கதையிலே வர மாதிரி அதே ‘அம்மா’ இல்லே... கதையிலே வர மாதிரி பெண்கள் இப்போ வாழ்க்கையிலே இல்லே; என் வாழ்க்கையிலே இருக்கிற மாதிரி அம்மாவும் அந்தக் கதையிலே இல்லே. எப்படிச் சொல்ல முடியும்? நான் அறிஞ்ச, நான் சம்பந்தப்பட்ட வாழ்க்கையிலே மாறிப்போயிடுத்து. அந்த ‘அவள்’ தான் நான். அந்த ‘அவன்’ உங்க அப்பா”னு சொல்லிட்டுத் திரும்பறேன். இவ என்னையே வெறிச்சுப் பாத்துண்டு இருக்காள்.

“இது பன்னெண்டு வருஷத்துக்கு முன்னாலே நடந்தது. அதுக்கப்பறம் என்னுடைய வாழ்க்கையே ஒரு முடிவுக்கு வந்துட்டது. இப்படி நான் சொல்றது – இப்பத்திய நவீன காலேஜ் பொண்ணான உனக்கு ஒரு அர்த்தமில்லாத பேச்சாத் தோணலாம். ‘பாய் ஃபிரண்ட்ஸ்’ வெச்சுக்கறதும், ‘டேட்டிங்ஸ்’ வெச்சுக்கறதும் ‘ப்ரீ மாரிடல்’ செக்ஸ்ஷுவல் ரிலேஷன்ஸ்’ வச்சுக்கறதும் நடைமுறையிலேயும், இல்லேன்னா கருத்தளவிலேயும் ரொம்ப நியாயமாகப் போயிட்ட ஒரு யுகத்திலே வாழற உனக்கும், உன்னை மாதிரித் தரத்திலேயும் சூழலிலேயும் இருக்கறவாளுக்கும் இதுக்காக என் வாழ்க்கைக்கு நான் ஒரு முடிவு கண்டுட்டது பைத்தியக்காரத்தனமாத் தோணும். ஆனால் எல்லா உலகத்திலேயும் எல்லாச் சூழலிலேயும் பைத்தியக்காரத்தனங்களும் இருக்கத்தான் இருக்கு. அந்தப் பைத்தியக்காரத்தனத்துக்கு ஆதாரமாகவும் அடிப்படையாகவும், எத்தனையோ பைத்தியக்காரத்தனங்கள் இருக்கு. அப்படி எத்தனையோ பைத்தியக்காரத்தனத்துக்குப் பலியாகிப் போனவள் நான்.

“சரி, இதெல்லாம் சரிபண்ண முடியாத, ஒரு முடிவுக்கு வந்துட்ட பழைய கதை. கதை பழசானாலும் பிரச்னைகள் புதுசு புதுசா முளைக்கிறது. ஐ யாம் நாட் கன்ஃபெஸிங் எனிதிங். பட் ஐ ஹாவ் டு எக்ஸ்பிளெய்ன் ஸம்திங் – ஏதோ உன்னுடைய

பரிதாபத்தையோ மன்னிப்பையோ வேண்டி நான் இதெல்லாம் சொல்றேன்னு நினைக்காதே. சில விஷயங்களை உனக்குத் தெளிவாக்கணும்ங்கறதுக்காகச் சொல்றேன். இப்படி ஒரு கவலையையும் சிரத்தையையும் நான் யார் விஷயத்திலேயும் எடுத்துண்டதில்லே: ஏனோ உனக்கு மட்டும் என்னுடைய உண்மையான நிலை தெரிஞ்சிருக்கணும்னு ஆசைப்படறேன். ஏன்னு தெரியலே. ஆனால் அதிலே ஏதோ ஒரு நல்லது இருக்குன்னு தோண்றது. மத்தவா சொல்ற மாதிரி ஐ ஆம் நாட் யுவர் ஃபாதர்'ஸ் லவ். அப்படி ஒரு பேரை நானே விரும்பி சம்பாதிச்சுண்டேன். அப்படி ஒரு உறவிலே இல்லே; அப்படி ஒரு பேரிலே நான் சந்தோஷப்படறேன். ஆனா இப்போ இப்போ எனக்குத் தோண்றது... வீ டூ லவ் ஈச் அதர் – நாங்க ஒருத்தரை ஒருத்தர் நேசிக்கிறோம். அதுக்குப் பேர் நீங்கள்ளாம் சொல்றேளே– 'காதல்'னு ஒரு வார்த்தை, அது இல்லே. இட் இஸ் ஸம்திங் மோர்; ஸம்திங் டிஃபரன்ட். இது வேறே மத்தவா நினைக்கற மாதிரியான ஒரு உறவு எங்க ரெண்டு பேருக்குள்ளே ஏற்பட முடியாது. அப்படி எப்பவோ ஒரு தடவை ஏற்பட்டதே ஒரு விபத்து! இது உனக்குத் தெரியணும். உங்க அம்மாவுக்கு உங்க அப்பாவோட மனைவின்னு சொல்லிக்கறதுக்கு எவ்வளவு பாத்தியதை இருக்கோ அவ்வளவு பாத்தியதை உங்க அப்பாவோட ஆசைநாயகின்னு பேர் எடுக்கறதிலே எனக்கு இருக்கு. எஸ். . . என் அளவிலே பேர் மட்டும்தான். மத்தவா எப்படி வேணாலும் நினைக்கட்டும்; நீ மட்டுமாவது இந்த உறவைக் கொச்சையாகப் புரிஞ்சுக்கப்படாதுன்னு நினைக்கறேன் நான். ஐ டோண்ட் நோ ஒய்? ஒருவேளை உங்க அப்பா உன் மேலே வெச்சிருக்கற பிரியமும் மரியாதையும் அதுக்குக் காரணமா இருக்குமோ என்னமோ? நீ என்னைச் சந்திக்கறதும், சந்திக்காமல் இருக்கிறதும் அவ்வளவு முக்கியமில்லை. ஒருவேளை உங்க அம்மா உன்னைத் தடுத்திருக்கலாம். ஒரு விதத்திலே அது சரியும்கூட. ஆனால் நீயே என்னைப் பார்க்க அசிங்கப்பட்டுண்டு ஒதுங்கி இருந்தா, அது சரி இல்லே. நீ குழந்தை இல்லே. நான் பேசறதெயெல்லாம் நீ புரிஞ்சுக்க முடியும்னு நம்பறேன். உன்னைப் பொறுத்தவரைக்கும் உன் குடும்பத்தைப் பொறுத்தவரைக்கும்கூட நான் எப்போதுமே ஒரு 'வெல் – விஷர்' நல்லது நினைக்கிறவள் மட்டும்தான். ஒரு குடும்ப சிநேகிதியா நீங்க என்னை மதிச்சால் நான் சந்தோஷப்படுவேன். இல்லையானா அதுக்காக நான் வருத்தப்படமாட்டேன். உங்க அப்பாவோட நடத்தையினாலே ஏற்கெனவே கெட்டுப் போயிருக்கிற அவர் பேரை என்னோட நட்பு ஒண்ணும் புதுசாக் கெடுத்துடாது. இந்த நட்பினாலே என்னோட பேர்தான் கெடும். அதுதான் நான் விரும்பறது.

நம்முடைய நல்ல உறவுகள் அதனாலே கெட்டுப் போயிடப்படாது. இதைச் சொல்றதுக்குத்தான் உன்னைக் கூப்பிட்டேன். ஹவ் எபவ்ட் காபி?"னு கேட்டுண்டே எழுந்திருக்கறேன்.

என்னைப் பாத்து இவ ஆதரவா சிரிக்கறா.

"அந்த ஞாயித்துக்கிழமை விருந்தைத்தான் நான் 'டிஸப்பாயிண்ட்' பண்ணிட்டேன். அதைப்பத்தி நான் உங்ககிட்டே நிறையப் பேசணும். அன்னிக்கு சமையலுக்கு நான் ஹெல்ப் பண்றேன்னு சொல்லியிருந்தேன். இப்ப காபி போடறதுக்காவது ஹெல்ப் பண்றேன்'னு கலகலப்பா இங்கிலீஷ்லே பேசிண்டே அடுக்களைக்கு வந்துடறா.

எங்களுக்குள்ளே புதுசா இப்போ ஒரு அந்நியோந்நியம் பிறந்திருக்கு, நான் இவள் கட்டிண்டு இருக்கற ஸாரியைப் பாத்து ஆச்சரியப்படறேன். இவளை இப்பத்தான் ஸாரியிலே முதல் தடவையா நான் பாக்கறேன். இதைப் பத்தியும் நான் 'கமென்ட்' பண்றேன். 'இதுக்குப் பின்னாலே ஒரு கதையே இருக்குது'ன்னு சொல்றாள் மஞ்சு.

25

மஞ்சுவை இன்னிக்குப் பார்த்தவுடனே இவளோட சேஞ்ச் ஆஃப் டிரஸ்ஸைப் பத்திச் சொல்லணும்னு தோணித்து. ஆனா ஒரு 'சீரியஸ்' மூட்லே பேசறத்துக்கு வந்து இருக்கறச்சே இந்த மாதிரி புடவையைப் பத்தியும் நகைகளைப் பத்தியும் பேசினா அந்த 'அட்மாஸ்ஃபியர்' குலைஞ்சு போயிடுமேன்னுதான் அப்ப அதைப்பத்தி நான் மனசிலேகூடப் பேசிக்கலே.

சாதாரணமா மஞ்சு எப்பவும் ஸல்வார் – கம்மிஸ்தான் போட்டுக்குவாள். அதிலே மட்டும் ஒரு அம்பது ரகம் வச்சிருக்காள். கித்தான் மாதிரித் துணியிலே கலர் கலரா கட்டம் போட்டதும், டார்க் கலர்லே டிஸைன் போட்டதும், காவிக் கலர்லே சாமியார் மாதிரியும், மல்லிகைப் பூ வெள்ளையிலே சரிகை இழையோடினதும், மழமழன்னு ப்ளெய்ன் கலர்லேயும், முதுகிலேயும் முன்னாலேயும் யானை முகபடாம் மாதிரி எம்ப்ராய்டரி பண்ணினதும், கழுத்திலே குஞ்சம் வெச்சுத் தச்சதும், மணிகள் வெச்சுத் தச்சதும்...

அந்த டிரஸ் மஞ்சுவுக்கு ரொம்பப் பொருத்தமாயும் அழகாவும் இருக்கும். சில சமயத்திலே மேலே ஒரு துணி இருக்கும். இவளுக்கு அந்தத் துணி இல்லாமலே ரொம்ப டீஸென்டா இருக்கும். சில நாள்லே வெறும் ஃப்ராக் போட்டுண்டு நிப்பாள். அப்பப் பார்த்தா சின்னக் குழந்தை மாதிரியே இருப்பாள்.

இன்னிக்கு என்னடான்னா, திடீர்னு மாமி மாதிரி ஸாரியைச் சுத்திண்டு வந்து நிக்கறதே! தோற்றத்திலேயே 'நான் பொம்மனாட்டிதான்; என்கிட்டே சீரியஸா நீங்க பேசலாம்'னு சொல்றமாதிரி வந்து நிக்கறாளோன்னு நெனச்சுண்டேன். இப்பன்னா புரியறது. இவள் என்கிட்டே ஏதோ சீரியஸா சொல்றதுக்குத்தான் இந்தக் கோலத்திலே வந்திருக்காள்னு. இது சீரியஸ்தான்! என்கிட்டே எல்லாத்தையும் சொல்றாள். ஒளிக்காமல் மறைக்காமல் சொல்றாள். எவ்வளவு கெட்டிக்காரத்தனமா, புத்திசாலியா—சீரியஸான ஒரு சிக்கலை விலக்கிண்டு, சிரிச்சுண்டே சொல்றாள்!

இவ சொல்றதையெல்லாம் கேட்டுண்டே காபி கலக்கறேன்.

இவ அம்மா இனிமே சல்வார் – கம்மிஸ் – ஃபிராக்கெல்லாம் போடப்படாதுன்னு கண்டிப்பா சொல்லிட்டாளாம். 'ஒழுங்கா ஸாரி கட்டிண்டு கார்லேயே போய்ட்டுக் கார்லேயே வீட்டுக்கு வரதானா நீ காலேஜுக்குப் போகலாம். இல்லேன்னா நீ படிக்கவும் வேண்டாம், ஒண்ணும் வேண்டாம்'னு சொல்லிட்டாளாம். மொதல்லே இதெல்லாம் சொல்லாமல் நாளையிலேருந்து காலேஜுக்கே போகவேண்டாம்னுட்டாளாம். அதுக்கப்பறம்தான் இந்த ஸெட்டில்மென்ட்டாம்! இப்படித்தான் மொட்டையா ஆரம்பிச்சுச் சொல்றாள் மஞ்சு. நான் புரிஞ்சுக்கறேன். 'தரன்னன்னா'ன்னா சங்கீதம்னு சொல்லணுமா என்ன? இவ முகத்தைக்கூடப் பார்க்காமல் – என்னோட ரியாக்ஷன்ஸ் எதையும் இவ தெரிஞ்சுக்கப்படாதேன்னோ? – இவ சொல்றதை மட்டும் கேட்டுக்கறேன். மனசுக்குள்ளே ஆச்சரியமா இருக்கு. எவ்வளவு கெட்டிக்காரியா இருக்கு இந்தப் பொண்!

இவ கேக்கறாள்: "மிஸ் கங்கா! நீங்களே சொல்லுங்க. எனக்கு எவ்வளவு ஃபிரண்ட்ஸ இருக்காங்க – கேர்ல்ஸ்... அந்த மாதிரி ஒரு பாய் ஃபிரண்ட் இருந்தால் தப்பா? ஹீ வாஸ் ஜஸ்ட் எ ஃபிரண்ட். அவ்வளவுதான். 'லவ்'வான்னு கேக்குது அம்மா. காலை முறிச்சுடுவேன்னு சுத்த 'ப்ரூட்' மாதிரிக் கத்துது... எனக்கு ஒரே அவமானமா ஆயிடுச்சு, அவன் முன்னாலேயே அடிக்க வந்துடுத்து அம்மா... மொதல்லே எனக்கு ரொம்ப வருத்தமா இருந்திச்சு. ரெண்டு நாளா நான் சாப்பிடாம அழுதுக்கிட்டே இருந்தேன், அப்பறம்தான் 'அம்மா பாவம், என்னா செய்யும்! அதோட அறிவு அவ்வளவுதான்'னு புரிஞ்சுக்கிட்டு சாமாளிச்சுக் கிட்டேன்... இப்பல்லாம் அவனை நான் மீட் பண்றதில்லே, அவன் கிட்டேயும் அதைச் சொல்லிட்டேன்."

இவள் என்ன, 'அவன் அவன்'னே பேசறாள்! "ஹவ் டிட் யூ மீட் ஹிம்? நீ முதல்லே அவனை – அவரை – எப்படி

சந்திச்சே?"ன்னு கேக்கறேன். இங்கிலீஷ்லே கேட்டதினாலே நான் 'அவன்'னு நெனச்சுண்டு கேட்டாலும் அதை இவ 'அவர்'னு புரிஞ்சுக்கற மாதிரி வசதியா கேட்டுட்டேன்.

இவ கொஞ்சம் தயங்கறாள். வெக்கப்படறாளோ?

இவ கார்லே போகேறச்சே அவன் ஸ்கூட்டர்லே வருவானாம்; கூடவே வருவானாம். காரை ஒட்டி சைட்லேயே வருவானாம். போறாதோ? இவள் அவனைச் சந்திச்ச லட்சணம்?

நான் ஒண்ணும் 'கமென்ட்' பண்ணாம கேட்டுண்டு இருக்கேன்.

அப்பறம் ஒரு நாள் காலேஜுக்குக் கார் வரலையாம். ஏன் கார் வரலேன்னு நான் கேக்கலே. இவளே வரவேண்டாம்னு சொல்லி இருப்பாள். இல்லேன்னா வரதுக்கு முன்னே புறப்பட்டு இருப்பாள். இதையெல்லாம் கேட்டா தெரிஞ்சுக்கணும்?

பஸ் ஸ்டாண்ட்லே வந்து நின்னுண்டு இருந்தாளாம். ரொம்ப நாழியா பஸ் வரலியாம். அப்பறமா கும்பலா ரெண்டு மூணு பேரா சேர்ந்து நடந்தே 'டிரைவ் – இன்' வரைக்கும் போயி, காபியோ ஐஸ்கிரீமோ சாப்பிடறதுக்குப் போனாளாம். போனால் அங்கே ஒரு மரத்தடியிலே அவனும் இதே மாதிரி ரெண்டு மூணு ஃபிரண்ட்ஸோட உக்காந்துண்டு ஐஸ்கிரீம் சாப்பிட்டுண்டு இருந்தானாம். அதிலே ஒருத்தன் இவளோட வந்த ஒருத்திக்கு பாய்ஃபிரண்டாம். அவன் அவளைப் பார்த்து 'ஹாய்'ன்னானாம். அவளும் 'ஹாய்' சொன்னாளாம். அப்ப இந்த ஸ்கூட்டர் ஃபெல்லோ இவளைப் பார்த்துட்டு அவளோட பாய்ஃபிரண்டுகிட்டே காதிலே என்னமோ சொன்னதும் அவன் 'ஓ'ன்னு சிரிச்சானாம். தன்னைப் பத்தித்தான் அவன் என்னமோ சொல்றான்னு மஞ்சு தெரிஞ்சுண்டு இவளோட ஃபிரண்டுகிட்டே அவனைத் தனக்குத் தெரியும்னு சொன்னாளாம். அப்பறம் எல்லாரும் அறிமுகமாம். ஹவ் டு யுடூ? வாம், ஐஸ்கிரீமாம், ஜோக்ஸாம், மாட்னி ஷோவாம், ஸ்கூட்டர்லே 'டிராப்பிங்'காம், 'மீட் யூ டுமாரோ'வாம், நத்திங் ஹாப்பண்டாம், வாட் இஸ் ராங்?காம்...

எவ்வளவு சாதாரணமா சொல்றாள்? எனக்கு ஒண்ணும் இதெல்லாம் தப்புன்னு தோணலே. இந்தப் பொண்கள் ஒண்ணும் என்னை மாதிரி அசடுகள் இல்லே. இவாளுக்குப் பழகவும் தெரியும்; பாதுகாத்துக்கவும் தெரியும். இவாளுக்குப் பயம் இல்லே. அதனாலேதான் இவா எப்பவும் குரூப் குரூப்பா இருக்கா. அதை இவா என்ஜாய் பண்றா. எனக்கு இதிலே ஒரு தப்பும் கண்டுபிடிக்க முடியலே. நான் இப்படியெல்லாம்

இருந்திருந்தால் அன்னிக்கு இவரோட கார்லே ஏறினவுடனே, இவர் இன்டென்ஷன்ஸைப் புரிஞ்சுண்டவுடனே 'ஐ ஆம் ஸாரி! லீவ் மீ'ன்னு என்னை விலக்கிண்டு கார்லேருந்து இறங்கி 'டாடா' காட்டிட்டு வந்திருக்கலாமே?

ஆம்பிளைன்னாவே அப்பல்லாம் எவனைப் பார்த்தாலும் எனக்கு 'நாணம்' வந்துடும். எதுக்கு எவனைப் பார்த்தாலும் ஒரு பெண்ணுக்கு நாணம் வரணுமாம்? நாணம்னு நான் நெனச்சுக்கறதை அவன் 'காதல்'னு நெனச்சுக்கறான். நாணமே காதலுக்கு அடையாளமாப் போயிடறது. இந்த நாணத்திலே மயங்கியே அவன் அட்வாண்டேஜ் எடுத்துக்கறான். 'ப்ரொஸீட்' பண்றான். எல்லாம் எதனாலே? ஆம்பளைகளை தலைநிமிர்ந்து பார்க்கப்படாது, பேசப்படாது, பழகப்படாதுன்னு சொல்லிச் சொல்லி 'இன்ஹிபிஷன்'ஸைச் சின்ன வயசிலிருந்தே ஏற்படுத்திட்டதினாலே, ஒரு 'அடலஸண்ட்' பீரியட்லே பொண் களுக்கு 'மேன்'னு நினைச்சாலே, அவனோட 'அப்பியரன்ஸ்'லேயே ஒரு 'திரில்' – ஒரு 'மனச் சிலிர்ப்பு' ஏற்பட்டுப் போறது. இப்படி ஏற்படறது ஒரு நல்லொழுக்கம்னு வேறே நெனச்சுக்கறா. எல்லாக் கஷ்டமும் இங்கேதான் ஆரம்பமாறது.

இந்த மனச் சிலிர்ப்பு எல்லார்கிட்டேயும் – எவன்கிட்டே வேணும்னாலும் ஒரு பொண்ணுக்கு ஏற்படறது 'இம்மாரல்' ஒழுக்கக்கேடுன்னு எனக்குத் தோண்றது.

மாமாவுக்கு என்னைப்பத்தி அவ்வளவு கேவலமான கணிப்பு ஏற்படறதுக்குக் காரணமே எனக்கு யார்கிட்டே வேணுமானாலும் இந்த நாணமும் 'திரில்'லும் ஏற்பட்டதை அவர் அந்தக் காலத்திலேயே புரிஞ்சு வெச்சுண்டதுதான்.

இப்ப நான் அதைத் தாண்டி வந்துட்டேன். அந்த மாதிரி நாணங்களோ, மனச் சிலிர்ப்புகளோ எனக்கு யார்கிட்டேயும் ஏற்பட முடியாது. எனக்கு எந்த ஆண்பிள்ளையையும் கண்டு இனிமேல் பயம் இல்லை. இப்பக்கூட – கொஞ்ச நாளைக்கு முன்னேகூட – எனக்கு ஒரு பயம் இருந்ததே – என்னை யாராவது 'ரேப்' பண்ணிடுவாளோன்னு – அந்தப் பயம் இப்போ எனக்கு இல்லை. அன்னிக்கு மாமா கையிலேருந்து பெல்ட்டைப் பிடுங்கிண்டு நின்னேனே, அப்பவே அந்த பயம் என்னண்டே இருந்து ஓடிப் போச்சு. இனிமே எனக்குப் பயமில்லே. ஆண்பிள்ளைன்னாவே ஏற்படற 'திரில்'லும் இல்லே. நவ் ஐ ஆம் ரியலி மெச்யூர்ட்! மன முதிர்ச்சி வந்துடுத்து.

என்ன இது? இவள் தன் கதையைச் சொல்லிண்டு இருக்கச்சே 'பாரலலா' என் கதையை நான் யோசிச்சுண்டு இருக்கேன்!

அவ சொன்னதிலே எதையும் நான் கேக்காமல், கவனிக்காமல் இருக்கல்லே. அதைக் கேட்டுண்டேதான் யோசிச்சுண்டு இருக்கேன்.

"எவ்வளவு நாள் இந்த ஃப்ரெண்ட்ஷிப் கன்டின்யூ வாச்சு? அப்பறம் என்ன நடந்தது?"ன்னு நான் கேக்கறேன். இன்னமும் இது பத்தின என்னோட உணர்ச்சிகளையோ அபிப்ராயத்தையோ இவளுக்கு நான் தெரியப்படுத்தலே. ஐ ஆம் ப்ளாங்க்!

ரெண்டு பேரும் வந்து மறுபடியும் ஸோபாவிலே உட்கார்ந்துக்கறோம்.

ஒரு அஞ்சாறு தடவைதான் இவா மீட் பண்ணினாளாம். எல்லாத் தடவையிலேயும் மாட்னி – ஷோ போனாளாம். ஒரு நாள் அவனோட ஸ்கூட்டர்லே வந்து வீட்டிலே எறங்கினப்ப இவ அம்மா பார்த்தாளாம். இவளும் அவனை அழைச்சுண்டு வந்து பத்மாவுக்கு 'என்னோட பாய்ஃபிரண்ட்'னு அறிமுகம் பண்ணினாளாம்.

உடனே அவளுக்கு ஆங்காரமே வந்துட்டதாம். அவன் முன்னாலேயே கத்த ஆரம்பிச்சுட்டாளாம். 'உன்னைப் படிக்கத்தான் வெளியே அனுப்பறோம். பாய்ஃபிரண்டு பிடிக்கறதுக்கு இல்லே'ன்னு கத்திட்டு அவனை, வெளியே போன்னு வெரட்டினாளாம். பாவம் குழந்தை, அதெச் சொல்ற இப்பக்கூட அழுதுடுவாள் போலிருக்கு. அவள் மனசு எப்படி அவமானப்பட்டு இருக்கும்னு எனக்குப் புரியறது.

இவளோட சல்வார் கம்மீஸையெல்லாம் மூட்டைகட்டித் தூக்கி எறிஞ்சுட்டாளாம். இனிமே புடவைதான் கட்டிக்கணும்னு உத்திரவு போட்டுட்டாளாம். வெளியிலேயே போகப்படாதுன்னு கத்தினாளாம். காலேஜைவிட்டு நிறுத்திடப் போறேன்னு சொன்னாளாம்.

அந்தச் சமயத்திலேதான் சொல்லி இருக்காள் பத்மா: "நெனச்சுகிட்டயாடி – உன் அப்பனை இஷ்டப்படி திரியவிட்டிருக்கேனே, அது மாதிரி என் பிள்ளைகளையும், விட்டுடுவேன்னு? ஃபிரண்டு, ஃபிரண்டுன்னு சொல்லிக்கிட்டு உன் அப்பனோட திரியறாளே அந்த கங்கா மாதிரி ஆகலாம்னு பார்த்தியா? அவள் இங்கே வர ஆரம்பிச்சசூ'க்கப்பறம்தான் நீ ரொம்பக் கெட்டுப் போயிட்டே. இனிமே அவள் இங்கே வரக்கூடாது; நீயும் அங்கே அவ வீட்டுக்குப் போகக் கூடாது. வாக்கிங் கீக்கிங்னு எங்கேயும் என் உத்தரவு இல்லாமல் நகரக்கூடாது"ன்னு சொல்லிட்டாளாம் பத்மா.

பாவம். இவ ரெண்டு மூணு நாள் அழுது அடம்பிடிச்சு, அவளோட கன்டிஷன்ஸ் எல்லாத்துக்கும் ஒத்துண்டு, கடைசியாக் காலேஜுக்குப் போறதுக்கு மட்டும் அனுமதி வாங்கி இருக்கா.

இவ அம்மா என்னைப் பத்தி சொன்னாளே, 'ஃபிரண்டு ஃபிரண்டுன்னு சொல்லிண்டு இவரோட திரியறேன்'னு–அதுவரைக்கும் என்னைப்பத்தி அந்த மாதிரியெல்லாம் தப்பாக் கற்பனைகூடப் பண்ணிப் பார்த்தது இல்லையாம் இவள். மொதல்லே, அம்மா பொய் சொல்லுவாளான்னு தோணித்தாம். அப்பறம் தன்னைப் பத்தியே தப்பா நினைச்சுண்டு இவ்வளவு ஆர்ப்பாட்டம் பண்ணினவள் என்னைப்பத்தி சொன்னதிலே மட்டும் என்ன உண்மை இருக்கப்போறதுன்னு நெனைச்சுண்டாளாம். இருந்தாலும் அம்மா வார்த்தைக்குப் பயந்து என்னைப் பாக்கறதில்லே, என்கூட வாக்கிங் போறதில்லேன்னு மனசுக்குள்ளே தீர்மானம் பண்ணிண்டாளாம். இவர்கிட்டே ஒண்ணும் என்னைத் தப்பா சொல்லலையாம். இதைத்தான் சொன்னாளாம்: 'இனிமே வரமாட்டேன். பார்க்கமாட்டேன். உங்க ஃபிரண்டுன்னா உங்களோட வெச்சுக்கோங்க – எனக்கென்ன வாம்'னு சொன்னாளாம். இப்ப அதுக்காக 'ஃபீல்' பண்றாளாம். ஆனாலும் இந்த அம்மாவுக்கு இதெப் புரிய வைக்க முடியாதேன்னு வருத்தப்படறா மஞ்சு.

"உங்க அம்மாகிட்டே நீ நல்ல பேரு எடுத்துண்டு அவங்க அன்பைப் பாதுக்காக்கறதுதான் ரொம்ப முக்கியம்"னு நான் இவளுக்குப் புத்தி சொல்றேன்.

நான் எப்படியோ இதையெல்லாம் புரிஞ்சிண்டு இவா வீட்டுக்குப் போறதெ நிறுத்திண்டத நெனச்சு எனக்கு நானே, என்னோட 'ஷ்ரூட்'னஸைப் பாராட்டிக்கறேன்.

"டு யூ லவ் ஹிம்? –வாட் இஸ் ஹிஸ் நேம்?"னு ஒரு வேளை அம்மா வார்த்தைக்குப் பயந்துண்டு இந்தப் பொண்ணு தன் மனசிலே ஒருத்தனுக்குக் கொடுத்த இடத்தை இழந்துட்டு ரகசியமாத் தவிச்சுண்டு இருக்கோங்கற என்னோட குழப்பத்திலே கேக்கறேன்.

"யூ மீன் ஸாம்ஜி?"ன்னு கேட்டுட்டுச் சிரிக்கறாள்; "அவன் பேர் ஜி. சாமிநாதன். எல்லாரும் அதுக்காக அவனை 'ஸாம்–ஜி, ஸாம் – ஜின்னு'தான் கூப்பிடுவோம். ஹவ் நைஸ்! இப்படி ஒவ்வொருத்தருக்கும் ஒரு 'ஃபன்னிநேம்' உண்டு. என் பேர் என்ன தெரியுமா? 'மன்ஞ்ச்!' சி. கிருஷ்ணவேணின்னு ஒருத்தி–அவ பேரு 'ச்சிக்கி'...

என்னென்னமோ சொல்லிண்டு இருக்காளே ஒழிய நான் கேட்ட கேள்விக்குப் பதில் காணோமே. இன்னொரு தடவை 'ஸ்ட்ரெஸ்' பண்றது அவ்வளவு சரியான காரியமா எனக்குப் படலே. ஒரு தடவை கேட்டதே டூ மச். இவ வயசு என்ன; என் வயசு என்ன... இருந்தாலும் கேட்ட வரைக்கும் சரி. இவளே நழுவின மாதிரி இருந்தா நானும் நாசூக்கா விட்டுட வேண்டியது தான். இட் இஸ் ஹர் பிரைவஸி!

இவ பாட்டுக்கு இவ ஃபிரண்ட்ஸ் ஒரொருத்தரைப் பத்தியும், அவா அடிக்கற ஜோக்ஸைப்பத்தியும் பேசிண்டே இருந்தவ திடீர்னு மௌனமா என்னைப் பாக்கறா. கொஞ்சம் ஸீரியஸாவே பாக்கறா. அப்புறம் லேசா சிரிச்சுண்டே சொல்றா. அந்த சிரிப்பு, முழுசும் சிரிப்பு இல்லே. பாதி சிரிப்பு; பாதி ஒரு மாதிரியான வருத்தம். என்ன தெளிவா, பிசிறு இல்லாமல், நான் இவளுக்குப் பாடம் சொல்லிக் குடுப்பேனே அது மாதிரி, ஒரு ஆசாரிய பீடத்திலேருந்து பேசறவள் மாதிரி சொல்றாள்! இங்கிலீஷ்லேதான் சொல்றாள்:

"மிஸ் கங்கா, யூ ஆஸ்க்ட் மீ ஸம்திங் எபவ்ட் லவ்! காதலைப் பத்தி என்னமோ கேட்டீங்க இல்லே? எங்க அம்மா தமிழ்லே கோவமா கேட்டுது. நீங்க இங்கிலீஷ்லே ஆதரவா கேக்கிறீங்க... நான் அவங்ககிட்டே சொல்ல முடியலே; உங்ககிட்டே சொல்றேன். ஆண்கள் பெண்களுக்கு இடையே இந்த லவ்னு நீங்க அர்த்தப்படுத்துக்கற இதைத் தவிர வேற ஃபிரண்ட்ஷிப் இருக்க முடியாதுன்னு நெனைக்கிறீங்களா? ரெண்டு பேரும் ரெண்டு நல்ல நண்பர்களாக இருக்கக் கூடாதுன்னு நெனைக்கிறீங்களா (ஐ லைக் ஸாம்ஜி, ஐ டோன்ட் நோ வெதர் இட் இஸ் லவ்!) எனக்கு ஸாம்ஜியைப் பிடிக்கும். இது காதல்ன்னு எனக்குத் தெரியாது. நாங்க ஃபிரண்ட்ஸ். அவ்வளவுதான். பாய்—ஃபிரண்ட்ஸ்ங்கறது நண்பர்களா இருக்கிற ஆண்கள்; கேர்ல்—ஃபிரண்ட்ஸ்ங்கறது நண்பர்களா இருக்கிற பெண்கள், அவ்வளவுதான். இதுக்கு மேலே அர்த்தங்கள் ஒண்ணும் இல்லே, நீங்க சொல்ற மாதிரி ஒரு ஆளைத் தேர்ந்தெடுக்கற வயசோ, பக்குவமோ, அவசியமோ எனக்கு வரல்லே. நாங்கள் குழந்தைகள். குழந்தைகள் மாதிரியே விளையாடறோம். இந்தப் பருவத்திலே பெரியவங்களுக்கு இருக்கிற சுதந்திரமும், குழந்தைகளுக்கு இருக்கிற சலுகைகளும், பெற்றோர்களோட அறிவுரையும், தனிப்பட்ட நெறி முறைகளும் சமமான அளவு கெடைச்சால் அந்த வாழ்க்கை ஆரோக்கியமா இருக்கும்..."

ஓ! இவ என்ன அற்புதமாய்ப் பேசறாள்! எனக்கு இவளை அப்படியே வாரி அணைச்சுக்கணும் போல இருக்கே. கண்ணிலே

எனக்கு ஏன் இப்படிக் கலங்கறது? நான் அழலே. மனசுக்குள்ளே ரொம்ப குளுமையா இருக்கு.

"ஸாம்ஜி நல்லவன். ரொம்ப 'விட்டி'யாப் பேசுவான். நாங்க எல்லாரும் சிரிப்போம். நாங்க நண்பர்கள் எல்லாருமே ஒருத்தரை ஒருத்தர் நேசிக்கறோம். ஒருத்தரைப்பத்தி ஒருத்தர் தப்பாவோ அசிங்கமாவோ நெனக்கிறதில்லே. அப்படி யாரும் நெனச்சுடக் கூடாதேன்னு பயப்படறோம். மரியாதை காட்டுறோம். மேனர்ஸ் கீப்–அப் பண்றோம். (வி ஆர் ப்ராங்க். அட் தி ஸேம் டைம் வி ஹாவ் ரிஸர்வேஷன்ஸ்) நான் ஒரு மனுஷனை (அவள் இங்கிலீஷ்லே சொல்ற வார்த்தை 'மேன்') மனுஷனாத்தான் பாக்கறேன். எனக்கு நான் ஒரு 'கேர்ல்'ங்கற காம்பிளக்ஸ் இல்லே. அவனோட மத்த குணங்களை, திறமைகளைப் பார்த்து ஃபிரண்டா இருக்கேன். அவன் மிஸ்பிஹேவ் பண்ணமாட்டான்னு தெரிஞ்சுதான் பழகறேன். ஒரு வேளை அவன் தப்பா நடந்துண்டா நாங்க திருத்துவோம். இப்படிப் பழகற சந்தர்ப்பத்தைப் பயன்படுத்திண்டு தப்புப் பண்ணிக் கெட்டுப் போறவாளும் உண்டு. அவா இப்படிப் பழகாமலும் கெட்டுப் போவா. உதாரணம் நீங்களே– நீங்ககூடத்தான் கொஞ்ச மூன்னாலே சொன்னீங்களே, உங்க டீன் ஏஜ் பலம் பத்தி... அதுக்குக் காரணம் உங்க பாய் ஃபிரண்டா? எங்க அப்பா பாய்பிரண்டா இருந்திருந்தால் அப்படி நடந்தே இருக்காது. ஆம் ஐ ரைட்? அவர் இப்பதான் உங்க பாய்–ஃபிரண்டா இருக்காரு. இப்போ இந்த டிஃபரன்ஸைப் பாக்கிறீங்களே... நான் ஃபிரண்ட்ஷிப்ங்கறதைப் பத்தி இப்படி நெனச்சு இருக்கறதுனாலேதான் நீங்களும் அப்பாவும் ஃபிரண்டா இருக்கறதெப் பத்தி ஒண்ணும் தப்பா நெனைக்கவே இல்லே. ஆனால் இதெல்லாம் ரொம்ப பேர் புரிஞ்சிக்க மாட்டாங்க. எனக்கு ஃபிரண்ட்ஷிப்பைவிட அம்மாதான் முக்கியம். இந்த ஃபிரண்ட்ஷிப்பைப் பத்தி அம்மாவுக்குப் புரிய வைக்கறதுக்கே அவங்க விருப்பப்படி நடந்துக்கிட்டு அவங்களோட பேசணும். அப்பதான் என் வார்த்தையிலே அம்மாவுக்கு நம்பிக்கை ஏற்படும்... ஸோ!" ஒரு பெருமூச்சு விடறாள். உதட்டாலே சப்புக்கொட்டிக்கறாள். கண் கலங்கறது. அழுகை துடிக்கிறது, கன்னத்திலேயும் உதட்டிலேயும். எழுந்து திரும்பி நின்னுண்டு கண்ணைத் தொடச்சுக்கறாள். எனக்கு நெஞ்சுக்குள்ளே என்னமோ உருட்டிண்டு அடைக்கறது. முழுங்கிக்கறேன்.

திரும்பி என்னைப் பார்த்து சிரிச்சுண்டே தொண்டையெக் கனைச்சுண்டு சொல்றாள்:

"அடுத்த நாள் அந்த ஃபிரண்ட்ஸை எல்லாம் கூப்பிட்டு நான் டிரைவ் – இன் பார்ட்டி குடுத்தேன். அம்மாகிட்ட

பர்மிஷன் வாங்கிக்கிட்டுதான். என்னை ஸாரியிலே பார்த்த எல்லாருக்கும் ரொம்ப ஆச்சரியம். ஸாம்ஜிகிட்டே எல்லார் முன்னாலேயும் மன்னிப்பு – அம்மாவுக்காக – கேட்டுக்கிட்டேன், அன்னிக்கு அப்படி நடந்துக்கிட்டதுக்காக. அப்புறம் என் குடும்பம் அம்மாவோட ரோல் – அப்பாவைப் பத்தியெல்லாம் சொன்னேன். அம்மா வார்த்தைக்கு நான் அடங்கி நடந்துக்க வேண்டிய அவசியத்தைச் சொன்னேன். 'எனக்கு எஜுகேஷன் ரொம்ப முக்கியம். படிப்பிலே இருக்கற சந்தோஷம் எனக்கு வேற எதிலேயும் இல்லே. தட் இஸ் ட்ரூ! எதுக்காகவும் நான் அதைத் தியாகம் செய்ய முடியாது. நாம எப்பவுமே மாதிரி ஃபிரண்ட்ஸ்தான். ஆனா ஃபிரண்ட்ஷிப்ங்கறது ஐஸ்கிரீமும், மாட்னி ஷோவும், எக்ஸ்சேஞ் ஆஃப் ஜோக்ஸும் இல்லே. இட் இஸ் அன்டர்ஸ்டாண்டிங்! நீங்க என்னை அண்டர்ஸ்டாண்ட் பண்ணிக்குவீங்கன்னு நம்பறேன். மறுபடியும் நான் கன்ஃபர்ம் பண்றேன். நாம ஃபிரண்ட்ஸ்தான்'னு சொன்னேன். ஸாம்ஜி அழுதான். அன்னிக்கு எல்லாரும் மௌனமா ஐஸ்கிரீம் சாப்பிட்டோம். இப்பல்லாம் பார்த்தா விஷ் பண்ணிக்கறோம். அவ்வளவு தான்."

இவ வாட்சிலே நேரத்தைப் பாக்கறா. நான் இவள்லே காலத்தைப் பாக்கறேன்.

"மஞ்சு, ஐ ரியலி அட்மைர் யூ"ன்னு அவளைக் கட்டிக்கறேன். இவளுக்கு நான் பள்ளிக்கூடப் பாடம்தான் சொல்லித் தந்தேன். இவ எனக்கு அருமையா வாழ்க்கைப் பாடம் சொல்லித் தந்துட்டான்னு நெனச்சுக்கறேன்.

"மணி அஞ்சு ஆகுது. நான் உங்களைப் பாத்துட்டு அஞ்சு மணிக்கெல்லாம் வந்துடறேன்னு சொல்லிட்டு வந்திருக்கேன் அம்மாகிட்டே"ன்னு இவ சொல்றபோது என் மனசு ரகசியமா வெக்கப்படறது.

26

அன்னிக்குச் சாயங்காலமே இவர் வந்தப்ப எல்லா விஷயத்தையும் சொல்லிட்டேன், இவர் கிட்டே. மஞ்சுவோட பாய்ஃபிரண்டைப் பத்மா அவமதிச்ச விஷயத்தை மட்டும் லேசாப் பட்டும் படாமலும் சொன்னேன். அன்னிக்கிச் சாயங்காலம் வந்தவர் ஒன்பது மணிவரைக்கும் இங்கேயேதான் இருந்தார். நான்தான் ரொம்ப டீடெய்லா எல்லாத்தையும் சொல்ல ஆரம்பிச்சு, நேரத்தை இழுத்துண்டு இருந்தேன். ஒன்பது மணிக்கு மேலே இவராலே தாங்க முடியலே. நெத்தியெத் தேச்சுக்கறார். கையை உதறிக்கறார். கொட்டாவி விடறார். சிகரெட்டைப் பத்தவெச்சிப் பத்தவெச்சி அணைக்கறார்.

நான் புரிஞ்சுண்டேன். ‘தாகசாந்தி’ நேரம் வந்துட்டாப்பலே இருக்குன்னு. இவர் சாப்பாடு சாப்பிடமாட்டார் அதுக்கு முன்னேன்னு தெரிஞ்சும் சும்மா ஒரு பேச்சுக்குக் கேட்டேன்: “இங்கேயே சாப்பிடுங்கோளேன். இன்னிக்கி ரொம்ப சிம்பிளா சமைச்சு இருக்கேன்.”

‘ஐயையோ’ன்னு ஷாக் அடிச்ச மாதிரி எழுந்திருக்கறார். “நோ . . . எனக்குப் பசிக்கலே அதுவுமில்லாம . . . இப்பிடீனு தெரிஞ்சிருந்தா என் சமாசாரங்களைக் கையோட கொண்ணாந்து இருப்பேனே. பிளீஸ் எக்ஸ்க்யூஸ் மீ! நாளைக்கு வரேன் . . . உனக்கும் நாழியாச்சு”ன்னு எழுந்து போயிட்டார்.

நான் சிரிச்சுண்டே இவரை வழி அனுப்பி வெச்சுட்டு வந்தேன். வந்தப்பறம் தனியா இருக்கறச்சேதான் நான் யோசிச்சுப் பார்த்தேன். இவர் நான் சொன்னதையெல்லாம் ‘உம் உம்’னு கேட்டுண்டு இருந்தாரே ஒழிய ஒரு வார்த்தைகூடப் பேசவே இல்லை.

என்ன நெனச்சு இருப்பார்? தனக்கும் எனக்கும் இருக்கிற உறவின் அடிப்படையான ரகசியம் தன் மகளுக்குத் தெரிஞ்சு போச்சேன்னு அவமானப்பட்டு இருப்பாரோ? மகளைப் பாக்கறதுக்கே வெக்கப்படுவாரோ? இதையெல்லாம் மஞ்சுவுக்குச் சொல்லிட்டேன்னு எம்மேலே ஏதாவது கோபம் இருக்குமோ? மகளுக்கு ஒரு பாய்ஃபிரண்ட் ஏற்படற அளவுக்கு வயசாயிடுத்தேன்னு ஆச்சரியப்பட்டு இருப்பாரோ? பத்மா மஞ்சுகிட்ட இவ்வளவு கடுமையா நடந்துண்டதுக்கு வருத்தப்பட்டு இருப்பாரோ?

இவர் தன்னோட உணர்ச்சிகள் எதையும் வெளியே காட்டிக்கவே இல்லை. தன்னைப் பத்தியும் இந்த உறவைப் பத்தியும் மஞ்சு ஒண்ணும் தப்பா நினைக்கலேங்கற ஒரே விஷயத்திலே திருப்திப் பட்டுண்டதைத் தவிர இவருக்கு நான் சொன்ன மத்த விஷயங்களைப் பத்தி அக்கறையே இல்லையோ?

– இவ்வளவும் அன்னிக்கி ராத்திரி முழுக்க நான் நெனச்சுண்டு இருந்தேன். ஆனா மறுநாள் காலையிலே நான் இவரை எதுவும் கேக்கலே. எதுக்காம்? நானா எதுக்காகக் கேக்கணும்? சொல்லவேண்டிய விஷயங்களைச் சொல்லியாச்சு. அதைப்பத்தி இவர் என்ன நெனைக்கறார்னு நான் தெரிஞ்சுண்டு எனக்கென்ன ஆகணுமாம்? ஏதாவது சொல்றதானா இவரே சொல்லட்டுமேன்னு நானும் பேசாமல் இருந்துட்டேன். இவரும் ஒண்ணும் சொல்லலே. நானும் கேக்கலே.

இந்த நாலஞ்சு நாளா நாங்க ஒண்ணுமே பேசிக்கலே. நெனச்சுப் பாத்துக்கற மாதிரி ஒண்ணும் பேசிக்கலே. காலையிலே ஆறு ஆறரை மணிக்கெல்லாம் வந்துடறார். வாக்கிங் போறோம். கொண்டுவந்து விட்டுட்டு ஆபிஸ்போறச்சே மறுபடியும் என்னை வந்து அழைச்சிண்டு போறார். சாயங்காலத்திலே ரெண்டு நாளா அவர் வரக் காணோம். நானே டாக்சியிலே வீட்டுக்கு வந்துடறேன். இவருக்கு வேலை இருக்காதா, என்ன? ஆனா இந்த நாலு நாளா இவர் ஒரு மாதிரி இருக்கார். ரொம்ப சீரியஸா எதையோ பத்தி யோசிச்சுண்டு இருக்கார். என்ன விஷயம்னு கேட்டா ‘நத்திங்’னு சொல்றார். உடனே முன்னே மாதிரியே ஆயிடறார். இவர் இப்படி இருக்கறது மனசுக்கு கஷ்டமா இருக்கு. இவர் எப்பவும் தமாஷா ஏதாவது பேசிண்டு கலகலன்னு

இருப்பாரே! என்னத்துக்கு இப்படி இருக்கார்? எதுக்காக இவர், போன காலமெல்லாம் போக இப்பப் புதுசா ஒரு மனுஷனா மாறப் பாக்கறார்? இவர் இப்படி இருக்கவேண்டாமே...

நாலு நாளைக்கு அப்புறம் இன்னிக்கித்தான் சாயங்காலம் இவர் ஆபிஸ் வாசல்லே என்னை மீட் பண்ணிக் கார்லே ஏத்திண்டு வரார்.

இவர் கார் ஓட்டிண்டு வரச்சே நான் இவரையே 'ஸைட்லே' இவர் முகத்தையே பார்த்துண்டு வரேன்.

இப்ப இவர் ரொம்ப விஷயங்களே மாறி இருக்கார். முகமே ரொம்ப ஆரோக்யமா இருக்கு. ஆனா என்னத்துக்கு இப்படி க்ஷவரம் பண்ணிக்காம முகத்தை வெச்சுண்டு இருக்கார். ரெண்டு மூணு நாளு ஆகி இருக்கும் போல இருக்கே. தினசரி வாக்கிங் போறதனாலே கொஞ்சம் இளைச்சு இருக்கார். வயிறு கொறைஞ்சு இருக்கு.

ஆனா இன்னிக்கு மொகம் வாடி இருக்கு. சரியா சாப்பிடாமல் இருக்காரோ? எதுக்காகவாவது மனசு வருத்தப்பட்டுண்டு பட்டினி கெடக்காரோ? என்னத்துக்காத்தான் இருக்கட்டுமே, பட்டினி கெடக்கவாவது..?

"மத்தியானம் என்ன சாப்பிட்டேள்?"– நான் கேட்டது காதிலே விழலைபோல இருக்கு. என்ன கேக்கறேன்னு புரிஞ்சுக்காமலே நான் என்னமோ சொல்றதா நெனச்சுண்டு, அதைக் கேட்டுண்டு மாதிரி தலையை மட்டும் ஆட்டிக்கிறார். எனக்கு நிச்சயமாத் தெரியறது. நான் கேட்டதை இவர் புரிஞ்சுக்கவே இல்லேன்னு. அதுக்காக மறுபடியும் புதுசாவே கேக்கற மாதிரி கேக்கறேன்.

"மத்தியானம் நீங்க சாப்பிடலே போல இருக்கே?"

"ஹவ் டு யூ நோ?" – எனக்குத் தெரிஞ்சுட்டதைப் பத்தி ரொம்ப ஆச்சரியத்தோட கேக்கறார்.

"உங்க முகத்தைப் பார்த்தால் தெரியறதே!"

"இஸ் இட்?... மூஞ்சிலேயே உனக்குத் தெரியுமா? இன்னம் என்னால்லாம் தெரியுது சொல்லு பார்க்கலாம்"னு ஏதோ சாதாரணமா இருக்கற பாவனையிலே ஹாஸ்யம் பண்றார்.

"யூ ஆர் நாட் ஆல் ரைட்! ரெண்டு மூணு நாளாவே நீங்க என்னமோ மாதிரி இருக்கேள். அது மட்டும் நன்னாத் தெரியறது. ரெண்டு நாளா சாயங்காலத்திலே நீங்க வரவே இல்லை. ஏதாவது வேலை இருக்கும்னு நெனச்சேன். ஆனா காலையிலேகூட

நீங்க ஒண்ணுமே பேசாமல் இருக்கேளே, ஆர் யூ வொரீட்..? அதுக்காகப் பட்டினி கெடப்பாளா என்ன?"

இவர் ஒண்ணும் பதில் சொல்லலே. ஒரு சிகரெட்டைப் பத்த வெச்சுக்கறார்; "நான் சாப்பிடலேன்னா 'சாப்பிடலியா'ன்னு– என்ன வளத்திச்சே ஒரு ஆயா அதுக்கு அப்பாலே – நீதான் கேக்கற..." இதைச் சொல்லிண்டே எவ்வளவு பொகை விடறார்...

மறுபடியும் இவரே சொல்றார்: "அவுங்களை அதுக்காகக் குத்தம் சொல்ல முடியுமா? நான் வூட்லே சாப்டாட்டி வெளியிலே சாப்ட்டுக்கறேன்னு நெனச்சிக்கிறாங்க. நான் என்னா ரெகுலரா வீட்லேயேவா சாப்டறேன்?"னு இவர் தனக்குள்ளேயே பேசிக்கறார்.

எனக்கு ரொம்ப கஷ்டமாயிருக்கு: "உங்களுக்கு என்ன மனக் கஷ்டம்? சொல்லுங்கோ... என்னவா இருந்தாலும் எதுக்குச் சாப்பிடாமல் இருக்கணும்?"னு சமாதானம் பண்றேன்.

"நான் வூட்லே சாப்பிடாமலிருக்கேன்னுதான் சொன்னேன். சாப்பிடாமயே இல்லே"ங்கறார்.

"இன்னிக்கு என்னோட சாப்பிடுங்கோ."

"ஓ எஸ். தாங்க்யூ."

"உங்களுக்கு ஏதாவது 'நான்–வெஜ்' வேணுமானா வெளியி லேருந்து வாங்கிண்டு போயிடலாம். ஐ டோண்ட் மைண்ட்– அதனாலே பரவாயில்லே"ன்னு சொல்றேன்.

இவர் ரொம்ப ஆச்சரியப்பட்டுப் போறார்.

"யூ நோ"ன்னு என்னமோ சொல்ல வரார். பேச்சு வரலே. கொஞ்சம் தயங்கிட்டு மறுபடியும் சொல்றார். "ஸீ! நானே இன்னிக்கு உன்னோட உங்க வீட்டிலே சாப்பிடணும்னு– அன்னிக்கு நீ கேட்டப்ப சாப்பிடாமே வந்துட்டேனே அதுக்கோசரம் – இன்னிக்கு என்னோட 'மினிபா'ரையும் கையோட கொண்டு வந்திருக்கேன். நான் ரெண்டு நாளா என்னமோ மாதிரி இருக்கேன் இல்லே?... அன்னிக்கு நான் வூட்லே போயி அவ கையிலே சண்டை போட்டுட்டேன். அதிலே வேற மனசு கெட்டுப் போச்சு..."

"ஓ ஐ ஆம் ஸாரி"ன்னு சொல்றேன் நான். நான் எல்லா விஷயத்தையும் இவர்கிட்டே சொன்னதனாலே தானே – எவ்வளவோ ஜாக்கிரதையாத்தான் சொன்னேன் – இருந்தாலும் அதனாலேதானே இவர் குடும்பத்திலே சச்சரவுன்னு நெனக்கறப்ப எனக்கு நான்தான் தப்புப் பண்ணிட்டேனேன்னு தோணறது.

“நோ நோ . . . உன்மேலே என்ன தப்பு? தான் பெரிய டிக்டேட்டர்னு நெனச்சுக்கினு இருக்கா அவ! . . !” கோபம் வந்தா இவருக்கு இங்கிலீஷ் வந்துடறது . . . பொறிஞ்சு தள்ளறார்:

“எல்லாரும் அவளுக்கு அடங்கி நடக்கணுமாம். அவ சரியான காட்டுமிராண்டி. மஞ்சுவோட டிரஸை எல்லாம் தூக்கி எறிஞ்சிட்டு அதுக்குப் பாட்டி மாதிரி பொடவை வாங்கித் தந்திருக்கா. எனக்குப் பிடிக்கலே. ஐ ஸெட்: ‘ஸ்டாப் திஸ் நான்சென்ஸ் நீ அனாவசியமா எல்லார் விஷயத்திலும் தலையிடறே – மஞ்சு இஸ் மை டாட்டர் டூ! . . . அவ இஷ்டப் படி அவ இருக்கணும். உனக்குப் புடிக்கலேன்னா நீ ஒதுங்கிக்கோ – தி இஸ் மை ஹவுஸ் . . !” அவ சரியான புருட்டா இருக்கா . . . நான் என்ன சொன்னாலும் அவளுக்கு ஒண்ணும் புரியலே. . .”னு பேசிண்டே போறார்.

“மஞ்சுவுக்கு இருக்கிற அண்டர்ஸ்டாண்டிங்கூட உங்களுக்கு இல்லையே . . . இதுக்காகப் போய்ச் சண்டை போடுவீங்கன்னு தெரிஞ்சிருந்தா நான் சொல்லியே இருக்க மாட்டேன் . . . பத்மாவை– அஸ் எ மதர் – நீங்க புரிஞ்சிண்டு இருந்தா இதுக்காக இவ்வளவு கோவப்படமாட்டேள். இந்தக் காலத்திலே பொண்கள் போற போக்கைப் பார்த்தா எந்தத் தாய்க்குத்தான் பயமோ சந்தேகமோ வராமல் இருக்கும்!”னு நான் சமாதானம் சொல்றேன்.

“ஸோ? பத்மா செய்றது ரொம்பச் சரி – அப்படித் தானா?”ன்னு என்கிட்டேயும் மொறைக்கறார். நான் சிரிச்சுக்கறேன். இவர் என்னைக் கோவிச்சுக்கறது நன்னாத்தான் இருக்கு.

“சரி, தப்புங்கறது முக்கியமில்லே. அவங்களோட பொண்ணை அவங்க கண்டிச்சு வைக்கறது நல்லதுதானே? உங்ககிட்டே வந்து மஞ்சு சொன்னாளா, ‘அம்மா என்னைக் கஷ்டப்படுத்தறாங்க’ன்னு. என்கிட்ட சொல்றபோதுகூட ‘அவுங்களுக்குத் தெரிஞ்சது அவ்வளவுதான்’னு எவ்வளவு பெருந்தன்மையா பேசினாள்!”ன்னு நான் சொல்றேன்.

“ஆத்தாக்காரி பொண்ணெக் கண்டிக்கிறது நியாயம். ஆனா ஆம்படையான் பொண்டாட்டியெக் கண்டிக்கறது மட்டும் அநியாயம். அவனுக்கு அதுக்கு ரைட்டு கெடையாது. நான் சும்மா வெறும் பொம்மை. இவதான் எல்லாத்துக்கும் அதிகாரி . . . என் தலைவிதி”ன்னு பொலம்பறார்.

பத்மா கிட்டே போயி மோதி இருக்கார். ஒண்ணும் நடக்கலே; தோத்துட்டார்னு புரிஞ்சுக்கறேன். இவரை இதுக்கு மேலே குத்திக் குத்திக் கிளறி விடறது சரியில்லேன்னு பேசாம இருந்துடறேன்.

“காபி சாப்பிட்டுப் போகலாமா?”ன்னு கேக்கறார்.

“வீட்டுக்குப் போய்ச் சாப்பிடுவோமே. ஒரு ஐடியா— வீட்டுக்குப் போய்க் காபி சாப்பிட்டுட்டு, டிரஸ் சேஞ்ச் பண்ணிண்டு எங்கேயாவது ஒரு ‘டிரைவ்’ போகலாம்”னு சொல்றேன். இந்த மாதிரி நான் ஏதாவது சொன்னா இவர் ரொம்ப சந்தோஷப்படறார்.

“நாம்ப ஏன் வெளியிலேயே சாப்பிடக்கூடாது?”ன்னு கேக்கறார்.

“வேண்டாம். வீட்டிலேயே நான் சமைச்சுடறேன். மேட்டர் ஆஃப் மினிட்ஸ்! உங்களுக்கு வேணும்ங்கற ‘நான்—வெஜ் டிஷஸ்’ மட்டும் வெளியிலே போய் வாங்கிண்டு வந்துடுவோம் ஓ. கே?”— நான் வேணும்னே ரொம்ப உற்சாகமா பேசறேன்.

இவரும் இவ்வளவு நாழி இருந்த ‘மூட்’லேருந்து விடுபட்டுச் சின்ன குழந்தை மாதிரி ‘ஓ. கே’ன்னு குதூகலமாச் சொல்றார்.

வீட்டுக்கு வரோம். இவர் ஹால்லே உக்கார்ந்துக்கறார். நான் காபி போடறதுக்கு உள்ளே போறேன். ரூமுக்குள்ளே கூட இன்னும் நான் போகலே. ஹாண்ட் பாகை ஹால்லே — இன்னொரு சோபாவிலே வெச்சுட்டு அவசர அவசரமா இவருக்குக் காபி போடறேன். பாவம் மத்தியானம்கூட சாப்பிடலேன்னாரே. . .

“பிஸ்கட் சாப்பிடறேளோ?ன்னு கேக்கறேன்.

“நோ, தாங்ஸ்”னு சொல்றார்.

என்ன கேள்வி, ‘சாப்பிடறீங்களா?’ன்னு.

ஒரு தட்டிலே பிஸ்கட்டும் தம்ளரிலே தண்ணியும் கொண்டு போயி வெக்கறேன். “சாப்பிடுங்கோ... உங்களைப் பாத்தா நாலு நாளா சாப்பிடாதவர் மாதிரி இருக்கே... என்னத்துக்கு இப்படி உடம்பைக் கெடுத்துக்கறேள்?”

இவர் ஒரு பிஸ்கட்டை எடுத்துக் கடிக்கறார். சிரிச்சுண்டே சொல்றார்: “உனக்கு என் மேலே இருக்கிற பிரியத்தினாலே எல்லாத்தையும் ‘எக்ஸாஜிரேட்’ பண்ணிக்கறே. ஐ ஆம் ஆல்ரைட். நான் வேளா வேளைக்கு சாப்பிட்டுக்கினுதான் இருக்கேன்.”

“பொய்!”னு சொல்லி அடுக்களைக்குப் போயிக் காபியெக் கலக்கறேன். இப்பல்லாம் ‘குக்கிங்’ எவ்வளவு ஈஸியா இருக்கு. பாலைக் காய்ச்சி ரெண்டு ஸ்பூன் இதெப் போட்டு கலக்கினா காபி ரெடி! அம்மாவானா காப்பிக்கொட்டையை வறுப்பாளோ

வறுப்பாள், அப்படி வறுப்பாள்! அப்புறம் 'ரைன் ரைன்' போட்டு அரைப்பாள். பில்டர்லே போட்டு – அடீ அம்மா! எவ்வளவு வேலை ஒரு காபி குடிக்கறதுக்கு . . ? அந்தக் காபிக்கு இது இணையாகாதுதான். . . நம்ம அவசர லைஃப்க்கு இதுதான் தாங்கும்.

இவருக்குக் காபி கொடுத்துட்டு நான் டிரஸ் சேஞ்ச் பண்ணிக்கிறதுக்காக மொகம் அலம்பப் போறேன். வீட்டிலே ஒரு புருஷா துணை இருக்கிறது மனசுக்கு என்னவோ ஒரு இதம் தரது.

இவர் இன்னிக்கு இங்கேயே குடிச்சுட்டு இங்கேயே சாப்பிட்டுட்டுத் தங்கிடுவாரோ? தங்கினாதான் என்னவாம்? எனக்கொண்ணும் இவர்கிட்டே பயம் இல்லை. இவரை இன்னிக்கு இங்கேயே தங்கச் சொன்னால் என்ன? முழுக்க நனைஞ்சவளுக்கு முக்காடு என்னத்துக்காம்? இங்கே ராத்திரிக்குத் தங்கினால் இவர் எங்கே படுத்துப்பார்? மாமாவோட படுக்கை ஞாபகம் வரதே! இங்கேயே. . .சீ! அதை நினைச்சா மனசுக்கு அருவருப்பா இருக்கு. இவர் ஒண்ணும் அதிலே படுத்துக்க வேண்டாம். என்னோட 'பெட்'லேதான் இவரைப் படுத்துக்கச் சொல்லணும். நான் ஒரு பாயைச் போட்ண்டு ஹால்லே படுத்துண்டாப் போச்சு.

பார்ப்போம். ராத்திரி சாப்பிட்டப்பறம் இவரே என்ன சொல்றார்னு பார்ப்போம். பொறப்பட்டுடார்னா நான் தடுக்கவேண்டாம். இவரோட புரோகிராமைக் கெடுக்கறதுக்கு எனக்கு நியாயம் கிடையாது; போகட்டும்.

டிரெஸ் பண்ணிண்டு வெளியே வந்து நிக்கறேன்.

"யு லுக் ஃபைன்!"

"தாங்க் யூ! போலாமா?"

ரெண்டு பேரும் வீட்டைப் பூட்டிண்டு தெருவுக்கு வந்து காரிலே ஏறிக்கறதுக்குள்ளே அநேகமா தெருவிலே இருக்கிறவா எல்லாரும் வந்து எங்களைப் பார்த்துட்டா . . .

நான் மஞ்சுவைப் பத்தி இவர்கிட்டே சொல்றேன். அவ எவ்வளவு புத்திசாலிங்கறதையும் பொறுப்பு உணர்ந்தவள்ங்கறதையும் இவர் புரிஞ்சுக்கணும். அவளுக்குப் பரிஞ்சுண்டு இவர் பத்மா கிட்டே சண்டைக்கி நிக்கறதுக்கு அவசியமே இல்லேன்னு புரிஞ்சுக்கணும்கறதுக்காக ரொம்ப நாழி பேசறேன். நான் சொல்றதுக்கெல்லாம் சரிதான்னு தலையை ஆட்டறார். ஆனாலும்

'உம்'னு தான் இருக்கார். நான் சிரிக்கும்போது சிரிக்கறார். ஆனா சிரிச்ச சித்த நாழிக்கெல்லாம் ஒரு இருட்டு வந்து முகத்திலே அப்பிக்கறது. அதைப் பாக்கறபோது என் மனசு கலவரப்படறது.

பீச்சிலே வழக்கமான இடத்திலே காரை நிறுத்தறார். ஐஸ்கிரீம் காரன் வரான். இவராக் கூப்பிட்டு ஐஸ்கிரீம் வாங்குவார்னு நெனச்சுண்டிருக்கேன்... எங்கேயோ தூரத்திலே பார்த்துண்டு சிகரெட்டை ஊதிண்டு ஐஸ்கிரீம்காரன் குரலைக் கூடக் காதிலே வாங்கிக்காத சிந்தனையிலே உட்கார்ந்து இருக்காரே!

"ஐஸ்கிரீம் வாங்கலாமா?"ன்னு நான் கேக்கறேன்.

"ஓ எஸ்... இந்தாப்பா... ரெண்டு கப் பிஸ்தா... ரெண்டு கப் வெனிலா..."னு ரொம்ப உற்சாகமாக வாங்கறார். இந்த உற்சாகம் பொய்; இது நடிப்புன்னு என் மனசுக்குப் புரியறது.

நானும் இன்னிக்கு இவரோட சேர்ந்து ரொம்ப குஷியா ஐஸ்கிரீம் சாப்பிடறேன். என்னோட குஷியும் ஒரு பொய்தான்; நடிப்புதான். இவர் எனக்காக நடிக்கறார். நான் இவருக்காக நடிக்கறேன். இவர் மனசிலே ரொம்ப ஆழமான காயம் ஏதோ ஆறாத ரணமாப் பச்சையா வலிச்சிண்டு இருக்கிறது என் மனசுக்குப் புரியறது. நான் எப்படி கேக்கறது? கேட்டாலும் இவர் என்னத்துக்கு என்கிட்டே சொல்லப் போறார்? சொல்றதானா நான் கேக்காமலேயே சொல்ல மாட்டாரா? அதை மறக்கறதுக்காக இவர் என்னோட கொஞ்சம் பேசிட்டுப் போகலாம்னு வந்திருந்தார்னா நான் என்னத்துக்கு அதை ஞாபகப்படுத்தி இவரைக் கஷ்டப்படுத்தணும்? ஆனால், எனக்குத் தாங்க முடியலியே. இவர் இப்படி இருக்கறது? இவர் இப்படி இருந்து நான் பார்த்தது இல்லேயே... ஒருவேளை இவருக்கு உடம்பு நன்னா இல்லையோ..?

இவ்வளவும் நெனச்சுக்கறேன். ஆனால் வாயைத் திறந்து ஒண்ணும் கேக்கலே.

ஐஸ்கிரீம் சாப்பிட்டாச்சு. இந்தக் காலி கப்பை இவர் எப்படிப் போடப் போறார்னு பார்த்துண்டுஇருக்கேன் நான். வழக்கமா பந்து மாதிரி அதைத் தூக்கிப் போட்டு இன்னொரு கையாலே 'பாட்' பண்ற மாதிரி அடிப்பாரே.

ஆனால் இன்னக்கி அப்படியெல்லாம் போடலே. ரொம்ப சாதாரணமாக எல்லாரும் மாதிரி இவர் ஐஸ்கிரீமைச் சாப்பிட்டப்பறம் அந்தக் கப்பைப் போடறது இவரோட 'காரக்டரை'யே இவர் இழந்துட்ட மாதிரி இருக்கு.

"ஆர் யு நாட் வெல்?"னு கேக்கறேன்.

இவர் ஒண்ணும் சொல்லாமல் என்னைப் பாக்கறார், சிரிக்கிறார். ரொம்ப சோகமான சிரிப்பு. என் மனசை என்னவோ செய்யறது இந்தச் சிரிப்பு.

திடீர்னு சொல்றார். "லைப் இஸ் நாட் வொர்த் லிவிங்!..." (வாழ்க்கை வாழதுக்குத் தகுதி இல்லை)

"வாட் டூ யூ மீன் ?. . . என்ன சொல்றீங்க?"ன்னு கேக்கறேன்.

"ஐ வாண்ட் டு டை?" – 'எனக்குச் சாகணும்'னு இவர் சொல்றபோது எனக்கு உடம்பே ஆடிப்போறது...

"பிளீஸ்... என்ன நடந்ததுன்னு என்கிட்டே சொல்லுங்கோ"ன்னு கேக்கறேன்.

"ஐ ஆம் ஸாரி"னு என் கையை விலக்கிட்டு, "கொஞ்சம் நான் தனியா இருக்கேன். (லீவ் மி அலோன்)'னு என்னை ரொம்ப தயவா கேட்டுண்டு கார்லேருந்து இறங்கிப் போயி கொஞ்ச தூரம் நடந்து மணல்லே நின்னுண்டு சமுத்திரத்தைப் பாக்கறார். எனக்கு இதெல்லாம் இவர்கிட்டே ரொம்பப் புதுசா இருக்கு. இவர் இப்படி மாறவேண்டாமே! எப்பவுமே மாதிரிக் குழந்தைத்தனமா சிரிச்சு வெளையாடிண்டு குதூகலமா இருக்க மாட்டாரான்னு என் மனசு ஏங்கறது. அதுக்கு நான் என்ன செய்யணும்னு எனக்குப் புரியலையே... உட்கார்ந்திருக்கேன்.

காத்திலே இவர் தலை முடி கலைஞ்சு பறக்கறது. சிகரெட் பொறி பறக்கப் பொகையறது. நான் காரைவிட்டு இறங்காமல் ரொம்ப நாழி இவர் முதுகையே பாத்துண்டு . . . எவ்வளவு நாழி இப்படியே இருக்கறது? இறங்கிப் போய் நானும் இவர் பக்கத்திலே நிக்கறேன்.

நான் வந்து நிக்கறேன்னு இவருக்குத் தெரியறது. என் பக்கம் திரும்பாமலே சொல்றார்:

"வீட்டுக்குப் போகலாம். ஐ வாண்ட் டு டிரிங்க்!"

27

எனக்கு என்னமோ விபரீதமா மனசுக்குக் கவலை ஏற்படறது. இவர் கோவமாயும் வருத்தமாயும் இருக்கிறதெ நான் பார்த்திருக்கேன். ஆனா இது ரொம்பத் தனியா—இதுக்கு முன்னே நான் பார்க்காத மாதிரி—இவரே இதுக்கு முன்னே அனுபவிக்காத சோகமா இருக்கே. என்கிட்ட வாய்திறந்து சொல்லா மல் இப்படி மனசிலே என்னத்தையோ வெச்சுக் குமுறிண்டு இருக்கார். நான் எப்படி இவருக்கு இந்த நிலைமையிலே உதவி செய்யறது..? ஹவ் கேன் ஐ ஹெல்ப் ஹிம்!...

கார்லே வந்து உட்கார்ந்துண்டு இன்னொரு சிகரெட்டைக் கொளுத்திக்கிறார். என்னைப் பார்த்துச் சிரிச்சுண்டே சொல்றார்: "ஐ ஆம் ஸாரி டு ஸ்பாயில் யுவர் ஈவினிங் லைக் திஸ்." (என்னோட நேரத்தைப் பாழாக்கிட்டதுக்காக வருத்தப்படறாராம்.)

"என்ன இதெல்லாம் ஃபார்மாலிட்டீஸ்? நீங்க ரொம்ப வருத்தமா இருக்கிறபோது உங்ககூட நான் இருக்கேனேன்னு சமாதானமா இருக்கு. ஆனா எப்படி உங்க வருத்தத்தைப் போக்கறதுன்னு எனக்குப் புரியலே. என்ன செய்தா உங்க வருத்தத்தை மாத்தணும்னு எனக்குத் தெரியலே. அதெல்லாம் நான் கத்துக்கலே. ஐ ஹாவ் நெவர் பீன் எ குட் கம்பெனி ஃபார் எ மேன்" (நான் ஒரு ஆண்பிள்ளைக்கு நல்ல துணையாக இருந்ததே யில்லை)னு என்னென்னமோ சொல்றேன்.

“டோண்ட் பாதர்... ஐ வில் பி ஆல்ரைட். வருத்தப்படாதே”னு எனக்குச் சமாதானம் சொல்லிவிட்டு விசில் பண்றார். சாதாரணமா இருக்க முயற்சி பண்றார்.

“ஏதாவது பிக்சர் போவோமே?”னு கேக்கறேன் நான்.

“என்னா பிக்சர்?”

“ஏதாவது உங்களுக்குப் பிடிச்சதா எனி இங்கிலீஷ் ஃபிலிம் போலாம் – உங்களுக்குக் கொஞ்சம் ‘டைவர்ஷன்’ கெடைக்கும்... ம்... என்ன?”

“வேணாம்பா... என்னாலே தியேட்டர்லே வந்து உக்காந்துக்கினு ‘போர’டிக்க முடியாது. உனக்குப் போகணும்னா சொல்லு, போலாம். அதெப்பத்தி பரவாயில்லே. என்னைக் கேட்டினா – நவ் ஐ ஆம் வெரி மச் இன் நீட் ஆஃப் எ டிரிங்க!”

ஆமாமா. இவர் குடிக்கணும்னு சொல்லிண்டுன்னா வந்தார். அதை மறந்துட்டு பிக்சர், டிராமான்னு என்னென்னமோ சொல்லிண்டு இருக்கேனே? இவரைச் சமாதானப்படுத்தி எப்படியாவது இவர் ‘மூடை’ மாத்தணுமேங்கற ஆத்திரத்திலே நானும் குழம்பிப் போயிட்டேன்போல இருக்கு.

காரை வீட்டுப் பக்கமாப் போறதுக்குத் திருப்பறார்.

“இருங்கோ – மவுண்ட்ரோடு பக்கமாப் போயி உங்களுக்கு ஏதாவது நான் – வெஜ் வாங்கிக்கணும்”னு நான் ஞாபகப் படுத்தறேன்.

“இட் இஸ் ஆல் ரைட். எனக்கு ஒண்ணும் சாப்பிடற மாதிரி இல்லே”ங்கறார்.

“நோ! யு ஷுட் ஈட் வெல்... வெறும் வயத்திலே குடிச்சுப்பிட்டு சாப்பிடாமல் இருக்கப்படாது... பிளீஸ், டயம் நெறைய இருக்கு. திருப்புங்கோ காரை”ன்னு நான் ரொம்பக் கண்டிப்பாச் சொன்னதும் என் வார்த்தைக்கு அப்படியே அடங்கிக் காரைத் திருப்பறார்.

வரிசை வரிசையாக் காரை நிறுத்தியிருக்கிற அந்த முஸ்லிம் ஓட்டலுக்கு முன்னாலே ரெண்டு கார்களுக்கு நடுவே கொண்டு போயிக் காரை நிறுத்தற வரைக்கும் நான் இவரையே பார்த்துண்டு வரேன். இவருக்குப் பார்வை ரோடிலே மட்டுந்தான் நெலைச்சிருக்கு. இந்தப் பக்கம் அந்தப் பக்கம் திரும்பலே. முகத்திலே அந்த இருட்டு படிஞ்சிருக்கு.

வெயிட்டர் வந்து சலாம் பண்றான்.

அவன்கிட்ட என்னமோ பேர் சொல்லி ஒரு பிளேட் கேக்கறார். அப்பறம் இடியாப்பம் கேக்கறார். என்கிட்ட திரும்பிச் சொல்றார்:

"இதுக்கு மேலே போயி உனக்கு மாத்திரம் நீ என்னா 'குக்' பண்ணப்போறே..? யூ ஆல்ஸோ டேக் இடியாப்பம். இது வெஜிடேரியன் டிஷ்தான் – யூ நோ ஸேமியா – இட் இஸ் தட்... ஒரு டஸன் குடுப்பா குவிக்... குவிக்"னு அவனை வெரட்டறார்.

"வூட்லே மில்க் இருக்குது இல்லே?"

"எஸ்."

"இடியாப்பத்து மேல ஊத்தி சக்கரையெப் போட்டுக்கினு சாப்பிட்டா நல்லா இருக்கும். நம்ப மஞ்சு இல்லே... ஒண்ணரை டஜன் தின்னும்." இதெச் சொன்னவுடனே மஞ்சுவைப்பத்தி என்னமோ நெனச்சுக்கறார். முகத்திலே அந்த இருட்டு... கண் கலங்கறது.

இனிமே நானாக எதுவும் இவரைக் கேட்கப்படாதுன்னு மனசுக்குள்ளே தீர்மானம் பண்ணிக்கறேன். நிச்சயம் இவர் என்கிட்டே தன் மனக்குறையைச் சொல்லிடுவார்னு எனக்குத் தோணறது. இல்லேன்னா இவர் எதுக்கு இவ்வளவு மனக் கஷ்டத்தோட என்னைப் பார்க்கறதுக்கு வரார்? அதுவும் இன்னிக்கி டின்னரே என்னோட சாப்பிடணும்னு நெனச்சுண்டுதானே 'சாமக்ரியை'களோட வந்திருக்கார். தன்னோட கஷ்டத்தை என்கிட்ட சொல்லி ஆத்திக்கலாம்னு தானே வந்திருக்கார். பேசாமல் விட்டுட்டா இவரா வெளியே வருவார்னு நெனைச்சுண்டு வெளியே வேடிக்கை பார்த்துண்டு உக்காந்து இருக்கேன்.

கார்லேயே உக்காந்துண்டு கையிலே பிளேட்டை வெச்சிண்டு சில பேர் சாப்பிடறா. அதோ ஒருத்தி, என்னமோ – ஐயையோ எலும்புன்னா அது, எடுத்து உறிஞ்சி உறிஞ்சி... என்னத்தை இப்பிடி உறியறாள்? அதுக்குள்ளே இருந்து என்னமும் வருமோ? உறிஞ்சிட்டு வெளியிலே போடறாள். அதுக்காகவே காத்துண்டு ரெண்டு மூணு நாய்கள் நிக்கறதே. ஒண்ணு மேலே ஒண்ணு விழுந்து சாடிண்டு கத்தறப்ப – அங்கே கையிலே ஒரு தடியோட திரிஞ் சுண்டிருக்கிற காவல்காரன் ரெண்டையும் விரட்டிவிட்டுடறான்.

வெள்ளை டிரஸ் போட்டுண்டு கையிலே டிரேயிலே துணியோ, பேப்பரோ போட்டு மூடி எதை எதையோ எடுத்துண்டு ஏழு எட்டு வெயிட்டர்கள் அதுக்கும் இதுக்கும் பம்பரமாத் திரிஞ்சிண்டு இருக்கா. ரேடியோவிலிருந்து சினிமாப் பாட்டு

கேக்கறது. எதிரே வெத்திலைபாக்குக் கடையிலே ஒரு தட்டிலே அழகா பீடா சுத்தி வெச்சிருக்கான். எல்லாருமே வாயை அசை போட்டுண்டு இருக்கா. சிகரெட் பொகை சூழறது.

இவர் என்ன பண்றார்னு திரும்பி உள்ளே இவரைப் பாக்கறேன். ஸ்டியரிங்லே நெத்தியெ அழுத்திண்டு முகத்தைக் கவிழ்த்துண்டு உக்கார்ந்திருக்கார்.

"ஸ்லீப்பிங்?"னு லேசா இவரோட தோளைத் தொடறேன்.

"நோ"னு நிமிந்துக்கறார்.

நான் இப்பல்லாம் இவரை ரொம்ப சகஜமாத் தொட்டெல்லாம் பேச ஆரம்பிச்சுட்டதை நெனச்சுண்டா ஆச்சரியமா இருக்கு. எனக்கு ஒண்ணும் இவரைத் தொடறச்சே ஒரு புருஷாளைத் தொடறோமே, அதுவும் அன்னிய புருஷாளைத் தொடறோமேங்கிற உணர்ச்சியே இல்லை.

ஆனால் இவர் – இவரா இதுவரைக்கும் இந்த மாதிரி என்னைத் தொட்டதே இல்லையேன்னு இப்பத்தான் யோசிக்கறேன். நெவர்! இவர் கை என் மேலே பட்டதே இல்லை. இவருக்கு அதிலே ஏதாவது குற்ற உணர்ச்சி இருக்குமோ? ம்ஹ்ம்! சாதாரணமா எல்லாரும் பேசறச்சே தொட்டுண்டா பேசறா?

பொம்மனாட்டி புருஷாளைத் தொட்டா அவ்வளவு தப்பா, அசிங்கமாத் தோணலே. புருஷா தொட்டாதான் என்னமோ மாதிரி இருக்கு... நன்னா இருக்கே என் நியாயம்?

இவரைத் தவிர நான் வேற யாரையும் இந்த மாதிரி ஃப்ரீயாத் தொட்டுப் பேசலையே? அதனாலே இவரும் என்னைத் தொட்டு பேசினால் தப்பில்லைன்னுதான் தோண்றது.

இதோ அந்த வெயிட்டர் இவர் ஆர்டர் பண்ணினதை எல்லாம் எடுத்துண்டு வந்துட்டானே. ஸோ குவிக்..!

நான் பில்லைப் பாக்கறேன். ஒன்பது ரூபாயும் சில்லறையும் ஆகி இருக்கு. பதினோரு ரூபா எடுத்து அவன் கையிலே குடுத்துட்டு அவன் கொண்டு வந்ததையெல்லாம் பின் ஸீட்லே வெச்சுண்டு பொறப்படறார். அந்த டின்லே என்னமோ 'லிக்விட்' இருக்கு.

"அது கொட்டிடப் போறது. நான் கையிலே பிடிச்சுக்கவா?"னு கேக்கறேன்.

"சீ! சீ! வேணாம்... ஒண்ணும் சிந்தாது. அப்படியே சிந்தினா நாளைக்குத் தொடைக்கறானுங்க!"

"கஷ்டம்! உங்க காரிலே சிந்திடும்னு நான் சொல்லலே, உங்களுக்குச் சாப்பிட இல்லாம கொட்டிடப் போறதேன்னு சொல்றேன்"னு விளக்கறேன்.

வீட்டுக்கு வந்து காரை ஒதுக்கமாக நிறுத்தறார். இந்த காம்பவுண்டுக்குள்ளே கார் நுழையவும் முடியாது; நிறுத்தவும் முடியாது. அதனால தெருவிலே வீட்டு வாசலை ஒட்டி நிறுத்தறார். நான் வந்து கதவைத் திறக்கறேன். கதவெத் திறந்துட்டு வரதுக்குள்ளே எல்லாத்தையும் ரெண்டு கையிலேயும் அள்ளிண்டு நிக்கறார்.

'கொடுங்கோ, நான் கொண்டு வரேன்'னு கேக்கறேன். தரமாட்டேங்கறார். "இதோ மேலே இருக்கிறதெ எடு. அதான் உனக்கு. மத்ததெல்லாம் நீ தொடக்கூடாது"ங்கறார். இப்பத்தான் எனக்குப் புரியறது.

"அதனால் என்ன? பழக்கமில்லாததனாலே நான் சாப்பிடற தில்லையே ஒழிய – தொடப்படாது, பார்க்கப்படாதுன்னு ஒண்ணு மில்லே. அப்படியானா இதெ மட்டும் நான் சாப்பிடலாமா?"ன்னு இவர்கிட்டே பேச்சு குடுக்கறேன். இவர் இப்படியே ஏதாவது லைட்டா பேசிண்டு இருந்தா எனக்குப் பிடிக்கறது.

எல்லாத்தையும் கொண்டு வந்து டீபாய் மேலே வெச்சுட்டுப் போய்க் கார்லேருந்து ஒரு சின்ன ஸூட்கேஸ் மாதிரி ஒரு கறுப்புப் பெட்டியெக் கொண்டு வரார்.

ஓஹோ! இதுதான் இவர் சொன்ன 'மினி பார்' போல இருக்கு.

இந்தப் பெட்டியைத் திறக்கிறார். உள்ளே பளபளன்னு வெல்வெட் லைனிங் குடுத்து இருக்கு. அழகழகா ரெண்டு வய்ன் கிளாஸ். அப்பறம் ஒரு பாட்டில்... என்னமோ விஸ்கி. பச்சை பாட்டில் ரெண்டு நாய்க்குட்டி, கறுப்பும் வெள்ளை யும்... சடை சடையாய் – பிளாக் அன் வய்ட்!

அதையும் எடுத்து மேஜை மேலே வெக்கறார். முகத்திலே தனியா ஒரு பிரகாசம் வந்துடறது.

"ஒய் டோண்ட் யூ ஜாயின்?"

ஐயோடி! இவருக்கு இருக்கிற தைரியத்தைப் பாரேன். என்னையும் இதிலே சேத்துக்கறயான்னு கேக்கறார்.

"ஏன் உங்களை மாதிரி ஆகச் சொல்றேளா என்னையும்?"னு கேக்கறேன் நான்.

"நெவர்! நீ என்னைக்கும் என்னை மாதிரி ஆக முடியாது. ஆகவும்மாட்டே... நான் ஒரு குட்ஃபார் நத்திங்... ஒண்ணுக்கும் உதவாதவன். ஓகே! லீவ் இட்... விட்டுத்தள்ளு... வில் யூ டூ மி எ ஹெல்ப்?"னு கேக்கறார்.

"ஒரு சொம்பிலே தண்ணி – குடிக்கிற தண்ணி கொண்ணாந்து குடேன்..."னு கேக்கறார்.

இப்பத்தான் எனக்கு ஞாபகம் வரது. இவர் ஆத்திலே இவர் குடிக்கறச்சே பார்த்திருக்கேன். சோடாவை ஊத்திக் கலந்துன்னா குடிப்பார். மறந்துட்டேனே?

"ஒரு நிமிஷம் இருங்கோ... பக்கத்திலே கடை இருக்கு. நான் போயி உங்களுக்கு சோடா வாங்கிண்டு வரேன்"னு எழுந்திருக்கிறேன்.

"ப்ளீஸ் கங்கா... நோ! வேண்டாம். தண்ணி போதும்; சில சமயத்திலே தண்ணியும் ஊத்திக்கலாம். பிளீஸ் டோண்ட் பாதர்!... ஸிட்டேளன்" எழுந்து வந்து நின்னுண்டு வழியெ மறிக்கறார்.

எனக்கு இவரை நன்னா 'ட்ரீட்' பண்ணலையேன்னு சங்கடமா இருக்கு.

இவர் இங்கிலீஷ்லே மொணமொணக்கறார்: "ஒரு குடிகாரப் பயலுக்கு நீ ஓடிப் போயி சோடா வாங்கிக்கிட்டு வரணுமா? அதுவும் இந்த நேரத்திலே?"

"என்ன சொல்றீங்க?"ன்னு கேக்கறேன்.

இவர் என்னை நிமிர்ந்து பாக்கறார். உதடும் கண்ணும் சிவந்து நெத்தி சுருங்கறது.

"பிளீஸ்... உன்னுடைய அன்பாலேயும் பாசத்தாலேயும் என்னை வதைக்காதே. எனக்கு அதுக்கெல்லாம் தகுதி இல்லே..."

"குடிக்கறதுக்கு முன்னாலேயே என்னத்துக்கு உளற ஆரம்பிக்கறேள்?"னு வெளையாட்டா சொல்லிண்டே நான் அடுக்களைக்குள்ளே வந்துட்டேன், தண்ணி கொண்டு வரதுக்கு.

எவர்சில்வர் செம்பு இது ஒண்ணுதான் பெரிசா இருக்கு. சித்த சின்னதா இருந்தா வாகா இருக்கும். இன்னொண்ணுலே பால் இருக்கு. நான் ஒரு மடச்சி. இவர் சொம்புன்னு கேட்டா சொம்பிலேயேவா கொண்டு போகணும்? இதோ 'வாட்டர் ஜக்' இருக்கே.

'ஜக்'லே கொண்டுபோயி வெக்கறேன்.

"ஐ ப்ரஃபர் ரா"ன்னு சொல்லிண்டே அந்தக் கிளாசிலே கொஞ்சம்விட்டு – ரெண்டு விரக்கடை – அப்படியே பிரசாதம் சாப்பிடற மாதிரி மடக்குனு ஊத்திண்டுட்டார்.

வாசனை நெடியா அடிக்கிறது.

நான் அந்தப் பாட்டிலை எடுத்து மோந்து பாக்கறேன். அப்பா! என்ன நெடி . . . மூக்கை எரியறது. அப்படியே ஸ்பிரிட்! இதெக் குடிச்சிண்டே இருந்தா என்னத்துக்கு ஆகும் லிவர்?

"ஏதாவது சாப்பிட எடுத்து வைக்கவா?"னு கேக்கறேன்.

"டோண்ட் இமாஜின் திங்ஸ்! எனக்கு ஒண்ணும் ஆயிடலே. . . சும்மா பேசிண்டு இருக்கலாம் . . . அதுக்காகத்தான் தண்ணி கேட்டேன். ஐ வாண்ட் டு கோ வெரி ஸ்லோ!"ன்னு ஒரு சிகரெட்டைப் பத்த வெச்சுக்கறார்:

நான் இவரை கேக்கறேன்: "நீங்க என்னைக் குடிக்கறதுக்கு 'அட்வைஸ்' பண்ணுவேளா?"

ஒரு நிமிஷம் என் முகத்தைப் பாக்கறார். "என்னை மாதிரி நீ ஆயிடக்கூடாது. எப்பவாவது சும்மா கொஞ்சம் டேஸ்ட் பண்றதிலே தப்பில்லே. . . நத்திங் ராங் இன் இட்."

"அப்பிடித்தானே ஆரம்பிக்கும்?"னு நான் கேக்கறேன்.

"யூ ஆர் ரைட்! அப்பிடியும் ஆரம்பிக்கும். பெட்டர், யூ டோண்ட் டச் திஸ்" (நீ இதெத் தொடாமலிருக்கறதே நல்லது)ன்னு சொல்லிண்டே பாட்டிலைத் தன் பக்கம் இழுத்து வெச்சுண்டறார்.

"இன்னிக்கு நானும் குடிக்கப்போறேன் . . ."னு சொல்றேன் நான்.

"நோ பிளீஸ் . . . டோண்ட் . . ."னு தடுக்கறார். இவர் பதறிண்டு தடுக்கறதெப் பாத்து நான் சிரிக்கறேன்.

"சும்மா விளையாட்டுக்கத்தான் சொன்னேன்"னு இவரைச் சமாதானப்படுத்தறேன்.

கொஞ்ச நாழி ரெண்டு பேரும் மௌனமா இருக்கோம். நான் என்னென்னமோ யோசிக்கறேன். மனசிலே ஏதோ ஒரு பயம் வந்துடுத்து. திடீர்னு தோணறது, இவரை நான் இழந்துடுவேன்னு, 'அப்படி இவரை இழந்துட்டா, அதுக்கப்பறம் நான் குடிக்க ஆரம்பிப்பேனோ? . . . இவர் நினைவா குடிப்பேனோ?'ன்னு என்னென்னவோ நெனைக்கறேன்.

"நான் குடிக்கறதுக்கான நாளோ சந்தர்ப்பமோ எனக்கு வரவேண்டாம்"னு சொல்றேன்.

இவர் இங்கிலீஷ்லே சொல்றார்: "எனக்கு வாழ்க்கை சலிச்சுப் போயிடுச்சி. இட் ஹாஸ் பிகம் எ டோட்டல் 'போர்.' ஒண்ணுமில்லே. சூன்யமா இருக்கு. தேங்கிப் போச்சு. ஐ திங்க் இட் ஹாஸ் கம் டு அன் என்ட். எல்லாமே ஒரு முடிவுக்கு வந்தாச்சுன்னு நெனைக்கிறேன். எனக்கு ஒண்ணும் பிடிக்கலே... சில சமயங்களிலே பைத்தியம் பிடிச்சுடும்போல இருக்கு; பிடிச்சிட்டா மாதிரியும் இருக்கு... இப்பதான் கொஞ்சம் 'ரிலாக்ஸ்டா' இருக்கு. நான் கேக்கறேன்... நான் என்னத்துக்காக வாழணும்? 'இதுவரைக்கும் ஏண்டா வாழ்ந்தே'ன்னு கேட்கலாம். நானே கேட்டுப் பாத்துக்கிட்டேன். இதுவரைக்கும் என்னமோ என் சந்தோஷத்துக்குன்னு வாழ்ந்தேன். அதுவும் முடிஞ்சு போச்சு. இனிமே எனக்கு எதிலேயும் சந்தோஷம் இல்லை. லைஃப் ஹாஸ் லாஸ்ட் இட்ஸ் சார்ம்! இப்ப எல்லாம் ரொட்டீன்... 'போர்'... ஸ்டாக்நேஷன்..." – இவருக்கு நெத்தியெல்லாம் வேர்த்திருக்கு.

நான் உள்ளே போயி டவல் கொண்டுவந்து தரேன். வாங்கிப் பக்கத்திலே வெச்சுக்கறார். அப்புறம் நானே எடுத்து நெத்தியெத் தொடச்சு விடறேன்.

"தாங்க்யூ"னு டவலை வாங்கித் தானே தொடச்சிக்கறார்.

"நான் எந்த அளவுக்கு லைஃப்லே 'போர'டிச்சிக்கினு இருக்கேன்றதுக்கு ஒரு இன்ஸிடண்ட் சொல்றேன் கேளு"ன்னு கிளாஸை ஒரு ஸிப் பண்ணிக்கறார்.

"முந்தாநாள் மத்தியானம் ரேடியோகிராம்லே ஒரு ரிக்கார்டைப் போட்டேன். அதனோட ஸ்பீட் – தர்ட்டித் த்ரி அதை ஸெவண்டி எய்ட்லே மாத்தி வெச்சுக் கேட்டேன்... அப்ப தான் நல்லா இருக்கு. இல்லாட்டி 'டல்'லா இருக்கு. நார்மல் லைஃப் – ரொம்ப 'டல்'லாயிடுச்சு..."

"அது மட்டுமில்லை கங்கா! டு டெல் யு த ட்ரூத்... நீ மட்டும் இல்லேன்னு நான் இந்நேரம் 'ஸுய்ஸைட்' கமிட் பண்ணிக்கினு செத்துட்டு இருப்பேன். என்னாத்துக்கு இந்த உசிரு... மானம் பூட்டுது... மரியாதை பூட்டுது... எனக்குன்னு யாரு இருக்கறாங்க? நீ ஒரு பைத்தியக்காரி... என்னைக் கட்டிக்கினு அழுவுறே. ஐயோ கங்கா..."னு சிரிக்கறார். இவர் பேசற வார்த்தைகள் எப்படி இருந்தாலும் அதன் வழியா இவர் மனசையும், மனசிலே கெடந்து அறுக்கற வருத்தத்தையும் தெரிஞ்சுக்கணும்னு மௌனமா இவர் பேசறதெக் கேட்டுண்டு இருக்கேன்.

28

இப்போ இவர் ரொம்பவும் 'சீரியஸ் மூட்'லே இருக்கார். ரொம்ப வருத்தமா இருக்கார். மனசிலே இருக்கதெல்லாம் என் முன்னாலே கொட்டிக் குவிக்கப் போறார்னு தெரியறது. ஆனால் எனக்கு இந்தச் சூழ்நிலையிலே இவரைப் பார்க்கறச்சே ரொம்ப வேடிக்கையா இருக்கு. இப்போ நான் சிரிச்சுட்டா அது எவ்வளவு கொடுமையா இருக்கும்னு நினைச்சுண்டே நாக்கைக் கடிச்சுக்கறேன்.

இவரும், இவர் உட்கார்ந்திண்டிருக்கற கோலமும்... என்னத்துக்கு சோபாவிலே இப்படி ஏறிக் காலைச் சம்மணம் போட்டுண்டு உட்கார்ந்துக்கணும்–பேன்ட்டையும் போட்டுண்டு–இவர் வீட்டிலே இருக்கறச்சே இவர் லுங்கி கட்டிண்டு இருப்பார், தொள தொளன்னு ஒரு ஷர்ட் போட்டுண்டிருப்பார். அது லினனோ, ஸில்க்கோ? அந்த வராந்தாவிலே இருக்கற குஷன் சேர்லேயோ இல்லாட்டாப் பிரம்பு நாற்காலியிலேயோ இதே மாதிரி சம்மணம் போட்டு உட்கார்ந்துண்டுதான் குடிப்பார். அடே அப்பா! ஒரே தர்பார்தான். டீப்பாயைத் தூக்கிண்டு வந்து போடறதுக்கு ஒரு ஆள். சோடாவைக் கொண்டுவந்து வெக்கறதுக்கு ஒரு ஆள். கூப்பிட்ட குரலுக்கு ஓடி வரதுக்காகவே ஒரு ஒதுக்கமா காத்துண்டு நிக்கற ஒருத்தன். சூடா வறுத்தது, பொரிச்சதுன்னு சொல்லிண்டே இவர் குடிக்கும் போது திங்கறதுக்காக வகை வகையா பிளேட்டிலே கொண்டுவந்து வெக்க ஒருத்தன் – அதையெல்லாம் விட்டுட்டு இங்கே வந்து மாத்துக்குக் கட்டிக்க வேஷ்டிகூட இல்லாமல், போட்ட பேன்டோடயே – எதுக்கு

இப்படி இறுக்கமாப் போட்டுக்கணும்? கஷ்டமா இருக்காதோ? எனக்கு மூச்சுத் திணர்றது – செம்பிலே தண்ணி வேணுமாமே சொம்பிலே – நல்லவேளை! இந்த 'ஜக்' இருந்தது – தரையிலே உட்கார்ந்துண்டு குடிக்கற மாதிரி சோபாவிலே உட்கார்ந்துண்டு எல்லாத்தையும் சோபா மேலேயே பரப்பி வச்சுண்டு. . . எனக்கு இவரைப் பாக்கறதுக்கு ரொம்ப வேடிக்கையா இருக்கு.

இப்போ இவர் ஊத்திக்கறது நாலாவது கிளாஸ். சிகரெட்டைப் பத்தவச்சு அந்த எரிஞ்சிண்டு இருக்கற நெருப்புக் குச்சியை அப்படியே பார்த்துண்டு இருக்கார். சின்னக் குச்சியா எரியற வரைக்கும் பார்த்துண்டு இருக்கார். எங்கே கையிலே சுட்டுடப் போறதோன்னு எனக்குப் பயமா இருக்கு. சுட்டுட்டது போல இருக்கு! சுட்ட அப்புறம்தான் குச்சியை ஆஷ்டிரேயிலே போடறார். போட்டப்பறம் விரல் நுனியைச் சப்பிக்கறார்.

"கையைச் சுட்டுண்டேளா?"ன்னு கேக்கறேன். இது பதில் சொல்லவேண்டிய கேள்வி இல்லேங்கற மாதிரி என்னைப் பாத்துச் சூள் கொண்டிண்டே சிரிக்கறார். முகத்திலே அந்த இருட்டு வந்து அப்பிக்கறது.

"தெர் இஸ் நோ பர்ப்பஸ் இன் லிவிங்"னு சொல்லிட்டு என்னைப் பாக்கறார். 'எனக்கு இப்படித் தோணிப் பல வருஷங்களாச்சு!'ன்னு நினைச்சுக்கறேன். என்னத்துக்காக வாழறோம்ங்கற கேள்வியைக் கேட்டால் ரொம்பப் பேருக்குப் பதில் சொல்லத் தெரியாதுன்னு நினைக்கறேன். இவர் இப்பத்தான் ரொம்பப் புதுசா இந்தக் கேள்வியைப் போடறார். நான் இதுக்கு ஏதாவது பதில் சொன்னால் பேச்சு வேற தண்டவாளத்திலே ஓடிடும். அதனாலே இவரே பேசட்டும்னு நானும் முகத்தை சீரியஸா வச்சுண்டு இவரையே பார்த்துண்டு இருக்கேன்.

"ஒன் ஷுட் ஹாவ் ஸம் பர்ப்பஸ் இன் லைஃப் – மனசனுக்கு ஏதாவது ஒரு லட்சியம் இருக்கணும். எனிதிங். அது இல்லாட்டிப் போனா மாட்டுக்கும் மனுஷனுக்கும் என்னா வித்யாசம்? கிடைக்குதா இல்லியான்றது வேற விஷயம். தெர் வில் பி நோ பர்ப்பஸ் இன் அசீவிங் எனி பர்ப்பஸ் – கடைசி கடைசியாப் பாத்தா என்னாத்துலேதான் என்னா பலன்! ஒரு லட்சியம்னு எதையாவது நினைச்சுக்கறோம். அது கெடைச்சிருச்சுன்னா அத்தோட தீந்து போயிடுச்சா? ஸோ, தட் இஸ் நாட் தி பாயிண்ட்... வெதர் யு அசிவ் இட் ஆர் நாட் – லட்சியத்தை நாம்ப போய் அடைஞ்சிட்டமா இல்லியான்றது முக்கியமில்லே. பட் யு ஷுட் ஹாவ் ஒன்–ஆனால் ஒரு லட்சியம் வேணும். கழுதைக்கு முன்னாடி காரட் கட்டி விட்டமாதிரி–அந்தக் கதை தெரியுமா?"ன்னு சிரிக்கறார்.

எனக்குத் தெரியும் அந்தக் கதை. இருந்தாலும் இவர் இன்னும் கொஞ்சநேரம் சந்தோஷமா ஏதாவது பேசிண்டு இருக்கட்டுமேன்னு, தெரியாது. சொல்லுங்கோ. சொல்லுங்கோ பிளீஸ்... அது என்ன கதை?"ன்னு கேக்கறேன்.

மஞ்சுவோட பழகிப் பழகி நீ எனக்கு இன்னொரு மஞ்சு ஆயிட்டே. அதுவும் இப்படித்தான். எதுனா முக்கியமா சொன்னா அதை வுட்டுடும். கழுதை, காரட்னு எதுனா ஸைட்லே உதாரணத் துக்குச் சொன்னா அதைப் பிடிச்சுக்கிட்டு உசிரை வாங்கும்."

"பிளீஸ்... பிளீஸ்... சொல்லுங்கோ. தெரியாது அந்தக் கதை."

"காரட்டைக் காட்டினா கழுதை ஓடி வரும்னு தெரியுமா?"

"என்னத்துக்கு?"

"வாங்கிக்கினு போய் சாம்பார் வச்சுத் துண்றத்துக்கு"ன்னு கேலி பண்றார். அப்பத்தான் இந்த 'என்னத்துக்'கைக் கேட்டிருக்க வாண்டாமேனு நினைச்சுக்கறேன்.

"ஏதோ நர்ஸரி கிளாஸ்லே ஒரு பாட்டும்மா. இப்போ அந்தப் பாட்ட ஒண்ணும் நினைப்பில்லே. அதிலே போட்டிருக்கற படம் மட்டும் இன்னும் கண் முன்னாலே தெரியுது. ஒரு பையன் ஒரு கழுதை முதுகிலே குந்துக்கினு நீட்டமா ஒரு குச்சிலே முனையிலே ஒரு கொத்து காரட்டைக் கட்டி கழுதை மூஞ்சிக்கு முன்னாடி நீட்டி பிடிச்சுக்கிட்டிருப்பான். அது காரட்டைக் கடிக்கறதுக்காகத் தாவித் தாவி ஓடும். அந்த மாதிரிதான் கழுதைக்குக் காரட்டு மாதிரி மனுசனுக்கு லட்சியம். ஓடினால் சரிதான். மனுஷன் ஒரு கழுதை. லட்சியம் காரட்டு. ஓடறதுதான் லைஃப். எனக்கு அப்படி ஒண்ணுமே இல்லே. நானும் யோசிச்சுப் பாக்கறேன். நான் என்னத்துக்கோசரம் இருக்கேன்? அஸ் எ ஸ்டூடண்ட் ஐ வாஸ் மஃப்; அஸ் எ பிஸினஸ் மேன் ஐ ஆம் எ ஃப்ளாப்; அஸ் எ ஹஸ்பெண்ட் ஐ ஆம் அன்வொர்த்தி; அஸ் ஏ ஃபாதர் ஐ ஆம் அன்டிஸர்விங். (படிக்கும்போது நான் ஒரு மக்கு. பிஸினஸ்லே நான் செஞ்சதெல்லாம் குட்டிச்சுவர்; ஒரு பொண்டாட்டிக்கு நல்ல புருஷனா இருக்கறதுக்கும் யோக்கியதை இல்லே. என் குழந்தைகளுக்கு தகப்பனா இருக்கறதுக்கு அருகதை இல்லே,)"

"நான் எவ்வளவு மட்டமானவன்னு தெரிஞ்சா, நீகூட இப்ப என்னை 'எழுந்திரிச்சு வெளியே போ'ன்னு சொல்லிடுவே. அப்புறமும் நீ என்னை அப்படிச் சொல்லலேன்னா, அது உன்னோட பெருந்தன்மைதானே தவிர எனக்கு அந்த யோக்யதை இருக்குதுன்னு அர்த்தமில்லே."

– இவர் இங்கிலீஷ்லேதான் பேசறார். இதையே இவர் தமிழ்லே சொன்னால் எப்படிச் சொல்வார்ங்கற மாதிரி நான் புரிஞ்சுக்கறேன்.

என்னமோ சொல்றதுக்கு வரார். ஆனா அதை விட்டுட்டுத் திரும்பத் திரும்ப வேறே எதை எதையோ பேசிண்டிருக்கார். இப்போ இவர் எனக்குச் சொன்ன எதுவுமே இவர் எனக்கு இதுக்கு முன்னாடி சொல்லாதது இல்லே. என்கிட்டே இது வரைக்கும் சொல்லாதது எதையோ சொல்ல வரவர் திரும்பத் திரும்ப என்கிட்டே ஏற்கனவே சொன்னதையே சொல்லிண்டு இருக்கார். இதெல்லாம் இவருக்குத் தன்னைப் பத்தி நிலைச்சுட்ட அபிப்பிராயங்கள். இதெல்லாம் இவர் மாத்திக்கமாட்டார், மாத்தவும் முடியாது. தனக்குத் தானே ஒரு பரிதாப உணர்ச்சியை வளர்த்துண்டு அதிலே இவர் சுகம் காண்றார். தன்னை ஒரு பொருட்டா மதிச்சுக் கண்டிக்கறதுக்கு ஆளில்லாமல் போனதனாலே இவர் தன்னைத்தானே நிந்திச்சுக்கறார்.

சரி, இதுக்கெல்லாம் இப்போ என்ன வந்ததாம்னு கேக்கணும் போல இருக்கு எனக்கு. ஆனால் கேக்கலே, எனக்கு வயத்தைப் பசிக்கறது. மணி பத்தரை ஆயிடுத்து. இவர் சாப்பிட இன்னும் ஒரு மணி நேரமாவது ஆகும் போல இருக்கே!

"ஏதாவது சாப்பிடறேளா?"ன்னு கேக்கறேன்.

"அந்தப் பொட்டலத்தை எடு"ன்னு எதையோ காட்டறார். நான் அதை எடுத்துக் குடுத்துட்டு, "பிளேட் வேணுமா"ன்னு கேக்கறேன். தலையை ஆட்டறார். இவருக்கு பிளேட் கொண்டுவந்து தரேன். அப்படியே நானும் ரெண்டு பிஸ்கட் எடுத்துக்கறேன். வந்து பார்த்தா பொட்டலத்தைப் பிரிச்சு வச்சிருக்கார். என்னமோ கையையும் காலையும் பரப்பிண்டு நிக்கறதே! ஆட்டுக்குட்டியா? பாக்கறதுக்கே என்னமோ மாதிரி இருக்கு. வட்ட வட்டமா ரெண்டு ஸ்லைஸ் தக்காளி, ஒரு மூடி எலுமிச்சம்பழம், இரண்டு பச்சை மிளகாய். இதை இவர் எப்படி சாப்பிடப்போறார்னு பார்க்கணும்னு ஆசையா இருக்கு.

"இது என்ன மட்டனா?"ன்னு கேக்கறேன். பின்னே என்ன? ஆட்டுக்குட்டியான்னா கேக்க முடியும்? ஆட்டுக்குட்டி மாமிசத்துக்குத்தானே 'மட்டன்'னு சொல்லுவா.

இவர் தூக்கிக் கையிலே பிடிச்சுண்டு எக்ஸ்ப்ளெய்ன் பண்றார். 'சிக்கனாம்'. ஆமா, கோழிதான். முழுசா இருக்கு. ரொம்ப சுவாரசியமாக அதுந் தலையிலே எலுமிச்சம்பழத்தைப் பிழிஞ்சு ஒரு காலை மட்டும் பிச்சு எடுத்துக் கடிக்கறார்.

இப்போ நிரப்பிக்கறது ஆறாவது கிளாஸ். இப்படிக் குடிச்சுண்டே, சாப்பிட்டுண்டே, குடிச்சுண்டே, சாப்பிட்டுண்டே இருப்பாரா? நாப்கின் கேக்கறார். நான் டவலை எடுத்துக் குடுக்கறேன்.

திடீர்னு பேச ஆரம்பிக்கறார்:

"நாம்ப மீட் பண்ணினதுக்கு அப்பாலே அதிகமாப் போனால் ஒரு பத்து வாட்டிதான் கிளப்புக்குப் போயிருப்பேன் நான். நானே எப்படியாவது அந்த கிளப்புக்கு போற பழக்கத்தை விட்டுடணும் நினைச்சுக்கினுதான் இருந்தேன். ஆனால் ஒவ்வொரு வாட்டியும் நினைச்சுக்கிட்டே சாயங்காலமானா அங்கே போய் நின்னுடுவேன். சில நாளிலே 'இன்னிக்கு விளையாட வேண்டாம்; சும்மா போயிட்டு வரலாம்'னு போவேன். அப்பாலே விளையாடப் போய் உட்கார்ந்துக்குவேன். மஞ்சு, பத்மா இவங்க எல்லாருக்கும் என் கையிலே பிடிக்காத விஷயம் இது ஒண்ணுதான். மத்ததைப்பத்தி கவலையே இல்லை. ஏன்னா இதிலே பணம் பூடுது பார். சூது விளையாடுறவன் வூட்டிலே எல்லாருமே அவங்க அவங்க வூட்டுக்காரன் மட்டுந்தான் தோத்துப்போய்க்கினு இருக்கான்னு நெனைக்கிறாங்க. ரொம்ப வேடிக்கையா இல்லே? எல்லாரும் தோக்கறதுன்னா அது என்னா 'கேம்'? இதிலே வேடிக்கை என்னன்னா அவன் அவன் சூதாடதறதுக்குக் கொண்டுவர பணம்தான் வூட்டுக்குத் தெரியுது; கெலிக்கற பணம் தெரியாது. ஏன்னா அது வூடு வரைக்கும்கூடப் போவறதில்லே. ஸோ, இதுதான் லெஸன். 'நீ கெலிச்சுக்கினாலும் சரி, தோத்துக்கினாலும் சரி, சூதாடறதுக்குன்னு வூட்டிலேருந்து வெளியிலே வர பணம் திரும்பி வூட்டுக்குப் போவறதில்லே.' அதனாலேதான் பொம்மனாட்டிங்களுக்கு அதுமேலே அவ்வளவு கோவம். அங்கே வர்றவனுக்குகெல்லாம் பணத்தைப்பத்தி ஒண்ணும் கவலை கிடையாது. பணம் சம்பாதிக்கறதுக்காகவா விளையாடறோம்! சும்மா அது ஒரு 'கம்பெனி'க்குத்தான். எங்க கிளப் இருக்குது, இட் இஸ் நாட் ஈஸி டு கெட் இன் டு. அதிலே மெம்பராவறது அப்படி ஒண்ணும் லேசு இல்லே. எல்லாம் மில்லியனர்ஸ்தான்! அவங்க விளையாடக் கூப்பிடும்போது எப்படி மாட்டேன்னு சொல்றது? இதிலே வேடிக்கை என்னன்னா இந்த மில்லியனர்ஸ் இருக்காங்களே அவங்க எல்லாருக்குமே ஒரு காம்ப்ளக்ஸ் இருக்கு; இன்க்ளூடிங் மை ஸெல்ஃப். மொதல்லே எனக்கு மாத்திரந்தான் இது இருக்குதுன்னு நெனைச்சிக்கினு இருந்தேன். பணக்காரப்பசங்க எல்லாமே அப்படித்தான் இருக்கானுங்க. அவனுங்ககிட்டே இருக்கிற பணத்துக்கும் அவங்களுக்கும் சம்பந்தமே கிடையாதுன்னு அவங்களுக்குத் தெரியுது. அந்தப் பணம் இல்லேன்னா அவங்களிலே ரொம்பப்பேரு எச்சி இலை

பொறுக்கக்கூட லாயக்கு இல்லை. நானே பாத்திருக்கேனே. எவ்வளவோ திறமையானவங்க, புத்தி உள்ளவங்க, கெட்டிக் காரங்க, நல்லவங்க, பணம் இல்லாததனாலே சாதாரண மனுசங்களாகவே இருக்காங்க. அவங்களோட புத்திசாலித்தனம், கெட்டிக்காரத்தனமெல்லாம் பொண்டாட்டி பிள்ளைகளுக்குத் சோறும் துணியும் சம்பாதிச்சுத் தரதிலேயே வீணாப் பூடுது. ஆனா இந்தப் பணக்காரப் பசங்க, இந்தப் பணம் மட்டும் இல்லாட்டி அந்த மாதிரிக் காப்பாத்துவாங்களான்றது சந்தேகம்தான். எங்க கிளப்லே இருக்கறவங்கள்ளாம் ரொம்ப ஜென்டில்மேன்னு பேர். இவங்க ஜெண்டிலிட்டியை நைட் பத்தரை மணிக்கு மேலே அங்கே வந்து பாக்கணும். அதனால்தான் ஐ வாஸ் நாட் ஹாப்பி கோயிங் டு தி கிளப். ஏதோ ஒரு ஹேபிட் தான். 'ஹேபிட்' என்றதெல்லாம் ஒண்ணும் ப்ளஷர் இல்லே. 'என்னிக்காச்சும் ஒருநாள் இதிலே சந்தோஷம் கெடைக்காதா? எல்லாரும் சொல்றாங்களே'ன்னு திரும்பத் திரும்ப ஒரே காரியத்தைச் செய்துக்கினு இருக்கோம். செய்து செய்து அதுவே பழக்கமாப் பூடுது. அப்புறம் சந்தோஷம் எங்கே? அதுக்கப்பறம் அது பழகிப் பூடிச்சேன்றதுக்காகச் செய்துக்கினு இருக்கோம் கழுதைக்கு முன்னாடி காரட் காட்டின கதைதான்."

பேசிண்டே சாப்பிடறார். சாப்பிட்டுண்டே குடிக்கறார். அந்த இலை நிறைய எலும்பும் முள்ளுமா கிடக்கு. இன்னும் இவர் சொல்லவந்த விஷயத்தைச் சொல்லாமல் முழுங்கிண்டுதான் இருக்கார்னு எனக்குப் புரியறது.

"ஸோ... நாம்ப மீட் பண்ணினத்துக்கப்பறம் மோரார் லெஸ் கம்பளீட்டாவே – கிளப்புக்குப் போறதெ நான் நிறுத்திட்டேன். எப்பவோ ஒருநாள் சும்மா போயித் தலையைக் காட்டிட்டு வருவேன்... நாலஞ்சு நாளா நாம மீட்பண்ணிலியா? அப்பல்லாம் கிளப்புக்குப் போனேன். யூ நோ! எனக்குப் பணம் தரது மஞ்சுதான். திரும்பவும் மஞ்சுகிட்ட கொண்ணாந்து குடுத்துட்டு அப்பாலே வாங்கிக்குவேன்... அன்னிக்கு பணம் பத்தலே... மஞ்சுவெக் கேட்டேன். அதுக்கிட்டேயும் கொஞ்சம்தான் இருந்திச்சி. பத்மா பீரோவிலேருந்து எடுத்துக்கினு வரச் சொன்னேன். எப்படியும் அன்னிக்கே திருப்பிக் கொண்ணாந்து குடுத்துவெக்கச் சொல்லிடலாம்னுதான் கேட்டேன். அந்த மாதிரி மின்னே கூட ரெண்டு மூணு தபா எடுத்துதாந்து குடுத்திருக்குது மஞ்சு. அன்னிக்கு அது எம்மாந்தொலைவு மாட்டேன்னு சொல்லிச்சு! அப்பாலே கொண்ணாந்து குடுத்தது. அதுக்கோசரம் நான் கிளப்லேருந்து ஓடியாந்தானே! ஐயாயிர ரூபாயெ எடுத்துக்கினு ஓடிப்போயி வெளையாடினா, ரெண்டு மணி நேரத்துக்கெல்லாம் சரசரன்னு பணம் பூராப் போயிக்கினே இருக்குது. அன்னிக்கு

ரொம்ப 'பேட் லக்.' கெலிக்கிற கார்ட்ஸ்கூட நான் கேட்டா பூடுது. அப்பாலே கிளாஸையும் வெச்சிக்கினு குத்திக்கினு விடிய விடிய வெளையாடுவானுங்க. பாதிலேயும் போவ முடியாது. பணமோ கரையுது... மஞ்சுவெ நெனைச்சினா பகீர்னு இருக்குது. இன்னா பண்ணிட்டேன்... ஓ! ஷேம்... வாட் எ ஷேம்?"னு தலையை உலுப்பிண்டு ஒரு சிகரெட்டைப் பத்தவெச்சுண்டு கிளாஸை ஸிப் பண்றார்.

கிட்டத்தட்ட அரை பாட்டிலைத் தீத்துட்டார். இன்னும் குடிப்பாரோ? இவ்வளவையும் குடிப்பாரோ? இப்படி குடிக்க லாமோ!... போறும்னு தோண்றதே? நான் எப்படி போறும்னு சொல்றது... ஜக்லே தண்ணி இல்லே... அதை சாக்கா வெச்சுக் கேக்கறேன்.

"தண்ணி போறுமா, இன்னம் கொஞ்சம் வேணுமா? கொண்டு வரேன்..."

"ம்ம்... போதும். இன்னிக்கு அதிகமா குடிச்சிட்டேன்... திஸ் இஸ் தி லிமிட். உனக்குப் பசிக்குமே... லெட் அஸ் ஈட்... பால் கொண்ணாந்து ஊத்தி சக்கரை போட்டுக்கினு சாப்பிட்டா, இடியாப்பம் நல்லா இருக்கும், எங்க மஞ்சு ஒரு டஜன் துண்ணும்"னு அப்ப சொன்னதையே திரும்ப ஒரு தடவை இப்ப சொல்றார். முன்னே சொன்னது இவருக்கு ஞாபக மில்லைனு புரிஞ்சுக்கறேன்.

அடுக்களைக்குப் போயிப் பாலை சூடு பண்ணிண்டு வரேன்.

இவர் இங்கிலீஷ்லே சொல்லிண்டு இருக்கார்: "*As uncomfortable as an englishman found cheating in cards in his club*னு இங்கிலிஷ்லே ஒரு எக்ஸ்ப்ரஷன் இருக்குது, தெரியுமா?"

எனக்குத் தெரியாது. இவர் சொன்னதைக் கேட்டவுடனே அது எவ்வளவு அவமானகரமான நிலைமைன்னு என்னாலே உணர முடியறது. இவர் அப்பிடி ஏதாவது பண்ணிட்டாரோன்னு நெனைக்கறச்சே, எனக்கு ரொம்பப் பாவமா, பரிதாபமா இவரைக் கட்டிண்டு ஒரு குறை அழலாம்போல வரது. சித்த நாழிக்கு மின்னே இவர் கையைச் சுட்டுண்டப்பப் பதறிப் போய்க் கேட்டேனே, அதுமாதிரி "அந்த மாதிரி ஏதாவது செஞ்சுட்டேளா, கிளப்லே?"ன்னு கேக்கறேன்.

அப்போ 'சூள்' கொட்டினாரே, அதேமாதிரி என்னைப் பார்க்கறார், கண்ணு ரெண்டும் செவந்து கலங்கறது... குழந்தை மாதிரி தலையாட்டறார்.

29

அன்னிக்கு ராத்திரி ஒரு மணி வரைக்கும் இருந்துட்டு அப்பறமா அந்த நேரத்திலே புறப்பட்டு ஆத்துக்குப் போயிட்டார். நான் எவ்வளவோ சொன்னேன். 'இருங்கோ. காலையிலே போகலாம். அதனாலே ஒண்ணும் தோஷமில்லே'ன்னு . . . கேட்டாத்தானே? புறப்பட்டுட்டார். அந்த பாட்டில், கிளாஸ், லிக்கர் – கேஸ் எல்லாத்தையும் அப்படியே சோபாவிலே போட்டுட்டுப் புறப்பட்டுட்டார். அதுக்கப்பறம் நான் என்ன செய்யறது? 'பாத்துப் போங்கோ ஜாக்கிரதை'ன்னு வழி அனுப்பி வெச்சுட்டு உள்ளே வந்து எல்லாத்தையும் எடுத்து ஒழுங்குப்படுத்தி வெச்சேன். இலைகள், காகிதம், மென்னு துப்பினது எல்லாத்தையும் வாரி வெளியிலே எறிஞ்சேன். எனக்கு ராத்திரியெல்லாம் தூக்கம் வரலே. இவர் என்ன இவ்வளவு குழந்தையா, அசட்டுக் குழந்தையா – இவரே சொல்லுவாரே – அந்த மாதிரி 'ஸ்பாயில்ட் சைல்டா' இருக்காரே. சீ! எவ்வளவு அவமானம்? எவ்வளவு கேவலப்பட்டு இருக்கார்! இவருக்குத் தற்கொலையே பண்ணிக்கலாம்னு தோணித்தாம். அப்படித் தோணினது எவ்வளவு நியாயம்னு எனக்கு மனசுக்குப் புரிஞ்சது. ஆனாலும் அதை வெளியிலே காட்டிண்டுடாமல் இவரைச் சமாதானப்படுத்தி எந்தச் சமயத்திலேயும் அப்படியெல்லாம் செஞ்சுடப்படாதுன்னு புத்தி சொன்னேன். இவர் அழறதெப் பாக்கறச்சே பாவமா இருக்கு. வயத்தெ என்னமோ செய்யறது. என்ன தலையெழுத்து!

பணம் போனாப் போறது. எவ்வளவு பணம் விரயமாறது! இதுக்காகப் போயி சீட்டை மாத்திச் சூதாட்டத்திலே ஏமாத்தற தாவது? இவரே திரும்பத் திரும்பச் சொல்லிக்கறார்: 'எனக்கு ஏன் புத்தி அப்பிடிப் போச்சு?'ன்னு சொல்லிச் சொல்லி வருத்தப்படறார். குடியும் சேந்து புத்தியெக் கெடுத்திருக்கும்னு தோணறது. இல்லேன்னா இவர் ஒண்ணும் காசு பணம் விஷயத்திலே அப்பிடியெல்லாம் அல்ப புத்தி படைச்சவரில்லை. என்னமோ செஞ்சுட்டார். பாத்ரூமுக்குள்ளே போய்ப் பழைய 'பாக்'லேருந்து எடுத்து வெச்சிண்ட கார்ட்ஸைக் கொண்டு வந்து 'வின்' பண்ணிக் காட்டி இருக்கார். கண்டுபிடிச்சட்டாளாம். ஐயோ! எப்படி அவமானப்பட்டு இருப்பார்! யாரும் ஒண்ணுமே பேசலையாம். அதிலேயும் ஒரு நல்லவன் 'நீ ரொம்ப குடிச்சுட்டே… வீட்டுக்குப் போ'ன்னு பிடிச்சுண்டு வந்து கார்லே ஏத்தறதுக்காக இவரை இழுத்தானாம்…

இவர் அங்கேயே அழுது இருக்கார். 'ஐ ஆம் ஸாரி ஐ டின்ட் மீன் இட். பார்டன் மீ…'ன்னு என்னன்னவோ சொல்லிப் புலம்பி இருக்கார்.

அதிலே ஒருத்தன் கேட்டானாம், 'எவ்வளவு நாளா இந்த மாதிரி 'ஃபவுல் பிளே' நடத்தி எங்களை ஏமாத்திண்டு இருக்கே?'ன்னு.

இப்பத்தான், இதுதான் முதல் தடவைன்னு எப்படி அவாளை நம்ப வைக்க முடியும்?

"ஃபிரண்ட்ஸ், பிலிவ் மீ" (என்னை நம்புங்கள்—சிநேகிதர்களே!)ன்னு கத்தி இருக்கார் இவர். "நான் ரொம்பவும் கௌரவமான குடும்பத்திலே பிறந்தவன் ஏதோ மயக்கத்திலே – பை தி இன்ஃப்ளுயன்ஸ் ஆஃப் ஸம் டெவில் (ஏதோ சைத்தானின் தூண்டுதலினாலே) இந்த மாதிரி செஞ்சுட்டேன். . ."னு மன்னிப்பு கேட்டு இருக்கார்.

இவர், தான் கௌரவமான குடும்பத்தைச் சேர்ந்தவன்னு சொன்னப்ப, ஒருத்தன் 'ஓ'ன்னு சிரிச்சானாம்.

'இந்தத் தப்புக்காக நான் எவ்வளவு வேண்டுமானாலும் அபராதம் கட்டத் தயாரா இருக்கேன்'னு சொன்னாராம். கிளப்லே இருக்கிற ப்யூன்களெல்லாம் வந்து வேடிக்கை பாத்தாளாம்.

"இனிமே கிளப் பக்கம் நீ வரப்படாது – உன்னோட மெம்பர்ஷிப் கேன்ஸலாயிடும். இனிமே இந்த ஆள் வந்தா உள்ளே விடப்படாது"ன்னு உத்தரவு போட்டுண்டு இருந்தது இவர் கார்லே ஏறினப்பபறம் காதிலே விழுந்தாம்.

அன்னிக்கி ராத்திரியே தற்கொலை பண்ணிண்டு செத்துடணும்னு முடிவு பண்ணிண்டாராம் இவர். ஒரு பாட்டில் ஸ்லீப்பிங் பில்ஸை வெச்சுண்டு ஒரு பாட்டில் விஸ்கியோட ரெண்டு பில்ஸ் – ஒரு கிளாஸ்னு குடிச்சுண்டே தூக்கமா போதையான்னு தெரியாமல் செத்துடணும்னு பிளானாம். ஆனால் கடைசியிலே தைரியம் வரலியாம். உயிரோட வாழறது ரொம்ப அவமானமா இருக்காம். வெளியே தலை காட்டினா எல்லாரும் தன்னைப் பார்த்துச் சிரிக்கற மாதிரி சத்தம் கேக்கறதாம்.

ஒரு மணி வரைக்கும் திரும்பத் திரும்ப இதையேதான் சொல்லிண்டு இருந்தார்.

“எல்லாமே ஒரு நல்லதுக்குதான். இனிமே நீங்க அந்த கிளப் பக்கமே போகவேண்டாம். ஒண்ணும் நஷ்டமில்லே. நீங்க ஏதோ மயக்கத்திலேதான் அப்படிச் செஞ்சுட்டேள்னு கொஞ்ச நாள் போனா அவாளும் புரிஞ்சுகுவா… இதுக்காக மனசைக் குத்திக் குத்தி வருத்தப்படுத்திக்க வேண்டாம். உங்களை அவாளுக்குத் தெரியாதா? ஆனாலும் அந்த மாதிரி ஒரு காரியத்துக்கு எந்த மாதிரி ‘டிரீட்மெண்ட்’ உண்டோ அதன்படி செஞ்சிருக்கா. அதுவும் நியாயம்தானே? ஒரு விதத்திலே நீங்க கிளப்புக்கு வரப்படாதுன்னு அவா தீர்மானம் பண்ணினதே உங்களுக்குச் செஞ்சு இருக்கிற உதவின்னு நெனச்சுக்குங்கோ. இல்லேன்னாக்க அங்கே போயி அவாளோட தர்மசங்கடமா நீங்க நிக்க வேண்டி வந்திருக்கும். எவனாவது ஏதாவது குத்தலாச் சொல்லுவான்… எல்லாமே நல்லதுக்குத்தான்னு நெனச்சுக்குங்கோ”ன்னு நான் சமாதானம் சொன்னேன்.

நான் ஆறுதலா ரெண்டு வார்த்தை சொன்னால் போறும்; அப்படியே சமாதானமாயிடறார். என் மேலே இவர் எவ்வளவு மதிப்பு வச்சிருக்கார்!

இப்ப ஒரு வாரமா தினந்தோறும் சாயங்காலத்திலே இங்கேதான் வந்துடறார். ஒன்பது பத்து மணி வரைக்கும் இருந்துட்டுப் போயிடறார். வேற ‘கான்டாக்ட்ஸ்’ எதுவுமே இருக்கறதாத் தோணலே. ஒரு இன்ட்ரஸ்டும் இவருக்கு வாழ்க்கையிலே இல்லேன்னு தோணறது. குடிக்கறது ஒண்ணுதான் இப்போ இவருக்கு வாழ்க்கையிலே துணைபோல இருக்கு. பேச்சுத் துணைக்கு நான்.

அன்னிலேருந்து இன்னும் இவர் ஷேவ் பண்ணிக்கலே. என்ன வைராக்கியமோ? விரக்தியோ? நானும் ரெண்டு மூணு

தடவை சொல்லிப் பார்த்தேன். ஒவ்வொரு சமயம் ஒவ்வொரு மாதிரி பதில் சொல்றார்:

"ஏன், இதுவும் நல்லாதானே இருக்குது! எய்ட்டீன்த் சென்சுரியிலே ஈரோப் பூராவும் தாடிதான் ஃபாஷன். அந்த ஃபாஷன் இப்ப மறுபடியும் 'ஆல் ஓவர் தி ஓர்ல்ட்' திரும்பி வருது. இது சாமியார் தாடி இல்லே... இன்னம் பத்துநாள் ஆனப்பறம் 'நீட்'டா 'டிரிம்' பண்ணிக்கினா 'ஜம்'ன்னு இருக்கும்"னு ஒரே பிரசங்கம் பண்றார்.

காலையிலே வாக்கிங் போயிட்டு வரச்சே இன்னிக்குக் கூட நான் சொன்னேன்: "வேண்டாம் இந்தத் தாடி... யாரோ மாதிரி இருக்கு... எடுத்துடுங்கோ"ன்னு. கண்ணைச் சிமிட்டிண்டு என்ன விஷமமாச் சொல்றார்:

"இப்பல்லாம் என் தாடியிலே யாருக்கும் இடைஞ்சல் கெடையாது. நோ கம்பளெயிண்ட்ஸ்! என்னத்துக்கு நான் தாடியெ எடுக்கணும்?"

இவர் விளையாட்டா, விஷமமா கண்ணைச் சிமிட்டிண்டு தான் சொல்றார். ஆனா எனக்கு ஒரு பெரிய மாற்றம் இவர்கிட்ட ஏற்பட்டுடுத்துனு புரியறது.

இப்பல்லாம் – இவர் பாட்டிலையும் தூக்கிக் காரிலே வெச்சுண்டு ஓடுவாரே, ராத்திரி பத்து மணிக்கு மேலே – அந்த கேர்ல் ஃபிரண்ட்ஸ் உறவுகள் எல்லாம் விட்டுடுத்து. போறதே இல்லே. நான்தான் பாக்கறேனே. தினம் இங்கே வரார். ஒழுங்கா பத்து மணிக்கோ பன்னெண்டு மணிக்கோ வீட்டுக்குப் போயிடுறார். காலையிலே வாக்கிங்... அப்புறம் ஆபிஸ்... சாயங்காலம் இங்கேதான். இது பெரிய மாற்றமாச்சே!

இந்த மாற்றம் சரி; அதுக்காக விரக்தி என்ன வேண்டிக் கெடக்கு? தாடியும் தலை முடியும் என்னத்துக்கு வளர்த்துண்டு நிக்கணும்?

இன்னும் இவர் சந்தோஷமான மனுஷரா – முன்னே மாதிரி ஆகலே. இருக்கட்டும்.

தெருவிலே கார் வந்து நிக்கறது. சாயங்காலம் என்னைக் கொண்டுவந்து விட்டுட்டு ஆத்துக்குப் போய் வேற டிரஸ் மாத்திண்டு வரார். கையிலே அந்தக் கேஸ். அதை வாங்கிண்டுபோய் உள்ளே வெக்கறேன். ஹால்லே வந்து உக்காந்துண்டு ஒரு சிகரெட்டைப் பத்த வெச்சுக்கறார்.

“கங்கா … நான் ஒரு விஷயத்தைக் கண்டுபிடிச்சுட்டேன். ‘ஹவ் டு டீல் வித் இட்?”னு தான் புரியலே”ன்னு ரொம்ப சீரியஸா என்னமோ ஆரம்பிக்கறார். தாடியைச் சொரிஞ்சுக்கறார்.

“என்ன விஷயம். சொல்லுங்கோ”ன்னு நானும் உக்காந்துக்க றேன்.

என் கையிலே இருக்கிற புஸ்தகத்தைக் கேட்டு கையை நீட்டறார். குடுக்கறேன். இது ‘பிரதர்ஸ் ஆப் கார்மொஸாவ்.’

சும்மா ஒரு சீட்டுக் கட்டைக் கையிலே வெச்சிண்டு ‘பிர்’ருன்னு பண்ணுவாளே அந்தமாதிரி புஸ்தகத்தோட தாளை ‘ஷஃபில்’ பண்றார். நடுவிலே ஒரு பக்கத்தைப் புரட்டி எங்கேயோ கொஞ்சம் படிக்கறார். என்னத்தையோ ரொம்ப ஆழ்ந்து ரசிக்கறார் போல இருக்கு.

“வெல் ஸெட்! கங்கா! இங்கே வாயேன்… இந்த பாரகிராபைப் படியேன்”னு நடுவிலே ஒரு இடத்தைக் காட்டறார்.

நான் படிக்கிறேன்:

“A man will in love with some beauty, with a woman’s body, or even with a part of a woman’s body A sensualist can understand that, and he will abandon his own children for her, sell his country,Russia too! If he is honest, he will steal; if he is human, he will murder! if he is faithful he will deceive”. . .

(ஓர் அழகியையோ, ஒரு பெண்ணின் உடலையோ அல்லது அவளது ஏதோ ஓர் அங்கத்தையும் கண்டு ஒருவன் காதல் எனும் வலையில் விழுந்துவிடலாம் என்பதை ஒரு மோகவசப்பட்டவன் புரிந்துகொள்ள முடியும். மேலும் அப்படிக் காதல் வயப்பட்டவன் தான் பெற்ற குழந்தைகளையும்கூட அவள் பொருட்டு நிர்கதியாக விடுவான்; தன்னுடைய பிறந்த பொன்னாடான ருஷ்யாவைக்கூட விற்கத்துணியலாம்! அந்தக் காதல் வயப்பட்டவன் யோக்கியனாக இருந்தால் அவள் பொருட்டு அவன் திருடுவான்; அவன் மனித நேசம் பூண்டவனாயின் அவள் பொருட்டு அவன் கொலை செய்வான்; அவன் ஒரு சத்தியவானாக இருந்தால் அவள் பொருட்டு அவென் ஒரு எத்தனாகவும் மாறுவான்).

என்னத்துக்காக இதைப் படிக்கச் சொன்னார்னு எனக்குப் புரியலை. நான் படிக்கறச்சே ஒவ்வொண்ணுத்துக்கும் ரொம்ப சரிங்கற மாதிரி தலையை ஆட்டிக்கறார்.

“இது ஆம்பிளைக்கு மட்டுமில்லே; பெண்களுக்கும் பொருந்தும்”னு சொல்லிட்டு என்னை ஒரு நிமிஷம் உத்துப் பாக்கறார்.

“என்ன சொல்றேள்?”ன்னு ஒண்ணும் புரியாமல் கேக்கறேன்.

“மஞ்சு இஸ் இன் லவ் வித் தட் பாய்! நான் கண்டு பிடிச்சுட்டேன். அது அவ அம்மாவை, உன்னை, என்னை எல்லாரையும் ஏமாத்திக்கினு திரியுது. அதுதான் எனக்கு ரொம்ப வருத்தமா இருந்திச்சு. பத்மா இந்த மாதிரி மொரட்டுத்தனமா இருக்கிறதனாலேதானே இது திருட்டுத் தனமா இருக்குது..? என்னா பண்லாம்னு யோசிச்சிக்கினே வந்தேன். மஞ்சு மேலேகூட, எவ்வளவு திருட்டுத்தனமா உன் கையிலே கூடப் பொய் சொல்லி ஏமாத்தி இருக்குதுன்னு நெனச்சி எனக்குக் கோவமா இருந்திச்சு. இந்தப் புஸ்தகத்திலே சொல்லி இருக்கற மாதிரி, காதலுக்கு யோக்கியமா இருக்கணும்னாக்க மத்தவங்களையெல்லாம் ஏமாத்தத்தான் வேணும் போல இருக்குது. ‘நான் அவனைதான் லவ் பண்றேன். நாங்க அப்பிடித்தான் மீட் பண்ணுவோம்’னு பத்மாகிட்டே பிடிவாதமா மஞ்சு சொல்லி இருந்துன்னு வச்சிக்க... என்னா ஆயிருக்கும்? இதை வூட்ல தள்ளிப் பூட்டி வச்சிடுவா. சரி! அதுக்கோசரம் இப்பிடியே போனா?... வேர் இஸ் தி எண்ட்?”—தாடியைச் சொரியறார்.

அப்புறம் அவரே சொல்லிக்கறார். “முடிவைப்பத்தி நமக்கென்ன? இந்தக் காலத்துப் பிள்ளைங்களுக்கு ஒண்ணும் சொல்லிதர வேணாம். எல்லாக் காதலும் கலியாணத்திலே முடியணும்னு ஒண்ணும் சட்டமில்லே”ன்னு இங்கிலீஷ்லே சொல்றார்; “இவ அம்மாவை ஏமாத்தினது சரி. நம்மை எதுக்கோசரம் ஏமாத்ததுன்னுதான் யோசிக்கறேன்?”

“இதுக்கு ஏமாத்தறதுன்னு பேரா? இந்த விஷயத்தை அம்மாகிட்டே மட்டும் சொல்லி அவ முயற்சி பண்ணி இருக்கா. அது பெயிலாப் போன உடனே, யாருக்கு அவசியமாத் தெரிஞ்சுசிருக்கணுமோ அவகிட்டேயே மறைக்கச் செய்யற இந்தக் காரியம் உங்களுக்கும் எனக்கும் தெரிய வேண்டியது அநாவசியம்னு அவள் நினைச்சிருக்கலாம். ஆனா ஒண்ணு; சித்த நேரத்துக்கு முன்னே நீங்க இந்தப் புஸ்தகத்திலே படிக்கச் சொன்னேளே, அந்த மாதிரி காதல் இல்லே மஞ்சுவோட காதல். ஷி வில் நெவர் அபாண்டன் எனிதிங் ஃபார் தி ஸேக் ஆஃப் எனிதிங். அவ அம்மாவையோ அல்லது படிப்பையோ, இல்லே ஒரு கப் ஐஸ்கிரீமையோகூட எதுக்காகவும் விட்டுக் குடுத்துடமாட்டா மஞ்சு. அவ அம்மாவை, உங்களை, என்னையுமவிட அவ மகா கெட்டிக்காரி. நான் இப்ப சொல்றேன். டோண்ட் திங்க் இட் இஸ் லவ். இந்த விஷயத்திலே அவ யாரையும் ஏமாத்தலே. இந்த ஸாம்ஜி மாதிரி நாளைக்கு இன்னொரு ராம்ஜியோட ஸ்கூட்டர்லே போவாள். ஸாம்ஜியோட போறது லவ் இல்லேன்னு அவனுக்கே சொல்ற முறை அதுதான். இந்தக் காலத்திலே காலேஜ்லே படிக்கற

பெண்களுக்கும் இதெல்லாம் ஒரு அவசியம். எப்படி அவா லைஃப் பூராவும் காலேஜ் ஸ்டூடண்ட்ஸா இருக்கு முடியாதோ, அதே மாதிரி இப்படியேவும் லைஃப் முழுக்கவும் இருந்துட முடியாதுன்னு அவாளுக்குத் தெரியும். இதெல்லாம் பார்ட் ஆஃப் காலேஜ் லைஃப். நாளைக்குப் பத்மாவாப் பாத்து ஒரு மாப்பிள்ளையை ஏற்பாடு பண்ணினா தலையைக் குனிஞ்சுண்டு வந்து உக்கார்ந்து தாலியும் கட்டிண்டுடுவா. இந்த ஸாம்ஜி, ராம்ஜி எல்லாம் வந்து சந்தோஷமா அட்சதையும் போடுவா. ஒரே காரியத்தை ஒவ்வொரு ஜெனரேஷன் ஒவ்வொரு மாதிரி பாக்கறது. யூ டோண்ட் பாதர். மஞ்சு ரொம்ப கெட்டிக்காரி"ன்னு சொல்றேன்.

நான் இவ்வளவு நேரம் விளக்கமா சொல்லியும் இவருக்குத் திருப்தி ஏற்படலை. "பத்மாவாலேதான் காரியம் ரொம்ப மோசமா யிடுச்சு. ரொம்ப வெளிப்படையாகவும் சாதாரணமாகவும் இருந்த ஒரு உறவிலே திருட்டுத்தனமும் கலந்திடுச்சின்னா அது எவ்வளவு தொலைவுக்குப்போய் நிக்கும்னு எப்பிடிச் சொல்ல முடியும்? நான் பத்மாவோட இதைப்பத்திப் பேசி ஆகணும்"னு இவர் சொல்றபோது ஒரு பொறுப்புள்ள தகப்பனுடைய தவிப்பு எனக்குப் புரியறது. இவர்போய் சொல்றதனலேயே பத்மாகிட்டே அந்த நியாயம் எடுபடாதுங்கறதும் எனக்குப் புரியறது.

"ஆல் தீஸ் மதர்ஸ் ஆர் ஸ்டுப்பிட்ஸ்"னு திடீர்னு சொல்றார். நான் எங்கம்மாவை நினைச்சுக்கறேன்.

மணி எட்டு ஆகறது. இதோ சித்த நேரத்துக்கெல்லாம் இவர் குடிக்க ஆரம்பிக்கப் போறார். பத்து, பத்தரை மணிக்குப் புறப்பட்டுப் போயிடுவார்.

"உங்களுக்குச் சாப்பிட ஏதாவது வேணுமா?"ன்னு கேக்கறேன்.

"நீ என்ன சாப்பிடறதுக்கு உனக்கு வச்சிருக்கே?"ன்னு கேக்கறார்.

"ஐயையோ! இன்னிக்குன்னு நான் ஒண்ணுமே பண்ணலையே. எனக்கு மட்டும் நாலு அப்பளம் பொரிச்சு வச்சிருக்கேன்"னு சொல்றேன். உடனே கையைத் தட்டிண்டு ரொம்ப குஷியாச் சொல்றார்:

"விஸ்கிக்கு அப்பளம் ரொம்ப நல்லா இருக்கும். எங்கே ஒண்ணு கொண்டு வா"ங்கறார்.

"சூடாகவே பொரிச்சுக் கொண்டு வரேன்"னு அடுக்களைக்குப் போறேன்.

இவர் குடிக்க ஆரம்பிக்கறார்.

30

தட்டு நிறைய அப்பளம் பொரிச்சுக்கொண்டு வந்து வெக்கறேன். குடிச்சுட்டா இப்பல்லாம் ரொம்பப் பேசறார். சீரியஸா பேசறார். ஸென்ஸீபிளாத்தான் பேசறார். இவர் பேச்சிலேருந்து எனக்கு ஒரு விஷயம் ரொம்ப பயங்கரமாப் புரியறது. இவர் தற்கொலை செஞ்சுண்டுடுவார்ங்கறது புரியறது. என்னைக்காவது ஒரு நாள் இவர் தற்கொலை செஞ்சுண்டுதான் செத்துப் போவார்னு புரியறது. மனசுக்கு வருத்தமா இருக்கு. இவருக்கு வாழ்க்கையிலே ஒரு இன்ட்ரஸ்ட்டும் இல்லே. எல்லாத்தையும் இவர் இழந்துட்டு நிக்கறார். குடிக்கறதுகூட இன்ட்ரஸ்டினாலே இல்லே. இந்த வெறுமையையும் சூனியத்தையும் மறக்கறத்துக்குக் குடிக்கிறார். ரொம்பப் பரிதாபகரமான வாழ்க்கை. இப்ப இப்ப இவருக்குப் பெண்கள் விஷயத்திலேயும் லயிப்பு இல்லாமல் போயிடுத்து போல இருக்கு. முந்தி இருந்ததும்கூட, இருக்கிறதா இவர் நெனச்சுத் தன்னைத் தானே ஏமாத்திண்டது தான்னு சொல்றார். ஒருவேளை இவருக்கு வயசாயிட்டது ஒரு காரணமா இருக்குமோ? வயசு திடீர்னு ஆயிடுமா என்ன?

“கங்கா... எனக்குத் தோணுது... எல்லாத்தையும் உட்டுட்டு எங்கனாச்சியும் ஓடிடலாமான்னு. இந்த ‘லைப்’லேருந்து புடிங்கிக்கினு போயிடணும் ஒரு சம்பந்தமும் இருக்கக்கூடாது. கார் – பணம் லிக்கர் – வுமன் – வய்ஃப் – டாட்டர் – சில்ட்ரன் – ஃபிரண்ட்ஸ் எல்லாத்தையும் உதறி உட்டுப்புட்டு எங்கனாச்சியும் கண் காணாத தேசத்திலே போயி, மொகம் தெரியாத மனுஷாள்ங்க மத்தியிலே போயி லைஃபை ஃப்ரஷ்ஷா ஆரம்பிக்கணும்.

கஷ்டப்படணும். ஒவ்வொரு வேளை சோத்தையும் ஒடம்பை முறிச்சுப் பாடுபட்டு வொழய்ச்சித் துண்ணணும். தெருவிலே திரியணும். வெய்யில்லேயும் பனியிலேயும் காயணும். தரையிலேயும் புழுதியிலேயும் கெடக்கணும். கட்டிக்க மாத்துத் துணி இல்லாமெ எவ்வளவோ பேரு திரியறாங்க! அவங்களோட ஒருத்தனா வித்தியாசம் தெரியாமெ கலந்துடணும். இதுக்கு மின்னே இருந்ததெ எல்லாம் மறந்துடணும். ஓ! எப்படி இருக்குது தெரியுமா? ஐ திங்க் ஐ ஆம் கோயிங் டு டூ தட்!"னு ரொம்ப உற்சாகமான கற்பனையிலே பேசிண்டே இருக்கார்.

நான் சிரிச்சுடறேன். என் சிரிப்பிலே இவரோட கற்பனை கலையறது. நான் இவரைப் பார்த்துக் கேலி பண்ணுதா நெனச்சுக்கறார் போல இருக்கு. ஒரு ஸெகண்ட் இவர் முகம் என்னவோ மாதிரி மாறிப் போறது.

"எதுக்கு சிரிக்கிறே?"ன்னு கேக்கறார்.

"ஒரு பாட்டில் ஸ்காட்ச் விஸ்கியெ வெச்சுண்டு நீங்க பண்ற கற்பனையே நெனச்சுச் சிரிக்கிறேன். நீங்க கற்பனை பண்றேளே அந்த லைஃப்லே வாழ்ந்துண்டு இருக்கறவங்க எல்லாம், இப்ப நீங்க உக்காந்துண்டு இருக்கேளே இந்த மாதிரி ஒரு நிலையைக் கற்பனை பண்ணிண்டு இருப்பாளோன்னு நெனச்சேன் – சிரிப்பு வந்துட்டது"ன்னு விளக்கிச் சொல்றேன்.

இவரும் கொஞ்சம் யோசிக்கறார். சித்த மின்னே இருந்த அந்தக் கற்பனை சந்தோஷமும் கலைஞ்சுபோயிடறது. ஏன் கலைச்சோம்னு நான் நெனச்சுக்கறேன். ரொம்ப ஏமாத்தத்தோட என்னைப் பாக்கறார். "ஸோ! யூ ஸே... இட் இஸ் இம்பாஸிபிள் ஃபார் மீ!..."

'எனக்கு அந்த மாதிரி மாற முடியறது – நடக்காத நடக்க முடியாத காரியம்னு சொல்றியா?'ன்னு இவர் என்கிட்டே கேக்கறபோது, 'நடத்திக் காட்றேன் பார்'ங்கற சவால் உணர்ச்சி தெரியலே. நான் சொல்றதிலே இருக்கிற உண்மையை ஒத்துண்டு 'இவ்வளவுதானா?'ன்னு கேக்கற பலவீன உணர்ச்சிதான் தெரியறது.

"என்னாலே இதுகூட முடியாதா?"ன்னு இவர் தனக்குத் தானே கேட்டுக்கறபோது இவருக்கு என்ன சமாதானம் சொல்றதுன்னு என் மனசு தவிக்கறது.

கடைசியிலே இவரே சொல்லிக்கிறார்: "இப்போ உனக்குப் புரியதா, என்னோட காரியம் எதுக்கும் நான் பொறுப்பில்லேன்னு? செய்யறதையெல்லாம் செஞ்சுட்டு வர்றதை வாங்கிக்கறதுதான் லைஃப்னு வாழற என் பிலாஸபி எவ்வளவு சரின்னு..?"

இன்னிக்கு நான் இவர் இதுவரைக்கும் எத்தனை கிளாஸ் குடிச்சார்னு எண்ண மறந்துட்டேன். இது ஒரு வேலையா என்ன எனக்கு? குடிக்கறது இவர் – கணக்கு வெச்சுக்கறது நானா?

நானே இவர்கிட்டே வலிஞ்சு ஒரு விஷயத்தைக் கேக்கறேன் இப்போ: “நீங்க சொன்னேளே இப்ப – எங்கயாவது கண்காணாத தேசத்துக்குப் போயி, முகம் தெரியாத மனுஷங்க நடுவே புதுசா வாழ்க்கையத் தொடங்கறதுன்னு... அந்த வாழ்க்கையிலே நானும் வந்து சேர்ந்தண்டா எப்படி இருக்கும்?”

கண்ணெ அகலமாத் திறந்துண்டு என்னை இவர் பார்க்கிறார்: “வாட் டூ யூ மீன்?”

நான் என்ன சொல்றேங்கறதெப் புரிஞ்சுண்டுதான்– புரிஞ்சுக்காதவர் மாதிரி கேக்கறார்.

“எஸ்! ஐ மீன் தட்”ங்கறேன்.

இப்ப இவர் சிரிக்கிறார். அப்பா! இந்த மாதிரி இவர் சிரிச்சு எவ்வளவு நாளாச்சு! சந்தோஷமா லைட்ஹார்ட்டடா சிரிக்கிறார். சிரிச்சுண்டே சொல்றார்: “நான் பைத்தியக்காரத்தனமா எதை யாவது கற்பனை பண்ணலாம்னா நீ மட்டும் அந்தமாதிரி கற்பனை பண்ணக்கூடாதா என்ன?”ன்னு சிரிச்சுண்டே சிரிப்புக்கு நடுவே இங்கிலீஷ்லே சொல்லிக்கிறார்.

“பேச்சை மாத்த வேண்டாம்; நானும் வந்தால் – ரெண்டு பேரும் போயிடலாமா?”ன்னு ‘ப்ளன்ட்டா’ கேட்டுடறேன்.

“சாமியார் பூனை வளர்த்த கதைதான்!”ன்னு சொல்றார். இவருக்கு இந்த மாதிரி நெறைய எதுக்கெடுத்தாலும் ஒரு கதை தெரியறதேன்னு நெனச்சுக்கறேன். இவரை நல்ல மூட்லே வெச்சிண்டு இருக்கறதுக்காகக் கேக்கறேன்:

“என்ன கதை அது?”

“ஆரம்பிச்சுட்டியா, கதை கேட்க?”ன்னு கதை சொல்ல ஆரம்பிக்கிறார்:

“ஒரு சாமியாரோட கோவணத்தை எலி இழுத்துக்கினு பூட்டுதாம். அதுக்கோசரம் – எலிங்களெப் புடிக்கறதுக்கு ஒரு பூனை வளக்கறதுக்கு நெனைச்சாராம் சாமியார். அப்பாலே பூனைக்குப் பாலு ஊத்தறதுக்கோசரம் ஒரு பசு வளர்த்தாராம். அப்பாலே பசுவைப் பாத்துக்கறதுக்குன்னு ஒரு பையனைப் பார்த்தாராம். அப்பாலே பையனைப் பாத்துக்கறதுக்கு ஒரு பொம்மனாட்டியெப் பார்த்தாராம். அந்த மாதிரி ஆயிடும் நம்ப கதை”ன்னு சிரிக்கறார். நானும் சிரிக்கறேன்.

அப்பளாம் பூராத்தையும் தீர்த்துட்டார்.

“இன்னும் அப்பளாம் வேணுமா”ன்னு கேட்டுண்டே கொண்டு வரதுக்காக நான் எழுந்திருக்கிறேன்.

“வேணாம், போதும்... எனக்கும் பொறப்பட நேரமாச்சு”ன்னு வாட்சைப் பாக்கறார்.

“அப்படி ஒரு நேரம்கூட உங்களுக்கு உண்டா”ன்னு நான் கேக்கறேன். வயத்தைத் தொட்டுக் காட்றார். ஆமாம், இவர் சாப்பிடறதுக்கு இங்கே ஒண்ணுமில்லையேன்னு நெனச்சுக்கறேன்.

யாராவது ஒரு ‘குக்’கைப் பார்த்து ஏற்பாடு பண்ணணும். நான் – வெஜிடேரியன், வெஜிடேரியன் ரெண்டும் பண்ணத் தெரிஞ்ச ‘குக்’கா பார்த்து வெச்சுண்டா நன்னா இருக்காதோ?”ன்னு கற்பனை பண்றேன். இவரை இங்கேயே சாப்பிடச் சொல்லலாம்... முதல்லே நாளைக்கு இவருக்குத் தெரியாமல் ஒரு கடைக்குப் போயி இவருக்காக அழகா ரெண்டு லுங்கிகள் வாங்கிண்டு வந்து வச்சுக்கணும். பாவம், போட்டுண்டு வந்த டிரஸ்ஸோட ராத்திரி ஒரு மணி வரைக்கும் சில சமயத்திலே உக்காந்துண்டு இருக்கார்.

மணி பத்தரை ஆறது.

புறப்படறதுக்கு முன்னே சொல்றார்: “இவ்வளவுதான் லைஃப்! இட் இஸ் ஆல்ரெடி டிஸைடட். நாம் ஒண்ணும் இதிலே செய்யறதுக்கில்லே. சாகலாம்னா தற்கொலை செய்துக்க முடியலே. எங்கேயாவது எல்லாத்தையும் உட்டுட்டு ஓடிடலாம்னா அதுவும் முடியாதுபோல இருக்குது... முடியாதுன்னு இல்லே. எல்லாமே முடியும். அதுலே எல்லாம் ஒண்ணும் ‘மீனிங்’ இல்லே... ஸோ! லெட் அஸ் லிவ் தி லைஃப்! வித் டிட்டாச்மெண்ட்! (ஆக... வாழ்க்கையை வாழ்வோம்; பற்றில்லாமல் வாழ்வோம்)”

ஆ! எவ்வளவு பெரிய விஷயத்தை இவர் போகிற போக்கிலே சொல்லிட்டார்னு நெனைச்சு நான் மனம் சிலிர்த்துப் போயிடறேன்.

இவருக்கே தான் என்ன சொல்னோம்கிற பிரக்ஞை இருக்கோன்னு எனக்கு சந்தேகம் வந்துடறது.

வெங்கு மாமா இந்த மாதிரி விஷயங்களைச் சொல்லுவார். அதிலே எனக்கு அர்த்தமோ இது மாதிரியான ஒரு வெளிச்சமோ கெடைச்சதே இல்லே. அது வெறும் மந்தரம். ஆனா அதையே இவர் சொல்றபோது அதனோட ‘டைமன்ஷன்ஸ்!’ – பரிமாணங்கள் எல்லாம் தெரியறதே.

“இன்னொரு தடவை சொல்லுங்கோ”ன்னு இவர்கிட்டே கேக்கறேன். நான் கேட்ட அவசரத்திலே – ஆர்வத்திலே கலைஞ்சு போயிடறார்.

“என்னா சொன்னேன்?”ன்னு திருப்பி என்னையே கேக்கறார். ஏண்டா கேட்டோம்னு ஆயிடுத்து எனக்கு. பேசாமல் இருந்திருந்தால் தன் போக்கிலே இவர் இன்னும் ஏதாவது இந்த மாதிரி பேசிண்டு இருந்திருப்பாரோ?

“யூ ஸெட் ஸம்திங் எபவ்ட் லிவிங் வித் டிட்டாச்மெண்ட்”னு இவருக்கு வசதியா இங்கிலீஷ்லேயே எடுத்துக் குடுக்கறேன்.

“எஸ்!” தொடர்ந்து சொல்றார்: “எனக்கு என்னா போச்சி? மஞ்சுவெப்பத்தி, உன்னைப்பத்தி, என்னைப் பத்தியெல்லாம் கவலைப்பட்டு எதனாச்சும் செய்யறதுக்கு முடியணும். அது இல்லை. சும்மா கவலைப்பட்டுக்கினு மட்டும் இருந்தா அதிலே என்னா புரோஜனம்? சொல்லு. (பிரயோஜனம்னு சொல்ல வரலே.) இதுக்கு மேலே இங்கிலீஷிலே சொல்றார்: “ஸோ, வெதர் யூ லிவ் திஸ் லைஃப், ஆர் தட் லைஃப் – தட் இஸ் நாட் இம்பார்ட்டண்ட்! எங்கே வாழ்ந்தா என்னா? நம்ப கையிலே ஒண்ணும் இல்லே நம்ப கையிலே எல்லா அதிகாரமும் இருக்கிற மாதிரி நாம்ப வாழலே... லீவ் இட்! ஸ்காட்ச் குடிச்சாலும் அதேதான்; சாராயம் குடிச்சாலும் அதேதான்! ஸ்காட்ச் குடிச்சுட்டு ஃபில்த்தியா எதனாச்சும் பேசறவனும் இருப்பான்; சாராயம் குடிச்சுட்டு பெரிய விஷயங்களைப் பேசறவனும் இருப்பான். எனக்கு ஒண்ணுதான் இப்ப இப்ப புரியுது. நாம்ப பொறந்ததுக்கு, வளந்ததுக்கு, செஞ்ச செய்யிற காரியங்களுக்கு, சேத்து வெச்ச – இல்லாகாட்டி செலவழிச்ச பணத்துக்கு, எல்லாத்துக்கும் நாம்பதான் பொறுப்புன்னு நெனச்சாலும், பொறுப்பு இல்லேன்னு நெனச்சாலும் நம்மாலே ஆகப்போறது ஒண்ணும் இல்லே. அதனாலே எதுக்காகவும் வருத்தப்படவும் வேணாம், சந்தோஷப்படவும் வேணாம். சரி, வருத்தமோ, சந்தோஷமோ வந்தா அது அதுக்குத் தகுந்த மாதிரியும் அனுபவிக்க வேண்டியதுதான். நம்ப கையிலே ஒண்ணும் இல்லே...”

ஐயையோ! இவர் என்ன, என்னென்னமோ பேசறார்! ரொம்ப பிலசாபிகல் மூட்லே இருக்கார்னு ஆச்சர்யமா இருக்கு. ஆனா இவர் ‘பிலாசபி’ பேசறதுதான் ஒரு விதத்துலே பொருத்தமாகவும் நியாயமாகவும் இருக்கு. இவர் கிட்ட நிறைய மாற்றங்கள் ஏற்பட்டுண்டு இருக்கு. இது நல்லதாவே முடியணும்னு வேண்டிக்கறேன். கொஞ்ச நாழிக்கு மின்னே ‘இவர் என்னைக்காவது தற்கொலை செஞ்சுக்குவாரோ’ன்னு

ஒரு பயம் வந்ததே, அது இப்ப கொறைஞ்சு மனசுக்கு ஒரு நிம்மதி ஏற்படறது.

இவர் பொறப்பட்டுட்டார்.

காலையிலே வாக்கிங் போயிண்டு இருக்கோம். "ராத்திரி பேசினதெல்லாம் ஞாபகமிருக்கா?"ன்னு கேக்கறேன்.

"ஐ வாஸ் நாட் ட்ரங்க்"னு சொல்றார். "குடிச்சுட்டு இருக்கிறது வேற; குடிபோதைக்கு ஆளாயிடறது வேற"ன்னு இங்கிலீஷ்லே விளக்கம் தரார்.

சிமெண்ட் பேவ்மெண்ட்லே வேகமா நடந்துண்டே சொல்றார்: (இப்பல்லாம் சில சமயத்திலே பேசிண்டும் நடக்கிறோம். பழகிப் போயிடுத்து. நடந்துண்டு பேசறச்சே ஒருத்தரை ஒருத்தர் பாத்துக்க முடியலே. 'ம்' 'ம்'னு கேட்டுண்டுகூட வரேன்.)

"நா ஒரு நாளு 'ஸுய்ஸைட்' பண்ணிக்க 'ட்ரை' பண்ணி அப்பாலே வேணாம்னு ரெண்டு மாத்திரையோட நிறுத்திட்டுத் தூங்கிட்டேன் – ஃப்ரம் தட் டே – அன்னயிலேருந்து – ஐ ஸீ மெனி சேஞ்சஸ்! வாழ்க்கையிலே எவ்வளவோ மாற்றங்களும் புது விஷயங்களும் எனக்குத் தெரியுது... எஸ்! ரியலி!

"ஏதாவது கஷ்டம், வேதனை வருதுன்னு வெச்சிக்கோ. அதிலேருந்து தப்பிச்சிக்கறதுக்கு செத்துடலாமான்னு தோணுது. அதனாலேதான் நான் ஸுய்ஸைட் பண்ணிக்கணும்னு நெனைச்சேன். கரெக்ட்! நான் அந்தக் கஷ்டத்தைப் பொறுத்த வரைக்கும் இப்ப செத்துப் போயிட்டவன் ஆயிட்டேன். அந்த மாதிரி ஒண்ணு ஒண்ணுலே இருந்தும் நாம்ப செத்துக்கிட்டே வந்துட்டா..."

'யாதனின் யாதனின் நீங்கியான் நோதல் அதனின் அதனின் இலன்'னு ஒரு குறள் இருக்கே அது எனக்கு ஞாபகம் வரது.

"நெக்ஸ்ட் மார்னிங் நான் தூங்கி முழிச்சப்ப 'நான் செத்துப் போகலியே'ன்னு நெனச்சி சந்தோஷப்பட்டேன். என் 'பெட்'லேயிருந்து பாத்தப்ப சன்னல்வழியா ஒரு தென்ன ஓலை விசிறி மாதிரி தெரிஞ்சிது. ஜன்னல்கிட்டே வந்து நின்னுக்கினேன். அந்த ஓலை, விசிறி மாதிரி வளைஞ்சி, ரொம்ப ப்யூட்டிஃபுல்லா பளபளன்னு தலையை ஆட்டிக்கினு என்னாத்தையோ ரசிக்கிதுன்னு நானே ரொமாண்டிக்கா ஃபீல் பண்ணிக்கினேன்.

முன்னாடி லான்லே வளர்ந்து இருக்கிற புல்லுங்ககூட 'டே நீ சாகலே; அதனாலேதான் என்னைப் பாக்க முடியுது'ன்னு சொல்ற மாதிரி இருக்குது... தட் இஸ் லைஃப்! லைஃப் வந்து ரொம்ப அழகா வளைஞ்சி ரொம்ப சிம்ப்பிளாதான் இருக்குது. நாம்பதான் அதை அசிங்கப்படுத்திக்கிறோம், காம்ப்ளிகேட் பண்ணிக்கிறோம்னு எல்லாம் நெனைச்சிக்கினேன். அன்னிக்கே இதையெல்லாம் உங்கையிலே வந்து சொல்லணும்னு நெனைச்சேன். நான் ஸுய்ஸைட் பண்ணிக்கப் போனேன்னு தெரிஞ்சா நீ வருத்தப்படுவியேன்னுதான் சொல்லலே அதுவுமில்லாம என்னாலே ஸுய்ஸைட் பண்ணிக்கறதுக்கு முடியலியேன்னு, ஒரு மாதிரி கையால ஆகலியேன்ற ஃபீலிங் வேற இருந்திச்சு. இப்ப அது போயிடுச்சி. ஐ வில் நெவர் டிரை டு கமிட் ஸுய்ஸைட்; (நான் ஒரு போதும் தற்கொலை செய்துக்க முயற்சி செய்ய மாட்டேன்)"னு உறுதியா சொல்றார்.

நேத்து ராத்திரி என் மனசிலே வந்த பயம் சுத்தமா முழுக்க இப்ப நீங்கிடுத்து. இவர் கையை இறுக்கிப் பிடிச்சுக் குலுக்கணும்போல இருக்கு எனக்கு. திரும்பிப் பார்க்கறேன். அவரும் என்னைப் பாக்கறார். சிரிக்கறார். இவர் முகத்திலே ஒரு புதுமை தெரியறது.

"நீங்க எப்ப உங்க தாடியெ 'ட்ரிம்' பண்ணிக்கப் போறீங்க? இல்லாட்டி சாமியாராயிடுவீங்க"ன்னு கேலியாகவும் சரியாகவும் சொல்றேன்.

"இன்னிக்கி பண்ணிக்குவேன்"னு தாடியைத் தடவிக்கறார்.

ஆபீஸ்லே இருக்கேன். போன் அடிக்கிறது. இவராகத்தான் இருக்கும்னு எடுக்கறேன். வேற யார் இருக்கா எனக்கு போன் பண்ண? ஒரு வேளை ஆபீஸ் விஷயமா வேற யாராவதும் இருக்கலாம்.

"எஸ்..!"

"மிஸ் கங்கா..?"

"ஸ்பீக்கிங்..."

— என்ன ஆச்சரியமா இருக்கே! ஆர்.கே.வி. பேசறார்!

"நமஸ்காரம் ஸார்..."

"உங்களைப் பார்க்க வரணும். நேர்லேதான் பேசணும். ஆபீசுக்கு வரலாமா? ஆத்துக்கு வரலாமா? ஆத்திலே அம்மா இருக்காரோன்னோ..?"

"அம்மா அண்ணா ஆத்துக்குப் போயிருக்கா. ஆபீசுக்கு வாங்களேன்."

"லஞ்ச் அவர்லே வரட்டுமா?"

"பிளீஸ் கம்..."

"தாங்க்ஸ்... வரேன். எதுக்குன்னு நேர்லே சொல்லுவேன். அதுவரைக்கும் சஸ்பென்ஸ்தான்! ஆச்சரியமா இருக்கா? ஆர்.கே.வி. கூட சஸ்பென்ஸ் பண்றேனேன்னு? இருக்கட்டுமே! கதையிலேதான் இல்லே; லைஃப்லேயாவது இருக்கட்டுமே! ஓகே!"

ஒண்ணும் புரியலே. என்னவா இருக்கும்னு யோசிக்கறேன். சரி. சித்தக் கழிச்சு தெரிஞ்சுடப் போறது.

31

எனக்குச் சிரிப்புச் சிரிப்பா வரது. நான் வெளியே ஒண்ணும் காட்டிண்டுடாமல் மனசுக்குள்ளே பொரண்டு பொரண்டு சிரிச்சுண்டே இருக்கேன். எனக்கும் கொஞ்சம் விஷமம் பண்ணிப் பாக்கலாமேன்னு தோணறது. என் மொகத்தைப் போயி இப்பக் கண்ணாடியிலே பார்த்துக்கணும் போல இருக்கு. குறும்பு ஒரு குடம் வழியும்னு நினைக்கறேன். நாணித் தலையைக் குனிஞ்சுண்டு ரொம்ப அடக்கமாப் பதிவிசா உட்கார்ந்துண்டு எதிரே – வந்து உட்கார்ந்து சொல்லிண்டிருக்காரே ஆர்.கே.வி. 'இந்த ஹாஸ்யக் கதை'யைப் பென்சிலைச் சீவிண்டே சிரிக்காமல் கேட்டுண்டு இருக்கேன்.

"நீங்க அன்னிக்கி வந்துட்டுப் போனேளே அதுக்கப்பறம் எங்க அம்மாதான் உங்களைப்பத்திக் கேட்டுண்டே இருந்தாள். எத்தனையோ பேர் என்னைத் தேடிண்டு வரா. அவாளைப் பத்தியெல்லாம் ஒண்ணுமே கேக்கறதில்லே, ஆனால் உங்களைப்பத்தி மட்டும் சும்மாக் கேட்டுண்டே இருப்பா. உங்களைப்பத்தி ரொம்பப் புகழ்ந்துண்டே இருப்பா. இவ்வளவு படிச்சுட்டும், இவ்வளவு பெரிய உத்தியோகம் பார்த்துண்டும் நீங்க ரொம்ப அடக்கமா இருக்கேளாம். நீங்க ஏன் இன்னும் கல்யாணம் பண்ணிக்கலைன்னு உங்களைப்பத்தி என்கிட்டே கேட்டால் நான் என்ன பதில் சொல்றது? 'நீ வேணா அவாத்துக்குப் போய்க் கேட்டுக்கோயேன்'னு ஒருநாள் சொல்லிட்டேன். இன்னிக்கிக்கூட உங்களைப் பாக்கறதா நான் இல்லே. எங்க அம்மாவையும் அழைச்சுண்டு

உங்காத்துக்கு வந்து உங்க அம்மாவைப் பாத்துப் பேசறதாத்தான் பிளான். எனக்கு உங்க அகம் தெரியாதே. பஞ்சவடியிலேன்னு சொன்னேளாமே! அதைப் பிடிச்சுண்டுட்டா. அங்கே போய்ச் சொல்லிக் கேட்டாத் தெரியுமாம்! எனக்கு வேறே வேலை இல்லே பாருங்கோ! இப்போ அதுக்கு ஒருவேளை வந்திருக்கு. இதுக்கு மேலே உங்ககிட்டே பேசப்படாது. ஆத்துக்கு வந்து நான் அம்மாகிட்டே பேசிக்கறேன்"னு சொல்லிண்டு ஒரு சிரிப்புச் சிரிச்சுக்கறார்.

"உங்க 'சஸ்பென்ஸ்' ரொம்ப 'வீக்'காக இருக்கே"ங்கறேன் நான்.

"அதுக்காகத்தான் நான் சஸ்பென்ஸே வெக்கறதில்லே"ங்கறார் அவர்.

"பூரா விஷயத்தையும் என்கிட்டேயே சொல்லலாமே"ங்கறேன் நான்.

"ஓ! பேஷா! சொல்றதுக்கென்ன? பெரியவா பேசினாப் பொருத்தமா இருக்குமேன்னு நினைச்சேன். இருந்தாலும் 'ஃபைனல் டிஸிஷன்' பண்ண வேண்டியது நீங்கதானே? இந்த ஆபீஸ் சூழ்நிலையிலே இதைப் பேசறது அவ்வளவாப் பொருத்த மில்லையேன்னு நினைச்சேன்'னு என்னமோ திருட்டுத்தனம் பண்ணுவர் மாதிரி சுத்திச் சுத்திப் பாத்துக்கறார்.

"பரவா இல்லே. சொல்லுங்கோ. இன்னும் லஞ்ச் டயம் முடியல்லே"ங்கறேன் நான். பென்சிலை நன்னாக் கூரா சீவியாச்சு. அப்பறம் இந்த 'லெட்'டை இழை இழைன்னு இழைச்சாறது! விரல் நுனியெல்லாம் கரி ஆயிடுத்து. நிமிர்ந்து அவர் முகத்தைப் பார்க்கச் சங்கடமாக இருக்கு. சிரிப்பு வந்துடுமோன்னு பயமா இருக்கு. காது மடலெல்லாம் நம நமங்கறது. இவ்வளவு கதையெல்லாம் எழுதறார் இந்த மேதாவி! என்ன இப்படி ஒரு அசடா இருக்காரேன்னு தோண்றது; அவர் சொந்தமான முயற்சி மாதிரியும் இது தெரியலே. ஏதோ நம்பளவா, ஒரு பொண்ணு, இன்னும் கல்யாணம் ஆகாமல் இருக்காளேங்கற கரிசனம் போல இருக்கு! அவருக்கு இல்லே; அவர் அம்மாவுக்கு. வரன் தேடிண்டு வந்திருக்கார் போல இருக்கு. வாங்கோ ஸார் வாங்கோ . . . ஐயையோ! பென்சில் கூரை உடைச்சுட்டேன் . . . நல்லதுதான்! மறுபடியும் சீவலாம்.

அவர் சொல்லிண்டு இருக்கார்: அவரோட 'கஸினா'ம் பேர் ராமரத்தனமாம்! இவரைவிட ரெண்டு வயசு குறைச்சலாம். அப்படியானா நாற்பது இருக்குமோ? 'விடோய'ராம், ரெண்டு வருஷமாச்சாம், பெண்டாட்டி செத்தப்பறம் கல்யாணமே

வேண்டாம்னு இருந்தாராம். குழந்தைகளெல்லாம் ஒண்ணும் கிடையாதாம். பெங்களூர்லே இருக்காராம். ஹெச்.எம்.டி.லே பெரிய ஆபீசராம். ரொம்ப 'ஐடியலிஸ்'டாம். முதல் கலியாணத்தப்பவே வரதட்சணையெல்லாம் வாங்கமாட்டேனுட்டாரம்! போன மாசம் இங்கே வந்திருந்தாராம். ஆர்.கே.வி.யோட அம்மாதான் என்னைப்பத்திப் பேசினாராம். அதைக் கேட்டப்போ ஆர்.கே.விக்கே என்னமோ மாதிரி இருந்ததாம். 'இவனுக்குக் கல்யாணம் பண்ணி வெக்கறதுக்கு இந்த அம்மா ஏன் இப்படிக் கெடந்து அலையறாள்?'னு நினைச்சுண்டாராம். அப்பறம், 'இதிலே ஒண்ணும் தோஷமில்லே. நல்ல காரியம் தானே'ன்னு தோணித்ததாம். 'கேட்டுப் பாக்கறது. பிராப்தம் இருந்தால் நடக்கட்டுமே'ன்னு நினைச்சு வந்திருக்காராம்!

பிராப்தம் யாருக்கு? இவர் 'கஸி'னுக்கா, எனக்கா? ஒண்ணும் பதில் சொல்லப்படாதுன்னு பல்லைக் கடிச்சுண்டு கேட்டுக்கறேன். கல்யாண விஷயம் பேச ஆரம்பிச்ச உடனே நான் வெட்கத்திலே நாணித் தலைகவிழ்ந்துண்டு இருக்கறதா அவருக்கு நினைப்புப்போல இருக்கு. சொல்றார்:

"நீங்க ஒண்ணும் சின்னக் குழந்தை இல்லை. இந்தக் காலத்துப் பெண்களுக்குப் படிப்பு, உத்தியோகம்னு வந்தத்துக்கப்பறம் கலியாணத்தைப்பத்தி யோசிக்க அவகாசம் இருக்கறதில்லே"ன்னு என்னமோ சொல்ல ஆரம்பிக்கறார். இந்த விஷயமும் இதைப்பத்தின பேச்சும் எனக்கு வேடிக்கையா இருந்தாலும் இதை எப்படிச்

சமாளிக்கப் போறோம்னு நினைக்கறச்சே தர்மசங்கடமா இருக்கு. இதை என்னத்துக்கு நான் சமாளிக்கணும்? பேசாமல் அம்மாவைக் கையைக் காண்பிச்சு விட்டுடலாம்னு தோணறது. அம்மா என்ன பண்ணுவாள்? 'என் பொண் கெட்டுப்போயிட்டவள். அவளுக்குக் கல்யாணம் வேண்டாம்'னு சொல்லுவாளா என்ன? இல்லேன்னா எல்லாரையும் மாதிரி, 'அவளையும் ஒரு வார்த்தை கேட்டுடுவோம்'னு என்கிட்டே பந்தைத் திருப்பி விட்டுடுவாளோ? அப்போ நானும் எல்லாரையும் மாதிரி 'எனக்கொண்ணும் இப்போ கல்யாணம் வேண்டாம்'னு முந்தானையை விரல்லே முறுக்கிண்டு நிப்பேனா? வேடிக்கைதான்!

இல்லேன்னு மாமா சொன்னது மாதிரி, எனக்குக் கல்யாணம் பண்ணிக்கிற யோக்யதையே இல்லேன்னு ஆன தீர்மானப்படி அவளே தட்டிக்கழிச்சுடறாளோ என்னவோ? எதுவானால் என்ன? இந்த 'ஜோக்'கைப் பார்ப்போமேன்னு நினைச்சுக்கறேன்.

அப்புறம் ஆர்.கே.வி. கேக்கறார் – அண்ணா ஆத்து அட்ரஸ் வேணுமாம். 'ஓ! அதுக்கென்ன? தரேனே'ன்னு ஒரு காகிதத்தில் எழுதறேன். அந்தக் காகிதத்தை அவர் கையிலே குடுக்கறச்சே சொல்றேன்:

"ஸார்! நீங்க அண்ணா ஆத்து அட்ரஸ் கேட்டேள். குடுத்திருக்கேன். அவ்வளவுதான். அவா அட்ரஸைக் குடுத்ததனாலே, கடைசியா முடிவு பண்ண வேண்டிய நான், முதல்லேயே முடிவு பண்ணிட்டதாக நீங்க முடிவு பண்ணிடாதேங்கோ. இது விஷயமா நான் நிறைய யோசிக்க வேண்டியது இருக்கு"ன்னு வழக்கமா எல்லாப் பெண்களும் சொல்ற மாதிரிச் சொல்றேன். இன்னும் பேபிமாதிரி, 'எனக்கு எதுக்கு ஸார் கல்யாணமெல்லாம்'னு கொஞ்சணும்னு நினைச்சுண்டு . . . சிரிச்சுட்டேன்!

'தாங்க்ஸ்'னு சொல்லி வாங்கிக்கறார். என்னோட தலை கவிழ்ந்த மௌனம், பென்சில் – சீவல், அட்ரஸ் குடுத்தது, இந்தச் சிரிப்பு எல்லாமே அவரை 'மிஸ்லீட்' பண்ணிண்டிருக்குனு எனக்குப் புரியறது.

"இனிமே உங்களோட ஒண்ணும் பேசறதுக்கில்லே. எல்லாம் உங்க அம்மாகிட்டே பேசிக்கறேன். சாயங்காலம் வரைக்கும் அங்கே இருப்பாளோன்னோ? உங்க அண்ணாவும் ஆபீசிலிருந்து சாயங்காலம் வந்திருப்பார். அவாகிட்டே பேசிக்கறேன்! அட்ரஸ் வாங்கிக்கத்தான் வந்தேன். நான் ஆத்துக்குப் போய் அம்மாவை அழைச்சிண்டு போகணும். அரை நாள் லீவு போட்டிருக்கேனாக்கும்"னு ரொம்ப உற்சாகமாப் பேசிண்டு, பாதி கல்யாணத்தை முடிச்சுட்ட மாதிரி சந்தோஷப்பட்டுக்கறார்.

ஆர்.கே.வி. போனப்பறம் நான் இவருக்கு போன் பண்றேன். "சாயங்காலம் நான் நேரே ஆத்துக்கு வந்துடறேன். நீங்க ஆபீசுக்கு வரவேண்டாம்"னு சொல்றேன். "ஆனா நீங்க இன்னிக்கு ஆத்துக்கு அவசியம் வரணும்"னு வற்புறுத்தறேன்: "இன்ட்ரஸ்டிங் நியூஸ் இருக்கு"ன்னு நானும் சஸ்பென்ஸா சொல்றேன்.

"எனிதிங் அபௌட் மஞ்சு?"ன்னு கேக்கறார்.

"நோ – நோ – என்னைப் பத்தின நியூஸ்தான்"ன்னு சொல்றேன். அவருக்கு ஒண்ணும் புரியல்லே.

"காட் எ புரொமோஷன்?"னு கேக்கறார்.

"நோ. நீங்க 'கெஸ்' பண்ணவே முடியாது. நேரிலே வாங்கோ. சொல்றேன். அட்லீஸ்ட் – அப்படி ஒரு நியூஸைக் கேக்கற சந்தோஷமாவது உங்களுக்குக் கெடைக்கட்டும்"னு சிரிக்கிறேன்.

"சரி... சரி... நேரிலே வந்து தெரிஞ்சுக்கினாப் போச்சு"னு சொல்றார்.

"வேறே என்ன விஷயம்?"ன்னு கேக்கறார்.

"நத்திங்"னு சொல்றேன்.

"ரொம்ப பிஸியா இருக்கியா?"

"ம்ஹ்ம்... நீங்க?"

"ஒரு லெட்டரை டிக்டேட் பண்ணிக்கினு இருந்தேன்."

"டிஸ்டர்ப் பண்ணிட்டேனா?"

"ம்ஹ்ம்... முடிச்சுட்டேன்."

"உங்களை உங்க ஆபீஸ்லே – நீங்க பிஸியா ஒர்க் பண்ணிண்டு இருக்கறச்சே பார்க்கணும்னு தோண்றது. நான் இங்கேருந்து கற்பனை பண்ணிப் பாக்கறேன். ஆனாலும் தெளிவாத் தெரியலே... ஒரு நாளைக்கு நான் உங்க ஆபீசுக்கு வரப்போறேன்"னு சொல்றேன்.

"ஓ! நீ வந்ததே இல்லை... இல்லே? ஹவ் இட் ஹாப்பன்ட்? எனக்குத் தோணவே இல்லையே... ஒய் நாட் யூ கம் டுடே? இப்பவே வரியா? ஐ'ல் ஸெண்ட் தி கார்"னு பரக்கறார்.

"இன்னிக்கு வேண்டாம். இன்னொரு நாள் உங்களுக்குச் சொல்லாமல் திடீர்னு வந்து நிக்கப் போறேன்"னு சொல்றேன்.

"ஓ. எஸ்"ங்கறார்.

"ஓ.கே."ன்னு பேச்சை முடிக்கிறேன்.

“ஓ. கே”ன்னு இவரும் சொல்றார்.

ரிஸீவரை நானும் வெக்கலே; இவரும் வெக்கலே. . . இவர் வெக்கட்டும்னு நான் காத்துண்டு இருக்கேன். நான் வெச்சப்பறம் வெக்கலாம்னு இருக்கார் போல இருக்கு.

“வைங்கோ”னு சொல்றேன்.

“இல்லே. நீதானே ‘கால்’ பண்ணே, நீயேதான் ‘கட்’ பண்ணனும்”னு சொல்றார்.

“என்ன டிரஸ் பண்ணிண்டு இருக்கேள்”னு மறுபடியும் தொடங்கறேன்.

“டிரஸ்ஸா . . ? இரு பாத்துட்டுச் சொல்றேன். ஏன்னா உன்னோட பேசிக்கினே இருந்தேனா . . . மறந்துட்டது . . . கிரே கலர் டெக்கரான் ஸூட் கிரீம் கலர் டெரிகாட் ஷர்ட் கிரேயும் ரெட்டும் கலந்த டை . . . பிளாக் ஷூஸ் . . .”னு நான் கேக்கறதுக் கெல்லாம் ரொம்ப ‘ஸின்ஸியரா’ பதில் சொல்லிண்டு இருக்கார்.

“இதே டிரஸ்ஸோட வாங்கோ . . . நான் உங்களுக்காக லுங்கி வாங்கி வச்சிருக்கேன்”னு சாயங்காலம் வாங்கப் போறதெ ஞாபகத்திலே வெச்சுண்டு வாங்கிட்டதாகவே சொல்றேன்.

“எப்போ வாங்கினே? எங்கே போய் வாங்கினே?”னு சின்னக் குழந்தை மாதிரிக் குதூகலமாகக் கேக்கறார்.

“எங்கேயோ, எப்பவோ வாங்கினேன்”னு ‘பிகு’ பண்ணிக்கறேன்.

“இப்ப புரிஞ்சிக்கினேன் . . . உன் சஸ்பென்ஸை! . . . எனக்கு என்னவோ பிரஸன்டேஷன் வாங்கி வெச்சிருக்கே! அம் ஐ ரைட்?”

“இல்லை! டோண்ட் கெஸ். . .”னு அழுத்தமாச் சொல்றேன்.

“சரி இப்ப என்னா, மணி இரண்டரை ஆவுது. இன்னும் மூணு மணி நேரத்திலே தெரிஞ்சுட்டுப் போவுது”னு சொல்லிக்கிறார்.

“ஓ.கே.” கடைசியிலே நான்தான் பேச்சை முடிச்சு ரிஸீவரை வெக்கறேன்.

சாயங்காலமாச்சு. இந்நேரம் அங்கே கணேசன் ஆத்திலே என்னென்ன நடந்துண்டு இருக்கும்னு கற்பனை பண்ணிண்டே டாக்சியிலே ஏறி, கடைக்குப் போயி இவருக்கு மூணு லுங்கிகள் வாங்கிண்டு வந்திருக்கேன். லுங்கின்னா நன்னாத்தான் இருக்கு.

இதை எதுக்கு வெளியிலே போகறச்சே கட்டிண்டுடப்படாதாம்! சாயபு மாதிரி இருக்கும்னா? இருக்கட்டுமே! நல்ல மழமழன்னு இருக்கு. இவருக்குப் பிடிக்குமோ? நான் என்ன செஞ்சாலும் இவருக்குப் பிடிக்கறது. மணி ஆறாகறதே. இன்னும் இவரைக் காணோம்.

ராத்திரிக்குச் சாப்பிட என்ன பண்றது? என்னோட ஒவ்வொரு வேளைச் சாப்பாட்டையும் நானே சொமந்துண்டு திரியற மாதிரி இருக்கு. இவர்கிட்டச் சொல்லியாவது ஒரு சமையல்காரிக்கு ஏற்பாடு செய்யச் சொல்லணும். ரொம்ப 'போர்' அடிக்கறது. பசிக்கறதுன்னா உடனே சாப்பிட முடியறதா? பசிச்ச உடனேதான் அடுப்பைப் பத்த வைக்கத் தோணறது. பசிக்குமேன்னு நெனச்சு முன்கூட்டியே சமைச்சு வச்சுட்டா அன்னக்கின்னு முகத்திலே அடிச்ச மாதிரி சாப்பிடப் பிடிக்கமாட்டேங்கறது. ஓட்டலுக்குப் போயி சாப்பிடலாம். இவர் சாப்பிடற நேரத்துக்கு வெஜிடேரியன் சாப்பாடு எங்கே கெடைக்கும்? சீ! இதென்ன சாப்பாட்டைப்பத்தி இவ்வளவு யோசனை? இப்ப – இன்னம் இவரைக் காணோமே – அதுக்குள்ளே நைட் சாப்பிட ஏதாவது செஞ்சுவெச்சுடலாம். ரவா இருக்கு. வெஜிடபிள்ஸ் இருக்கு, உப்புமா பண்ணினா என்ன? போறுமே! கொஞ்சம் கேசரி பண்ணினாலும் நன்னா இருக்கும். . . இதுக்குத்தான் வேலை சுலபம்.

அடுப்பு எரியறது. நெய் மணக்கறது. . .

இவர் வந்துட்டார். கார் சத்தம் கேட்டுக் கையிலே கரண்டியோட வந்து எட்டிப் பார்க்கறேன். சொன்ன மாதிரியே அதே டிரஸ்ஸோட வரார். கையிலே 'மினிபார்!'

"சித்தே உட்காருங்கோ. வந்துட்டேன். நீங்க வரதுக்குள்ளே முடிச்சுடலாம்னு ஆரம்பிச்சேன்"னு அடுப்பிலே இருக்கறதைக் கிளறிண்டே இங்கே இருந்து கத்தறேன்.

"ஒண்ணும் அவசரம் இல்லே. டேக் யுவர் ஒன் டைம்"னு பேப்பரை எடுத்துப் பிரிச்சுக்கறார்.

எல்லா வேலையும் முடிச்சுட்டு வந்து இவரை நன்னா உத்துப் பார்க்கறேன். நான் சொன்னேன்ங்கறதுக்காக ஆத்துக்குப் போய்க் குளிச்சுட்டு இதே டிரஸ்ஸைப் பண்ணிண்டு வந்திருக்கார். தாடியை 'ட்ரிம்' பண்ணிண்டப்பறம் நன்னாத்தான் இருக்கு. லுங்கியை எடுத்துண்டு வந்து இவர் கிட்டே குடுக்கறேன். பார்த்துட்டு 'வெரிகுட். வெரிகுட்'ங்கறார்.

"கொஞ்சூண்டு ஸ்வீட் சாப்பிடறேளா? என்னவோ பண்ணி இருக்கேன். எப்படி இருக்கோ?"னு சொல்லிண்டே ஒரு சின்னத் தட்டிலே வச்சு ஸ்பூனும் போட்டுக்கொண்டு வந்து நீட்டறேன்.

"உனக்கு?"ங்கறார்.

"உங்களை டெஸ்ட் பண்ணிட்டு அப்பறம் சாப்பிடறேன்" ஸ்பூனாலே எடுத்துக் கொஞ்சூண்டு சாப்பிட்டுட்டு "பேஷ் பேஷ். . . ரியலி குட்"னு கன்வின்ஸிங்கா வேற சொல்றார்.

"சரி. ஸ்வீட் குடுத்தாச்சி. ஹவ் எபௌட் தி குட் நியூஸ்? என்னமோ சொல்லப் போறேன்னியே"ங்கறார்.

ஐயையோ! என்னமோ அதுக்காகத்தான் நான் ஸ்வீட் குடுத்த மாதிரின்னா ஆயிடுத்து. கஷ்டம்!

"அதுக்கும் இதுக்கும் ஒண்ணும் சம்பந்தமில்லை"ன்னு அந்த ஐடியாவை அவசர அவசரமா மறுக்கறேன்.

"நான் சம்பந்தப்படுத்திக்கிறேன்"ங்கறார் இவர்.

"இன்னிக்கு லஞ்ச் அவர்லே ஆர்.கே.வி. என்னைப் பார்க்கறதுக்கு வந்தார். முதல்லே போன் பண்ணினார். பார்த்துப் பேசணும்னார். அம்மாவைப் பார்த்துப் பேசணும்னார். அம்மா இங்கே இல்லேன்னேன். கணேசனோட அட்ரஸைக் கேட்டார். அதுக்கப்பறமா விஷயத்தை என் கிட்டேயும் சொன்னார்.

இனிமேதான் இருக்கு ஜோக்"னு சொல்லிண்டே உள்ளே போய் தம்பளர்லே ஜலம் கொண்டு வந்து வெக்கறேன் இவருக்கு.

கொஞ்சம் குரலைக் கிண்டலாக மாத்திக்கறேன். நக்கலாச் சிரிச்சிண்டே சொல்றேன்: "யாரோ அவருக்கு ஒரு கஸினாம், விடோயராம். பெரிய ஐடியலிஸ்டாம்! என்னைப் பொண் பார்க்கலாம்னு சொன்னாளாம் அவருடைய அம்மா. இந்த வேடிக்கையைப் பாக்கறதுக்காக அட்ரஸ் குடுத்து அனுப்பிச்சிருக் கேன். இந்நேரம் போயிருப்பார் அங்கே. நாளைக்கு இந்த 'ஜோக்' ரொம்ப நன்னா இருக்கும்!"னு நான் சொல்லிண்டே இருக்கறச்சே மந்திர ஸ்தாயிலே குரலை மாத்திண்டு ரொம்ப ஸீரியஸாக் கேக்கறார் இவர்:

"வாட் இஸ் தெர் டு ஜோக் எபௌட் இட்?" என்னோட சிரிப்பு 'டக்'னு நின்னுடறது. இதுக்கு என்ன பதில் சொல்றதுன்னு தெரியலே. 'இதிலே சிரிக்கறதுக்கு என்ன இருக்கு?'ன்னு இவர் கேக்கறார். இதுக்கு எப்படிப் பதில் சொல்றதுன்னு யோசிக்கறேன். இதை இவர் கேக்கறதுனாலே நான் யோசிச்சுத்தான் பதில் சொல்ல வேண்டி இருக்கு.

என்னைப் பார்க்காமல் தட்டிலே இருக்கறதை ஸ்பூனாலே எடுத்துச் சாப்பிட்டுண்டே எதையோ ஆழமா யோசிக்கறார். அப்பறம் என்னைப் பார்த்துச் சிரிக்கறார். சிரிச்சுண்டே சொல்றார்:

"இண்டீட், இட் இஸ் எ குட் நியூஸ்."

நான் உதட்டை பிதுக்கிக்கறேன். நான் இதை இவ்வளவு அலட்சியமா ஒதுக்கறது இவருக்குப் பிடிக்கலே போல இருக்கு.

"கங்கா! ரியலி ஐ கன்ஸிடர் திஸ் அஸ் எ குட் நியூஸ்."

"பட் ஐ டோண்ட்"ன்னு இவர் சொன்னதை நறுக்கற மாதிரி நான் பதில் சொல்றேன்.

இவர் இங்கிலீஷ்லேயேதான் சொல்றார்:

"அவசரப்படாதே. எங்கேயோ தூரத்திலே சம்பந்தமில்லாமல் இருக்கிற அந்த ஆர்.கே.வி.யோட ரோல் இருக்கே – உன் லைப்லே, அது இட் இஸ் ஸம்திங் ரிமார்க்கபிள்."

எதையோ சொல்லப் போய் எங்கேயோ எக்கச்சக்கமா வந்து மாட்டிண்ட மாதிரி நான் முழிக்கறேன். என்னுடைய விருப்பதுக்கு மாறா இவர் பேசினதே இல்லே; பேசவோ நினைக்கவோ மாட்டார்ங்கற நம்பிக்கையிலே இப்போ இப்படி

வந்து மாட்டிண்டேன். இந்த விஷயத்திலே இவர் காட்டற உற்சாகத்தையும், உறுதியையும் பார்த்தா இதை எப்படி நான் மறுத்துப் பேசறதுன்னு பயமா இருக்கு. ஆனா நான் மறுத்துத்தான் பேசப் போறேன்.

ரெண்டு பேரும் எதுக்கோ தயாராகற மாதிரி எங்களுக்குள்ளே ஏதோ ஒரு பலத்தைச் சேகரிச்சுக்கற மாதிரி மௌனமா இருக்கோம். பேசாமல் இந்த விஷயத்தை இதோட விட்டுட்டால் என்னன்னு எனக்குத் தோண்றது.

ஆனால், இவர் விடமாட்டார் போல இருக்கே. 'நீங்க இதைப்பத்தி யோசிச்சது போறும்'னு இவரை அடக்கற மாதிரி நான் சொல்றேன்.

"இது உங்க கையிலேயும் என் கையிலேயும் இல்லே. பெண் கேட்கப் போயிருக்காளே அங்கே, கணேசனும், எங்க மன்னியும், ஏன் அந்தத் தெருவே நின்னு என் கதையை அவாளுக்குச் சொல்லாதோ? இதிலே என்ன 'ஜோக்'னு கேட்டேளே. அது அவாளுக்குத் தெரியும். என்னைப் பெண் பார்க்கவந்த 'ஜோக்'கைப் புரிஞ்சுண்டு இந்நேரம் அவா எல்லாரும் சிரிச்சுண்டு இருப்பா"ன்னு நான் சொல்றது இவருக்கு ரொம்ப கொடுமையாத் தோண்றதுபோல இருக்கு.

"நோ . . . நோ. அப்படியெல்லாம் நடக்காது. கடைசியா உன்னாண்ட வரும்போது நீ மட்டும் 'எஸ்'னு சொல்லிட்டியானா இது நிச்சயமா நடக்கும்"னு உறுதியாச் சொல்றார்.

"சரி. எல்லாம் முடிஞ்சு என்கிட்டே வரட்டும். அப்பப் பார்த்துக்குவோம்"னு இந்த விஷயத்தை இத்தோட முடிக்கறேன். ஆனால் எனக்குத் தெரியும். இது என்கிட்டே வராது. அப்படியே வந்தாலும் நான் அதுக்கு 'எஸ்' சொல்லப் போறதில்லை.

32

என்ன ஆச்சுன்னு தெரியலே. ஆர்.கே.வி. என்னை ஆபீஸிலே வந்து பார்த்துட்டுப் போய் நாலஞ்சு நாள் ஆயிடுத்து. அவரோட அம்மாவையும் அழைச்சுண்டு கணேசன் ஆத்துக்குப் போய்ப் பார்த்தாளா, இல்லையான்னு தெரியலே. அன்னிக்கிச் சாயங்காலமே போறேன்னு சொன்னாளே! அவா நிச்சயம் போயிருப்பா. அதுக்கப்பறம் என்ன நடந்ததுன்னு தெரியலே; அம்மா சந்தோஷப்பட்டிருப்பாள். கணேசன் அவளை அடக்கி இருப்பான். மன்னி வாயைப் பொத்திப் பொத்திண்டு சிரிச்சிருப்பாள். ஆர்.கே.வி.யையும் அவரோட அம்மாவையும் உபசரிச்சு அனுப்பியிருப்பா. அவா என்ன முடிவிலே போயிருப்பா? இவா என்ன சொல்லி அனுப்பிச்சிருப்பா?

கணேசன்தான் சொல்லி இருப்பான்: 'நாங்க பார்த்துக் கல்யாணம் பண்ணி வெக்கறதுக்கு அவள் ஒண்ணும் எங்களுக்கு அடங்கின பொண் இல்லே. அவளுக்குக் கல்யாணம் நடக்காது. அவளும் பண்ணிக்க மாட்டாள். தப்பா நினைச்சுக்கப்படாது. நீங்க. எதுக்கு வீணாப் பிரயாசைப் படறேள்? ஏதோ எங்க விதியை நொந்துண்டு நாங்க இருக்கோம். எல்லாத்தையும் நாங்க எங்க வாயாலே பேசமுடியுமா? அவளுக்குக் கல்யாணம் ஆகப்படாது ஸார். நீங்க ஏதோ நல்லவா; நல்ல முயற்சி பண்றேள். எங்களுக்கு அருகதை வேண்டாமா? அவ்வளவுதான் எனக்குச் சொல்லத் தெரியும். நீங்க பெரிய ரைட்டர்; உலகம் தெரிஞ்சவர். இதுக்கு மேலே நாங்க சொல்லணுமா?'

சீ! அப்படியெல்லாமா சொல்லுவான்? அதுவும் ஒரு புது மனுஷாகிட்டே? ஆனா கணேசனைப்பத்தி

ஒண்ணும் சொல்றதுக்கில்லே. அவன் என்னமும் சொல்லுவான்; எங்கேயும் சொல்லுவான். பாவம்! அம்மாதான் அழுவாள். மன்னியும் ஏதாவது 'சுருக்'னு தைக்கிறமாதிரி சொல்லிக் காட்டுவாள்.

நான் தப்புப் பண்ணிட்டேனோ? ஆர்.கே.வி.க்கு அவா அட்ரஸைக் குடுத்து அனுப்பியிருக்கப்படாதோ? என்னத்துக்கு ஒண்ணொண்ணும் நான் இப்படி பண்றேன்! பிறத்தியாரை இப்படி எதிலேயாவது சிக்க வச்சு, அதிலேயும் இந்த அம்மாவை இப்படிச் சிக்க வச்சுப் பாக்கறதிலே எனக்கென்ன இப்படி ஒரு சந்தோஷம்? அடுத்தநாளே ஏதாவது சேதி வரும்னு நினைச்சேன். ஒண்ணையும் காணோம். என்ன நடந்திருக்கும்ங்கற 'க்யூரியாஸிடி'லே இப்போ மனசு கிடந்து அடிச்சுக்கிறது. யாரையாவது அனுப்பிச்சுப் பார்க்கலாமான்னு தோண்றது. யாரை அனுப்பிச்சா, யாருக்கு என்ன தெரியறப் போறது? அன்னிக்கே சாயங்காலம் அந்தப் பக்கம் போகலாமான்னுதான் நினைச்சேன். நன்னாத்தான் இருந்திருக்கும்!

'என்ன நடந்தா எனக்கென்ன?'ன்னு நான் சும்மா இருந்தாலும் இவர் விடமாட்டேங்கறார். அன்னிலேருந்து தினம் அதைப் பத்தித்தான் பேசறார். அதைப்பத்தி இவர் ரொம்ப சீரியஸா யோசிக்கறார். 'ஏண்டா, இவர்கிட்டே இதைச் சொன்னோம்'னு இருக்கு எனக்கு. இவருக்காகவாவது இந்த விஷயம் எப்படிப் பைசல் ஆயிடுத்துங்கறதைத் தெரிஞ்சுண்டு அதை இவர்கிட்டே சொல்லிடணும்னு இருக்கு எனக்கு.

என்னைப் பொறுத்தவரைக்கும் இந்நேரம் அது பைசலாயிருக்கும்னு தோண்றது. அதனால்தான் திரும்ப அந்தச் சேதியே என் காதுக்கு எட்டலை. ஆர்.கே.விக்கு போன் பண்ணிப் பார்க்கலாமா? சீ! என்னன்னு போன் பண்றது! நானா போன் பண்ணினா அதுக்கு அர்த்தம் வேற மாதிரின்னா ஆயிடும்! ஏதோ நான் இதிலே இண்ட்ரெஸ்டட்னு நினைச்சுக்கப் போறார் அவர். திரும்பத் திரும்ப யோசிக்கப் பாக்கறச்சே எனக்கு ஒண்ணு தோன்றது. இந்த வம்பை நான் விலைக்கு வாங்கியிருக்க வேண்டாம்னு முதல் வம்பு கணேசன் ஆத்து அட்ரஸ் குடுத்தது; ரெண்டாவது வம்பு அதை இவர்கிட்டே வந்து சொன்னது; போறும், மூணாவது வம்பு ஒண்ணு வேண்டாம்னு இதுக்கு மேலே நான் ஒண்ணும் செய்யப்படாதுன்னு நினைச்சுண்டுடறேன். இவர் சொல்றதையெல்லாம் கேட்டுக்கறேன். இவர் மஞ்சுவுக்குக்கூட இவ்வளவு புத்திமதி சொல்லமாட்டார்போல இருக்கு, அவ்வளவு சொல்றார் வாழப்போற பொண்ணுக்குப் பெத்தவள்கூட அவ்வளவு சொல்லமாட்டாள்; அவ்வளவு சொல்றார்.

கல்யாணத்துக்கு அப்பறம் இவர் அடிக்கடி என்னை வந்து பார்க்கமாட்டாராம்! நானும் இவரைப் பார்க்கப்படாதாம்; போன் பண்ணப்படாதாம். அந்த என்னோட 'அவ'ருக்கும் இவரைப் பிடிச்சிருந்தா, ஒரு ஃபிரண்ட்ங்கற முறையிலே எப்பவாவது வந்து இவர் பார்ப்பாராம்! அவர் வந்து நல்ல மனுஷராகத்தான் இருக்கணும்னு இவருக்குத் தோண்றதாம். 'ஏன் அப்படித் தோண்றது?'ன்னு நான் கேக்கலே. 'நல்ல மனுஷன்ங்கறதுக்கு என்ன அர்த்தம்?'னும் நான் கேக்கலே. இவரோட கற்பனைகளையும் பேத்தலையும் ரசிச்சிண்டு இருக்கேன். அவருக்குத் தெரியாத ரகசியங்கள் ஒண்ணும் எனக்கு இருக்கப்படாதாம்! அவசியமானா – ஏற்கனவே அவர் காதிலே ஏதாவது என் கடந்த காலத்தைப் பத்தி விழுந்திருக்குமானா, அதைப்பத்தி அவர் ஏதாவது கேட்டார்னா, அப்படி அவர் கேட்டுத் தெரிஞ்சுக்க விரும்பறார்னு எனக்குத் தோணினா, நான் எதையுமே மறைக்காமல் அவர்கிட்டே சொல்லிடணுமாம். ஆனால் அந்த 'அவன்' யார்னு மட்டும் சொல்லப்படாதாம்! அப்படி சொல்லிட்டா அதுக்கப்பறம் இவர் என்னைப் பார்க்கவே மாட்டாராம். சொல்லிட்டேனேங்கறதுக்காகக் கோவிச்சுண்டு இல்லையாம்; அதுக்கப்பறம் பாத்துக்கறது நன்னா இருக்காதாம்! என்னோட குடும்ப வாழ்க்கை ரொம்ப அமோகமாக இருக்குமாம். என்ன மாதிரி ஒரு நல்ல மனைவி கிடைக்கிறதுக்கு அவர் குடுத்து வச்சிருக்கணுமாம். எல்லாம் கூடிவரும்போது நான் கெடுத்துடப்படாதாம். அப்படி ஏதாவது நான் கெடுத்துட்டால் என்கிட்டே கோவிச்சுண்டு இவர் என்னைப் பார்க்காமலே இருந்துடுவாராம்.

– இப்படி, தினம் தினம் எனக்குக் கல்யாணம் பண்ணிவச்சு மகிழ்ந்துண்டு இருக்கார் இவர்.

வாக்கிங் போயிட்டு வரோம். இன்னிக்கி ஞாயித்திக்கிழமைங்கறத னாலே வர வழியிலே காபி சாப்பிட்டுட்டுக் கொஞ்சம் லேட்டாகவே வரோம். மணி ஒன்பது ஆகறது, கார்லேருந்து இறங்கறச்சே பாக்கறேன், கையிலே ஒரு மூட்டையையும் வச்சுண்டு வாசற்படியிலே அம்மா உக்கார்ந்துண்டு இருக்கா. என்னைப் பார்த்த உடனே சந்தோஷமா சிரிக்கறா. இவளை நான் பார்த்து ரொம்ப நாளாயிடுத்து! எனக்கும் சந்தோஷமா இருக்கு. அம்மாவைப் பார்த்த உடனே பயந்துண்டு, 'சரி! அப்ப நான் வரேன்'னு உடனே புறப்படறார் இவர். காரையோ, இவரையோ கவனிச்சதாகவே அம்மா காட்டிக்கலே. 'வா வா'ன்னு என்னை மட்டும் கூப்பிடறாள்.

"வந்து ரொம்ப நாழி ஆயிடுத்தா?"னு கேக்கறேன்.

"சித்தமிந்திதான் வந்தேன். ஆனால் திடீர்னு ஒரு பயம் வந்துடுத்து; 'ஞாயித்திக்கிழமையாச்சே, நீ எங்கேயாவது 'சர்க்கூட்' போயிட்டுச் சாயந்தரமா வரப் போறயோ!'ன்னு நினைச்சுண்டு என்னடா பண்றதுன்னு உக்கார்ந்திருக்கேன்."

நான் கதவைத் திறக்கறேன். உள்ளே வந்துண்டே அம்மா சொல்றாள்: "நீ எப்போ வந்தாலும், நீ வரவரைக்கும் உக்கார்ந்திருக்கறதுன்னு தீர்மானம் பண்ணின்டேன். திரும்பிப் போனா அவள் சிரிப்பாள். வீடு பூட்டிக் கிடக்கறதனாலே நான் வந்தேன்னு கண்டாளா? நீ விரட்டி விட்டதனாலே நான் வந்தேன்னு கண்டாளா?"

மித்தத்துக் கொடியிலே லுங்கி காயறது! நல்ல வேளை, அம்மா அதைப் பாக்கறதுக்கு முன்னாலே சுருட்டி வெக்கறேன். அவளுக்கு என்ன தெரியும்? ஏதோ புடவைன்னு நினைச்சுண்டு இருப்பா.

ஹால்லே அந்த 'மினிபார்' வேற இருக்கு. நேத்திக்கு இவர் அதை எடுத்துண்டு போகலே. எப்பவும் கொண்டு வந்த 'லிக்கர்' தீர்ந்து போயிடுத்துன்னா அன்னிக்கு எடுத்துண்டு போயிடறார். மீதி இருந்தால் இங்கேயே வச்சுட்டுப் போயிடறார். இன்னிக்கு சாயங்காலம் என்ன பண்ணுவார்? ஆமாம்! இது இல்லேன்னா இவருக்குக் கிடைக்காதாக்கும்? ஆத்துலே கேஸ் கேஸா வாங்கி வச்சிருப்பாரே? அம்மாவைப் பார்த்துட்டார். இன்னிக்கி சாயங் காலம் இந்தப் பக்கம் இவர் வரமாட்டார். நாளைக்குக் காலம்பற வாக்கிங் போறத்துக்குத்தான் இந்தப் பக்கம் திரும்புவார். அதுவும் அம்மா ஆத்திலே இருக்கிறதனாலே வெளியில் இருந்து ஹாரன் பண்ணுவார்.

இவள், இந்த லிக்கர் கேஸை, 'இது என்னன்?'னு கேட்டுடுவாளோன்னு பயந்துண்டே இதைக் கொண்டுபோய் என் ரூமுக்குள்ளே வெச்சுக்கறேன்.

இந்த ஆத்திலே இவர் வந்து குடிக்கறது, 'நான் வெஜிடேரியன்' சாப்பிடறது எல்லாம் நினைவுக்கு வந்து நாக்கைக் கடிச்சுக்கறேன்.

ஹால்லே தூண் ஓரமா சாஞ்சு உட்கார்ந்துண்டு மூட்டையைப் பிரிக்கறா. அது நிறையத் தகர டப்பாவும், பாட்டிலும் காகிதப் பொட்டலமுமா இருக்கு. என்னென்னமோ வத்தல், வடாம், ஊறுகாய்...

"நான் இங்கேதான் இருக்கேன். என் மனசெல்லாம் இங்கேயே தான் இருக்கு. ஒவ்வொரு நேரமும் சாப்பிடறச்சே, நீ என்ன

சமைச்சியோ, என்ன சாப்பிட்டயோன்னு நெனைச்சுப்பேன். நெனைச்சுக்கறதோட சரி; வாயைத் திறந்து சொல்ல முடியுமா? உன் பேரைச் சொன்னா – அதுவும் நான் சொன்னா – ஆளுக்கு ஒரு இடி இடிப்பா. தலை எழுத்தேன்னு வாயை மூடிண்டு இருந்துடறது. ரங்கசாமி பணம் கொண்டுவந்து குடுப்பனே, அப்போ அவன்கிட்டே மட்டும் உன்னைப்பத்திக் கேட்டுக்குவேன். கணேசன்கிட்டே எண்பது ரூவா மட்டுந்தான் குடுக்கறேன். இருவது ரூவா நான் கையிலே வச்சுக்கறேன். நான் கையிலே வச்சுண்டு மட்டும் என்ன பண்ணப்போறேன்? அந்த ஆத்துக்குத்தான் செலவு பண்றேன். குழந்தைகளுக்கு ஏதாவது வாங்கித் தரேன். தெருவிலே ஏதாவது வித்துண்டுபோனா என் இஷ்டத்துக்கு வாங்கிப் போடுவேன். அதனால்தான் என் இஷ்டத்துக்கு அள்ளிண்டும் வர முடியறது. இப்படி எல்லாம் இருந்தும் அவகிட்டே அடிக்கடி முட்டிக்கறது"ன்னு என்னென்னமோ புலம்பிண்டே எழுந்து, எழுந்து கூடத்துக்கும் அடுக்களைக்கும் நடந்து நடந்து, கொண்டு வந்ததையெல்லாம் சேகரம் பண்ணியாறது.

நான் ஹால்லே உட்கார்ந்துண்டு எல்லாத்தையும் பேசாமல் பார்த்துண்டிருக்கேன்.

"இது எப்படி இருக்குன்னு பாரேன்"னு என்னத்தையோ ஸ்பூன்லே கொண்டுவந்து நீட்டறாள்.

"என்னது?"ங்கறேன்.

"கையை நீட்டு. என்னன்னு நீதான் சொல்லு"ன்னு உள்ளங் கையிலே என்னதையோ வெக்கறா. என்ன பெரிய அதிசயம்? சாப்பிட்டுட்டு, 'பாதாம் அல்வா'ன்னு சொல்றேன்.

"அதுதான் இல்லே"ன்னு கையைத் தட்டிண்டு சிரிக்கறாள்! "யோசிக்கப் பாத்து சொல்லு, பார்ப்போம்"னு இன்னொரு ஸ்பூன் எடுத்துத் தராள். இதிலே யோசிக்கறத்துக்கு என்ன இருக்கு?

"எனக்கொண்ணும் புரியலே, போ. திங்கறதுக்கு நன்னா இருக்கு"ன்னு போய்க் கையை அலம்பறேன். நான் அது என்னன்னு துருவித் துருவிக் கேக்கலைன்னு ஏமாத்தம்போல இருக்கு. கேட்டிருந்தால் 'நன்னா யோசிச்சுச் சொல்லு, நன்னா யோசிச்சுச் சொல்லு'ன்னு இன்னும் நாலு ஸ்பூன் குடுத்திருப்பா; கையைத் தட்டிச் சிரிச்சிருப்பா. நான் அசட்டையாப் போய்க் கையை அலம்பவும் 'டக்'னு விஷயத்தை உடைச்சுட்டா.

"உருளைக்கிழங்கு அல்வா! ஒரு சொட்டு பாதாம் எஸென்ஸ் விட்டேன். யாருக்கும் கண்டுபிடிக்கவே முடியலை. பாதாம் அல்வா மாதிரிதான் இருக்கு. என்ன வித்தியாசம்? இதுக்காக

ஏன் வீண்செலவு? பாதாமை வாங்கி உடைச்சு, ஊறவச்சு. . .”னு என்னமோ நீளமா ஆரம்பிச்சுச் சொல்லிண்டிருக்காள். நான் அறைக்குள்ளே போய்ட்டேன்.

“கொஞ்சம் காபி கலக்கட்டுமாடி”னு அறை வாசற்படியிலே வந்து நின்னு கேக்கறாள். எனக்கு இப்போ வேண்டாம்தான். ஒருவேளை அம்மாவுக்கு வேண்டி இருக்குமோன்னு நினைச்சுண்டு, ‘சரி’ங்கறேன்.

அடுக்களையிலே போய் என்னமோ தனக்குள்ளேயே பேசிண்டு காபி போடறாள். அவள் வச்சுட்டுப்போன மாதிரி ஒண்ணுமே இல்லையாம். பாத்திரமெல்லாம் கறுத்துக் கிடக்காம். அறையெல்லாம் வாரத்துக்கு ஒரு தடவையாவது அலம்பணு மாம். காலிலெல்லாம் ஒட்டறதாம். ‘பாவம்! அவள் என்ன பண்ணுவாள்’னு வேற ஒரு கரிசனை. ‘அந்த வரைக்கும் ஓட்டல்லே சாப்பிடாமல் ஆத்திலே சமைச்சுச் சாப்பிடணும்னு தோணிருக்கே’ன்னு ஒரு திருப்தி. காபியைக் கொண்டுவந்து வச்சுட்டு, “என்ன சமைக்கணும்“னு கேட்டுண்டு நிக்கறாள்.

காபியைக் குடிச்சிண்டே “உனக்கு?”ன்னு கேக்கறேன்.

“இருக்கு... இருக்கு”ன்னு சொல்லிண்டே அடுக்களைக்குள்ளே போறாள்.

எனக்கும் நன்னா சாப்பிட்டு ரொம்ப நாளான மாதிரி இருக்கு. இவள் இப்போ ஆத்துக்கு வந்திருக்கறது மனசுக்கு ரொம்ப சந்தோஷமா இருக்கு. ஆனால் என்மனசுக்கு ஒண்ணு புரியறது. இத்தனைக்கும் பின்னாலே என்னமோ சமாசாரம் இருக்கு. அதை ஆரம்பிக்கறதுக்கு இவள் சமயம் பார்த்துண்டு இருக்காள்.

நான் குளிக்கறத்துக்கு பாத்ரூமுக்குப் போறேன்.

ஆர்.கே.வி. வந்து கல்யாண விஷயமாப் பேசிட்டுப் போனப்பறம் இவளுக்கும் கணேசனுக்கும் முட்டிண்டுடுத்தோன்னு தோண்றது.

இந்தக் கல்யாண ‘ப்ரபோஸலை’ யார் ஆதரிச்சிருப்பான்னு யோசிச்சுப் பாக்கறேன்.

அம்மா எதிர்த்திருக்க மாட்டாள். கணேசன்தான் குறுக்கு வெட்டுப் போட்டிருப்பான்னு நினைக்கறேன். அவளா சொல்லட்டுமே. அதுக்குத்தானே வந்திருக்கா. உருளைக் கிழங்கை எப்படி அல்வா பண்றதுன்னு எனக்குக் கிளாஸ் எடுக்கவா வந்திருக்கா, பின்னே?

வந்த உடனே எத்தனை இயல்பா அடுக்களையை சார்ஜ் எடுத்துண்டா! முதல்லே அங்கே கழுவித் தள்ளியாகறது...

நான் பாத்ரூம்லேருந்து வெளியே வரேன். மாஞ்சு மாஞ்சு கழுவித் தள்ளிண்டிருக்கா. பாவம்? இந்த மாதிரி கையை வீசிக் காரியம் செய்ய அங்கே முடியுமா! அங்கே தண்ணியைக் கொட்டினால் எதிர்த்த போர்ஷனுக்குப் போயிடுமே! முதல்லே தண்ணி ஏது, இப்படித் தாராளமா கொட்டறதுக்கு? இத்தனை நாளா ஏங்கிண்டிருந்திருப்பா போல இருக்கு...

இன்னக்கித்தான் நான் நிம்மதியா குளிச்சுட்டு, டிரஸ் பண்ணிண்டு கட்டில் சட்டத்துக்குமேலே ஈரத் தலையை அவிழ்த்துக் காத்தாட விட்டுண்டு மல்லாக்கப் படுத்துண்டு ரொம்ப நாளைக்கப்பறம் புஸ்தகம் படிக்கிறேன். இல்லேன்னா அடுப்பிலே ஒரு கண்ணும் புஸ்தகத்திலே ஒரு கண்ணுமா ஹாலுக்கும் அடுக்களைக்கும் ஓடி ஓடிச் சமைச்சுண்டு இருப்பேன்!

இந்த மாதிரி நான் சமைக்கறச்சே மணம் வர மாட்டேங்கறதே! வேற யாராவது சமைச்சாத்தான் மணம் வரும் போல் இருக்கு.

ஈரக்கையைத் துடைச்சுண்டு அம்மா ஹாலுக்கு வரா. வந்து சோபாவிலே உக்காந்துக்கறா. உள்ளே படிச்சுண்டு இருக்கற என்னைப் பாக்கறா.

“நீ சொல்லுவியே ஆர்.கே.வி., ஆர்.கே.வி.ன்னு அவர் வந்திருந்தார். நீகூட அவாத்துக்குப் போயிருந்தயாமே! அட்ரஸ்கூட நீதான் குடுத்தேன்னு சொன்னார் அதுக்குமேலே உனக்கு ஒண்ணும் தெரியாதுன்னும் சொன்னார். அவரோட அவ அம்மாவும் வந்திருந்தா. ரொம்பத் தங்கமான மனுஷா...” நான் புஸ்கத்தை மூடிண்டு எழுந்து உட்கார்ந்துக்கறேன்.

‘காலிப்பயல், காவாலிப்பயல்’னு அநியாயமாச் சொல்லிண்டிருந்தாரே இந்த வெங்கு அண்ணா? – எவ்வளவு நல்ல மாதிரி தெரியுமா? அவர்தான் இந்தக் கதையெல்லாம் எழுதறவர்னு தெரிஞ்ச உடனே அதுக்காக ஒரு கூட்டம் கூடிடுத்து அவரைச் சுத்தி.

“என்னமோ நாத்தனார், மன்னிக்கு ஆகாமல் நாம்ப தனியா இருக்கோம்னு அவா நினைச்சுண்டு இருக்கா. அவர் என்னத்துக்கு வந்தார்னு நீ கேக்கலையே?”ன்னு, இதுக்கு மேலே விஷயத்தை ஆரம்பிக்கலாமா, வேண்டாமா?ன்னு என் முகத்தைப் பார்த்து மனசை அளக்கறமாதிரித் தலைநிமிர்ந்து என்னைப் பார்க்கறாள். நான் சிரிக்கறேன்.

33

எல்லாம் நான் நினைச்சபடிதான் நடந்திருக்கு. ஆனால் ஆர்.கே.வி.யும் அவர் அம்மாவும் போனப்பறம்தான் கணேசனுக்கும் அம்மாவுக்கும் முட்டிண்டுடுத்து போல இருக்கு. 'யோசிச்சுச் சொல்றோம், அவளையும் ஒரு வார்த்தை கேட்டுடறோம்'னு என்னத்தையோ சொல்லிப் பூசி மெழுகி அவாளை அனுப்பி வெச்சிருக்கா.

அவா போனப்பறம் கணேசன் என்னமோ என்னை ரொம்பக் கேவலமாப் பேசினானாம். 'ஒருத்தனைக் கல்யாணம் பண்ணிண்டு ஒழுங்காகக் குடித்தனம் நடத்தறத்துக்கு அவளுக்கு யோக்யதை இருக்கா? என்னமோ அவா தான் தெரியாமல் வந்து பொண் கேட்டுட்டான்னா அதுக்காக ஒரேயடியாப் பூரிச்சுப் போறே'ன்னு குத்திக் காண்பிச்சானாம். இன்னும் என்னென்னவோ இவளாலே திருப்பிச் சொல்ல முடியாத வார்த்தையெல்லாம் சொன்னானாம். இவளுக்கு வாயைத் திறக்க முடியலையாம்; மறுவார்த்தை பேச முடியலையாம். இதைச் சொல்றச்சயே கண்ணிலேருந்து பொலபொலன்னு கொட்டறது. என்னைப் பரிதாபமாக் கெஞ்சிக் கேட்டுக்கறா:

"வேண்டாம்டி. நான் சொல்றதைக் கேளேன். இந்த ஒரு விஷயத்திலே கேளேன். இந்தக் 'கார்க்கார கட்டால போறவன்' சகவாசம் வேண்டாம்டி. அவன் ரொம்பப் பொல்லாதவன்னு ஊரேல்லாம் பேசறாளாமே! உனக்கு என்னத்துக்கு இப்படி ஒரு அபவாதம்? இப்படியும் ஒருத்தர் உன்னைப் பொண் கேக்க வருவாளான்னு காத்துண்டு இருந்தேனே –

அந்தக் கதை எழுதற மனுஷர் வயசு குறைச்சலா இருந்தாலும் ரொம்பப் பெரியவர்தான். நான் மனசிலே நினைச்சுண்டு இருக்கறதுக்குப் பதில் சொல்ற மாதிரின்னா ஒன்னெண்ணும் சொன்னார்! அந்த பெங்களூர் வரன் ரொம்பப் பெரும்போக்காம். தன் முதுகு தெரியாமல் ஆடறதுகளே நம்மூர்ச் சனியன்கள். அந்த மாதிரி இல்லையாம்." என்கிட்டே கொஞ்சம் நெருங்கி வந்து குரலைத் தாழ்த்திண்டு என்னை கரைக்கிற மாதிரி அந்தரங்கமாச் சொல்றான்:

"ஆம்படையாள் செத்துட்டாள்னு என்னை ஒரு கன்னிப் பொண்ணா பார்த்துக் கல்யாணம் பண்ணிக்கச் சொல்றேளே, வர்றவன், 'இதுக்கு முன்னாடி ஒருத்தியோட வாழ்ந்தவன் தானே'ன்னு என்னை நினைக்கமாட்டாளா? அதனாலே சின்ன வயசிலேயே அறுத்துட்டவா எத்தனையோ பேர் இருக்கா. கல்யாணம் பண்ணிக்கறதானா அவாள்லே ஒருத்தரைத்தான் பார்த்துக் கல்யாணம் பண்ணிப்பேன்'னாராம். இந்தக் கதை எழுதற மனுஷர் அதைச் சொல்லிட்டுச் சொல்றார்: 'இவன் தயாரா இருந்தாலும் அந்த மாதிரிப் பொண்கள் யாரும் இன்னம் அதுக்குத் தயாராகலியே. நான் என்ன பண்றது?"ன்னு. அதனாலே நீ ஒண்ணும் யோசிக்க வேண்டாம். என்னைக் கேட்டா எதையும் மறைக்காமல் எல்லாத்தையும் சொல்லியே இந்த வரனை முடிக்கலாம்னு தோணறது. யாரையும் ஏமாத்தவும் வேண்டாம்; மோசம் போகவும் வேண்டாம்; நான் ரெண்டு மூணு நாள் யோசிச்சேன். இதைவிட உத்தமமா எனக்கு ஒண்ணும் தோணலே... என்னடி சிரிக்கறே?"

– இவ கேட்டப்பறம்தான் எனக்குப் புரியறது, நான் சிரிச்சுண்டு இருக்கேன்னு.

இவா பேசற நியாயத்துக்குச் சிரிக்காமல் வேற என்ன பண்றதாம்? என்னை யாரோ கல்யாணம் பண்ணிக்கத் தயாரா இல்லாமலா நான் இத்தனை வருஷமா இப்படியே இருக்கேன்? அப்படி இவா நினைச்சுண்டு இருக்காங்கறது புரியறச்சே சிரிப்புத்தான் வரது எனக்கு. இவா எவ்வளவு சுலபமா அதைப் பத்திப் பேசறா? நானும் நடந்ததையெல்லாம் மறந்துட்டு – நடந்ததைன்னா, என்னைக்கோ காரிலே நடந்ததே, அது மாத்திரமில்லே; அதுக்கப்பறம் இப்ப இவர் கார்த்தாலே என்னைக் கார்லே இறக்கிவிட்டுட்டுப் போனாரே இது வரைக்கும் நடந்ததையெல்லாம் மறந்துட்டு – யாரோ ஒருத்தருக்கு நான்தான் ரொம்ப சொந்தம்னு உரிமை கொண்டாடிண்டு, அவருக்குப் பணிவிடை பண்ணிண்டு, ஒரு அன்னிய புருஷனோடு போய் ஒட்டிக்கறதை நினைக்கறச்சேயே ரொம்ப அருவருப்பா இருக்கு. அது எப்படி முடியும்? அது முடியும்னா, கணேசன்

என்னைப் பத்திச் சொல்லிண்டு இருக்கானே அது எல்லாம் எனக்கு முடிஞ்சிருக்கணும்! வெங்கு மாமாவுக்கு நான் 'நோ' சொல்லியிருக்கப்படாது. பஸ்ஸிலே வந்து உரசறவனைக் கண்டு எல்லாம் பயந்து பயந்து ஒதுங்கி இருக்கப்படாது. டிக்கட் குடுக்கற கண்டக்டரோட விரல் மேலே பட்டுடுமோன்னு உடம்பு கூசி இருக்கப்படாது. இதெல்லாம் தெரிஞ்சவாளுக்குத்தான் நான் ஏன் கல்யாணம் பண்ணிக்க முடியாதுன்னு புரிஞ்சுக்க முடியும். இவாளை எல்லாம் ஏத்துக்காத என் மனசு எப்படி இந்த பெங்களூர் வரனை மட்டும் ஏத்துக்குமாமம்? எனக்கு ரொம்ப லாஜிக்கலாப் புரியற இந்த விஷயம் இவாளுக்கு எப்படி எடுத்துச் சொன்னாலும் புரியாதேன்னு நினைச்சு நான் சிரிக்கறேன்.

என் மனசுக்கு நன்னாத் தெரியறது. நான் எந்த மனுஷனை மனப்பூர்வமா சம்மதிச்சு ஏத்துண்டாலும், அந்த உறவுக்கு எவ்வளவு மங்களரமான பேரைச் சூட்டினாலும் அதுக்கப்பறம் எந்தக் கேவலமான விபசாரத்துக்கும் நான் தயாராயிடுவேன். ஏன் அப்படி நான் நினைக்கறேன்? ஏன்னா என்னைப் பொறுத்தவரைக்கும் இது அதனுடைய ஆரம்பம்னு உள்ளூரத் தோணறது. பயமா இருக்கு. இல்லேன்னா என் மனசுக்கு எல்லா விதத்திலேயும் பிடிச்சு இருக்கிற இவர்கிட்டேயே நான் இப்படி விலகி இருக்கமாட்டேன். இவரைவிட எனக்குப் பிடிச்ச இன்னொரு புருஷாள் இருக்கவே முடியாது. நான் தைரியமா என் மனசுக்குள்ளே முதல் தடவையா உறுதியா நினைக்கறேன். 'எஸ்! ஐ லவ் ஹிம்!' ஆனால் இந்த லவ், எல்லா லவ் மாதிரியும் எதிலேயோ போய் முடியாது. இது முடியற, தீர்ந்து போற, திகட்டிப் போற காதல் இல்லை. இவரைப் பிரியவோ, இவரை இழக்கவோ நான் எந்தச் சூழ்நிலையிலும் சம்மதிக்கமாட்டேன். இவர் கேட்டார்னா இவருக்காக நான் எதையும் தருவேன், இந்த உடம்பு உட்பட. ஆனால் இவரே விரும்பினாக்கூட – அதுக்கு இவர் என்னென்னவோ காரணம் சொல்றார் – இவரை விட்டுப் பிரிஞ்சு இருக்க நான் ஒருகாலும் சம்மதிக்கமாட்டேன். இவருக்கும்கூட இது புரியலையேன்னு நினைச்சு நான் சிரிக்கறேன்.

இதையெல்லாம் எப்படி இந்த அம்மாவுக்கு விளக்கிப் புரியற மாதிரி சொல்ல முடியும்?

"கணேசன் சொல்றது இருக்கட்டும் . . . ஆசை நம்ம அறிவை மறைச்சுடப்படாது. இதெல்லாம் ஒண்ணும் நடக்கற காரியம் இல்லே. இதைப் பத்திப் பேசிப் பேசி ஏதாவது கற்பனைகளை வளர்த்துண்டு கஷ்டப்படாதே"ன்னு சொல்றேன்.

அம்மா மனசு இந்தப் பதிலைக்கேட்டு எப்படித் துடிக்கறதுன்னு எனக்குப் புரியறது. இதுக்கு மேலே தொடர்ந்து

இவள் ஏதாவது பேசினா எனக்குக் கோவம் வந்துடுமோன்னு பயமா இருக்கு. அம்மா பெருமூச்சு விட்டுண்டு 'இதுக்கு மேலே வாயைத் திறந்தா என்ன வருமோ!'ங்கற பயத்தோட எழுந்து உள்ளே போயிடறா.

நான் படிக்க ஆரம்பிக்கறேன்.

அடுக்களையிலே தனக்குத்தானே என்னமோ பேசிப் புலம்பிக்கறா. நான் அதைக் கவனிக்காமல் இருக்கேன்.

சாதம் போடறச்சே மறுபடியும் மெல்ல ஆரம்பிக்கறாள்:

"எடுத்தேன் கவிழ்த்தேன்னு என்னைப் பேசிட்டா ஆச்சா? நன்னா யோசிச்சுப்பாரு. பாக்கறவா கண்டதும் பேசறாளே. நீயும் கௌரவமா வாழணும்னு எனக்கு இருக்கிற ஆசையினாலேதானே சொல்றேன்"னு சொல்லிண்டு முந்தானையிலே கண்ணைத் தொடச்சுக்கறா.

நான் மௌனமா சாப்பிடறேன். இவளைக் கோவிச்சுண்டு எதுவும் சொல்லிடப்படாதுன்னு மனசைத் திடம் பண்ணிக்க றேன். இந்த விஷயத்திலே நான் கோவிச்சுண்டா அது என் பலவீன மாயிடும். என்னமோ எனக்குள்ளேயே நான் ஊசலாடிண்டு, இப்படி ஒரு முடிவுக்கு நானே வந்துடுவேனேன்னு மானசீகமா பயந்துண்டு இருந்தால் தான் எனக்கு கோவம் வரும். இல்லேன்னா எதுக்கு நான் இவளைப் போயி இதுக்குக் கோவிச்சுக்கணும்? நானே ஒரு தமாஷ் பண்ணிப் பாக்கத்தானே ஆர்.கே.வியை அனுப்பினேன்! இப்போ இந்தத் தமாஷை ரசிக்காமல் கோவிச்சுக்குவாளா என்ன?

நான் மௌனமா இருக்கறதுக்கு அர்த்தம் சம்மதம் இல்லேன்னு இவளுக்குத் தெரியறது.

சாயங்காலம் கணேசன் வரான். இவன் வந்து என்னை ஏதாவது கேப்பானேன்னு எனக்குப் பயமா இருக்கு. இவனோட நான் பேசி எத்தனையோ வருஷங்களாச்சு! இவனா வந்து என்னை ஏதாவது கேட்டால் என்ன பதில் சொல்றதுன்னு எனக்கு ஒண்ணுமே புரியாமல் 'ப்ளாங்க்கா' ஆயிடறது. வந்து ஹால்லே உட்கார்ந்துண்டு இருக்கான். அம்மா காபி கொண்டு வரா போலே இருக்கு.

"என்ன சொல்றாள்?"ன்னு கேக்கறான். அம்மா என்ன பதில் சொல்றாள்னு எனக்குத் தெரியலே. ஏதாவது ஜாடை காண்பிக்கறாளோ? என் காதிலே விழட்டும்னு சத்தமா சொல்றான் கணேசன்:

"ஏதோ தலை எழுத்து! நம்ம குடும்பத்திலே நடக்கக் கூடாத தெல்லாம் நடந்துடுத்து. அதுக்காகப் போட்டி போட்டுண்டு கெட்டுப் போகணுமா என்ன? கெட்டுப் போறதுக்கு சந்தர்ப்பம் வரும்போது முன்னே பின்னே யோசிக்காமல் கெட்டுப் போயிடறோம். நன்னா இருக்கிறதுக்கு வேளை வரச்சே மேலயும் கீழயும் பார்த்துண்டு நிக்கறோம்னா இதை விதின்னு சொல்லாம என்னன்னு சொல்றது?"

இதுக்கெல்லாம் நான் ஏதாவது பதில் சொல்லிடுவேன்னு நினைக்கறான் போல இருக்கு! நான் பேசாமல் இருக்கறதைப் பார்த்துட்டு அவனே . . . அறை வாசற்படியிலே வந்து நிக்கறான். நான் புஸ்தகங்களை அடுக்கிண்டு இருக்கேன். இவன் வந்து நிக்கறது தெரியறது. எனக்கு ஏனோ திரும்பிப் பார்க்கறதுக்கு முடியலே. இவனை நான் பார்த்தே எத்தனையோ வருஷமாயிட்ட மாதிரித் தோணறது. இவன் எத்தனையோ தடவை இங்கே வந்திருக்கான்: சண்டை போட்டிருக்கான்கிறதெல்லாம் இவன் என்னைப் பார்த்திருக்கான்கறதுக்குத்தான் அடையாளமே தவிர நான் எங்கே இவனைப் பார்த்தேன்? பார்க்காமல் இருக்கிறதுங்கறது வேறே; பராமுகமா இருக்கிறது வேறே. நான் இவன்கிட்டே பராமுகமா இருந்திருக்கேன்.

"இந்தரு கங்கா!" – இவன் கூப்பிடற லட்சணமே இப்படித்தான். 'இந்தரு, இந்தரு'ன்னுண்டு 'இந்தாபாரு'ன்னு இதுக்கு அர்த்தமாம்! இவன் தன்னைப் பாருன்னு சொல்லியும்கூட என்னாலே பார்க்க முடியலே. இவனே பேசிண்டு இருக்கான். வாயிலே வெத்தலை சீவல் போல இருக்கு. எப்பப் பார்த்தாலும் வாயெச் சொதசொதன்னுதான் வெச்சுண்டு இருப்பான். நான் இன்னம் இவனைத் திரும்பிப் பார்க்கலே.

"உன் இஷ்டப்படி இருக்கணும்தான் உன்னை விட்டாச்சு. இப்பவும் உன்னோட நல்லதுக்குத்தான் சொல்றேன். ஆனது ஆச்சு! இப்ப இதுக்கும் நீ முரண்டு பிடிச்சேன்னா உன் வாழ்க்கை இப்படியே நாலு பேர் சிரிக்கிற மாதிரிதான் இருக்கும். நீ என்ன குழந்தையா? அம்மாதான் ரொம்ப ஆசைப்பட்டாள். எனக்குத் தெரியும் உன் குணம். எனக்கு மட்டும் ஆசை இல்லையா என்ன? அதனாலேதான் எங்களையெல்லாம் நீ மதிக்கிறவள் இல்லேன்னு தெரிஞ்சும் வந்து சொல்றோம். லாஸ்ட் சான்ஸ்! இதையும் நீ எங்க சொல்லைக் கேக்காமல், மதிக்காமல் விட்டுட்டா உனக்கும் எங்களுக்கும் இந்த ஜன்மத்துக்கும் ஒட்டப்போறதில்லேன்னு ஆயிடும். எனக்கென்ன? உன்னைப் பெத்த பாவத்துக்கு அம்மாதான் சாகற வரைக்கும் கஷ்டப்பட்டுண்டு நிம்மதி இல்லாம தவிக்கறப் போறா. இந்தரு . . . நான் சொல்றது புரியறதோ."

நான் அவனைத் திரும்பிப் பார்க்கறேன். ஒண்ணும் பேசத் தோணலே. எப்படிப் பேசறதுன்னு புரியலே. அம்மா ஹால்லே நின்னுண்டு இருக்காள் போல இருக்கு.

"நோ..."ன்னு சொல்றேன். தொண்டை அடைச்சுக்கறது. 'முன்னே மாதிரி அடிப்பானோ?'ன்னு ஒரு விசித்திரமான, சிறு பிள்ளைத்தனமான கற்பனை வரது.

"நோ! என்னாலே அதை நினைச்சுக்கூடப் பார்க்க முடியலே"ன்னு சொல்றேன்.

"உனக்குக் கல்யாணம் ஆகும்னு நாங்களும் கற்பனைகூடப் பண்ணிப் பார்த்தது கிடையாது. நாம் நினைக்காததும், கற்பனை பண்ணாததும் நடக்கவே கூடாதா என்ன? ஒழுங்கா, யோக்கியமா வாழணும்ங்கற ஆசை இருந்தால் இந்த சான்ஸை நீ விடமாட்டே"ன்னு கொஞ்சம் கடுமையா ஆனா உரிமையோட சொல்றான்.

'இவனுக்கென்ன இதிலே இவ்வளவு அக்கறை? அம்மாதான் என் மேலே வெச்சிருக்கிற பாசத்திலே இப்படிக் கிடந்து தவிக்கிறா. இவனுக்கென்ன? இவன்தான் என்னைப் பத்தி இல்லாததையும் பொல்லாததையும் சொல்லித் தூத்திண்டு திரியறவனாச்சே'ன்னு யோசிக்கறேன். கேக்கறதானா 'நறுக்' 'நறுக்'னு கேட்டுடலாம்.

ஆனா இவனைக் கேள்வி கேக்கறது ஒண்ணும் எனக்கு அவ்வளவு முக்கியமாத் தோணலே.

நானே யோசிக்கிறேன். இவன் எதுக்கு இந்த விஷயத்திலே இவ்வளவு தூரம் அக்கறை காட்டறான்?

பாவம், தங்கையை வீட்டை விட்டு அடிச்சு விரட்டினது மனசை உறுத்திண்டே இருக்குபோல இருக்கு. அவளை விரட்டினது நியாயம்தான், நியாயம்தான்னு தனக்குத் தானே சொல்லிக்கிறதுக்கு ஏதாவது ஆதாரம் வேண்டாமா? அதனாலேதான் அவனுக்கு வசதியா, இல்லாததையும் பொல்லாததையும் தானே நெஜம்னு நம்பிண்டு என்னைத் தூத்திண்டு இருந்திருக்கான் போலே இருக்கு.

"இல்லேன்னா உன்னைக் கார்லே ஏத்திண்டு சுத்தறானே – அந்தப் பிரபு – அவனையே உன்னைக் கல்யாணம் பண்ணிக்கச் சொல்லேன் பார்ப்போம். கேட்டியானா அதுக்கு அப்பறம் உன்னைத் திரும்பிக்கூடப் பார்க்காம ஓடிப் போயிடுவான், தெரியுமா ஹ ஹ ..." என்று என்னைப் பயமுறுத்தறான்.

"கல்யாணம்னு பண்ணிண்டாத்தானா?"ங்கறேன். சொல்லிட்டு நாக்கைக் கடிச்சுக்கறேன்.

"அம்மா கேட்டயா, கேட்டயா இவ சொல்றதே? 'கல்யாணம்னு பண்ணிண்டாத்தானா'ன்னு கேக்கறா"ன்னு கத்தறான். நான் மனசுக்குள்ளே சிரிச்சுக்கறேன்.

"என்னத்துக்கு இவகிட்டே வீண் பேச்சு? அவ பிடிச்சா ஒரேடியாத்தான் நிப்பாள். எல்லாத்துக்கும் துணிஞ்சு நிக்கறாள். பெத்த பாவம் நான் படறேன். நீ என்னத்துக்கு இவளோட பேச்சு வச்சுக்கறே? எல்லாம் என் தலை எழுத்து. ஊரெல்லாம் சொல்றதுதான் உண்மைபோல இருக்கு"ன்னு அழற மாதிரி முனகிப் புலம்பறாள் அம்மா.

"எனக்கு யாரையோ கல்யாணம் பண்ணிக்க இஷ்டமில்லேன்னா அதுக்காக நீங்க எல்லாரும் என்னத்துக்கு இப்படி அலுத்துக்கறேள்? இஷ்டமில்லேன்னா விட வேண்டியதுதானே? என்மேலே நீங்க இவ்வளவு அக்கறை வெச்சிருக்கேளேன்னு சந்தோஷப்படறேன். ரொம்ப தாங்க்ஸ் அத்தோட விடுங்கோ"ன்னு ஹாலுக்கு வந்து அம்மாவையும் கணேசனையும் பார்க்காமல் பேப்பராலே முகத்தை மறைச்சுண்டு ரெண்டு பேருக்குமா பதில் சொல்றேன்.

"யாரையோ நீ கல்யாணம் பண்ணிக்கமாட்டேங்கறேன்னு ஒண்ணும் நாங்க அலுத்துக்கலே. எவனுக்கோ வைப்பாட்டின்னு பேர் எடுத்துண்டு திரியறயே – அதை மாத்தித் தொலைக்கணுமேன்னு

தான் இவ்வளவு தூரம் பிரயாசைப்படறோம்"னு பல்லைக் கடிச்சுண்டு கத்தறான் கணேசன்.

முகத்தை மறைச்சுண்டு இருந்த பேப்பரை எடுத்துட்டு நான் இவனைப் பார்க்கறேன், சிரிச்சுண்டேதான் பாக்கறேன்.

'கரெக்ட்!'னு சொல்லிக்கறேன்:

"அதுதான் காரணம், நான் யாரையும் கல்யாணம் பண்ணிக்க முடியாதுங்கறதுக்கு. இப்படி ஒரு பேர் எடுத்தவள் – அவாளே சொல்றமாதிரி 'விடோ'வா இருந்தால்கூடப் பரவாயில்லை – இப்படிப்பட்டவளை வச்சு வாழ முடியாது. இப்படியெல்லாம் ஒரு நெருக்கடி வரப்படாதுன்னுதான் நானே எனக்கு பிடிச்ச மாதிரி ஒரு லைஃபைத் தேடிண்டேன்... இதை மாத்திக்க முடியாது."

"மூடு வாயை!"ன்னு கத்தறான் கணேசன். நான் பேச்சை நிறுத்திக்கறேன். "வெக்கமில்லாமல் இதை ஒரு நியாயம்னு சொல்றயே..."

'இதுதான் என்னோட நியாயம்'னு நெனச்சுக்கறேன்; பதில் சொல்லல்லே.

எல்லாருமே அதுக்கப்பறம் மௌனமா இருக்கோம் எப்படியும் என்னை வளைச்சு அவா இஷ்டப்படி அந்தக் கல்யாணத்துக்குள்ளே அடைக்க முடியாதுன்னு அவாளுக்கே தோணிடுத்துப்போல இருக்கு.

என்னைப் பொறுத்தவரைக்கும் 'இத்தோட இந்த விஷயத்தை விடுங்கோ'ன்னு சொல்லாமலேயே முடிச்சுண்டு மாடிக்குப் போறேன்.

மொட்டை மாடியிலே உலாத்திண்டு இருக்கேன். ஒரு ஈவினிங் வாக் போகலாமான்னு நெனச்சுக்கறேன்.

கணேசன் போயிட்டான் போலே இருக்கு.

எனக்கு இவரைப் பார்க்கணும்போல இருக்கு. காலையிலேயே சொல்லி இருந்தா வந்து இருப்பார். நாளைக்குக் காலையிலே வாக்கிங் போறச்சேதான் பார்க்க முடியும்ங்கற நெனப்பு ஒரு ஏக்கம் மாதிரி மனசுக்குள்ளே கனக்கறது.

எனக்கு இப்ப இவர் வேணும். இவரைப் பார்த்து இவர் பக்கத்திலே உக்காந்து பேசிண்டு இருந்தால் எனக்கு வாழ்க்கை நிறைவாயிடும் – எனக்கு அது போறும்...

இப்ப நான் வாக்கிங் போகப் போறேன்.

34

‘டி.எல். கணேசன் – கங்காவின் சகோதரன்’ ஆங்கிலத்தில் எழுதிய ஒரு காகிகத்தைப் பிரபுவின் ஆபீஸ் மானேஜர் ராவ் கொண்டு வந்து பிரபுவிடம் நீட்டுகிறார்.

“வரச் சொல்லுங்கள்” என்று ஆங்கிலத்தில் கூறி அவரை அனுப்பிவிட்டு ‘டை’யைச் சரி செய்து கொள்கிறான் பிரபு.

தனது ஆபீசில் மேலதிகாரியின் ரூமுக்குள் நுழைகிற பயபக்தியோடு கணேசன் உள்ளே நுழைவதைப் பிரபு பார்க்கிறான். இதற்கு முன்னால் அவனை இவன் பார்த்ததே இல்லை.

தனக்கு ஒரு அண்ணன் இருக்கிறானென்றும், தன்னை அவன் அடித்து வீட்டை விட்டுத் துரத்தியதையும் இப்போதும்கூடத் தன்மீது ஏதாகிலும் ஒரு அவதூறைச் சுமந்துகொண்டு வந்து அவன் வசைபாடிவிட்டுப் போவதையும் கங்கா பிரபுவிடம் சொல்லி இருக்கிறாள்.

அவனைப் பற்றி அவள் சொல்லும்போது, அவனது கோபத்தையும் வெறுப்பையும் அவள் வருணித்தபோது, அவனைப்பற்றி இவன் மனசில் ஏற்பட்டிருந்த சித்திரத்துக்கும் இப்போது எதிரே வந்து நிற்கும் அவன் தோற்றத்துக்கும் நிறைய வித்தியாசம் காண்கிறான் பிரபு.

அவனை இப்போது நேரில் பார்க்கும்போது அவன் மீது ஒரு பரிதாப உணர்ச்சியே இவனுக்கு ஏற்படுகிறது.

தன்னையொத்த வயதோ, தனக்கு ஓரிரு வயது குறைச்சலாகவோ அவனுக்கு இருக்க வேண்டும் என்று மனசுள் கணிக்கிறான் பிரபு. வாழ்க்கையில் வறுமையிலும் எளிமையிலும் அடிபட்டுப் பதப்பட்டு போனவன் என்று தெரிகிறது. தலையெல்லாம் பாதிக்குப் பாதி கலந்துவிட்ட நரை. கன்னங் களில் வெற்றிலை அடங்கியதால் ஏற்பட்டுப் போன ஒட்டல். நெற்றியில் விபூதி. தோய்த்து, 'அயர்ன்' செய்யப்படாத, காலர் சுருண்ட கலர் ஷர்ட், தொள தொளவென்று – இடுப்பில் மட்டும் பாவாடை கட்டியது மாதிரி இறுகிய – ரொம்பப் பழசாகிப்போன, 'டிரில்' துணியினாலான ஒரு வெள்ளைப் பாண்ட். கையில் ஒரு காக்கிப் பை. அதில் தலை நீட்டிக் கொண்டிருக்கும் இன்றைய ஆங்கிலத் தினசரி. பையின் ஒரு மூலையில் டிபன் பாக்ஸின் கனம் தொங்குகிறது.

வந்தவுடன், "குட்மார்னிங் ஸார்" என்று ஒரு குமாஸ்தாத் தனத்துடன் இவனை வணங்கி ஓர் ஓரமாய் நிற்கிறான் கணேசன்.

"பிளீஸ் ஸிட்டௌன்" என்று எதிரிலிருந்த நாற்காலிகளில் ஒன்றைக் காட்டுகிறான் பிரபு.

அதில் மிகவும் அடக்கத்துடன் இரண்டு முழங்கால்களையும் சேர்த்து ஒட்டவைத்து உட்கார்ந்து கொண்ட கணேசன் தன் காக்கிப் பையை பக்கத்தில் தரையில் வைத்தபோது, 'டொங்'கென்று டிபன் பாக்ஸ் சத்தம் கேட்கிறது.

"உங்களுக்கு நான் என்ன தரலாம்? காபி? டீ? கூல் டிரிங்க்ஸ்?..." என்று மிகுந்த மரியாதையோடு உபசரிக்கிறான் பிரபு.

"நோ, தாங்க்ஸ்... ஒண்ணும் வேண்டாம்" என்று கண்ணியத் தோடு மறுக்கிறான் கணேசன்.

"இட் இஸ் ஆல்ரைட்! ஜஸ்ட் எ கூல் டிரிங்க்" என்று சொல்லி விட்டு மேஜையில் காலடியிலிருந்த பொத்தனை இவன் அமுக்க வெளியே அடித்த மணியோசையைக் கேட்கிறான் கணேசன். பியூன் வருகிறான்.

"கூல் டிரிங்ஸ்..." அவன் போகிறான். பிரபு ஒரு சிகரெட்டை எடுத்துப் பற்ற வைக்கும்முன் கணேசனிடம் நீட்டுகிறான்.

"நோ ... தாங்க்ஸ்" பிரபு சிகரெட்டைப் பற்றவைத்துப் புகையை ஊதுகிறான். கணேசனுக்கு என்ன பேசி எப்படி ஆரம்பிப்பது என்று தெரியாததால் சற்று அங்கு மௌனம் நிலவுகிறது. ஏர்கண்டிஷன் வேலை செய்கிற 'கிர்' சத்தம் அந்த மௌனத்தின் கனத்தை அளந்து காட்டுகிறது.

பிரபு சிகரெட் புகை நெஞ்சில் கமற இருமுகிறான். கொஞ்சம் அதிகமாகவே இருமி, கர்ச்சிப்பால் கண்களைத் துடைத்துக் கொண்டு, “ஐ ஆம் ஸாரி” என்கிறான்: “கோல்ட்.”

“காலையில் தினம் பனியிலே வாக்கிங் போறீங்களே . . ?” என்கிறான் கணேசன்.

“அப்படி பனி ஒண்ணும் அதிகமா இல்லே. இன்னும் ஒரு மாசம் போனா ‘ஸ்கார்ப்’ இல்லாமல் போக முடியாது” என்கிறான் பிரபு.

முக்கால் அடி உயரமுள்ள இரண்டு கிளாஸ்களில் ஸ்ட்ரா வுடன் கூல் டிரிங்கைக் கொண்டுவந்து, இவர்கள் முன்னால் இரண்டு கார்க் வட்டங்களைப் போட்டு அவற்றின்மீது வைத்து விட்டுப் போகிறான் பியூன்.

ஒரு ‘ஸிப்’ கூல்டிரிங்கைப் பருகிவிட்டு பிரபு, கணேசனை ஆங்கிலத்தில் கேட்கிறான்: “நீங்கள் எங்கே வேலை செய்கிறீர்கள்?”

“ரயில்வே ஆபீஸில் . . .” என்று ஒரு புன்னகையோடு சொல்லிவிட்டு, அவனும் கூல்டிரிங்கை ஸ்ட்ராவை எடுத்துப் போட்டுவிட்டுக் குடிக்கிறான். பின்னர் கைக்கடிக்காரத்தைப் பார்க்கிறான். இன்னும் அரை மணி நேரத்துக்குள் வந்த விவரத்தைப் பேசிவிட்டு அங்கிருந்து ஆபீசுக்குப் போய்விட வேண்டும் என்று மனசில் நினைத்துக்கொள்கிறான். இவன் எதற்காக வந்திருப்பான் என்கிற யோசனையே இல்லாமல் கணேசனைப்பற்றி, அவனது வருமானம், குடும்பம், குழந்தை குட்டிகள், படிப்பு, குடும்பச சுமை என்பனவற்றையெல்லாம் சம்பந்தமில்லாத, மிகவும் அசட்டுத்தனமான கற்பனைகளுடன் யோசித்துக்கொண்டிருக்கிறான் பிரபு.

“நான் இப்போ எதுக்கு வந்திருக்கேன்னா” என்று அவன் ஆரம்பித்தபோதுதான் ‘இவன் எதற்கோ வந்திருக்கிறான்’ என்று புரிந்துகொள்கிறான் பிரபு.

“ஓ! உங்களுக்கு ஏதாவது நான் செய்யவேண்டுமா?” என்று ஆங்கிலத்தில் கேட்கிறான்.

கணேசனும் ஆங்கிலத்திலேயே சொல்கிறான்: “கடைசியிலே இவ்வளவு காலத்துக்குப் பிறகு என் சகோதரிக்கு ஒரு வரன் வந்து வாய்த்திருக்கிறது. அம்மாவும் இதை எப்படியாவது முடிச்சுட ணும்னு ஆசைப்படறாள். இந்தக் கல்யாணம் நடக்கறதுன்னா அது உங்க கையிலேதான் இருக்கு” என்றதும் பிரபு சந்தோஷத்தில் வாய்விட்டுச் சிரிக்கிறான் தொடர்ந்து ஆங்கிலத்தில்:

"அப்படியானால் இந்தக் கல்யாணம் நடந்துவிட்டது என்று முடிவு செய்துகொள்ளுங்கள். இந்தக் கல்யாணத்தை உங்கள் எல்லாரையும்விட நான்தான் அதிகம் விரும்புகிறேன். இதைப்பற்றிக் கங்காவோடு விவாதித்துக்கொண்டிருக்கிறேன். வாழ்க்கையில் ஏற்பட்ட கசப்பான அனுபவங்கள் கங்காவுக்குக் கல்யாணத்தின்மீதே வெறுப்பை ஏற்படுத்தி இருக்கிறது. நீங்கள் மேற்கொண்டு செய்ய வேண்டியதையெல்லாம் செய்யுங்கள். எல்லாம் சரியாகிவிடும். என் மகளுக்கு கல்யாணம் ஆகப் போகிறது என்றால்கூட நான் இவ்வளவு தூரம் அதைப் பற்றிக் கற்பனை செய்துகொண்டிருக்க மாட்டேன். கங்கா இதைப்பற்றி என்னிடம் சொன்ன நாளிலிருந்து நான் அவளது கல்யாண வாழ்க்கையைப் பற்றித்தான் கற்பனை செய்துகொண்டிருக்கிறேன். யூ நோ, ஷீ இஸ் அன் ஏஞ்சல்! அவளைச் சகோதரியாகப் பெற்றதற்கு நீங்கள் சந்தோஷப்பட வேண்டும்" என்று சொல்லிப் புகழ்வதைக் கேட்கக் கணேசனுக்கு உள்ளூரச் சிரிப்பு வருகிறது. ஆனாலும் 'இவன் பொய்யாக வேண்டுமென்றே இப்படிச் சொல்லுகிறான்' என்று சந்தேகிக்க முடியவில்லை. பிரபு தொடர்ந்து பேசிக்கொண்டே இருக்கிறான்:

"அவளுக்கு நான் நண்பனான பிறகு என்னை அவள் எப்படி எப்படியெல்லாம் உருவாக்கியிருக்கிறாள் தெரியுமா? என் குடும்பத்துக்கு அவள் ஒரு சிநேகிதியான பிறகு என் மகளுக்கு அவள் எப்படிப்பட்ட உதவியெல்லாம் செய்திருக்கிறாள் தெரியுமா? இதைப்பற்றியெல்லாம் பேசுவதற்கும், புகழ்வதற்கும் எனக்கு சந்தர்ப்பமே வரவில்லை. அவளுடைய நல்வாழ்வுக்காக நான் என்ன செய்ய வேண்டுமானாலும் செய்வேன். இப்போது நான் என்ன செய்ய வேண்டும்?"

கங்காவின் கல்யாணத்துக்காகத் தான் எதுவும் செய்ய முடியும் என்பதை இவன் எவ்வளவு உண்மையாகக் கூறுகிறான் என்பதைக் கணேசனால் புரிந்துகொள்ள முடியாவிட்டாலும், 'இவன் ரொம்ப நல்லவன். தன்னைப்பற்றி மற்றவர்கள் என்ன நினைக்கிறார்கள் என்பதுகூடத் தெரியாத அளவுக்கு நல்லவன். இதோ! எதிரில் வந்து உட்கார்ந்து கொண்டிருக்கிறேனே, நான் இவனைப்பற்றி என்ன நினைக்கிறேன் என்றுகூடத் தெரிந்துகொள்ளாமல், தான் சொல்வதையெல்லாம் எல்லோரும் நம்பிவிடுவார்கள் என்று எல்லாரையும் நம்புகிற அளவுக்கு நல்லவன்!' என்று கணேசனுக்குப் புரிகிறது.

இவனுக்காக வருத்தப்படுகிற மாதிரி ஒரு சின்னச் சிரிப்புடன் சொல்கிறான் கணேசன்:

"நான் ஏதாவது சொன்னால் தப்பா நினைச்சுக்க மாட்டீங்களே?"

"நாட் அட் ஆல்! சொல்லுங்க" என்று இன்னொரு சிகரெட்டைப் பற்ற வைக்கிறான் பிரபு.

"உங்களையும் என் தங்கையையும் பற்றி மற்றவர்கள் என்ன பேசுகிறார்கள் என்று தெரியுமா? உண்மை எப்படியும் இருக்கட்டும். பொதுவாக என்ன பேசிக் கொள்ளுகிறார்கள் என்று உங்களுக்குத் தெரியுமா?" என்று கணேசன் கேட்டபோது, பிரபு சிகரெட்டை ஆழ்ந்து புகை இழுத்துச் சற்றுக் கண்களை மூடி யோசிக்கிறான். இவன் கண்களைத் திறந்தபோது இவனிலிருந்து வெளியான புகை எதிரில் இருக்கிறவனின் முகம் தெரியாத அளவுக்குக் கவிந்தபோது, அதைக் கையால் விலக்கிவிட்டுச் சொல்கிறான்:

"யெஸ், ஐ நோ . . . ஐ ஆம் ஸாரி! . . . யூ நோ . . ." என்று அவன் எதையோ சொல்ல ஆரம்பிக்கிறபோது, இவன் மிகவும் உணர்ச்சிவயப்பட்டு இருக்கிறான் என்று புரிந்துகொண்ட கணேசன், தான் இவனை வருத்தப்படுத்திவிட்டோமே என்று யோசித்து இவனை இடைமறித்துச் சொல்கிறான்.

"நோ, நோ! நீங்க அதுக்காக எனக்கு ஒரு விளக்கமும் சொல்ல வேண்டாம். எங்க பொண்ணைப்பத்தி எங்களுக்குத் தெரியாதா? நான் சொல்லவரது என்னன்னா எல்லாத்துக்கும் அப்பறம், இவ்வளவுக்கும் மேலே இவளுக்கும் ஒரு வரன்வரது. அந்த வரனைப் பத்திச் சொல்றதெயெல்லாம் கேட்கும்போது, இவளோட 'பாஸ்டை'ப் பத்தியெல்லாம் 'பாதர்' பண்ணிக்கிறவளாத் தெரியலை. ஹி வாண்ட்டட் டு மேரி எ விடோ! அப்படின்னா பார்த்துக்குங்களேன். ஆனால்..." என்று மேற்கொண்டு சொல்லத் தன் மனசே தாங்காததால் வார்த்தைகள் வராமல் சற்றுத் தடுமாறுகிறான் கணேசன்.

". . . ம் கன்டின்யூ..." என்று அவன் முகத்தைப் பார்க்காமல் 'ஆஷ்–ட்ரே'யில் சாம்பலைத் தட்டுகிறான் பிரபு.

அவன் சொல்லவந்த விஷயத்தை இவ்வளவு மந்தமான புத்தியுடைய பிரபுவும்கூட அவன் சொல்லாமலே புரிந்துகொள்கிற அளவுக்கு அந்த நிலைமை கனித்திருந்தது.

திடீரென்று கணேசனை முகம் நிமிர்ந்து பார்த்துப் பிரபு கேட்கிறான்: "டூ யூ மீன் டு ஸே . . ?" ஏனோ இவன் கண்கள் கலங்குகின்றன. அது அவசியமில்லாத கலக்கம் என்கிற நிதானிப்பில் கலங்கிய கண்களில் ஒரு தெளிவும் தேங்குகிறது.

அந்தக் கலக்கத்தைக் கண்டித்துக்கொள்கிற மாதிரி இவன் உதட்டைக் கடித்துப் பின் உணர்ச்சிகள் சமனப்பட்டு ஒரு நிதான நிலையில் சொல்கிறான்:

"உங்க கங்காவை நான் சந்திக்கிறதை நிறுத்தினால் அதுவே இந்தக் கல்யாணம் நடப்பதற்கு நான் செய்கிற உதவியாக இருக்கும் என்றுதானே சொல்ல நினைக்கிறீர்கள்?" என்று இவன் சாதாரணமாக ஒரு புன்னகையோடு கேட்கிறான்.

இந்த நிமிஷம்தான் கங்காவை முதன் முதலாக இன்னொருவரிடம் 'உங்க கங்கா' என்று சொல்கிற அளவுக்குத் தான் விலகிப் போக விரும்புவதை இவன் உணர்கிறான். கணேசனின் முகத்தைப் பார்த்தவாறு இவன் தன் மனசுக்குள்ளாக மறுபடியும் சொல்லிக் கொள்கிறான்: 'யெஸ், ஷி இஸ் யுவர்ஸ்.'

"பிக்காஸ்" – 'ஏனென்றால்' என்று கணேசன் ஏதோ சொல்ல ஆரம்பித்தபோது இப்போது பிரபு குறுக்கிட்டு அவனைத் தடுக்கிறான்.

"நோ, நோ! எனக்கு ஒரு விளக்கமும் தேவையில்லை. இதுதான் சரி. என்னால் உங்க பெண்ணுக்கு ஏற்பட்ட கெட்ட பேர் எல்லாம் போதும். உங்க பெண்ணை நீங்க புரிஞ்சுக்கிறீங்க. அதேபோல அந்த வரப்போகிற அந்நிய மனிதர்களும் புரிந்து கொள்ள வேண்டுமெண்டு எதிர்பார்க்க முடியுமா? நான் உங்கள் ஜாதிக்காரனாய் இருந்தால் ஏதாவது உறவைச் சொல்லிச் சொந்தம் கொண்டாடிக் கொள்ளலாம். நான் ஒதுங்கிக்கொள்வது தான் நல்லது. என்னோடு உறவுகொண்டு அவள் எனக்குச் செய்த நன்மைகளுக்கெல்லாம் நான் செய்கிற கைம்மாறு நான் அவளிடமிருந்து விலகிக்கொள்வதுதான்! எவ்வளவு வேடிக்கையான நியாயம் பார்த்தீர்களா? எனக்கு இதில் கொஞ்சம்கூட வருத்தமில்லை. எனக்கு ரொம்பப் பெருமையாக இருக்கிறது. நான் இன்னொன்றுகூடச் சொல்ல வேண்டும். சமீபகாலத்தில் உங்கள் கங்காவோடு கலந்து பேசாமல் நான் எந்த முடிவும் எடுத்ததே இல்லை. இந்த விஷயத்தில் அவளோடு கலந்து பேசினால் இந்த முடிவை எடுக்க முடியாது என்பதனாலேயே நானாகவே இந்த முடிவுக்கு வந்துவி' டேன். இதை நீங்கள் என்பொருட்டு அவளுக்கு விளக்கிச் சொல்ல வேண்டும். 'இந்தக் கல்யாணத்துக்கு அவள் சம்மதம் தந்து நாள் குறித்த பிறகுதான் நான் அவளைப் பார்க்க வருவேன்' என்று சொல்லவேண்டும். அதுவரைக்கும் 'அவள் கல்யாணத்தன்று அவளுக்கு என்னென்ன பரிசுகள் தரலாம்?' என்ற கற்பனையிலேயே நான் ஆழ்ந்திருப்பேன் என்றும் சொல்ல வேண்டும். அவள் வாழ்க்கை ரொம்பவும் அமோகமாக இருக்குமென்று எனக்குத் தோன்றுகிறது. நாம் நல்லதையே

எதிர்பார்த்து அவளுக்கு நல்லதையே செய்வோம். விஷ் யூ குட் லக்!" என்று எழுந்து கணேசனிடம் கை குலுக்கிறான் பிரபு.

மறுபடியும் அவன் கணேசனிடம் சொன்னான்: "இந்தக் கல்யாணத்துக்கு நீ சம்மதிக்காவிட்டால் மறுபடியும் அவர் உன்னைச் சந்திக்கவே மாட்டாராம் என்று போட்டு வையுங்கள்" என்று கண்களைச் சிமிட்டிக்கொண்டே சிரிக்கிறான் பிரபு.

கணேசன் ரொம்பவும் பிரமித்துப் போய்விட்டான். 'அவளைச் சந்திக்கக்கூடாது' என்று இவனிடம் தான் சொன்னதும், அப்படித் தன்னிடம் சொல்லத் துணிந்த தனது திமிருக்காக கோபித்துக்கொண்டு, 'போய் உன் தங்கையிடம் அதைச் சொல்லு. யூ கெட் அவுட்' என்கிற மாதிரியான ஒரு 'ஸீனு'க்குத் தயாராக வந்த அவனுக்கு இங்கு நடந்தவை யாவும் எதிர்பாராத மகிழ்ச்சியைத் தருகிறது.

ஒருவனை நல்லவனாகப் புரிந்துகொள்வதிலே எல்லோருக்கும் சந்தோஷம்தான் ஏற்படும். இவன் எவ்வளவு நல்லவன் என்கிற விஷயத்தைப் போய்த் தன் குடும்பத்தார் எல்லாரிடமும் சொல்லி விட வேண்டும் என்று அவன் மனசு துடிக்கிறது.

"ஸார்! நீங்க ரொம்பத் தங்கமானவர் ஸார். நான்கூட உங்களைப் பத்தி ரொம்ப தப்பால்லாம் பேசி இருக்கேன். நினைச்சா வெக்கமா இருக்கு. மனிச்சுக்கணும். நீங்க ரொம்பப் பெரியவர். நான் அப்புறம் வந்து பார்க்கறேன் சார்" என்று மனம் திறந்து தமிழில் பேசி விடைபெற்றுக்கொண்டு போகிறான் கணேசன்.

பிரபு ஒரு விநாடி கண்ணை மூடி 'அவளுக்கு எல்லாம் நல்லபடியாக நடக்க வேண்டுமே' என்று பிரார்த்தித்துக் கொள்கிறான்.

பெரிய சதி நடக்கறது! இந்தச் சதியிலே எப்படி இவரையும் உடந்தையாக்கினாளோ, தெரியலையே? இந்தப் பாவி கணேசன் போயி இவரைப் பார்த்தானாமே? என்ன சொன்னானோ? எப்படி இவர் மனசை மாத்தினானோ? ஐயோ! இவர் மனசு எல்லாரையும், எதையும் நம்பிடற குழந்தை மனசாச்சே ... இவரை நான் பார்க்கணுமே ... பார்க்கணுமே ... மூணு நாளா என்னென்னவோ முயற்சி பண்றேன், கெடைக்க மாட்டேங்கறாரே ... வீட்டிலேயும் இல்லே. ஆபீசிலேயும் இல்லே ... எப்போ போன் பண்ணினாலும் 'இல்லே'ங்கறாளே ... இந்தப் பாவிகளுக்கு இதிலே என்ன சந்தோஷம்? என்னையும் இவரையும்

பிரிச்சுட்டாளா? நான் இவரைப் பார்க்கவே முடியாதா? எப்படிப் பார்க்காம இருக்க முடியும்? இவராலே எப்படி முடியறது? என்னைப் பார்க்காமல் இவராலே இருக்க முடியுமா! முடியுமா என்ன? என்னைத் தனியாக்கிட்டாளா? எனக்கு யாருமே இல்லையா?

இந்த அம்மா இவரைப் புகழறா. கணேசனும் ஒரேயடியாகப் புகழறான். இனிமே என்னை இவர் பார்க்க வரவே மாட்டாராம். இவன் ரொம்பத் தெரிஞ்சவன் மாதிரி சொல்றான். இவனும் இந்த அம்மாவும் வீட்டிலேருந்து ஒழிஞ்சால் இவர் வரார். அன்னிக்கு சொன்னாளே அம்மா திரும்பி போனால் வீடு பூட்டி இருக்குன்னு வந்தேன்னு கண்டாளா; நீ வெரட்டிவிட்டு வந்தேன்னு கண்டாளா'ன்னு ... இன்னிக்கு வெரட்டத்தான் போறேன். என்னோட நிம்மதியையும் சந்தோஷத்தையும் கெடுக்கறதுக்கு இவா கூடிக் கூடிச் சதி பண்ணுவா; நான் பொறுத்துண்டு இருக்கணுமோ?

கல்யாணம் பண்ணிக்கணுமாம். கல்யாணம்! கருமாந்திரம் ... தூ!

எனக்குக் கோபம் வரது. நான் இந்தக் கோபத்திலே யாரை என்ன செய்வேன், என்னையே என்ன பண்ணிண்டுடுவேன்னு தெரியலே. அவ்வளவு கோபம் வரது. எனக்குக் கோபம் இந்த மாதிரி இதுக்கு முன்னே எப்பவும் வந்ததில்லே ... எப்பவும் வராதமாதிரி எனக்குக் கோபம் வரது.

இவரை நான் பார்த்து மூணு நாளாச்சு. வாக்கிங் போயி மூணு நாளாச்சு. நான் தூங்கி மூணு நாளாச்சு. நான் சரியா சாப்பிட்டு மூணு நாளாச்சு. நான் ஆபீஸ் வேலைகளைப் பார்த்து மூணு நாளாச்சு. இன்னிக்கு எப்படியும் இவரைப் பார்த்துடறதுன்னு காலையிலேயே பொறப்பட்டு டாக்ஸி பிடிச்சுண்டு இவராத்துக்குப் போறேன், எத்தனையோ மாசங்களுக்கப்பறம் இவராத்துக்கு நான் போறேன்.

டாக்சியிலே உக்காந்துண்டு ஹாண்ட்பாக்லேருந்து கண்ணாடியை எடுத்து என் முகத்தைப் பாக்கறேன். எனக்கே பயமா இருக்கு.

எந்த ரோடு வழியா டாக்ஸி போறதுன்னுகூட நான் கவனிக்கல்லே. இதோ இவர் பங்களா வந்துட்டுது. எப்படியும் மூணு நாளைக்கப்பறம் இப்போ இவரைப் பார்த்துடப் போறேன். அதோ இவர் கார் நிற்கறது, இவரைப் பார்த்துட்டு நான் அழாமல் இருக்கணும்னு மனசைத் திடப்படுத்திக்கறேன். இனிமே என்னை

இப்படித் தவிக்கப் பண்ணிடாதேங்கோன்னு கேட்டுக்கணும். டாக்ஸிக்காரனுக்கு காசைக் குடுத்துட்டு ஓடறேன் உள்ளே.

நல்ல வேளை! மஞ்சு கையிலே ஒரு புஸ்தகத்தை வெச்சுண்டு 'லான்'லே உலாத்திண்டே படிக்கறா. நான் வந்ததைக் கூடக் கவனிக்கலே. அவ கவனிக்கறச்சே என்கிட்ட இருக்கிற பதட்டத்தைக் கண்டுபிடிச்சுடப்படாதுன்னு ரொம்ப 'நார்மல் மூட்'லே என்னெ வெச்சுண்டு கார்டன்லே கிடக்கிற ஒரு பிரம்பு நாற்காலியிலே உக்காந்துண்டே,

"குட்மார்னிங் மஞ்சு"ங்கறேன். என்னைப் பார்த்ததும் அவளுக்கு ஒரே சந்தோஷம், ஆச்சரியம்! ஓடிவந்து என் பக்கத்திலே உக்காந்துக்கறாள்.

"என்ன உடம்புக்கு? ரொம்ப இளைச்சு, கறுத்து, முகமெல்லாம் வாடி... ஆர் யு நாட் வெல்... அப்பா ஒண்ணுமே சொல்லலியே..."ன்னு என்கையைப் பிடிச்சுண்டு கேக்கறாள்.

"ஒண்ணுமில்லே. நீ ரொம்பநாளா என்னைப் பாக்கலியோன்னோ" – தலை முடியை ஒதுக்கிண்டு, சிரிச்ச மாதிரி சொல்றேன்.

"அப்பா எங்கே?"ன்னு கேக்கறது ரொம்ப 'நாச்சுரலா' இருக்கிற மாதிரி கேக்கறேன்.

"உங்க கிட்டே சொல்லாமலா போயிட்டார்? பெங்களூருக்குப் போயிருக்காரே... மூணு நாளாச்சு..."

"இன்னிக்கு வந்துடுவேன்னு சொன்னாரே ... வந்துட்டாராக்குமன்னு நினைச்சேன்"னு சமாளிச்சு நிமிர்ந்து உக்காந்துக்கறேன்.

"பதினோரு மணிக்குத்தானே பிளேன்" – சொல்லிண்டு புஸ்தகத்தைப் புரட்டறாள்.

"என்ன காபி தரட்டுமா? டிபன் சாப்பிடறேளா?"ன்னு கேக்கறாள்.

"ஒண்ணும் வேண்டாமே..."னுட்டு இவ விஷயமா யோசிக்கறேன்.

அந்த ஸாம்ஜியோட இவ சுத்திண்டு இருக்கற விஷயம் ஞாபகம் வரது.

நான் இவகிட்ட மாட்டிக்காமல் இருக்கறதுக்கும், ஏதாவது பேசணுமேங்கறதுக்காகவும் ஆரம்பிக்கறேன்:

"ஆமாம், 'அப்படியெல்லாம் ஒண்ணுமில்லே 'குட்பை' சொல்லிட்டேன்'னு எல்லாம் கதைவிட்டுட்டு இப்பவும்

ஸாம்ஜியோட ஸ்கூட்டர்லே சுத்தறயாமே? உங்க அம்மாவுக்குத் தெரிஞ்சுடப் போறது."

மஞ்சு சுத்தி ஒருதடவைப் பார்த்துக்கறா. "அப்பா சொன்னாரா? எனக்குத் தெரியும். அன்னிக்கு ஒரு நாள் – ஒரே ஒரு நாளுதான் – போறச்சே அப்பா கார் கிராஸ் பண்ணிச்சு. இஸ் ஹி வரீட்?... விஷயம் என்னன்னா நான் சொன்னதெல்லாம் கதையில்லே, என்னைப் பொறுத்தவரைக்கும் நான் சொன்னதுதான் உண்மை. ஆனா பாவம், அந்த ஸாம்ஜி இருக்கே – சுத்த அசடா இருக்கான். தாடியை வளர்த்துண்டு 'நாளைக்கு எனக்கு பர்த்டே, நீ இல்லேன்னா நான் ஒண்ணும் கொண்டாடப் போறதில்லே'ன்னு வந்து அழுதான். சரின்னு ஒத்துண்டு பார்ட்டிக்குப் போனேன். ஹி இஸ் குட்!"னு என்னென்னமோ சொல்லிண்டு இருந்தாள் மஞ்சு.

எனக்குப் பல விஷயம் மனசிலே பதியலே.

"நானும் உங்க அப்பாகிட்டே அதைத்தான் சொன்னேன். 'மஞ்சுவை நம்பலாம்; அவள் பொய் சொல்ல மாட்டாள்'னு சொன்னேன்."

ஒரு பத்து நிமிஷம் இவரைப் பார்க்க முடியாத ஏமாற்றத்தை மறைச்சுண்டு பேசிண்டிருந்துட்டுக் காபி குடிச்சுட்டுப் பொறப்பட்டு வந்துட்டேன்.

இன்னிக்கு 'லஞ்ச் – அவர்'லே டெலிபோன் பண்ணனும். ஐ ஷூட் டாக் டு ஹிம். நான் பேசினா என்னையும் இவரையும் பிரிக்க நடக்கிற சதி எல்லாத்தையும் உடைச்சு உடைச்சு... எறிஞ்சுடுவேன், நான் சொன்னா இவர் கேப்பார். ஹி இஸ் மை மேன்!

35

"எஸ். பிரபு ஹியர்."

இவர் குரல் கேட்டவுடனே என் கண்கலங்கிப் போறது. ஏனோ நான் அழறேன். பேசறதுக்குக் குரல் வரல்லே. நல்ல வேளை! இங்கே யாரும் இல்லே. லஞ்ச் – என் டிபார்ட்மெண்டே காலியா இருக்கு. இதுக்குள்ளே இவர் ரெண்டு தடவை 'ஹலோ–ஹலோ'ங்கறார். எங்கே வெச்சுடப் போறாரோன்னு நினைச்சு ஒரு தடவை தொண்டையைச் செருமறேன். அந்தச் செருமல்லேயே இவர் என்னைப் புரிஞ்சுக்கறார்.

"கங்கா! வாட்'ஸ் திஸ்? ஆர் யூ க்ரையிங்?"

நான் கண்ணைத் தொடைச்சுண்டே சொல்றேன்: "நோ நான் ஒண்ணும் அழலே. உங்களை எனக்கு இப்பவே பாக்கணும். என்கிட்ட சொல்லாமலே ஊருக்குப் போயிட்டேளே? எங்க அண்ணா கணேசன் வந்து உங்களைப் பார்த்தானாமே? அவன் வந்து என்னென்னெல்லாம் சொன்னான் தெரியுமா? நீங்க இனிமே என்னைப் பார்க்கமாட்டேன்னு சொல்லிட்டேளாமே? அவன் சொன்னான். நான் நம்பலே. கெட்ட எண்ணம் அவனுக்கு. அப்படி நீங்க சொல்லமாட்டேளே? என்ன பேசாமல் இருக்கேள்? சொல்லுங்கோ, நீங்க அப்படிச் சொல்லலையே? ஹலோ ... ஹலோ ..."

இவர் பேசாமல் மௌனமா இருக்கறது எனக்கு வயத்துக்குள்ளே 'சொரேர்'ங்கறது. ஒருவேளை இவர் அப்படிச் சொல்லி இருப்பாரா என்ன? சொன்னாத் தான் என்னவாம்? அப்போதைக்கு அவனுக்கு

ஏதாவது சொல்லணுமேன்னு சொல்லி இருப்பார். அவன் சொல்ல வச்சிருப்பான். இவர் என் இஷ்டத்துக்கு விரோதமாக நடக்கவே மாட்டார்.

"என்ன பேசாம இருக்கேள்? ஏதாவது பேசுங்கோ. உங்க குரலைக் கேட்டப்பறம், இப்போதான் நான் சந்தோஷமா இருக்கேன். மூணு நாளா எப்படிக் கஷ்டப்பட்டுண்டு இருந்தேன் தெரியுமா? நாம்ப மீட் பண்ணாட்டாக்கூடப் பரவா இல்லே. எத்தனையோ நாள் நாம்ப ஒருத்தரை ஒருத்தர் பார்க்காமல் இருந்ததில்லையா? நாம்ப மறுபடி பார்ப்போம்ங்கற நம்பிக்கையிலே எத்தனை நாள் வேணாலும் பார்க்காமல் இருக்கலாம். ஆனால் இனிமே பார்க்கமாட்டோம்ங்கற முடிவிலே ஒரு நிமிஷம் கூட இருக்க முடியலையே! என்னாலயும் பொறுக்க முடியாமல்தான் காலையிலே எழுந்தவுடனே உங்காத்துக்கு ஓடிவந்தேன். நீங்க ஊரிலே இல்லேன்னு தெரிஞ்சப்பறம் கொஞ்சம் மனசு சமாதானம் ஆச்சு. மஞ்சுவைப் பாத்துப் பேசிண்டிருந்தேன். சொன்னாளா? அந்த ஸாம்ஜி விஷயமா என்னமோ ரொம்ப 'வொரி' பண்ணிண்டேளே அன்னக்கி நான் சொன்ன மாதிரிதான். அவகிட்டேயே நான் கேட்டுட்டேன். அன்னிக்கு அவனுக்கு 'பர்த்–டே'யாம். இவள் இல்லேன்னா பார்ட்டியே நடத்தப் போறதில்லேன்னு சொல்லி அழுதுண்டு வந்து நின்னானாம். அதுக்காக அன்னிக்கு பார்ட்டிக்குப் போயிருக்கா. . . அவ்வளவு தான். அன்னிக்கின்னு உங்க கண்ணிலே இவா மாட்டிண் டிருக்கா . . . என்ன? நான் பாட்டுக்குப் பேசிண்டே இருக்கேன். நீங்க ஒண்ணுமே பேசாமல் இருக்கேள்? ஏதாவது பேசுங்கோ."

இப்போ இவர் செருமறார். வேணும்னே விளையாட்டா இவரை நான் திருப்பிக் கேக்கறேன்:

"ஆர் யூ க்ரையிங்? இப்போ நீங்க அழறேளா?" நான் சிரிச்சுண்டே கேக்கறேன், ஒரு சின்ன மௌனம் . . . ஐயோ! 'எஸ்'னு சொல்றாரே!

எனக்கு இவர் முகம் தெரியறது. இவர் ரொம்ப வருத்தமா இருக்கார். மனசு உடைஞ்சு இருக்கார்.

"என்ன விஷயம் சொல்லுங்கோ. கணேசன் வந்து உங்களை ஏதாவது சண்டை போட்டானா? திட்டிட்டானா? எதுக்காக நீங்க வருத்தப்படணும்"னு நான் கேக்கறேன்.

"நோ நோ . . . அப்படியெல்லாம் ஒண்ணுமில்லே. உங்க அண்ணன் வந்து என்னைப் பாத்தாரு. உன்னை, நீ இந்தக் கல்யாணத்துக்கு ஒத்துக்கினாதான் நான் பார்ப்பேன்னு சொன்னேன்... நாம்ப மீட் பண்ணிக்கினு, உங்க வூட்டுக்கு நான் வந்து வந்து போயிக்கினு இருந்தா அதனாலே இந்த மாரேஜ்

நடக்காமல் பூடும்னு அவரு சொன்னாரு... எனக்கு அது சரின்னு பட்டுச்சு. அதனாலே தான் அப்படிச் சொன்னேன். என்னாலே இன்னமும் உன் லைஃப் கெட்டுக்கினே போவலாமா சொல்லு? நீ அந்தக் கல்யாணத்துக்கு 'எஸ்'னு சொல்லு. எல்லா ஏற்பாடும் நடக்கட்டும். அப்பாலே நான் உன்னை வந்து பாக்கறேன். நாம்ப மீட் பண்ணிக்கினே இருந்தா நீயே இந்தக் கல்யாணத்தை 'வேண்டாம்'னு சொல்லிடுவேன்னு எனக்கே தோணுது! நீ ரொம்பப் புத்திசாலி; அறிவாளி. நான் சொல்றதைக் குட் ஸ்பிரிட்லே புரிஞ்சுக்குவே."

இவர் என்னன்னவோ பேத்திண்டு இருக்கார். எனக்குக் கோபமும் அழுகையுமா வரது.

"ஸ்டாப் இட்"னு சத்தம் போடறேன். அப்பறம் அழறேன். ஒண்ணும் பேசாமல் அழுதுண்டே இருக்கேன். 'சரி அழட்டும்'னு சிலைமாதிரி இவர் அந்தப் பக்கம் பேசாமல் இருக்கார். இவரோட துணை எனக்கு எந்த அளவுக்குத் தேவை, அது எப்படிப்பட்டத் தேவைன்னு இவருக்குக்கூடப் புரியலியேன்னு நெனைக்கறப்ப எனக்கு நெஞ்செல்லாம் வலிக்கிறது. திடீர்னு இவர் என் கையிலேருந்து வழுக்கிண்டு யாரோ மாதிரி இவ்வளவு தூரம் போய் நின்னுடுவார்னு நான் நினைக்கவே இல்லையே!

நான் சொல்றேன்: "எனக்குக் கல்யாணமெல்லாம் ஒண்ணும் நடக்காது. நான் யாரையும் கல்யாணம் பண்ணிக்க மாட்டேன். நீங்க என்னை எப்பவும் போல வந்து பார்த்துண்டு இருங்கோ. எனக்கு அது போறும்"னு கெஞ்சறேன். "எனக்கு அண்ணா, அம்மா, சொந்தம், பந்தம்னு யாரும் கிடையாது. அவாளையெல்லாம் நான் மனசாலே துறந்து எவ்வளவோ காலமாச்சு. எனக்கு இருக்கற சொந்தமெல்லாம் நீங்க ஒருத்தர்தான். ஐ ஆம் யுவர்ஸ். யூ ஆர் மை மேன்! முன்னே ஒரு தடவை நீங்களே சொன்னேளே, 'இந்த லைஃபை இப்படியே உதறிட்டு எங்கேயாவது போயி, முகம் தெரியாத மனுஷா மத்தியிலே புதுசா வாழணும்'னு. அந்த மாதிரி கூப்பிட்டா இந்த நிமிஷமே கட்டின துணியோட உங்களோட நான் வந்துடத் தயார். ரியலி... வீ லவ் ஈச் அதர்! நான் அவாளை 'டீஸ்' பண்றதுக்காக ஆர்.கே.வி.க்கு அட்ரஸ் குடுத்ததை வெச்சுண்டு நீங்க இப்படிப் பிடிவாதம் பிடிக்கறது நன்னா இருக்கா? பிளீஸ் பிளீஸ் உங்களை எனக்கு இப்பவே பார்க்கணும் நிறையப் பேசணும் பிளீஸ் மீட் மீ." எவ்வளவு நாழி கண்ணிலேருந்து கொட்டற தண்ணியை தொடச்சித் தொடச்சி விட்டுண்டு – ஐயோ! நான் எப்படி இப்படி ஆனேன்! இவரைக் கெஞ்சறேன்.

இவர் பெருமூச்சு விடறார்.

"கங்கா"ன்னு கூப்பிடறார். இவர் என்னை இப்படிக் கூப்பிடறச்சே என்ன சுகமா இருக்கு? இவர் எப்பவும் என்னை இப்படிக் கூப்பிட்டுண்டே இருந்தால் அது போறுமே எனக்கு.

இவர் இங்கிலீஷ்லே சொல்றார். நான் ரொம்ப இமோஷனலா உணர்ச்சி வசப்பட்டு என்னென்னமோ சொல்றேனாம். நான் இவருக்கு எந்த விதத்திலேயும் சொந்தமில்லையாம். நான் ஒருத்திக்கு மகளாம்; ஒருத்தனுக்குத் தங்கையாம். கௌரவமான குலத்திலே பிறந்த நல்ல குடும்பத்தைச் சேர்ந்தவளாம். எனக்கு ஒரு நல்ல புருஷனும் நல்ல வாழ்க்கையும் ஏற்படறதுதான் முறையாம். அப்படி ஏற்பட முடியாமல் கெடுத்த பாவம்தான் இவரை ரொம்பக் கஷ்டப்படுத்தறதாம். நாளைக்கு இந்தப் பாவம் இவரோட பொண்ணை இந்த மாதிரிப் பாதிச்சுடுமோன்னு இவருக்கு பயமா இருக்காம். என்னை இவர் தன்னோட இன்னொரு மகளா நெனைக்கறாராம். இவரும் நானும் ஒருத்தர் மேலே ஒருத்தர் வெச்சிருக்கற அன்பு அந்த மாதிரிதானாம். வேறமாதிரியான அன்பு வெக்கவே முடியதாம்... இவர் சொல்றார்! காலம் இப்படியும் மாறுமோன்னு நெனச்சுண்டு நான் வேதனைப்படறேன்.

இவர் உறுதியாச் சொல்றார்:

"வீ கென்–நாட் லவ் ஈச் அதர். யூ யுவர்ஸெல்ஃப் ஹாவ் ஸெட் திஸ் ஸெவரல் டைம்ஸ் பிஃபோர்... டூ யூ ரிமம்பர்? தட் இஸ் தி ட்ரூத்..."

ஆமாம். நானேதான் இந்த மாதிரி ரொம்ப உறுதியாச் சொல்லி இருக்கேன், ஏதோ ஒரு சமயத்திலே சொல்லும்போதே அது 'பொய்'யின்னும் புரிஞ்சுதே! அதையெல்லாம் வரிசையா இப்ப நினைச்சும் பாக்கறேன்.

முதல் முதல்லே நான் இவருக்குப் போன் பண்ணிக் கூப்பிட்டப்போ இவர் வந்தாரே–ஐலண்ட் கிரவுண்டுக்கு வந்து காரை வச்சுண்டு எனக்காக காத்துண்டு இருந்தாரே, இவர் அப்ப என்ன நெனைச்சுண்டு இருந்திருப்பார்? இவர் மேல மணந்த சென்ட்டும் இவர் பண்ணிண்டிருந்த அலங்காரமும், இவர் என்னைப் பார்த்த பார்வையும் – அந்த மயங்கிண்டிருந்த சாயங்கால நேரத்திலே இந்த மனுஷர் என்ன நினைப்போடு வந்திருக்கார்னு எனக்குப் புரிஞ்சுதே.

என்னைப் பத்தியும், இவரால் என் வாழ்க்கையிலே நடந்த சம்பவங்களையும் இவர்கிட்டே எப்படிச் சொல்றதுன்னு நான் குழம்பி, நெஞ்சு உலர்ந்து உதடெல்லாம் வரண்டு போக –

இவரைக் கடைசியா, அதாவது மொத மொதல்லே பார்த்துட்டு, இப்போ இரண்டாவதாகப் பாக்கறச்சே, அந்த

நிமிஷத்திலேருந்து இந்த நிமிஷம் வரைக்கும் என் வாழ்க்கையிலே நடந்ததையெல்லாம் இவருக்குச் சொல்லி மாளுமான்னு நினைச்சு –

ஒரு ஆர்டர்லே இல்லாமல், ஒரு விஷயத்தை நினைக்கறத்துக்குள்ளே இன்னொன்னு முளைச்சுண்டு, அதே மாதிரி மனுஷா முகங்களும் அவா சொன்ன வார்த்தைகளும், அடியும் வசவும், ஹாஸ்டலும் வீடும், பிரண்ட்ஸும் லெக்சரர்ஸும்... எல்லாம் காதிலே கேக்கற சத்தமாகவும், கண்ணிலே தெரியற காட்சியாகவும், கசமசன்னு குழம்பி, உள்ளேயும் வெளியேயும் குடையறபோது –

தலையை உலுப்பிண்டு ஒரு பக்கமா சாஞ்சிண்டேன்.

அப்போ 'வாட் இஸ் தி மேட்டர்?'னு என்னமோ கேட்டுண்டு என் தோள் மேலே இவர் கையை வெச்சாரே, அந்த நேரத்திலே மட்டும் நான் பேசாமல் மௌனமா இருந்திருந்தேன்னா இப்போ இவருக்கும் எனக்கும் உருவாகி இருக்கிற உறவே வேறயா இருந்திருக்கும்.

நான் ஏன் அப்படி 'சீ'ன்னு துள்ளி முழிச்சிண்டேன்? பாவம்! இவரை ஏன் அப்படி கையும் காலும் நடுங்க வெச்சேன்? அதுக்கப்புறம் இவர் தன்னை மறந்த நிலையிலேயே கூட என்னைத் தொட்டதில்லை.

அன்னிக்கு நான் அப்படி நடந்துண்டதுக்கு இது தண்டனையா?

இவர் போன்லே பேசிண்டே இருக்கார். எனக்கு ஒண்ணுமே புரியலே. நான் என்னென்னமோ நினைச்சுண்டு இருக்கேன்.

இத்தனை வருஷமா இவருக்கும் எனக்கும் நடுவில் பொய்யாய் விழுந்த திரையையெல்லாம் கிழிச்சுண்டு வெறும் ஆம்பளையும் பொம்பளையுமா சேர்ந்து கலந்துடணும்னு என் மனசு துடிக்கறதை இப்பத்தான், இந்த நிமிஷம்தான் நான் புரிஞ்சுக்கறேன். இஸ் திஸ் டூ லேட்? அதுக்கு காலம் கடந்து போயிடுத்தா? இவர் என்னைப் பார்க்கவே மாட்டாராமே? கல்யாணப் பத்திரிகையோட வந்து நின்னாத்தான் பார்ப்பாராமே. இது என்ன பைத்தியக்காரத்தனம்?

"ஐ வில் மேரி யூ"னு நான் கத்தறேன். "உங்களோட சொத்துக்காகவோ, அந்தஸ்துக்காகவோ இல்லே – இதைச் சொல்லிட்டு நான் சிரிக்கறேன் – அதெல்லாம் கிடையாதுன்னு எனக்குத் தெரியும். உங்களை ஒருவெறும் ஆண்பிள்ளையாகத்தான் எனக்கு அறிமுகம். உங்களோட எனக்கு அப்படி மட்டும்தான் பழக்கம். வெறும் ஒரு ஆணின் உறவுக்காக நான் உங்களைக் கல்யாணம்

பண்ணிக்கறேன். இனிமேலும் இப்படியே பழகிண்டு நம்மைநாமே ஏமாத்திக்க வேண்டாம். உங்ககிட்டே எனக்கு வெட்கம் இல்லே. என்னுடைய படுக்கை நம்மால் பகிர்ந்துகொள்ளப்படுவதாகக் காத்திருக்கிறது. ஐ வில் ஷேர் மை பெட் வித் யூ." காதோட காதா ரகசியம் பேசற மாதிரி நான் போன்லே இதைச் சொல்லிண்டு இருக்கேன். என் கண்ணிலே இருந்து மாலை மாலையா தண்ணி கொட்டிண்டிருக்கு.

"ஸ்டாப் திஸ் நான்ஸென்ஸ்"னு சொல்லி 'டக்'னு ரிஸீவரை வச்சுடறார்.

நான் அப்படியே டேபிள் மேலே குனிஞ்சு ரெண்டு கையிலேயும் முகத்தைப் புதைச்சுண்டு நன்னா அழறேன். விரல் இடுக்கெல்லாம் கண்ணீர் வழியறது.

கண்ணீர், மனசின் அசுத்தம் பட்ட தண்ணீர்தானே?

திடீர்னு நெனச்சுக்கறேன். 'லஞ்ச்'சுக்குப் போனவாளெல்லாம் வந்துட்டாளா? யாராவது என்னைப் பார்த்துட்டாளோ? முகத்தை தொடைச்சுக்கறேன். ஸீட்லே உட்கார்ந்துண்டு என்னைச் சுத்தி ஒரு தடவை பார்த்துக்கறேன். இன்னும் யாரும் வரல்லே. மணி ஆகல்லே.

மறுபடியும் இவருக்கு டெலிபோன் பண்றேன்.

"எஸ். பிரபு ஹியர்."

"நான் கங்கா" – தொண்டை அடைச்சுக்கறது எனக்கு. ஒரு சின்ன மௌனம்.

"சொல்லு" – கொஞ்சம்கூடப் பிசிறில்லாமல் பசை இல்லாமல் கேக்கறார்.

"நான்தான் சொல்ல வேண்டியதையெல்லாம் சொல்லிட்டேனே"ன்னு சொல்றச்சே எங்கே அழுதுடுவேனோன்னு நெஞ்சை அழுத்திப் பிடிச்சுக்கறேன்.

"நானும் சொல்ல வேண்டியதையெல்லாம் சொல்லிட்டேனே"ன்னு பெருமூச்சு விடறார்.

"நீங்க இல்லாமல் என்னாலே இருக்கவே முடியாது"ன்னு குழந்தை மாதிரிச் சிணுங்கறேன். இவரும் ஒரு அப்பா முதுகிலே தட்டிக் குடுக்கறாப்பலே சொல்றார்:

"இருந்து பார். முடியும்."

"உங்களாலே முடியுமா?"

"முடியணும்னு நினைக்கறேன். முடியணும்."

"என்னத்துக்கு அப்படி நினைக்கறேள்? அப்படி நினைக்காதீங்களேன்."

"கங்கா! இப்போ எனக்குச் சந்தேகமா இருக்குது. உண்மையி லேயே நீதான் பேசறியா? நீதானா இது? உனக்கு என்ன ஆயிடுச்சு? நீ இப்படியெல்லாம் ஆகப்படாது. நான் இவ்வளவு உறுதியா இருக்கேன்னு சொன்னா அது உன்னாலே எனக்கு ஏற்பட்டது. நீ இப்படி ஆகலாமா?"ன்னு இவர் கேக்கறச்சே நான் குறுக்கே புகுந்து சொல்றேன்:

"ஐ ஹாவ் லாஸ்ட் மை ஸெல்ஃப் – நான் என்னை இழந்துட் டேனே. இது உங்களுக்குத் தெரியலியா?"

"நோ. நீ உன்னை இழக்கலே. ஒரு தடவை நான் அப்படி நினைச்சது எவ்வளவு பெரிய தப்புன்னு நான் புரிஞ்சுக்கிட்டவன். மறுபடியும் அப்படி நினைச்சு இன்னொரு பெரிய தப்பைச் செய்ய நான் தயாரா இல்லை. அண்ட் இட் இஸ் நாட் ரைட் ஃபார் அன் ஏஞ்சல் லைக் யூ. இப்படி நான் சொல்றதுக்காக என்னை மன்னிச்சுடு கங்கா. இந்தக் கல்யாணத்தையோ அல்லது வேறு எந்தக் கல்யாணத்தையோ ஒப்புத்துக்கிட்டு இன்னொருவரின் மனைவியாகத்தான் நீ என்னைப் பார்க்க முடியும். நான் உன்னைப் பார்க்காமலிருந்தால்தான் அது சாத்தியமாகும். இந்த அறிவையும் பலத்தையும் எனக்குத் தந்த உனக்கு நன்றி கூறி மறுபடியும் இதை நான் உறுதி செய்கிறேன். எனக்கு நீ சொன்ன யோசனைகளையெல்லாம் நான் கேட்டிருக்கேன். என்னோட இந்த ஒரு வேண்டுகோளையாவது நீ கேட்கணும். இதைக் கேட்கக் கூடாது என்று நீ பிடிவாதம் பிடிச்சா நாம் நிரந்தரமாகப் பிரிந்து போவதைத் தவிர வேறு வழி இல்லை. கடவுள் உன்னை ஆசீர்வதிக்கட்டும். மே ஐ ஸே குட்பை?"

எனக்குத் தலை பத்திண்டு எரியற மாதிரிக் கோவம்வரது. மடார்னு அடிக்கற மாதிரி ரிசீவரை டெலிபோன் மேலே வச்சுட்டு, அப்பறமா எனக்கு நானே சொல்லிக்கறேன்: "குட் பை."

எனக்குத் தலை சுத்தறது. இப்போ அழுகையெல்லாம் வரல்லே. எல்லாமே சூனியமா இருக்கு. எதைப் பத்தியும் நினைப்பு இல்லே. நினைப்புகளெல்லாம் அறுந்து ஓடிட்ட மாதிரி இருக்கு. எனக்கு நானே ரொம்பப் புதுசா இருக்கு. நானே எனக்கு ஒரு அந்நியமா இருக்கு. என்னைச் சுத்தி இருக்கற இந்த உலகத்துக்கோ எனக்கோ அர்த்தமில்லாத மாதிரி இருக்கு. உயிரோட செத்துப்போயிட்ட மாதிரி இருக்கு.

டேபிள் மேலே இருக்கற ஃபைலை எடுத்துப் புரட்டறேன். பரபரன்னு எல்லாத்திலேயும் கை எழுத்துப் போடறேன். நெஞ்செல்லாம் வறண்டு போறது. ரங்கசாமி கொண்டுவந்து வச்சிருக்கானே – பிளாஸ்டிக் தட்டாலே மூடி – அந்தக் கிளாஸ்லே இருக்கிற பச்சைத் தண்ணியை எடுத்து மடமடன்னு குடிக்கறேன். ‘அப்பாடா’ன்னு இருக்கு.

பேசாமல் லீவு எழுதி வச்சுட்டுப் போய்ட்டா என்ன? ரொம்ப மயக்கமா இருக்கு. ஆத்திலே போய்ப் படுத்துண்டு தூங்கணும். படுத்துண்டா நன்னாத் தூக்கம் வரும்னு தோணறது. இதோ நான் புறப்பட்டுட்டேன்.

எல்லாம் கெடக்கட்டும். எது வேண்டுமானாலும் எப்படி வேண்டுமானாலும் கெடக்கட்டும்னு புறப்பட்டுட்டேன். ரங்கசாமி வரான். அவன்கிட்டே சொல்றேன்: “உடம்பு சரியில்லேன்னு நான் வீட்டுக்குப் போய்ட்டேன்னு சொல்லு.” அவன் போறான். போறவனை மறுபடியும் கூப்பிடறேன்: “எனக்கு ஒரு டாக்ஸி பிடிச்சுக் குடேன்.”

அவனும் என்கூடவே லிஃப்ட்லே கீழே வரான். என் முகத்தை முகத்தைப் பார்க்கறான். எனக்கு என்ன பண்றதுன்னு கேக்கணும்னு அவனுக்குத் தோணறதுபோல இருக்கு. என்னத்துக்கோ பயந்துண்டு கேக்காமல் இருக்கான்.

கீழே வந்ததும், “இங்கேயே நில்லுங்கம்மா”ன்னு என்கிட்டே சொல்லிட்டு டாக்ஸி பிடிக்க ஓடறான். மிஸஸ் மானுவல் சிகரெட்டை பிடிச்சுண்டு எதிரே வராள்.

“கோயிங் ஹோம்?”னு கேக்கறா,

“எஸ்”னு சொல்றேன். சிகரெட் புகையோட மணம் எனக்கு அவரை ஞாபகப்படுத்தறது.

“நாட் ஃபீலிங் வெல்?”

மறுபடியும் ஒரு “யெஸ்.”

டாக்ஸி வந்துட்டது. மிஸஸ் மானுவல்கிட்டே கையை ஆட்டிட்டு நான் பொறப்படறேன். மவுண்ட்ரோடிலே டாக்ஸி போயிண்டு இருக்கறச்சே நான் கண்ணை மூடிண்டு கற்பனை பண்ணிக்கறேன். நான் ௨ ́வரோடதான் போயிண்டிருக்கேனாம். பக்கத்திலே அவர்தான் உட்கார்ந்து ஓட்டறாராம். இன்னிக்கி டெலிபோன்லே பேசினதெல்லாம் கனவாம்.

வீட்டுக்கு வரேன். அம்மா ஹால்லே, தரையிலே யாருமில்லேங்கறதுனாலே சுதந்தரமா மல்லாந்து படுத்துண்டு

புஸ்தகம் படிச்சிண்டிருந்தவள் நான் வர சத்தம் கேட்டதும் வாரிச் சுருட்டிண்டு எழுந்து உட்கார்ந்து பாக்கறா. அவ என்னமோ கேக்கணும்னு நினைக்கறதுக்குள்ளே நான் அறைக்குள்ளே போய்க் கதவைச் சாத்திக்கறேன். 'ஹண்ட்பாக்'கை விட்டு எறியறேன். எங்கே போய் விழுந்ததுன்னு கூடப் பாக்கலே. பரபரன்னு ஸாரியை உருவி எறியறேன். கட்டில்லே 'பொத்'னு விழுந்து படுத்துக்கறேன். உடம்பெல்லாம் வலிக்கறது. நன்னாப் பொரண்டு பொரண்டு படுக்கறேன். 'பெட்லே' காலைப் போட்டுத் தேய்க்கறேன்.

நான் வெளியிலே வருவேன், வருவேன்னு எதிர்பார்த்துட்டு ரொம்ப நாழி ஆகவே கதவுகிட்டே வந்து நின்னுண்டு என்னமோ கேக்கறா அம்மா:

"என்னடி ... உடம்புக்கு என்ன செய்யறது? இன்னிக்கு சனிக்கிழமை கூட இல்லையே. லீவு போட்டுட்டு வந்துட்டியா? கதவைத் திறவேன் ... காபி போடவா?"

நான் ஒண்ணும் பதில் சொல்லாமல் படுக்கையிலே எழுந்து உக்காந்துக்கறேன், நான் பதில் சொல்லுவேன்னு கொஞ்ச நாழி காத்துண்டு இருந்துட்டு –

"என்னமோடி அம்மா? வாயைத் திறந்து சொன்னாத்தானே தெரியும்? இப்படி அறைக்குள்ளே வந்து கதவைச் சாத்திண்டா நான் என்னன்னு கண்டேன்? மோருஞ்சாதம் எடுத்துண்டு போனயே, சாப்பிட்டியோ?"

நான் இதுக்கும் பதில் சொல்லலே, பதில் சொல்ல வரல்லே. வாயைத் திறந்தா என்ன பேசிடுவேனோன்னு பயமா இருக்கு. திடீர்னு அவரோட இந்த 'மினி–பார்' என் கண்ணிலே படறது. ஏனோ என் கண் கலங்கறது. அன்னிக்கி வந்தப்போ வச்சுட்டுப் போனதுதான் ...

அந்தக் 'கேஸை' எடுத்துக் கட்டில் மேல் வச்சுத் திறக்கறேன். முக்கால் பாட்டில் விஸ்கி அப்படியே இருக்கு. ரெண்டு பக்கத்திலேயும் அழகழகா ஒரு ஜோடி கிளாஸ். அந்த விஸ்கி பாட்டிலைக் கையிலே எடுத்துப் பாக்கறேன்.

அன்னிக்கி ஒரு நாள் 'இதைக் குடிக்கிற சந்தர்ப்பமே எனக்கு வரவேண்டாம்'னு சொன்னேனே, அதை நினைச்சுக்கறேன். இப்போ அந்தச் சந்தர்ப்பம் வந்துட்டுதா?

இந்த பாட்டிலைத் திறக்கறேன். இந்த மஞ்சள் திரவம் என்னமா மணக்கறதுன்னு மோந்து பாக்கறேன். அந்தக் கிளாஸை எடுத்து மடமடன்னு முக்கால் கிளாஸ் சாய்க்கறேன். ஒரு

கையிலே பாட்டில், ஒரு கையிலே கிளாஸ்... ஸாரி இல்லாம வெறும் 'பெட்டிகோட்'டோட நான் நிக்கற இந்தக் கோலத்தைக் கண்ணாடியிலே பாக்கறேன். இதுவரைக்கும் இருந்த கங்காவுக்கு நான் 'குட்பை' சொல்லி ரொம்ப நாழி ஆயிடுத்து.

மருந்து குடிக்கிற மாதிரி ஒரே மூச்சிலே...

ஐயோ! தொண்டையெல்லாம் வயிறெல்லாம் குடலெல்லாம் நெஞ்செல்லாம் எரியறதே...

எரியட்டுமே!...

பின்கதை

என்னென்னமோ நடந்துவிட்டது. ஆனால் கங்காவின் வாழ்க்கையில் இதுவரையில் நடக்காதது எதுவும் புதுசாக நடக்கவில்லை. அப்படி அந்த நடக்காத ஒன்றை நினைக்கும்போதெல்லாம் அவள் தன்மீதும் தனது உடலின்மீதும் இந்தச் சூழலின்மீதும், தன்னைச் சூழ்ந்து அரிக்கின்ற உறவுகளின் மீதும் – இதுவரை எதன்மீதும் எவரும் கொள்ளாத – பகைமை கொண்டு அந்தக் கோபத்திலேயே எரிந்துவிடுவாள் போல வெறிகொண்டு, அந்த வெறியில் 'என்ன செய்து இதற்கு எப்படிப் பழிதீர்க்கலாம்?' என்று தனிமையில் நெறித்த புருவமும் வெறித்த விழிகளுமாய் அடிக்கடி பற்களைக் கடிக்கிறாள்.

இப்போது அவள் முகமே அவளாக இல்லாமல் மாறிப் போய்விட்டது. அவளது முகம் மட்டுமல்ல; அவளது பேச்சும் பார்வையும் – ஆபீஸிலும் வெளியிலும் டாக்ஸிக்காரர்களிடமும் – அவள் பழகுகிற தோரணையே அவளாக இல்லாமல் மாறிப் போயிருக்கிறது.

ரங்கசாமி – அவன்தான், ஆபீஸிலே வேலை செய்யும் பெண்கள் எப்படி இருக்கவேண்டும் என்று கங்காவை உதாரணம் காட்டி அடிக்கடி பேசிக்கொண்டிருப்பானே – அவன்கூட அவளிடம் ஏற்பட்டுவிட்ட இந்தத் தன்மை மாற்றங்களுக்காகப் பிறரிடம் அவளைப் பற்றி அவதூறு பேச ஆரம்பித்து விட்டான்.

மிஸஸ் மானுவலும் கங்காவும் தனியறையில் அமர்ந்து நீண்ட நேரம் பேசிக்கொண்டிருக்கிறார்கள்–

‘லஞ்ச் அவ’ரில். இப்போது தினசரி வழக்கமாகிவிட்டது. மிஸஸ் மானுவலின் அறையில் ஒரு மணி நேரத்திற்கு அதிகமாகவும் கங்கா உட்கார்ந்திருக்கிறாள். மிஸஸ் மானுவல் சிகரெட் பிடிக்கிற விஷயம் எல்லாருக்கும் தெரியும். கங்காவும் அவளோடு சேர்ந்து சிகரெட் பிடிப்பதை ரங்கசாமிதான் முதலில் பார்த்தான். இப்போது அந்த விஷயம் ஆபீஸ் பூராவும் தெரியும். மானுவலின் உதடுகள் மாதிரியே கங்காவின் உதடுகளும் கருமை தட்ட ஆரம்பித்துவிட்டன.

சில சமயங்களில் ஆபீஸே அதிருகிற மாதிரி அவள் இருமுகிறாள். அவள் டேபிளின்மீது எத்தனையோ வருஷங்களாக ரங்கசாமி கொண்டுவந்து வைக்கும் தண்ணீர் டம்ளரின் மீது மூடி இருக்கும் பிளாஸ்டிக் தட்டைக்கூட எடுக்காமலிருந்த கங்கா இப்போதெல்லாம் இருமல் வந்ததும் தண்ணீரைக் குடித்துவிட்டு, ஒரு நாளைக்கு இரண்டு மூன்று தடவை அவனைக் கூப்பிடுவதற்காக மணியடிக்கிறாள். அவனும் எல்லாரையும் திட்டுகிறமாதிரி அவளையும் திட்ட ஆரம்பித்துவிட்டான். மனசிற்குள் எல்லாரையும் திட்டுவதை விடவும் அசிங்கமாகத் திட்டிக்கொள்கிறான்.

மிஸஸ் மானுவலும் கங்காவும் சில சமயங்களில் சினிமாவுக்குப் போகிறார்கள். மானுவலின் வீட்டிற்குக்கூட அவள் அடிக்கடி போகிறாள். மானுவல் தம்பதிகள் கங்காவின் வீட்டிற்கு வந்து பல நல்ல மாலை நேரங்களை மிகமோசமான இரவுகளாக மாற்றிக்கொண்டு, தள்ளாடிக்கொண்டு, தங்கள் நிலையை ஊரெல்லாம் முரசறைந்து முழக்குகிற மாதிரி மோட்டார் சைக்கிளை ஸ்டார்ட் செய்துகொண்டு போகிறார்கள்.

போன வாரத்தில் ஒருநாள் மிஸ்டர் மானுவலின் பிறந்த நாள் பார்ட்டியில் கலந்துகொண்டு நள்ளிரவில் வீடு திரும்பிய கங்கா டாக்ஸிக்காரனோடு சண்டைபோட்டுத் தெருவையே கூட்டியபோது இவளது உண்மையான நிலைமையை டாக்ஸிக்காரன் எல்லாருக்கும் படம்பிடித்துக் காட்டினான்; வார்த்தைகளாலும் விளக்கினான். கங்கா அவன் முகத்தில் ஒரு பத்து ரூபாய்த் தாளை வீசியெறிந்துவிட்டு அவன் போய்ப் பத்து நிமிஷங்கள் ஆகியும் நடுத்தெருவில் நின்றுகொண்டு ஆங்கிலத்தில் டாக்ஸிக்காரர்களையும் மதுவிலக்குச் சட்டத்தையும் பிறரது அந்தரங்களை வேடிக்கை பார்த்து ரசிக்கும் இந்தத் தெருவாசிகளின் பண்பற்ற நடத்தையையும் விமர்சனம் செய்துகொண்டிருந்தாள்.

அந்தத் தெருவிலே இது மாதிரியான காட்சிகள் பகலில் நடப்பதும் உண்டு. அந்தப் பெண்கள் பஞ்சவடிக்குப் பக்கத்திலே இருக்கும் சேரிகளிலிருந்து இந்தப் பக்கம் வேலை செய்து பிழைக்க

வருபவர்கள். அவர்கள் தமிழில்தான் பேசுவார்கள். அவர்களைப் பார்க்க இந்தத் தெரு வாசிகள் பயப்படுவார்கள். அதே மாதிரி இங்கிலீஷில் பேசும் இவளையும் பார்த்து இப்போது பயப்பட ஆரம்பித்திருக்கிறார்கள்.

இவள் குடிவெறியில் இருக்கிறாள் என்று அந்த டாக்ஸிக்காரன் உலகத்திற்குப் பிரகடனம் செய்வது மாதிரி சொன்னபோது இவளும் உலகறிய ஒரு பொய்யைப் பிரகடனம் செய்தாள்.

இவள் பர்மிட் வைத்திருக்கிறாளாம். இவளை யாரும் ஒன்றும் செய்துவிட முடியாதாம். 'ஃபோர் டிஜிட்'டில் இவள் சம்பளம் வாங்குகிறவளாம்.

அந்தச் சம்பவத்திற்குப் பிறகுதான் தனக்குக் குடிப்பதற்கு அவசியமான பர்மிட் வேண்டுமென்று அவள் முடிவு செய்தாள். மிஸஸ் மானுவல் அதற்கு ஒத்துழைத்திருக்கிறாள்.

கங்காவின் தாயும், அண்ணனும் அவன் குடும்பமும், பிரபுவும் மஞ்சுவும், எல்லாமும் அவளைப் பொறுத்தவரை காலாவதியாகிவிட்ட விஷயங்களாகி விட்டன. அவள் அவற்றை நினைத்துக்கூடப் பார்ப்பதில்லை. தப்பித் தவறி அந்த நினைவுகள் வரும்போது அவள் தன்னையே வெறுக்கிறாள்.

அவசியமில்லாத விஷயங்களுக்கெல்லாம்கூட அவள் ஊரைக்கூட்டி நியாயம் கேட்பது மாதிரி இப்போது சத்தம்போட ஆரம்பித்துவிட்டாள். பால்காரனிடமும் காய்கறி விற்கிறவனிடமும் பேப்பர் போடுகிற பையனிடமும் ஏதோ நாளுக்கு ஒருவர் என்று முறை வைத்துக்கொண்ட மாதிரி அவள் தனது இருப்பை அந்தத் தெருவுக்கு அறிவித்துக் கொண்டேயிருக்கிறாள். அவள் சப்தம் போடாத நேரங்களில் அந்த டிரான்ஸிஸ்டர் ஊரில் இருக்கிற சினிமாப் பாட்டுக்களையெல்லாம் முழக்கிக் கொண்டிருக்கிறது. அதாவது இப்போது அவள் ரொம்ப சந்தோஷமாக இருக்கிறாளாம்!

இப்போதும்கூட எப்போதாவது இவளைச் சபித்து விட்டுப் போக அம்மா வருகிறாள். போனவாரம்கூட வந்தாள். வழக்கமாகச் சம்பளம் வாங்கியவுடனே ரங்கசாமி வசம் அம்மாவுக்கு நூறு ரூபாய் பணம் கொடுத்து அனுப்புகிற கங்கா ஏதோ அலட்சியத்தில் மறந்துவிட்டாள். கனகத்தைப் பொறுத்தவரைக்கும் இது பெரிய விஷயம். ஒருவாரம் வரைக்கும் காத்திருந்துவிட்டு இவளிடம் சண்டை போடுவதற்கான முஸ்தீபுடன் அவள் வந்திருந்தாள்.

அன்றைக்கு ஆபீஸுக்குகூட லீவ் போட்டுவிட்டு அம்மாவிடம் கங்கா சண்டை போட்டுக்கொண்டிருந்தாள்.

அம்மாவுக்கு அவள் பணம்தர முடியாதாம். மகன் வீட்டில் வாழ்ந்துகொண்டு தன்னிடம் வந்து மாசா மாசம் பணம் கேட்க

அந்தக் குடும்பத்திற்கே வெட்கம் கெட்டுப் போய்விட்டதாம். பணம் வேண்டுமென்றால் பணிவாக வந்து கேட்க வேண்டுமாம். அவளை அதிகாரம் செய்ய யாருக்குமே உரிமை கிடையாதாம்.

"இனிமேல் என் முகத்திலே முழிக்காதே. பணம் உன் மூஞ்சியிலே வந்துவிழும்" என்ற சொல்லி அன்றைக்கு நூறு ரூபாய்க்கு ஆயிரம் ரூபாயாக எடுத்து ஹாலெல்லாம் வீசியெறிந்தாள்.

கனகம் வயிற்றிலும் முகத்திலும் அறைந்துகொண்டு அழுதாள். ஹாலில் இறைந்துகிடந்த ரூபாயை எல்லாம் பிச்சைக்காரியைப்போல் பொறுக்கினாள். அழுது புலம்பி சபித்துக்கொண்டே போய்ச் சேர்ந்தாள். போகும்போது அந்தத் தெருவில் தன்னை வேடிக்கை பார்ப்பதற்காக வாசற்படியில் வந்து நின்ற அக்கம்பக்கத்துப் பெண்களிடம் தன் மகளின் யோக்கியதையைப் பற்றிப் பிரலாபித்தாள். ஒவ்வொருவரிடமும் நின்று அவளைச் சபித்தாள்.

உப்பிருந்த பானை மாதிரி அவள் உளுத்துப் போகப் போகிறாளாம். இந்தத் தெருவே கூடி அவளை இங்கிருந்து அடித்துத் துரத்த வேண்டுமாம். அவள் கொழுப்பை மனுஷாள் அடக்காவிட்டாலும் தெய்வம் அடக்குமாம். கனகம் போன பிறகுகூட தெருவெல்லாம் அவள் சாபம் சூழ்ந்துகொண்டிருப்பது மாதிரி அதைக் கேட்ட அக்கம் பக்கத்தார் வெளியே வர அஞ்சினார்கள்.

ஆனால் கங்காவோ அந்தத் தெருவிலே தலைநிமிர்ந்து நடந்து கொண்டிருந்தாள். அவள் தோளில் மாட்டிக் கொள்கிறே 'ஹாண்ட் பாக்'கோடு. பாதி முதுகில் பறக்கிற முந்தானையோடு 'டக்டக்' என்ற நடந்து வருவதைப் பார்க்கிற அந்தத் தெருவாசிகள் மனசிற்குள் காறித் துப்புகிறார்கள். அந்தத் தெருவில் இருக்கிற வாலிபப் பிள்ளைகள் கங்காவுக்கு 'நாட்டியக் குதிரை' என்று பெயர் வைத்திருக்கிறார்கள். ஆனால் எல்லோருமே அவளைப் பார்த்து இப்போது பயப்படுகிறார்கள். அவளும் யாரிடத்தில் வேண்டுமானாலும் 'தொஜம்' கட்டி நிற்கத் தயாராக நிற்கிறாள்.

நாள் முழுவதும் ஊர் சுற்றிக் கொண்டிருக்கிற கங்கா காலையிலும் மாலையிலும் வாக்கிங் வேறு போகிறாள். காலையில் போகாவிட்டாலும் மாலையில் அவள் உலாவப்போகிறாள். சில சமயங்களில் மாலையில் வாக்கிங் போனவள் இரவில் நெடுநேரம் கழித்துத் திரும்பி வருகிறாள்.

ஸ்பர்டாங் ரோட்டில் நல்ல இருட்டு. தொலைவிலே ஒரு வீடு நகர்கிற மாதிரி பஸ் போய்க்கொண்டிருக்கிறது. தெரு விளக்குகள்

எரிந்துகொண்டு இருக்க வேண்டிய நேரம் தான். என்றாலும், கார்ப்பரேஷன் நிர்வாகக் கோளாறினால் பல கம்பங்களில் விளக்குகள் எரியவில்லை. மரங்கள் கவிழ்ந்த அந்தச் சாலையில் எரிகின்ற விளக்குகளின் அடியிலும் நிழல் கவிந்திருந்தது.

கங்கா வாக்கிங் போய்க்கொண்டிருக்கிறாள். அவள் பின்னால் அவள்மீது ஒளியை வீசிக்கொண்டு ஒரு சின்னக் கார் ஒரு சந்திலிருந்து திரும்பி வருகிறது. அவள் திரும்பிப் பார்க்க அவளையும் அவள் கோலத்தையும் காரில் இருப்பவன் படம் பிடித்துக்கொள்ளட்டும் என்று காட்டுகிற மாதிரி அவள் தோன்றினாள். கார் வேகத்தைக் குறைத்துக்கொண்டு மெதுவாகவே அவளைக் கடந்து செல்கிறது.

அவளைக் கடந்து சில அடிகள் சென்றதும், அந்தக் காரிலே இருந்து பொறி பறக்கக் கீழே விழுந்த சிகரெட்டுத்துண்டு அவளுக்கு ஏதோ சேதி சொன்ன மாதிரி இருந்தது. நெருப்புக்கனிய அந்தச் சிகரெட்டுத்துண்டு அவள் காலடிக்கு காற்றிலே உருண்டுவர அவள் அதை மிதித்து நின்றாள். நின்றவாறே பின்னர் ஓர் ஏக்கத்தோடு பார்த்தாள். அந்தக் கார் வலப்புறம் திரும்பி காஸா மேஜர் ரோட்டில் போக வேண்டிய கார் சாலைக்கு நடுவே இருந்த திட்டை வலம் வந்து திரும்பவும் ஸ்பர்டாங் ரோடிலேயே அவளை எதிர்கொண்டு வந்தது.

சிகரெட்டை மிதித்தவாறு, போகின்ற காரைப் பார்த்து நின்ற அவள், மறுபடியும் 'வாக்கிங்' போனாள். இப்போது அவள் முன்புறமிருந்து வெளிச்சம் போட்டுக்கொண்டு வந்த அந்தக் கார் மறுபடியும் அவளை மெதுவாகக் கடந்தே போயிற்று. அவள் வெளிச்சம் கண்ணைக்கூசுகிற மாதிரி ஒரு பாவனையில் முகத்தைச் சுளித்துக்கொண்டு சிரித்தாள்.

சற்று நேரத்துக்கு முன்பு காரிலேயே இருந்து வந்து விழுந்த சிகரெட் ஒரு சேதி சொன்னமாதிரி இந்தச் சிரிப்பும் ஒரு சேதியாயிற்று.

தன்னைக் கடந்துபோன அந்தக் காரை அவள் மறுபடியும் திரும்பிப் பார்க்கவில்லை. ஆனால் அது மீண்டும் திரும்பி வரும்.

அந்தக் கற்பனையில், அந்த நினைப்பில், அந்த உல்லாசத்தில் காற்றில் மிதப்பது மாதிரி அவள் வாக்கிங் போகிறாள்.

அவளைப் பற்றி இப்போது எல்லாருமே நிறையப் பேசுகிறார்கள். அவளும்கூட எல்லோரோடும் நிறையப் பேசுகிறாள். அவளுக்குச் சமீபத்தில் பிரமோஷன் கிடைத்திருக்கிறது. அவளை ஆபீஸுக்கு அழைத்துச் செல்லவும் கொண்டுவந்து விடவும்

சில நேரங்களில் சில மனிதர்கள்

ஆபீஸ் கார் வருகிறது. சில சமயங்களில் அதில் ஆபீஸர்களும் வருகிறார்கள். அவர்களுக்கு இங்கே பார்ட்டி நடக்கிறது.

எதிர்வீட்டு மாடியிலிருந்தும் பக்கத்து வீட்டு ஜன்னலிலிருந்தும் இதை எல்லாம் வேடிக்கை பார்க்கிறார்கள்.

கங்காவின் வீட்டு மொட்டை மாடியில் உட்கார்ந்து கொண்டிருக்கும் அவர்களுடைய முழு உருவமும் தெரியா விட்டாலும் கண்ணாடிக் கோப்பைகளோடு உயரும் கரங்களையும், 'சியர்ஸ்' என்று அவர்கள் கூறும் வாழ்த்தொலியையும் – வேடிக்கை பார்ப்பதை வழக்கமாகக் கொண்டுவிட்ட பக்கத்து வீட்டுக்காரர்கள், அடிக்கடி கேட்கிறார்கள்.

கணேசன் எப்போதாவது வந்து பிரபுவை சந்திக்கிறான். கங்காவைப் பற்றி நிறைய பிரபுவிடம் புகார் கூறுகிறான். அதற்கெல்லாம் பதில் ஏதும் சொல்லாமல் மௌனமாக சிகரெட்டைப் புகைத்தவாறே, எப்போதோ நடந்து முடிந்துவிட்ட ஒரு சோகக் கதையைக் கேட்கிற மாதிரி உட்கார்ந்திருக்கிறான் பிரபு.

அவளை பார்ப்பதற்கோ அவளிடம் பேசுவதற்கோ மனம் வராமல் தன் வாழ்க்கையில் அவளோ அவளுடைய வாழ்க்கையில் தானோ தலையிடுவதற்குப் பிரபு பயப்படுகிறான்!

அதுவும் அந்த டெலிபோன் பேச்சுக்குப் பிறகு அவள் சொல்லுவாளே – தனனை யாராவது 'ரேப்' செய்துவிடுவார்கள் என்று பயப்படுவதாக – அது மாதிரி அவளைப் போய் பார்த்தால் தனக்கு ஏதாவது நேர்ந்துவிடுமோ என்று ஒரு 'அடொலஸன்ட்' பிராயப் பையன் மாதிரி அவன் பயப்படுகிறான்.

தன்னுடைய வேண்டுகோளை மதித்து அவள் அவளுடைய வாழ்க்கையைச் சரியாக அமைத்துக்கொள்ளவில்லை என்று வேறு அவனுக்குப் கோபம்.

தான் பார்த்த, சந்தித்த, பழகிய பெண்கள் உலகில் அவள் ஒரு தனி வார்ப்பு என்பதனாலேயே அவனுக்கு அவள்பால் ஒரு குற்றஉணர்வும், அனுதாபமும், அன்பும், மரியாதையும், பக்தியும், அவளுடைய உடனிருப்பில் ஓர் ஆதரவும், அவனது முடிவற்ற தனிமைக்கொரு துணையும் அவனது பலவீனங்களுக்கெல்லாம் சமன் காண்கிற ஒரு பலமும் தந்த அவளது தன்மைகளே இவனுக்கும் அவளுக்கும் இடையே உறவு நிகழ ஓர் அடிப்படையாக இருந்தன.

இப்பொழுது அந்த அடிப்படையே தகர்ந்து போய்விட்டது. இப்போது மாறியிருக்கிறாளே அந்த கங்கா மாதிரி ஓர்

உலகத்தையே அவன் பார்த்திருக்கிறான்; சந்தித்திருக்கிறான்; அதில் கலந்துமிருக்கிறான்.

இப்போது அவன் வருந்துவதெல்லாம் அன்பு செலுத்தவும், மரியாதை காட்டவும் பக்திகொள்ளவும் உண்மையிலேயே அருகதை வாய்ந்த ஒன்றை இழக்க நேர்ந்துவிட்டதே என்பதற்காக அல்ல. தன்னால் மிக அருவருப்பாகவும் கேவலமாகவும் மதித்து நடத்தப்பட்ட அந்தப் பெண்கள் எல்லாருமே இதுமாதிரி அன்புக்கும் பக்திக்கும் மரியாதைக்கும் ஒரு காலத்தில் பாத்திரமாய் இருந்தவர்கள் தானோ என்று நினைக்கையில் அவனது இழப்பின் சோகம் ஒரு பிரபஞ்சமாகவே விஸ்தாரம் கொண்டது.

எல்லாரையும் போல இவளும் ஆன பிறகு அவனைப் பொறுத்தவரை கடைசியில் அப்படித்தானாகி விட்டது! இவளிடம் காட்டியிருந்த அன்பையும் மரியாதையையும் வேறு எவளிடம் காட்டியிருந்தாலும் அந்த அவள், இவள் முன் இருந்த அந்தப் புனித நிலைக்கு மாறி இருப்பாளோ என்று அடிக்கடி தோன்றிற்று.

அவனுக்கு வாழ்க்கை இப்போது மிகக் குழப்பமாய்ப் புரிந்தது. அவன் மஞ்சுவை அடிக்கடி எண்ணி எண்ணிப் பயந்தான். அவன் எல்லார் மீதும் எல்லா நம்பிக்கைகளையும் இழந்துவிட்டான். இந்த கங்கா அவனுக்குச் செய்துவிட்ட துரோகத்திற்குப் பின்னால் அவனது மனைவி பத்மா அவனுக்கு ஒரு தேவதையாகத் தோன்றினாள். அவள் மஞ்சுவையும் தன்னுடைய குழந்தைகளையும் காப்பாற்றி வருவதற்காக அவன் அடிக்கடி நன்றியோடு அவளை நினைத்துக்கொள்கிறான். தானும் அந்த மாதிரி காப்பாற்றப்பட வேண்டும் என்பதுபோல அவளிடம் இறுதியில் அவன் தஞ்சமடைந்தவனாகிவிட்டான்.

குடும்பம், தனது தொழில் என்பதை மீறி எந்தவிதப் புறநடவடிக்கைகளும் இல்லாமல் அவன் தன்னிடம் வந்து ஒடுங்கிவிட்டதில் பத்மாவிற்கு ரொம்ப சந்தோஷம். அவன் முன்னைப்போல் இப்போது உடைகூட உடுத்துவதில்லை.

அவள் எதிர்பார்க்கிற மாதிரி ஆபீஸிற்குப் போகிறான், வீட்டிற்கு வருகிறான். வீட்டிலேயே உட்கார்ந்துகொண்டு தனிமையில் குடிக்கிறான். நவீனமாகக் கத்திரித்துவிடப்பட்டிருந்த அவனது தாடி இப்போது கொஞ்ச காலமாய் கவனிக்கப்படாததால், நீண்டுபோய்விட்டது. அந்தக் கருமையின் நடுவே பளபளக்கும் நரை அவனது அனுபவத்தையும் முதிர்ச்சியையும் மட்டுமல்லாமல் வாழ்க்கையைப் பற்றிய ஒரு தீர்மானமான பற்றின்மையையும் காட்டுகிறது. அவன் பழக்கத்தினால் வாழ்ந்துகொண்டிருக்கிறான்— குடிக்கிற மாதிரி!

தான் கெட்டுப் போனதைப் பார்த்துத் தனக்காக, சாகிற காலத்தில் அழுது அழுது புலம்பிய தன்னுடைய தந்தையை அடிக்கடி அவன் நினைத்துக்கொள்கிறான். அது மாதிரி தன்னுடைய குழந்தைகள் கெட்டுப் போவதைப் பார்த்துத் தான் புலம்பாமல் இருக்கவேண்டும் என்று தன்னைப் பக்குவப் படுத்திக்கொள்ள அவன் முயல்கிறான்.

ஆனால் எல்லாருமே நிச்சயமாகக் கெட்டுப்போவார்கள் என்று அவன் நம்புகிறான். அதற்குச் சான்றாக கங்காவையே நினைத்துப் பெருமூச்செறிகிறான் அவன்.

'பால்க்கனி'யில் மங்கலான விளக்கு எரிகிறது. மஞ்சு தன் அறையில் படித்துக்கொண்டிருக்கிறாள். வேலைக்காரர்கள் அவன் குடித்துக்கொண்டிருக்கிற நேரத்தில் சாப்பிடுவதற்காக வகைவகையாய்ப் பொறித்த, வறுத்த தீனி வகைகளை எடுத்துக் கொண்டு மாடிக்கு வருகிறார்கள். பிரபுவுக்குப் பக்கத்தில் ஒரு நாற்காலியில் அமர்ந்து அவனை உபசரித்துக் கொண்டிருக்கிறாள் பத்மா. அவளுக்கு அருகே டிரான்ஸிஸ்டரிலிருந்து மெல்லிய தொனியில் ஹிந்திப் பாட்டு கேட்டுக்கொண்டிருக்கிறது.

பத்மா சொல்கிறாள்: "இன்னைக்கு மத்தியானம் தியேட்டர்லே கங்காவைப் பார்த்தேன். என்னாங்க, ஆளே மாறிடிச்சு அந்தப் பொண்ணு? என்னை அதுக்கு அடையாளம் தெரியலே போல இருக்குது... கூட எவளோ ஒரு சட்டக்காரிச்சி... இப்ப நீங்க கங்காவைப் பாக்கிறதில்லையா? எனக்கு என்னமோ பாவமா இருந்திச்சுங்க. 'சரி, அது நம்மை கண்டுக்கலே; நாம்ப அதை என்னாத்துக்குக் கண்டுக்கணும்'னு வந்துட்டேன்... எனக்குத் தோணுது..." என்று அவள் ஏதோ சொல்ல ஆரம்பிக்கையில் பிரபு அவளை முறைத்துப் பார்த்தான். அவனுக்கு ஏனோ கோபம் வந்தது:

"எவ எப்படிப்போனா எனக்கென்னா... டோன்ட் ஸ்பாயில் மை ஈவினிங்" என்று அவன் திடீரெனக் கோபமாகக் கத்தியதைக் கண்டு அவள் பயந்துபோனாள். அவனைச் சமாதானப்படுத்துகிற மாதிரி அவள் அவனது கிளாஸில் விஸ்கியை ஊற்றினாள்.

ஆமாம்... இப்போது பத்மாவும் மாறியிருக்கிறாள்.

பின்னிணைப்பு

'தினமணி கதி'ரில் வெளிவந்த முன்னுரை

நான் இப்போது புதிதாய் என்னை ஒரு சோதனையில் ஈடுபடுத்திக் கொண்டுள்ளேன். இதன் விளைவே 'காலங்கள் மாறும்.'

இந்த முன்னுரை, எச்சரிக்கை அல்ல. நான் ஒரு கதையை எழுதி முடித்தபிறகு நீங்கள் நிறையவே பேசுவீர்கள் என்று எனக்குத் தெரியும். அப்போது பேசுகின்ற குரல்களின் தரமும் பலமாக இருக்கும். அளவும் பலவாக இருக்கும். அந்தக் கோஷ முழக்கங்களின் நடுவே மௌனமாவதே ஒரு சிருஷ்டிகர்த்தாவின் சிறப்பு என்பதால் இப்போதே உங்களுடன் பேசிவிடுவது என்று நான் துணிந்து விட்டேன். இந்தப் பேச்சு மனம் திறந்த பேச்சு.

நான் பிரச்சினைக்குரிய கதைகளை விமர்சனங்களுக்கு ஆளாகும் முறையில் எழுதுகிறவன் என்று பேரெடுத்து விட்டவன். இதனாலேயே என்னை— அதாவது என் கதைகளை – ரொம்பப் பேருக்குப் பிடிக்கும்; ரொம்பப் பேருக்குப் பிடிக்காது. ஆனால் இரு சாராரும் என் கதைகளைப் படிப்பார்கள். பிடிக்கிறது, பிடிக்கவில்லை என்பதைவிட எல்லாருமே படிக்கிறார்கள் என்பதுதான் எனக்கு முக்கியம்.

ஒன்று உண்மையிலேயே நமக்குப் பிடிக்கிறதா, பிடிக்கவில்லையா என்பதை நாமே அவ்வளவு சீக்கிரம் உணர்ந்துவிட முடியாது. எத்தனையோ மாயைகள் நமது அறிவையும், மனசையும்,

ஆத்மாவையும் மறைக்கிறபோது நமக்குப் பிடிக்காதவைகூடப் பிடித்தவை போன்றும், பிடித்தவைகூடப் பிடிக்காதவை போன்றும், பிடிபடாதவை போன்றும் மயக்கங்கள் ஏற்படும்.

இவைதாம் அனுபவங்கள். பிடித்தவையும் பிடிக்காதவையும், பிடித்தது என்று நாம் முதலில் நினைத்துப் பின்னர் பிடிக்காமற் போனவையும், பிடிக்காதவை என்று நாம் ஒதுக்கியவை பின்னர் பிடித்தவையாகி நம்மை வந்து சிக்கெனப் பிடிப்பதும் – எல்லாமே அனுபவங்களாகும்.

அனுபவத்தால் அறிந்ததைப் பிறரும் அனுபவிக்கும்படி அறியச் சொல்லி, அதன் விளைவை அனுபவித்து அறிந்து கொள்வதே இலக்கியமும் இலக்கியத்தின் பயனும் ஆகும்.

ஒரு காலத்தில் மக்கள் பிடிக்காதது என்று தூக்கிக் குப்பையில் எறிந்தவை, இன்னொரு காலத்தில் மக்களால் கோபுர சிகரத்துக்கு ஏற்றப்படுவதும், ஒரு காலத்து மக்கள் பிடித்தது என்று தலையில் வைத்துக் குதிக்கிற 'பொக்கிஷங்கள்' அவர்களாலேயே – அவர்கள் காலத்திலேயே குப்பையில் தூக்கி எறியப்படுவதையும் நாம் அனுபவத்தால் அறிந்திருக்கிறோம்.

'பிடித்ததும் பிடிக்காததும்' அவ்வளவு முக்கியமல்ல என்றாலும், ஒவ்வொருவரும் எல்லாருக்கும் பிடிக்க வேண்டும் என்று எண்ணியே காரியமாற்றுகிறார்கள். ஆனால் அதில் யாருமே முழு வெற்றி காண்பதில்லை; காணமுடிவதில்லை: காண்பதிலும் சிறப்பில்லை.

படித்தோம், மறந்தோம் என்றிருக்கும் பிரச்னைக்கு இடமில்லாத கதைகளால் பயனும் இருப்பதில்லை. பயன் கதைகளுக்கு எதிர்ப்பும் ஆதரவும் இருக்கும். வாழ்க்கையே அப்படித்தான். பிரச்னைகள் இல்லாத வாழ்வுக்கு அர்த்தமில்லை.

எனவேதான் வாழ்க்கை மாதிரி பிரச்னைக் கதைகளும் ரசமானவையாக இருக்கின்றன.

விவாதமோ தர்க்கமோ இல்லாமல், படித்த மாத்திரத்தில் அநேகமாய் எல்லாருமே ஒரு முகமாய் ஏற்றுப் பாராட்டுகிற பல கதைகளையும் நான் எழுதி இருக்கிறேன் என்ற நினைப்பு எனக்குச் சற்று மன ஆறுதலைத் தருகிறது இப்போது.

இங்கே ஒன்றை நினைவூட்ட விரும்புகிறேன். அந்தக் கதைகளும்கூட அவை பிறந்த காலத்துக்கும் சற்று முன்னர்

வந்திருந்தால் விவாதத்துக்கும் கண்டனத்துக்கும்கூட இலக்காகி இருக்கும்.

இதிலிருந்து என்ன தெரிகிறது? பிடித்தவை, பிடிக்காதவை என்பதும் விவாதத்துக்கு இலக்காவது, ஆகாதது என்பதும் காலத் தொடர்பு கொண்ட வார்த்தைப் பிரயோகங்களாகும் என்பதுதானே . . ?

இன்று பல சர்ச்சைகளுக்கு இடமாகி, நாளை ஏற்றுக் கொள்ளத்தக்க பல கதைகளை நான் சமீபகாலமாய் எழுதி வருகிறேன்.

என் கதைகளின்மீது தர்க்கம் தொடங்க நிறைய இடம் இருக்கிறது. தர்க்கத்துக்கும் விவாத விமர்சனங்களுக்கும் இடம் அளிக்கிற கதைகளை நானே நிறைய எழுதுகிறேன் என்பதில் எனக்கு நிறைவு ஏற்படுகிறது.

ஆனால், நம்மில் பெரும்பான்மையானவர்கள் இந்த நிறைவுக்காகப் பத்திரிக்கை படிப்பதில்லை. எனவே பெரும்பான்மை யானவர்களுக்காகப் பத்திரிகை நடத்துகிறவர்கள் கூடியவரை தர்க்கத்துக்கும் விமர்சனங்களுக்கும் விவாதங்களுக்கும் இலக்கா கிற படைப்புகளை வெளியிடுவதில் தயக்கமே கொண்டுள்ளனர்.

ஒவ்வொருவரும் தத்தம் மனசுக்குச் சரி என்று படுகிற காரியத்தைச் செய்ய 'ஜனநாயக தர்மம்' மறுக்கிறது. எது எல்லாருக்கும் சரியோ – எது எல்லாருக்கும் ஓரளவு சரியோ–எது பெரும்பான்மையோருக்குச் சரியோ – அது தவறே எனினும், அதனை அனுமதித்து அடிபணிவது ஜனநாயக தர்மம். அந்தப் பெரும்பான்மையினர் தவறுக்கு மனமறிந்து மண்டியிட்டு அதனால் ஏற்படும் விளைவுகளையும் அநியாயமாக அனுபவிக்க வேண்டும் என்பது சிறுபான்மையினர் தலையில் இட்ட விதி!

இந்த மாதிரி சமூக விதிகளை மறுப்பதும் மாற்றுவதும் அதன் அநியாயமான தீர்ப்புகளைக் காலத்தின் முன்னே மறு பரிசீலனைக்கு வைப்பதும் இலக்கியத்தின் பணியாகிறது.

எனவேதான் இலக்கியத்தில் ஜனநாயக தர்மம் அனுமதிக்கப் படுவதில்லை. முரண்படுவதற்குச் சம்மதமளிக்கிற பண்புதான் இலக்கியப் பண்பாகும்.

எந்தச் சமூகம் இலக்கியத்திலும் இந்தப் பண்பை அனுமதிக்காதோ அது அழிந்துபடும்.

அது அறிவுலகப் பிரஜைகளின் நரகமாயிருக்கும்.

இந்தச் சமூக அநீதிகளுக்கு நிகழ்கால விருப்பு – வெறுப்புகளுக்கும் பெரும்பான்மையினருக்கும் வளைந்து செயல்படும்படி இலக்கிய ஆசிரியனை நிர்ப்பந்திப்பது காலத்துக்கும் சரித்திரத்துக்கும் இழைக்கிற அநீதியாகும்.

அப்படி நிகழ்வதைத்தான் கருத்துலக சர்வாதிகாரம் என்றும், சிந்தனைச் சுதந்தரத்தைப் பறிமுதல் செய்வது என்றும் அறிவுலகம் கூக்குரலிடுகிறது.

ஆனால் நமது சமுதாயத்தில் பெரும்பான்மை மக்களின் தேவைக்குப் பணியாற்றுகிற, தேவையை நிறைவேற்றுகிற பத்திரிகைகளுக்கு ஒரு தர்மசங்கடமான நிலை இருக்கிறது.

ஒரு பக்கம் எல்லோருக்கும் பிடிக்கிற விதமாகவும், இன்னொரு பக்கம் இலக்கிய ரசிகர்களுக்கும் (இவர்களின் சிறுபான்மையினர்) பிடித்த விதமாயும் இருக்க வேண்டும் என்கிற பத்திரிகைக்காரர்களின் நல்ல ஆசைதான் என்னை ஜனரஞ்சகமான பத்திரிகை உலகில் நுழைய அனுமதித்தது என்று சொல்ல வேண்டும்.

பெரும்பான்மைப் பத்திரிகை படிக்கிறவர்களுக்கும் இலக்கிய ரசிகர்களுக்கும் இடையே பாலம் போடவேண்டும் என்கிற நோக்கம்தான் *தினமணி கதிரி*ல் என்னை எழுத வைக்கிறது. என்றாலும் இங்கும் ஒரு வரம்புக்கு உட்பட்டுத்தான் வட்டாட வேண்டும் என்ற நிலை. இல்லாவிட்டால் 'பாலம்' தகர்ந்து போகும்.

நான் கதைகள் எழுதுகிற பத்திரிகைகளில் தினமணி கதிர் எனக்கு மிகுதியான சுதந்தரத்தைத் தந்திருக்கிறது என்பதை நன்றியோடு நான் உணர்கிறேன். எனவேதான் 'பின்விளைவு'கள் என்ன நேரினும் அவற்றையெல்லாம் பொருட்டாய்க் கொள்ளாது இந்த உறவு நிலவி வருகிறது.

நான் இப்போது புதிதாய் ஒரு சோதனையில் என்னை ஈடுபடுத்திக் கொண்டுள்ளேன். அதன் விளைவே 'காலங்கள் மாறும்!'

இந்தக் கதை ஒருவகையில் சோதனைக் கதைதான்! புதிது புதிதாக உருவங்களையும் பாத்திர அமைப்புகளையும் மாற்றி மாற்றிப் புதிய கருத்துக்களை, நோக்கங்களைப் பிரவாகம் மாதிரி

பெருக்கெடுக்கச் செய்யும் ஆர்வத்தில்தான் நான் இக்கதையை எழுதுகிறேன். இதை நிதானமாகவும் அவசரமில்லாமலும் நான் எழுதுகிறேன்.

இந்தக் கதையைப் பொறுத்தவரை – என் எல்லாக் கதைகளையுமே – எல்லாருக்கும் இணக்கமாகவும் இருக்கும்படி எழுதுவதுதான் எனது நோக்கம். சில சமயங்களில் அந்த நோக்கம் நிறைவேறாதபோது நான் உங்களை அறிகிறேன்.

இது 'காம்ப்ரமைஸ்' அல்ல; இது ஓர் உத்தியே ஆகும்.

எழுதுபவனுக்கு எவ்வளவு நிதானமும் ஆழ்ந்த அமைதியும் வேண்டுமோ – அதே அளவு நிதான ரசனையும் ஆழ்ந்த ஈடுபாடும் உள்ளதுதான் சிறந்த ரசனையாகும்.

இராமாயணம் படிக்கிறபோது, ஒரு ரிஷி பத்தினி – அதுவும் வேத காலத்து அகலிகை – அந்த இந்திரனின் மாயத்தில் மயங்கி விட்ட நிகழ்ச்சியைப் படித்த மாத்திரத்தில் வெகுண்டெழுந்து வால்மீகியை நிந்திப்பவன் சரியான வாசகன் ஆகமாட்டான்.

அந்த ஜனக குமாரி, அறத்தின் நாயகி, கற்பின் கனலியான சீதை, ராமனைப் பிரிய மனம் பொறாது 'நின் பிரிவினும் சுடுமோ பெருங்காடு!' என்று கேட்டு அவனோடு வனம் வந்தவள், ஒரு மானுக்கு ஆசைப்பட்டு அதனைப் பிடித்துவர அறத்தின் நாயகனை விரட்டி, அந்த மாரிசனின் மாயத்தில் மதியிழந்து, மைத்துனனையும் விரட்டி, செல்ல மறுத்த இலக்குவனின் மனச்சான்றினையும் சந்தேகித்து, பின் தனிமைப்பட்டு, தனக்கு விதிக்கப்பட்ட எல்லையையும் தாண்டி வந்து அந்தக் கபட சந்நியாசியின் கைபட்டு, அசோக வனத்தில் சிறைப்பட்டு, மாறாத கறையும் பட்டாளே . . .

இதெல்லாம் யாருக்குப் பிடிக்கும்? யாருக்குப் பிடிக்கும் என்று இவற்றையெல்லாம் படைத்தார்கள்?

இவையெல்லாம் இல்லாவிட்டால் இராமாயணம் ஏது? இராமாயண இதிகாசம் வேண்டுமென்றால் இராமனும் சீதையும் இலக்குவனும் அனுமானும் மட்டும் போதாது. இராவணனும் சூர்ப்பனகையும் கூனியும் கைகேயியும் வேண்டுமே!

கதை வேண்டுவோர்க்கு இருளும் ஒளியும் வேண்டும். இறுதியில் என்ன மிஞ்சுகிறது என்று காட்ட எல்லாமே வேண்டும். தர்மம் வெல்லும் என்று காட்ட அதர்மம் வேண்டும். ஒழுக்கத்தின் சிறப்பைப் பேச ஒழுக்கக்கேட்டின் விளைவையும் சொல்ல வேண்டும். இவை யாவும் ஒரு நாணயத்தின் இரு பக்கங்கள்.

காலங்கள் மாறும்போது மனிதர்களும் மாறித்தான் ஆகவேண்டும். மாறிய மனிதர்களைக் காலத்தின் மாற்றமே காண வைக்கிறது! பல மாற்றங்கள் சமுதாய வாழ்வில் புதுமையானவையாக இருந்தாலும் தனி மனிதர்கள் வாழ்வில் காலங்கடந்த மாற்றங்களாகவே நிராசைகளின் நிலைத்த சித்திரங்களாகவே உயிரிழந்து வந்து நிற்கின்றன.

அப்படிப்பட்ட ஒரு தனி மனிதப் பிரதிநிதிதான் கங்கா.

அவளது இறந்தகால – நிகழ்கால – எதிர்காலக் கதைகளின் மாற்றங்கள் – முன்னும் பின்னும் குழம்பி, காலப் பிரக்ஞையை மறுத்த நிகழ்ச்சிகளின், எண்ணங்களின், ஏக்கங்களின் முறையாய்த் தொகுக்கப்படாத வார்ப்பே 'காலங்கள் மாறும்!'

காலத்தின் அலைகளால் எற்றுண்ட, மோதி மூழ்கிய, போக்கில் மிதந்த, எதிர்த்து ஓய்ந்த ஓர் ஆத்மாவின் கதை இது!

ஜெயகாந்தன்

ஜெயகாந்தனின் பிற நூல்கள்

[காலச்சுவடு வெளியீடு]

ஒரு மனிதன் ஒரு வீடு ஒரு உலகம்

(கிளாசிக் நாவல்)

ரூ. 375

தனது நாவல்களில் தனக்கு மிகவும் பிடித்தமானது என்று ஜெயகாந்தனாலும் அவரது நாவல்களில் ஆகச் சிறப்பானது என்று இலக்கிய விமர்சகர்களாலும் குறிப்பிடப்படுவது 'ஒரு மனிதன் ஒரு வீடு ஒரு உலகம்.' எந்த ஊர், பெற்றோர் யார், என்ன இனம், என்ன சாதி என்று எதுவும் தெரியாத, அது பற்றிக் கவலையும் கொள்ளாத ஒரு உலகப் பொது மனிதனைக் கதாபாத்திரமாக்கி, அவன் எதிர்கொள்ளும் அனுபவங்களின் மூலம் இந்த வாழ்க்கையின் போக்கு குறித்த புரிதலை உணர்த்த முனையும் நாவல் இது.

ஒரு வீடு பூட்டிக் கிடக்கிறது

(கிளாசிக் சிறுகதைகள்)

ரூ. 350

தமிழ்ச் சிறுகதைகளுக்கு புதிய வார்ப்பும் வடிவமும் வனப்பும் வழங்கியவர் ஜெயகாந்தன். சிறுகதை இலக்கியத்துக்கு விரிவான வாசகப் பரப்பை உருவாக்கியவரும் அவரே.

ஜெயகாந்தனின் மொத்தச் சிறுகதைகளிலிருந்து தேர்ந்தெடுக்கப்பட்ட பதினேழு கதைகளின் தொகுப்பு 'ஒரு வீடு பூட்டிக் கிடக்கிறது' ஒரு காலகட்டத்தைச் சேர்ந்த தமிழ் சிறுகதைப் போக்கையும் முன்னோடி எழுத்தாளர் ஒருவரின் நோக்கையும் அடையாளப் படுத்துகிறது இத்தொகுப்பு.